ಕ್ರಿಸ್ತನು ಮತ್ತು ಆತನ ದೂತರಿಗೂ

ಹಾಗೂ

ಸೈತಾನ ಮತ್ತು ಆತನ ದೂತರಿಗೂ ನಡುವಣ

ಮಹಾ ವಿವಾದ

ಲೇಖಕಿ: ಎಲ್ಲೆನ್. ಜಿ. ವೈಟ್

ಬ್ಯಾಟಲ್ ಕ್ರೀಕ್, ಮಿಚ್

ಪ್ರಕಾಶಕರು: ಜೇಮ್ಸ್ ವೈಟ್

ವಿಷಯಾನುಕ್ರಮಣಿಕೆ

ಪದಪಟ್ಟಿ 4

ಜೀವನ ಚರಿತ್ರೆ.. 11

ಮುನ್ನುಡಿ 13

ಅಧ್ಯಾಯ 01............. ಸೈತಾನನ ಬೀಳುವಿಕೆ 17

ಅಧ್ಯಾಯ 02.............ಮಾನವನ ಬೀಳುವಿಕೆ 20

ಅಧ್ಯಾಯ 03................. ರಕ್ಷಣಾ ಯೋಜನೆ 23

ಅಧ್ಯಾಯ 04...... ಕ್ರಿಸ್ತನ ಮೊದಲನೆ ಬರುವಣಿ 28

ಅಧ್ಯಾಯ 05..........ಕ್ರಿಸ್ತನ ಸುವಾರ್ತಾಸೇವೆ 35

ಅಧ್ಯಾಯ 06...........ಪ್ರಕಾಶ ರೂಪಾಂತರವು 40

ಅಧ್ಯಾಯ 07.. ಕ್ರಿಸ್ತನನ್ನು ಹಿಡಿದುಕೊಟ್ಟದ್ದು 45

ಅಧ್ಯಾಯ 08....................ಕ್ರಿಸ್ತನ ವಿಚಾರಣೆ 50

ಅಧ್ಯಾಯ 09.ಯೇಸುವನ್ನು ಶಿಲುಬೆಗೆ ಹಾಕಿದ್ದು 58

ಅಧ್ಯಾಯ 10...........ಕ್ರಿಸ್ತನ ಪುನರುತ್ಥಾನವು 66

ಅಧ್ಯಾಯ 11..........ಯೇಸುವಿನ ಆರೋಹಣ 78

ಅಧ್ಯಾಯ 12............. ಯೇಸುವಿನ ಶಿಷ್ಯರು 81

ಅಧ್ಯಾಯ 13................ಸ್ತೆಫೆನನ ಮರಣವು 88

ಅಧ್ಯಾಯ 14................ಸೌಲನ ಪರಿವರ್ತನೆ 91

ಅಧ್ಯಾಯ 15.ಯಹೂದ್ಯರು ಪೌಲನನ್ನು ಕೊಲ್ಲಲು ತೀರ್ಮಾನಿಸಿದ್ದು
.... 94

ಅಧ್ಯಾಯ 16.ಪೌಲನು ಯೆರುಸಲೇಮಿಗೆ ಭೇಟಿಕೊಟ್ಟದ್ದು 99

ಅಧ್ಯಾಯ 17............ಮಹಾ ಧರ್ಮಭ್ರಷ್ಟತೆ 104

ಅಧ್ಯಾಯ 18....................ಪಾಪದ ರಹಸ್ಯ 109

ಅಧ್ಯಾಯ 19.ಮರಣ, ನಿರಂತರ ದುರವಸ್ಥೆಯ ಜೀವಿತವಲ್ಲ 115

ಅಧ್ಯಾಯ 20.................... ಸುಧಾರಣೆಯು 122

ಅಧ್ಯಾಯ 21.ಸಭೆ ಮತ್ತು ಲೋಕವು ಐಕ್ಯಗೊಂಡದ್ದು 128

ಅಧ್ಯಾಯ 22...............ವಿಲಿಯಂ ಮಿಲ್ಲರ್ 132

ಅಧ್ಯಾಯ 23..... ಮೊದಲನೇ ದೂತನ ಸಂದೇಶ   137

ಅಧ್ಯಾಯ 24........ ಎರಡನೇ ದೂತನ ಸಂದೇಶ   144

ಅಧ್ಯಾಯ 25.ಪುನರಾಗಮನದ ಚಳುವಳಿ ಸ್ಪಷ್ಟಪಡಿಸಿದ್ದು   148

ಅಧ್ಯಾಯ 26.........ಮತ್ತೊಂದು ದೃಷ್ಟಾಂತ   155

ಅಧ್ಯಾಯ 27.............ದೇವದರ್ಶನ ಗುಡಾರ   162

ಅಧ್ಯಾಯ 28........ ಮೂರನೆ ದೂತನ ಸಂದೇಶ   167

ಅಧ್ಯಾಯ 29........ ಒಂದು ದೃಢವಾದ ವೇಧಿಕೆ   173

ಅಧ್ಯಾಯ 30.................. ಪ್ರೇತಾತ್ಮತ್ವ   178

ಅಧ್ಯಾಯ 31.................. ದುರಾಶೆ   184

ಅಧ್ಯಾಯ 32.................. ಸೋಸುವಿಕೆ   188

ಅಧ್ಯಾಯ 33........ ಬಾಬಿಲೋನಿನ ಪಾಪಗಳು   194

ಅಧ್ಯಾಯ 34.............. ಮಹಾ ಘೋಷಣೆ   199

ಅಧ್ಯಾಯ 35.ಮುಕ್ತಾಯವಾದ ಮೂರನೆಯ ಸಂದೇಶವು 202

ಅಧ್ಯಾಯ 36.ಯಾಕೋಬನ ಹೋರಾಟದ ಸಮಯ   207

ಅಧ್ಯಾಯ 37.............. ಭಕ್ತರ ವಿಮೋಚನೆ   211

ಅಧ್ಯಾಯ 38.............. ಭಕ್ತರ ಪ್ರತಿಫಲ   215

ಅಧ್ಯಾಯ 39....ಭೂಮಿಯು ಶೂನ್ಯವಾದದ್ದು   217

ಅಧ್ಯಾಯ 40........ ಎರಡನೆಯ ಪುನರುತ್ಥಾನ   220

ಅಧ್ಯಾಯ 41.............. ಎರಡನೆಯ ಮರಣ   223

ಪದಪಟ್ಟಿ

ಪದ	ಅರ್ಥ	ಮೊದಲು ಕಂಡುಬರುವಿಕೆ
ಯೇಸುಕ್ರಿಸ್ತ	ತ್ರೈಯೇಕ ದೇವರುಲ್ಲಿ ಒಬ್ಬರು ಈ ಲೋಕ ಹಾಗೂ ವಿಶ್ವದ ಸೃಷ್ಟಿಕರ್ತ, 2000 ವರ್ಷಗಳ ಹಿಂದೆ ಮಾನವನಾಗಿ ಜನಿಸಿ, ತನ್ನ 33ನೇ ವಯಸ್ಸಿನಲ್ಲಿ ಕೊಲ್ಲಲ್ಪಟ್ಟುಪುನರುತ್ಥಾನಹೊಂದಿ ಈಗ ನಮ್ಮ ರಕ್ಷಣೆಗಾಗಿ ಪರಲೋಕದಲ್ಲಿ ಕ್ರಿಯಾಸಕ್ತನಾಗಿರುವವನು, ಈತನು ಪುನಃ ಭೂಮಿಗೆ ಬಂದು ಎಲ್ಲಾದರ ಮೇಲೆ ಅಧಿಕಾರ ಹೊಂದಿ ನಿರಂತರವಾಗಿ ಆಳುವನು	
ಸೈತಾನ	ಪಿಶಾಚನು, ಎಲ್ಲಾ ದುಷ್ಟತನದ ತಂದೆ, ಅಪ್ರತಿಮ ಸುಂದರನಾಗಿ, ಪರಿಪೂರ್ಣವಾಗಿ ಸೃಷ್ಟಿಸಲ್ಪಟ್ಟವನು,ಆದರೆ ದೇವರೆದುರಿಗೆ ತಿರುಗಿಬಿದ್ದು ಪ್ರತಿಭಟಿಸಲು ತೀರ್ಮಾನಿಸಿದವನು. ಈಗಲೂ ದುಷ್ಟತನವನ್ನೇ ನಡೆಸುತ್ತಿರುವವನು, ಅಂತ್ಯದಲ್ಲಿ ದೇವರಿಂದ ನಾಶವಾಗುವನು,	ಶಿರೋನಾಮೆ
ಕರ್ತ	ಯೇಸು ಕ್ರಿಸ್ತನು. ತಂದೆಯಾದ ದೇವರು	ಅಧ್ಯಾಯ 01
ನಾನು,ನೋಡಿ	ಲೇಖಕಿ, ಎಲೆನ್ ವೈಟ್ ರವರು ದರ್ಶನ	ಅಧ್ಯಾಯ

ದೇನು, ನನಗೆ ತೋರಿಸಲಾಯಿತು	ಕಾಣುತ್ತಿರುವಾಗ ಒರ್ವದೂತನು ಎಲ್ಲವನ್ನು ತೋರಿಸುತ್ತಾ ವಿವರಿಸುತ್ತಿದ್ದನು. ತಾನು ಏನನ್ನು ಕಂಡಳೋ ಅದನ್ನು ಈಕೆ ಬರೆದಳು ,	01
ದೇವರು	ತಂದೆ,ಮಗ, [ಯೇಸು ಕ್ರಿಸ್ತನು] ಮತ್ತು ಪವಿತ್ರಾತ್ಮ, ಈ ಮೂವರೂ ದೇವರಾಗಿದ್ದಾರೆ ,	ಅಧ್ಯಾಯ 01
ದೇವರ ಮಗನು	ಯೇಸುಕ್ರಿಸ್ತ	ಅಧ್ಯಾಯ 01
ದೇವರವಾಕ್ಯ	01] ದೇವರು ನುಡಿದದ್ದು	ಅಧ್ಯಾಯ 02
	2] ಸತ್ಯವೇದ	ಅಧ್ಯಾಯ 18
ವಿಮೋಚನೆಯ ಈಡು	ಮಾನವರು ಮೂಲತಃ ದೇವರಿಗೆ ಸೇರಿದವರು, ಆದರೆ ಪೂರ್ವಿಕರು ಪಾಪಮಾಡಿ. ನಾವೀಗ ಸೈತಾನನಿಗೆ ಸೇರಿದ್ದೇವೆ. ಸೈತಾನನಿಂದ ರಕ್ಷಿಸಲು ಯೇಸುವಿನ ನಾಮ ಕಾರ್ಯಮಾಡುತ್ತದೆ,	ಅಧ್ಯಾಯ 03
ದೂತನು	ಎಲೆನ್ ವೈಟ್ ರವರು ದರ್ಶದಲ್ಲಿದ್ದಾಗ ಆಕೆಯೊಂಧಿಗಿರಲು ಕಳುಹಿಸಲ್ಪಟ್ಟವನು	
ಬರುವಣ	ಯೇಸು ಈ ಭೂಮಿಗೆ ಅಧಿಕೃತವಾಗಿ ಬರುವುದು , 2000 ವರ್ಷಗಳ ಹಿಂದೆಬಂದಿದ್ದು .ಎರಡನೆ ಬಾರಿ ಬರುವವನಾಗಿದ್ದನೆ.	ಅಧ್ಯಾಯ 04
ದೇವರ ಕುರಿಮರಿ	ಯೇಸು ಕ್ರಿಸ್ತನು	ಅಧ್ಯಾಯ 04

ಸ್ನಾನಿಕನಾದ ಯೋಹಾನನು	ಒರ್ವ ಪ್ರವಾಧಿ, ಯೇಸುವಿನ ಭಾತೃ ಸಂಬಂಧಿ ಪಶ್ಚಾತ್ತಾಪಕ್ಕೂ,ಧೀಕ್ಷಾಸ್ನಾನಕ್ಕೂ ಕರೆಕೊಟ್ಟವನು,	ಅಧ್ಯಾಯ 04
ದೀಕ್ಷಾಸ್ನಾನ	ಕ್ರೈಸ್ತನಾಗಲು ನೀರಿನೊಳಗೆ ಇಡೀದೇಹವನ್ನು ಮುಳುಗಿಸಿ ಎತ್ತುವುದು	ಅಧ್ಯಾಯ 04
ಎಲೀಯ	ಮರಣವನ್ನು ಅನುಭವಿಸದೆ ಪರಲೋಕಕ್ಕೆ ಎತ್ತಲ್ಪಟ್ಟ ಪ್ರವಾದಿ	ಅಧ್ಯಾಯ 04
ಬಲಿ	ದೇವರಿಗೆ ಕೊಡುವ ಪ್ರಾಣಿ ಬಲಿ [ಕಾಣಿಕೆ]ಹಾಗೂ ಯೇಸುಕ್ರಿಸ್ತನು ಸಹ ಬಲಿಯಾದದ್ದು	ಅಧ್ಯಾಯ 05
ಆತನ ಜನಾಂಗ ದೇವರ ಮಕ್ಕಳು	01]ಪೂರ್ವಕಾಲದ ಇಸ್ರಾಯೇಲ್ ಮತ್ತು ಯೂದ ಜನಾಂಗ 2] ಪ್ರಸ್ತುತ ಕ್ರಿಸ್ತನನ್ನು ನಂಬಿ ಆತನ ಚಿತ್ತ ನಡೆಸುವವರು	ಅಧ್ಯಾಯ 05 ಅಧ್ಯಾಯ 17
ದೇವರ ಪುಸ್ತಕ	01] ಪರಲೋಕದಲ್ಲಿರುವ ಜೀವಭಾದ್ಯರ ಪಟ್ಟಿ- ನಿತ್ಯಜೀವ ಹೊಂದಿದವರ ಹೆಸರುಗಳು ಇಲ್ಲಿ ಬರೆದಿರುತ್ತದೆ 2] ಸತ್ಯವೇದ	ಅಧ್ಯಾಯ 06
ಮಿಕಾಯೇಲನು	ಪರಲೋಕದ ಎಲ್ಲಾ ದೂತರ ನಾಯಕ	ಅಧ್ಯಾಯ 06
ರ್ ಯೂ[Rue]	ಮದ್ಯಪೂರ್ವ ಪ್ರದೇಶಗಳಲ್ಲಿ ಬೆಳೆಯುವ ಮರ, ಔಷದೀಯ ಗುಣಹೊಂಧಿರುವ ಎಲೆಗಳಿದೆ	ಅಧ್ಯಾಯ 07

	[ನಾಗದಾಳಿ ಗಿಡದಂತಿರುತ್ತದೆ]	
ಸಹೋದರ ಸಹೋದರಿ	ಯೇಸುವನ್ನು ನಂಬಿ ಆತನ ಚಿತ್ತದಂತೆ ನೆಡೆಯುವವರು	ಅಧ್ಯಾಯ 07
ಹೊಸನ್ನ	ದೇವರ ಸ್ತೋತ್ರ	ಅಧ್ಯಾಯ 10
ಸಬ್ಬತ್	ಶುಕ್ರವಾರ ಸೂರ್ಯಸ್ತಮಾನದಿಂದ ಪ್ರಾರಂಭವಾಗಿ ಶನಿವಾರ ಸೂರ್ಯಸ್ತಮಾನಕ್ಕೆ ಕೊನೆಗೊಳ್ಳುವ ವಿಶ್ರಾಂತಿದಿನ, ಆದಿಕಾಂಡ 2;2-3	ಅದ್ಯಾಯ 10
ಸಂದೇಶ	ದೇವರಿಂದ ಬರುವ ವಾಕ್ಯ ಹಾಗೂ ಆ ವಾಕ್ಯವನ್ನು ಪ್ರಚಾರಪಡಿಸುವ ಚಳುವಳಿ	ಅಧ್ಯಾಯ 10
ಆರೋಹಣ	ಪರಲೋಕಕ್ಕೆ ಎತ್ತಲ್ಪಡುವುದು ಸಾಯುವ ಅರ್ಥವಲ್ಲ	ಅಧ್ಯಾಯ 11
ಅಪೋಸ್ತಲರು	ಜನರಿಗೆ ಸುವಾರ್ತೆಸಾರುವ ಪೂರ್ಣವಧಿವೃತಿ ವಿಶೇಷವಾಗಿ ಯೇಸುವಿನ ಶಿಷ್ಯರು ಮತ್ತು ಪೌಲನು	ಅಧ್ಯಾಯ 12
ಮನುಷ್ಯಕುಮಾರ	ಯೇಸುಕ್ರಿಸ್ತ	ಅಧ್ಯಾಯ 13
ಅನ್ಯರು	ಯಹೂದ್ಯರಲ್ಲದವರು	ಅಧ್ಯಾಯ 14
ಪೌಲನು	ಮಾರ್ಪಾಡಾಗುವ ಮುನ್ನ ಸೌಲನೆಂದೆಣಿಸಿಕೊಂಡವನು, ನೋಡಿ ಅಪೋಸ್ತಲರ ಕೃತ್ಯ 13:9	ಅಧ್ಯಾಯ 15
1843,1844	ಯೇಸುವಿನ ಬರುವಣ ಮತ್ತು ಈ ಲೋಕದ ಅಂತ್ಯ ಬರುವುದೆಂದು ನಂಬಿದ	ಅಧ್ಯಾಯ 23

	ವರ್ಷ. ನಿಜವೆಂದರೆ ದಾನಿಯೇಲ 8;14 ಪ್ರವಾದನಾ ಸಮಯವು ಕೊನೆಗೊಳ್ಳುವ ವರ್ಷ	
ಕುರುಬ	01] ಸಭೆಯ ನಾಯಕರು, ಬೋದಕರು ,ಯಾಜಕರು 2] ಯೇಸುಕ್ರಿಸ್ತ	ಅಧ್ಯಾಯ 23
ಸಂತರು ಭಕ್ತರು	ದೇವರನ್ನು ಹೃದಾಯಾಂತರಾಳದಿಂದ ಪ್ರೀತಿಸುವವರು ಮತ್ತು ಅತನು ಹೇಳಿದ ಮಾತಿನಂತೆ ನೆಡೆಯುವವರು	ಅಧ್ಯಾಯ 24
ದೇವದರ್ಶನದ ಗುಡಾರ	ನಮ್ಮ ರಕ್ಷಣೆಗಾಗಿ ಯೇಸುವು ಕೆಲಸ ಮಾಡುತ್ತಿರುವ ಪರಲೋಕದ ಸ್ಥಳ. ,ಅದರಲ್ಲಿ ಅಂಗಳ, ಪವಿತ್ರಸ್ಥಳ [ಮೊದಲ ಭಾಗ] ಮಹಾಪವಿತ್ರಸ್ಥಳ [ಎರಡನೆ ಭಾಗ] ವಿದೆ ,ಮೋಶೆಯು ಈ ಮಾದರಿಯಂತೆ ನಿರ್ಮಿಸಿದನು. ಇದನ್ನು 'ದೇವಸ್ಥಾನ' 'ಪರ್ಣಶಾಲೆ ' ಎಂದೂ ಹೇಳುವರು .	ಅಧ್ಯಾಯ 25
ಪರಿಹಾರ	ಯೇಸುವು ತನ್ನ ಸ್ವಂತ ರಕ್ತ ಸುರಿಸುವ ಮೂಲಕ ಮನುಷ್ಯರನ್ನು ದೇವರೊಂದಿಗೆ ಬೆಸೆಯಲು ಮಾಡುವ ಕಾರ್ಯ	ಅಧ್ಯಾಯ 25
ಚಿಯೋನ್	01] ಪರಲೋಕದಲ್ಲಿರುವ ಸ್ಥಳ 02]ದೇವರನ್ನು ಹಿಂಬಾಲಿಸುವ ಜನರ ಗುಂಪಿನ ಹೆಸರು	ಅಧ್ಯಾಯ 26
ಹೊಸ ಯೆರೂಸಲೇಮ್	ಈಗ ಪರಲೋಕದಲ್ಲಿರುವ ನಗರ ದೇವರ ಮತ್ತು ದೂತರ ವಾಸಸ್ಥಳ ಈ ನಗರ ಭೂಮಿಗೆ ಬಂದು	ಅಧ್ಯಾಯ 27

	ನಿರಂತರವಾಗಿರುತ್ತದೆ	
ಕೆರೂಬಿ	ಪ್ರಧಾನ ದೂತರು	ಅಧ್ಯಾಯ 27
ಮದ್ಯಸ್ಥಿಕೆ	ಪಾಪಿಗಳಿಗೂ ಮತ್ತು ತಂದೆಯಾದ ಸರ್ವಶಕ್ತ ದೂತನಿಗೂ ನಡುವೆ ನಿಂತು ಯೇಸು ನಡೆಸುವ ನಮ್ಮ ರಕ್ಷಣಾಕಾರ್ಯ	ಅಧ್ಯಾಯ 27
ಮೃಗ	ದೇವರಿಗೆ ವಿರುದ್ಧವಾಗಿರುವ ಮಹಾ ಜನ ಸಮೂಹ ನೋಡಿಪ್ರಕಟಣೆ 13	ಅಧ್ಯಾಯ 28
ಯೆಹೋವ	ತಂದೆಯಾದ ದೇವರ ಒಂದು ಹೆಸರು	ಅಧ್ಯಾಯ 28
ಕಾನಾನ್ ದೇಶ	ಇಸ್ರಾಯೇಲ್ಯರ ವಾಗ್ದತ್ತ ದೇಶ ಪರಲೋಕವನ್ನು ಸೂಚಿಸುತ್ತದೆ ಅದಿಕಾಂಡ 12;5	ಅಧ್ಯಾಯ 28
ಪಂಚಾಶತಮ ದಿನ	ದೇವರು ಇಸ್ರಾಯೇಲ್ಯರಿಗೆ ಕೊಟ್ಟ ಒಂದು ಹಬ್ಬ ಯಾಜಕಕಾಂಡ 23;15-16 ಮತ್ತು ಅ.ಕೃತ್ಯ. 2 ಸಂದಿ	ಅಧ್ಯಾಯ 29
ಅಡ್ವೆಂಟಿಸ್ಟ ರು	ಯೇಸುವು ಭೂಮಿಗೆ ಮತ್ತೆ ಬರುವನೆಂದು ನಂಬಿರುವ ಜನ ಗುಂಪಿನ ಹೆಸರು	ಅಧ್ಯಾಯ 29
ಲವೋದಕೀ ಯ	ಪ್ರಕಟಣೆ 2.3ನೇ ಅದ್ಯಾಯದಲ್ಲಿರುವ 7ಸಭೆಗಳಲ್ಲಿ ಕೊನೆಯ ಸಭೆ , ಈ ಗುಂಪು ತಾನು ಐಶ್ವರ್ಯವಂತನೆಂದು ತಿಳಿದು ಅದ್ಯಾತ್ಮಿಕದ ಅಗತ್ಯವಿಲ್ಲದವರೆಂದು ಕೊಂಡರೂ ನಿಜವಾಗಿ ದರಿದ್ರರೂ ದೌಭಾಗ್ಯರೂ ಆಗಿದ್ದಾರೆ	ಅಧ್ಯಾಯ 32
ಹಿಂಗಾರು	ಯೇಸುವಿನ ಎರಡನೆಯ ಬರುವಣದ	ಅಧ್ಯಾಯ

ಮಳೆ	ಮೊದಲು ಆತನ ಜನರ ಮೇಲೆ ಹೇರಳವಾಗಿ ಸುರಿಸಲ್ಪಡುವ ಪವಿತ್ರಾತ್ಮನ ಮಳೆ ಯೋವೇಲ 2;23, ಅಪೋಸ್ತಲರ ಕೃತ್ಯ 3;19	32
ಜ್ಯೂಬಿಲಿ	ಬಿಡುಗಡೆಯ ಸಂವತ್ಸರ ,50 ವರ್ಷಕ್ಕೊಮ್ಮ ತಮ್ಮ ಒಡೆಯರಿಗೆ ಎಲ್ಲವನ್ನೂ ಒಪ್ಪಿಸುವ ಕಾಲ ಈ ವರ್ಷ ಯಾವ ವ್ಯವಸಾಯ ಮಾಡುವುದಿಲ್ಲ ಯಾಜಕಕಾಂಡ 25;10 ನೋಡಿ	ಅಧ್ಯಾಯ 37

ಜೀವನ ಚರಿತ್ರೆ

ಎಲೆನ್ ಗೌಲ್ಡ್ ವೈಟ್ 1827- 1915

ಕ್ರಿಸ್ತಯೇಸುವಿನ ಒರ್ವ ಭಕ್ತೆಯಾದ ಈಕೆ ತನ್ನ 17ನೇ ವಯಸ್ಸಿನವರೆಗೂ ಮೆಥೊಡಿಸ್ಟಳಾಗಿದ್ದಳು,1843ರಲ್ಲಿ ದೇವರು,ದರ್ಶನವನ್ನೂ ಮತ್ತು ಈ ಲೋಕಕ್ಕೆ ಅರುಹಲೇ ಬೇಕಾದ ಸಂದೇಶಗಳನ್ನು ಈಕೆಗೆ ನೀಡಿದರು. ಇದಕ್ಕೆ ಮೊದಲೇ ಇಬ್ಬರಿಗೆ ಈ ವರ ದೊರೆಕಿದ್ದರೂ, ಅವರು ತಿರಸ್ಕರಿಸಿದಾಗ ಈಕೆ ಅಂಗೀಕರಿಸಿ ಕ್ರಿಸ್ತನ ಎರಡನೇ ಬರುವಣವನ್ನು ನಂಬಿ ಪ್ರಚಾರಮಾಡುತ್ತಿದ್ದುದರಿಂದ ಮೆಥೊಡಿಸ್ಟರು ತಮ್ಮ ಸದಸ್ಯತ್ವದಿಂದ ಹೊರಹಾಕಿದರು, ಈಕೆ ಹಲವಾರು ಲೇಖನಗಳನ್ನೂ, ತಿದ್ದುಪಾಟಿ ಹಾಗೂ ಎಚ್ಚರಿಕೆಗಳನ್ನು ಒಳಗೊಂಡ ಪುಸ್ತಕಗಳನ್ನು ಬರೆದಿದ್ದಾಳೆ. ಒಳ್ಳೆಯ ಆರೋಗ್ಯ ಸಂದೇಶದ ಬೆಳಕನ್ನು ಹೊಂದಿದ ನಂತರ ಏದೆನ್ ತೋಟದಲ್ಲಿದ್ದ ಮೂಲ ಪಥ್ಯಾಹಾರದೆಡೆಗೆ ಒತ್ತುಕೊಡುವ ಹಾಗೂ ಆರೋಗ್ಯಕ್ಕೆ ಅಪಾಯಕಾರಿ ವಸ್ತು ವರ್ಜನೆಗೂ ಮತ್ತು ಎಲ್ಲದರಲ್ಲೂ ಮಿತಸಾಧಿಸುವ ಒರ್ವ ಪ್ರಬಲ ಪಕ್ಷವಾದಿಯಾಗಿದ್ದಾಳೆ.

ಶ್ರೀಮತಿ ವೈಟ್ ರವರನ್ನು 'ಪ್ರವಾದಿನಿ ' ಎಂದು ಇತರರು ಹೇಳಿಕೊಂಡರೂ .ತಾನು ಮಾತ್ರ ಹಾಗೆ ಹೇಳದೆ 'ಸಂದೇಶಕಳು' ಎಂದೇ ಸಂಬೋಧಿಸಿಕೊಂಡಳು, ಇದಕ್ಕೆ ಉತ್ತರವಾಗಿ ದೇವರ ದೃಷ್ಟಿ ಯಲ್ಲಿ ಎಷ್ಟೋ ಪ್ರವಾದಿಗಳೆನಿಸಿಕೊಂಡವರು ಹೇಳುತ್ತಿದ್ದ- ಮಾಡಿತ್ತಿದ್ದ ಭವಿಷ್ಯದಲ್ಲಿ ಸಂಭವಿಸುವ ಘಟನೆಗಳಿಗೂ ಹೆಚ್ಚಾಗಿ ಒಳಗೊಂಡಂತಹ ಆರೋಗ್ಯ ಸುಧಾರಣೆಗಳು, ಪಾಪಕ್ಕೆ ಪಶ್ಚಾತ್ತಾಪದ ಕರೆ, ಒಡಕುಗಳನ್ನು ಸರಿಪದಿಸುವ ಚಳುವಳಿಗಳಿಗೆ ಒತ್ತುಕೊಡುವ ಕೆಲಸಗಳನ್ನು ಮಾಡುತ್ತಿದ್ದಳು. ದೇವಭಕ್ತಿ ತುಂಬಿದ ಹಲವಾರು ಕೃತಿಗಳನ್ನು ರಚಿಸಿದ್ದು, ಅದರಲ್ಲಿ 'ಸ್ಟೆಪ್ಸ್ ಟು ಕ್ರೈಸ್ಟ' ಎಂಬುದು ಪ್ರಸಿದ್ಧವಾಗಿದೆ. ಅದರೆ ಕ್ರಿಸ್ತನು ಮತ್ತು ಅತನ ದೂತರಿಗೂ, ಸೈತಾನನೂ, ಮತ್ತು ಅತನ ದೂತರಿಗೂ ನಡುವಿನ **ಮಹಾವಿವಾದ'** ವನ್ನು ತಿಳಿಸುವ ಪುಸ್ತಕವು ಬಹುಮುಖ್ಯವಾದದ್ದೆಂದು ಈಕೆ ಎಣಿಸಿದ್ದಾಳೆ.

ಮುನ್ನುಡಿ

ನ್ಯಾಯಪ್ರಮಾಣ ಮತ್ತು ಸಾಕ್ಷಿಯ ವಿಷಯದಲ್ಲಿ ಈ ವಾಕ್ಯದಪ್ರಕಾರ ಹೇಳದಿರುವುದು ಅವರಲ್ಲಿ ಬೆಳಕಿಲ್ಲದ್ದರಿಂದಲೇ.

ಯೆಶಾಯ 8;20

ಇದೀಗ 21ನೇ ಶತಮಾನ ಪ್ರಾರಂಭದಲ್ಲಿ ಬಹುಜನರು ಪ್ರವಾದಿಗಳಾಗಿರುವುದು ಕಂಡುಬರುತ್ತದೆ.ಅಂತರ್ಜಾಲದಲ್ಲೂ ಅವರ ಹಲವಾರು ಜಾಲವರ್ತುಲ [web-rings]ಕಾಣುತ್ತವೆಯಾದರೂ ಅವರ ಹೇಳಿಕೆಗಳು ವಿಚಿತ್ರವಾಗಿದೆ. ತಾವೇ ಹೇಳಿಕೊಂಡಂತೆ ದೇವರವಾಕ್ಯವನ್ನು ಅವರು ಹೊಂದಿರುವುದು ಹೌದೋ ಅಲ್ಲವೋ ಎಂಬುದು ನಮಗೆ ಹೇಗೆ ತಿಳಿಯುತ್ತದೆ? ಅವರ ಹೇಳಿಕೆಗಳನ್ನು ಅಜ್ಞೆಗಳಿಗೂ ಮತ್ತು ದೇವರ ವಿಷಯವಾದ ಸಾಕ್ಷಿಗಳೊಂದಿಗೆ ಹೋಲಿಕೆ ಮಾಡುವುದರಿಂದಲೇ ಅಲ್ಲವೆ! ಪೂರ್ವಕಾಲದಲ್ಲಿದ್ದ ಜನರೊಂದಿಗೆ ಮಾತಾನಾಡಿ ಅವುಗಳನ್ನು ಲಿಖಿತ ರೂಪದಲ್ಲಿ ತಂದ ಅದೇ ದೇವರು ತನ್ನ ಹೇಳಿಕೆಗಳನ್ನು ಎಂದಿಗೂ ಪ್ರತಿಷೇಧಿಸಲಾರನು.

ಅಂತ್ಯಕಾಲದಲ್ಲಿರುವವರಿಗೆ ಪ್ರವಾದನೆಯ ಸಂಗತಿಗಳು ಒಂದು ದೊಡ್ಡ ಪರೀಕ್ಷೆಯಾಗಬಹುದೆಂದು ತಿಳಿದೇ, ಯೇಸುವು ನೇರವಾಗಿ ಹೀಗೆ ಪ್ರವಾದಿಸಿದನು- “ಬಹುಮಂದಿ ಸುಳ್ಳುಪ್ರವಾದಿಗಳು ಸಹ ಎದ್ದು ಅನೇಕರನ್ನು ಮೋಸಗೊಳಿಸುವವರು ಮತ್ತಾಯ 24;11” ಈ ಹೇಳಿಕೆಗೆ ಒತ್ತುಕೊಂಡುವಂತೆ ದೇವರು ಯೋಹಾನನಿಗೆ ‘ಪ್ರಿಯರೆ, ಅನೇಕಮಂದಿ ಸುಳ್ಳುಪವಾದಿಗಳು ಲೋಕದೊಳಗೆ ಬಂದಿರುವುದರಿಂದ ನೀವು ಅತ್ಮದ ಎಲ್ಲಾ ನುಡಿಗಳನ್ನು ನಂಬದೆ ದೇವರಿಂದ ಪ್ರೇರಿತವಾದವುಗಳೋ ಅಲ್ಲಹೋ ಎಂದು ಅವುಗಳನ್ನು ಪರೀಕ್ಷಿಸಬೇಕು” 1ಯೋಹಾನನು 4;1 ಎಂದು ತಿಳಿಸಿದರು.

ಹೀಗಾಗಿ ಎಲೆನ್ ವೈಟ್ ರವರಿಗೂ ವಿನಾಯಿತಿ ಇಲ್ಲ. ಈ ಪುಸ್ತಕವನ್ನು ಸತ್ಯವೇದದೊಂದಿಗೆ ಹೋಲಿಸಿರಿ. ಇದು ಎಲ್ಲಾ ಪರೀಕ್ಷಿಗಳಿಗೂ

ಒಳಗೊಳ್ಳುತ್ತವೋ ಇಲ್ಲವೋ? ಎಂದು ನೀವೇ ಪ್ರಮಾಣಿಸಿ ನೋಡಿ , ನಮ್ಮ ಪರಲೋಕದ ತಂದೆಗೆ ಪ್ರಾರ್ಥಿಸಿರಿ. ಅತನು ತನ್ನ ಆತ್ಮನನ್ನು ಕಳುಹಿಸಿ ಸತ್ಯಕ್ಕೆ ನಡೆಸುವನು.

ಕಳೆದ ಇಪ್ಪತ್ತನೆಯ ಶತಮಾನದ ಕೊನೆಯ ಕೆಲವು ವರ್ಷಗಳವರೆಗೂ 'ಕ್ರೈಸ್ತರು' ಎನಿಸಿಕೊಂಡವರು ದೇವರ ಪ್ರಕಟಣೆಗಳನ್ನು ಹೊಂದಿದ್ದೇವೆ ಎಂದು ಸಾಧಿಸಿಕೊಂಡವರಿಗೆ ಸಂಪೂರ್ಣ ವಿರುದ್ಧವಾಗಿದ್ದರು ಇವರು ಪ್ರಕಟನೆ 22;18.19ರಿಂದ ತಮ್ಮನ್ನು ಸಮರ್ಥಿಸಿಕೊಳುತ್ತಾರೆ. 'ಈ ಪುಸ್ತಕದ ಪ್ರವಾದನಾ ವಾಕ್ಯಗಳನ್ನು ಕೇಳುವ ಪ್ರತಿಯೊಬ್ಬನಿಗೆ ನಾನು ಹೇಳುವ ಸಾಕ್ಷಿ ಏನೆಂದರೆ ಇವುಗಳಿಗೆ ಯಾವನಾದರೂ ಹೆಚ್ಚು ಮಾತುಗಳನ್ನು ತಂದು ಹಾಕಿದರೆ, ದೇವರು ಅವನ ಮೇಲೆ ಈ ಪುಸ್ತಕದಲ್ಲಿ ಬರೆದಿರುವ ಉಪದ್ರವಗಳನ್ನು ತಂದುಹಾಕುವನು. ಯಾವನಾದರು ಈ ಪ್ರವಾದನಾ ಪುಸ್ತಕದಲ್ಲಿರುವ ಒಂದನ್ನಾದರು ತೆಗೆದುಬಿಟ್ಟರೆ, ಈ ಪುಸ್ತಕದಲ್ಲಿ ಬರೆದಿರುವ ಪರಿಶುದ್ಧ ಪಟ್ಟಣದಲ್ಲಿಯು ಅವನಿಗಿರುವ ಪಾಲನು ದೇವರು ತೆಗೆದು ಬಿಡುವನು'.

ಈಮೇಲಿನ ವಾಕ್ಯಗಳು ಯೋಹಾನನ ಕಾಲಾನಂತರ ಬೇರಾವ ದೇವರ ಪ್ರವಾದಿಗಳೂ ಬರಲಾರರೆಂದು ತಿಳಿಸುತ್ತದೋ? ಹಾಗಿದ್ದ ಮೇಲೆ 'ಸುಳ್ಳುಪ್ರವಾದಿ'ಗಳ ಬಗ್ಗೆ ಎಚ್ಚರಿಯಿಂದಿರೊ ಎಂದು ಯೇಸು ಹೇಳಿದುದೇಕೆ? ಯೋಹಾನನ ಮುಖಂತರ ಪವಿತ್ರಾತ್ಮನು 'ಆತನನ್ನುಪರೀಕ್ಷಿಸಿರಿ' ಎಂದೇಕೆ ಹೇಳುತ್ತಿದ್ದನ್ನು? ಹೀಗಿದ್ದಲ್ಲಿ ಯೋಹಾನನ ನಂತರ ಬಂದಾ ದೇವರ ವಾಕ್ಯವನ್ನು ಹೋಂದಿದ್ದೇವೆಂದು ಹೇಳಿಕೊಂಡವರನ್ನು ನಿರ್ಲಕ್ಷಿಸುವುದು ಎಷ್ಟೋ ಸುಲುಭವಲ್ಲವೆ? ಆದರೆ ದೇವರ ಯೋಜನೆ ಇದಲ್ಲ. ನಮಗೆ ಅವಶ್ಯಕವಾಗಿರುವಾಗ ದೇವರು ಹೊಸ ಸತ್ಯಗಳನ್ನು ತಿಳಿಸುತ್ತಾ ಅತನ ಚಿತ್ತವನ್ನು ಅರುಹುತ್ತಾನೆ. ಸತ್ಯಹೃದಯದವರು, ಇದು ಎಷ್ಟರ ಮಟ್ಟಿಗೆ ಸರಿ ಎಂದು ಅವಲೋಕಿಸಿ ಸಂತೋಷದಿಂದ ಅಂಗಿಕರೀಸಿ ಹಿಂಭಾಲಿಸುತ್ತಾರೆ. ಹೌದು! ಜೊತೆಜೊತೆಗೆ

ಸೈತಾನನೂ ಕೆಲಸ ಮಾಡುತ್ತಿರುತ್ತಾನೆ ಒಂದು ವೇಳೆ ಅವನನ್ನು ಅನುಮತಿಸದ್ದಿರೆ ದೇವರು ಅನ್ಯಾಯಗಾರನೆಂದು ಆತನು ದೂಷಿಸಬಹುದು.

1ಕೊರಿಂಥದವರಿಗೆ 12 ರಲ್ಲಿ ಪೌಲನ ಮುಖಂತರ ಪವಿತ್ರಾತ್ಮನು ಕೆಲವು ಬಹುಮುಖ್ಯವಾದ ಮತ್ತು ಆಗಾಗ್ಗೆ ಉಪೇಕ್ಷೆಗೊಳಗಾದ ಪ್ರಶ್ನೆಗಳನ್ನು ಕೇಳಿದ್ದಾನೆ. ಎಲ್ಲಾರು ಅಪೋಸ್ತಲರೋ? ಎಲ್ಲಾರು ಪ್ರವಾದಿಗಳೋ? ಎಲ್ಲಾರು ಅದ್ಭುತ ಕಾರ್ಯಮಾಡುವವರೋ? ಎಲ್ಲಾರು ಗುಣಪಡಿಸುವ ವರವಿದೆಯೋ? ಎಲ್ಲಾರು ಭಾಷೆಗಳನ್ನಾಡುವರೋ? ಕೊನೆಯಲ್ಲಿ ಒಂದು ಅತ್ಯುತ್ತಮ ಮಾರ್ಗವನು ತೋರುವನೆಂದು ಸ್ಪಷ್ಟಡಿಸುತ್ತಾ ಪ್ರೀತಿ ಇಲ್ಲದ್ದಿದರೆ ಈ ವರಗಳಿಂದ ನಮಗೆ ಯಾವ ಯಾವ ಪ್ರಯೋಜನವಿಲ್ಲ ಎಂದಿದ್ದಾನೆ 14ನೇ ಅದ್ಯಾಯದಲ್ಲಿ ಇನೂ ಒಂದು ಹೆಜ್ಜೆಮುಂದೆ ಹೋಗುತ್ತಾ "ಪ್ರೀತಿಯನ್ನು ಅಭ್ಯಾಸ ಮಾಡಿಕೊಳ್ಳಿರಿ, ಆದರೂ ಪವಿತ್ರಾತ್ಮನಿಂದುಂಟಾಗುವ ವರಗಳನ್ನು ಅವುಗಳೊಳಗೆ ವಿಶೇಷವಾಗಿ ಪ್ರವಾದಿಸುವ ವರವನ್ನೇ ಅ ಸಕ್ತಿಯಿಂದ ಅಪೇಕ್ಷಿಸಿರಿ" "ಆದ್ದರಿಂದ ಸಹೋದರರೇ, ಪ್ರವಾದಿಸಲು ಅಪೇಕ್ಷಿಸಿರಿ ಮತ್ತು ವಾಣಿಗಳನ್ನಾಡಡುಲು ಹಿಂಜರಿಯದಿರಿ". "ಪವಿತ್ರಾತ್ಮನನ್ನು ನಿಂದಿಸಬೇಡಿರಿ; ಪ್ರವಾದನೆಗಳನ್ನು ಹೀನೈಸಬೇಡಿರಿ; ಆದರೆ ಎಲ್ಲವನ್ನೂ ಶೋದಿಸಿ ಒಳ್ಳೇದನೇ ಭದ್ರವಾಗಿ ಹಿಡಿದುಕೊಳ್ಳಿರಿ" '1ಥೆಸಲೋನಿಕದವರಿಗೆ 5;19-21.

ಸಂಯುಕ್ತ ಸಂಸ್ಥಾನದ ಬಹಿಯೋದ ಲೋವೆಟ್ಸ್ ಗ್ರೂವ್ ಎಂಬಲ್ಲಿ 1858ರ ವಸಂತ ಕಾಲದಲ್ಲಿ ಎಲೆನ್ ವೈಟಳಿಗೆ 'ಮಹಾವಿವಾದ' ದರ್ಶನವು ಕೊಡಲ್ಪಟ್ಟಿತು. ಈ ದರ್ಶನವು ಹನ್ನೊಂದು ವರ್ಷಗಳ ಮೊದಲೇ ಕೊಡಲ್ಪಟ್ಟಿದ್ದು, ಈ ಸಮಯದಲ್ಲಿ ಸೈತಾನನಿಂದ ನಾನಾ ತೆರನಾದ ಅಡ್ಡಿಬಂದರೂ ಸಹ ದರ್ಶಿಸಿದ್ದನ್ನೆಲ್ಲಾ ಬರೆದಿಡಬೇಕೆಂದು ತಿಳಿಸಲಾಯಿತ್ತು. ಇದರಲ್ಲಿ ಮುಖ್ಯವಾಗಿ 30ನೇ ಅದ್ಯಾಯವು 1847 ರಲ್ಲಿ ಪ್ರಕಟಗೊಂಡರೆ 'little flock'[ಚಿಕ್ಕಹಿಂಡು] 1851ರಲ್ಲಿಯೂ Christian experience & views [ಕ್ರೈಸ್ತೀಯ ಅನುಭವ ಮತ್ತು ದೃಷ್ಟಿ] ಮತ್ತು

ಹೆಬ್ರೋಚಲೀ ಪುಸ್ತಕಗಳು 1854ರಲ್ಲಿ ಪ್ರಕಟವಾಯಿತ್ತು. ಇವಲ್ಲವೂ ಪವಿತ್ರಾತ್ಮನಿಂದ ಪ್ರೇರೆಪಿಸಲ್ಪಟ್ಟ ಒರ್ವ ದುರ್ಬಲ ದೈವಭಕ್ತೆಯಿಂದ ಲಿಖಿತವಾದವುಗಳಾಗಿವೆ. 1858ರಲ್ಲಿ ಒಟ್ಟಾಗಿ ಪ್ರಕಟಿಸಲ್ಪಟ್ಟವು.

ನಮ್ಮ ಈ ಲೋಕದಲ್ಲಿ ಯುದ್ಧಗಳು, ಅಪರಾದಗಳು ,ಅಪವಿತ್ರ ಲೈಂಗಿಕತೆ ಮಾತ್ರವಲ್ಲದೆ ಧಾರ್ಮಿಕ ನಂಬಿಕೆಗಳಲ್ಲೂ ಸಮಸ್ಯೆಗಳು ಏಕಿವೆ? ಎಂದು ಹಲವರು ಪ್ರಶ್ನಿಸುತ್ತಾರೆ. ಈಪ್ರಶ್ನೆಗಳಿಗೆ ಉತ್ತರವೂ ಮಾನವ ಜನಿಸಿ ಅಸ್ತಿತ್ವಕ್ಕೆ ಬರುವ ಮೊದಲೇ ಕ್ರಿಸ್ತನಿಗೂ ಮತ್ತು ಸೈತಾನನಿಗೂ ನಡುವೆ ಸಂಭವಿಸಿದ ಮಹಾವಿವಾದವನ್ನು ಅರ್ಥಮಾಡಿಕೊಂಡಲ್ಲಿ ಸಮರ್ಪಕ ಉತ್ತರವು ಸಿಗುತ್ತದೆ.

ಓದುಗರೆ, ಸತ್ಯವೇದ ಆಧಾರದಿಂದ ಬರೆಯಲ್ಪಟ್ಟ ಈ ಪುಸ್ತಕದ ಅದ್ಯಯನದಿಂದ "ಎಲ್ಲವನ್ನೂ ಸಾಬೀತು" ಪಡಿಸಿಕೊಳ್ಳುವಾಗ ದೇವರು ನಿಮ್ಮೆಲ್ಲರನ್ನು ಆಶೀರ್ವದಿಸಲಿ.

ಸೂಚನೆ ;ಪ್ರತಿ ಅದ್ಯಾಯದ ಕೊನೆಯಲ್ಲಿ ಕೊಡಲ್ಪಟ್ಟಿರುವಂಥ ಜೀವನ ಚರಿತ್ರೆ, ಮುನ್ನುಡಿ, ಪದ ಪಟ್ಟಿ, ಆಕರ ಸೂಚನೆಗಳು, ಎಲೆನ್ ವೈಟ್ ರವರ ಅಥವಾ ಮೂಲಗ್ರಂಥಗಳಲ್ಲಿ ಲಿಖಿತವಾದವುಗಳಲ್ಲ.

ಅಧ್ಯಾಯ 01. ಸೈತಾನನ ಬೀಳುವಿಕೆ

ಕರ್ತನು ನನಗೆ ದಯಪಾಲಿಸಿದ ದರ್ಶದಲ್ಲಿ, ಪರಲೋಕದಲ್ಲಿ ಕ್ರಿಸ್ತನ ನತಂರದ ಸ್ಥಾನದಲ್ಲಿದ ಸೈತಾನನನ್ನು ತೋರಿಸಲಾಯಿತು. ಅವನು ಕಾನಿವಾತ್ವ ದೂತನಾಗಿ, ಮೃದು ಸ್ವಭಾವ ತೋರುವ ಮುಖಭಾವದಿಂದ ಇತರ ದೂತರಂತೆ ಸಾದ ಆನಂದ ತುಂಬಿದವನ್ನಾಗಿದ್ದನು. ಅತ್ಯುತ್ತಮ ಜ್ಞಾನ ಸೂಚಿಸುವ ಅಗಲವೂ ಉನ್ನತವೂ ಆದ ಹಣೆಯುಳ್ಳವನಾಗಿ ಉದಾತ್ತ ಘನಗಾಂಭೀರ್ಯ ವ್ಯಕ್ತಿತ್ವದ ಪರಿಪೂರ್ಣನಾಗಿದ್ದನು .

ದೇವರು ತನ್ನ ಮಗನಿಗೆ, ನಾವು ನಮ್ಮ ಸ್ವರೂಪದಲ್ಲಿ ಮನುಷ್ಯನನ್ನು ಸೃಷ್ಟಿಸೋಣ ಎಂದಾಗ ಸೈತಾನನಿಗೆ ಯೇಸುವಿನ ಮೇಲಿ ಅಸೂಯೆ ಉಂಟಾದುದನ್ನು ನಾನು ಕಂಡೆನು. ಮಾನವನ ಸೃಷ್ಟಿಯಲ್ಲಿ ತನ್ನ ಅಭಿಪ್ರಾಯವನು ತೆಗೆದುಕೊಳ್ಳಬಹುದಾಗಿತ್ತು ಎಂಬ ಆಶೆ ಅವನಿಗಿತ್ತು. ಪರಲೋಕದಲ್ಲಿ ದೇವರು ಮಗ್ಗುಲ ಸ್ಥಾನದಲ್ಲಿದ್ದು ಮನ್ನಣೆ ಪಡೆಯಬೇಕೆಂಬ ಅಪೇಕ್ಷೆ ಹೊಂದಿದನು. ಇದೀಗ ಅವನಲ್ಲಿ ದ್ವೇಷ ಹಗೆತನ ತುಂಬಿತು. ಇದುವರೆಗೂ ಸಕಲವೂ ಬಹು ಕ್ರಮಬದ್ಧವಾಗಿ, ಹೊಂದಣಿಕೆಯುಳ್ಳದ್ದಾಗಿಯಾ ಇದ್ದು ದೇವರ ಪ್ರಭುತ್ವಕ್ಕೆ ಪರಿಪೂರ್ಣ ಒಳಪಟ್ಟಿತ್ತು .

ದೇವರ ಚಿತ್ತ ಹಾಗೂ ನಿಯಮದ ವಿರುದ್ದ ಧಂಗೆಯೇಳುವುದು ಮಹಾಪರಾಧವಾಗಿತ್ತು. ಪ್ರತಿ ದೂತಗಣಗಳು ಪ್ರಧಾನದೂತನ ನಾಯಕತ್ವದಡಿಯಲ್ಲಿ ನಡೆಸಲ್ಪಟ್ಟಿದ್ದರು. ಸೈತಾನನು ಅತ್ಯಾಶೆ ಮಹತ್ವಾಕಾಂಕ್ಷೆಯಿಂದ ದೇವರು ಪ್ರಭುತ್ವಕ್ಕೆ ವಿರುದ್ದ ಅಪ್ರತ್ಯಕ್ಷವಾಗಿ ಯೇಸುವಿನ ಅಧಿಕಾರಕ್ಕೆ ಒಳಪಡಿಲು ನಿರಾಕರಿಸಿದನು. ಇಡೀ ಪರಲೋಕವೇ ಕ್ಷೋಭೆಗೆ ಒಳಗಾದಂತೆ ತೋರಿತು. ದೂತರು ಮರಗಟ್ಟಿಹೋದರು. ದೂತಗಣಗಳಲ್ಲಿ ಕೆಲವರು ದೇವರು ಸೈತಾನನ ದಂಗೆಯಲ್ಲಿ ಅನುಕಂಪ ತೋರಿದರು. ಮತ್ತೆ ಕೆಲವರು ದೇವರು ತನ್ನ ಮಗನಿಗೆ ಅನುಗ್ರಹಿಸಿದ ಅಧಿಕಾರ ಹಾಗೂ ಗೌರವದಲ್ಲಿ ತೃಪರಾಗಿದ್ದರು. ಹೀಗೆ ದೂತರಲ್ಲಿ ವಾದ ವಿವಾದವು ಕಂಡುಬಂತು. ಸೈತಾನನು ಮತ್ತು ಅನುಯಾಯಿಗಳು ದೇವರು

ಯೇಸುವಿಗೆ ನೀಡಿದ ಅಸೀಮಿತ ಬಲ್ಲ, ಅಧಿಕಾರ, ಗೌರವ ಪಾತ್ರ ಉನ್ನತ ಸ್ಥಾನವನ್ನು ನೀಡಿದುದರ ಹಿಂದಿರುವ ವಿವೇಕದ ಉದ್ದೇಶ ತಿಳಿಯಲು ಉತ್ಸುಕರದಾರು. ದೇವಪುತ್ರನ ಆಳ್ವಿಕೆಯ ವಿರುದ್ಧ ಪ್ರತಿಭಟಿಸಿದ್ದರು. ಇವರ ಪಿರ್ಯಾದನ್ನು ತೀರ್ಮಾನಿಸಲು ಎಲ್ಲಾ ದೂತರೂ ತಂದೆಯ ಮುಂದೆ ಹಾಜರಗಲು ಕರೆ ನೀಡಲಾಯಿತ್ತು. ನಂತರ ದಂಗೆ ಪಾಲ್ಗೊಂಡ ಸೈತಾನನೂ ಹಾಗೂ ಎಲ್ಲಾ ದೂತರನ್ನು ಪರಲೋಕದಿಂದ ತಳ್ಳಿಬಿಡಬೇಕೆಂದು ಕಡೆಗೆ ತೀರ್ಮಾನಿಸಲಾಯಿತ್ತು. ತದ ನಂತರ ಪರಲೋಕದಲ್ಲಿ ದೂತರ ಮದ್ಯೆ ಕದನ ಪ್ರಾರಂಭವಾಯಿತ್ತು. ದೇವಪುತ್ರ ಮತ್ತು ಆತನ ಚಿತ್ತಕ್ಕೆ ಒಡಂಬಟ್ಟುವರ ಮೇಲೆ ಜಯಸಾದಿಸಲು ಸೈತಾನನು ಅಪೇಕ್ಷಿಸಿದನು. ಆದರೆ ಒಳ್ಳೆಯ ದೂತಗಣಗಳು ಜಯಶಾಲಿಳಾದರು, ಸೈತಾನನೂ, ಅವನ ದೂತರು ಪರಲೋಕದಿಂದ ಕೆಳಗೆ ದೊಬ್ಬಲ್ಪಟ್ಟರು .

ಪರಲೋಕದ ಪವಿತ್ರತೆ ಮತ್ತು ಮಹಿಮೆಯನ್ನು ನಿರಂತರವಾಗಿ ಕಳೆದುಕೊಂಡು ಅರಿವೂ ಸೈತಾನ ಹಾಗೂ ಅವನ ಗುಂಪಿಗೆ ಉಂಟಾಯಿತು. ಅನಂತರ ಮನಮರುಗಿ ಪಶ್ಚಾತಪಟ್ಟು ಮತ್ತೊಮೆ ತಮ್ಮ ಮೊದಲಿನ ಸ್ಥಾನ ಇಲ್ಲದೆ ಬೇರಾವುದಾದರೂ ಸ್ಥಾನ ದಯಪಾಲಿಸಿದಾರೆ ಒಪ್ಪಿಕೊಳ್ಳಲು ಸಿದ್ದರಾದರು. ಆದೆರೆ ಇಲ್ಲ ! ಪರಲೋಕವನ್ನು ವಿಪತ್ತಿಗೆ ದೂಡಲಾಗದು.. ಸೈತಾನನನ್ನು ಮತೇ ಸೇರಿಸಿದ್ದಾದರೆ ಇಡೀ ಪರಲೋಕವೇ ಕಳಂಕಿತವಾಗುವುದು ಏಕೆಂದರೆ ಪಾಪದ ಉತ್ಪತಿ ಆದದ್ದೇ ಅವನಲ್ಲಿ, ದಂಗೆಯ ಬೀಜಗಳು ಅವನಲ್ಲಿವೆ. ಅವರ ಪಾಪ, ಹಗೆತನ, ದೋಷ, ಹೊಟ್ಟೆಕಿಚ್ಚು, ಅಗಾಧವಾದದ್ದು, ಸೈತಾನನ, ಸಂಗಡಗರು ಪಶ್ಚಾತಪಟ್ಟು ಕಣ್ಣೀರು ಸುರಿಸುತ್ತಾ ದೇವರ ಸನ್ನಿಧಿ ಅನುಗ್ರಹಿಸಬೇಕೆಂದು ದೈನ್ಯರಾಗಿ ಬೇಡಿದರು. ದುಷ್ಟತ್ವವನ್ನು ಅಳಿಸಲು ದೇವರಿಂದ ಅಸಾದ್ಯವಾಯಿತು . ಅದು ತನ್ನ ಅಂತಿಮ ಶಿಕ್ಷೆಗಾಗಿ ಕಾದಿರಬೇಕು!

ಇನ್ನು ತಾನು ದೇವರ ಅನುಗ್ರಹಕ್ಕೆ ಪಾತ್ರನಾಗಲು ಸಾದ್ಯವಿಲ್ಲ ಎಂದೂ ಸೈತಾನನಿಗೆ ತಿಳಿದಾಗ ಅವನ ಕೇಡಿಗತನ ಹಗೆ ಪ್ರಕಟವಾಗಲು ಪ್ರಾರಂಭಿಸಿತು. ತನ್ನ ದೂತರೊಡಗೂಡಿ ದೇವರ ಸರ್ಕಾರವನ್ನು ಹತ್ತಿಕ್ಕುವ ಯೋಜನೆ ಬಗ್ಗ

ಸಮಲೋಚಿಸಿದನು. ಆದಾಮ ಹವ್ವರನ್ನು ರಮ್ಯವಾದ ತೋಟದಲ್ಲಿಟ್ಟಾಗ ಅವರನ್ನು ನಾಶಮಾಡಲು ಯೋಚಿಸಿದನು. ಈ ಜೋಡಿಯು ದೇವರಿಗೆ ವಿದೆಯರಾಗಿದ್ದಿದ್ದರೆ ಪರಮಾನಂದವನ್ನು ಎಂದಿಗೂ ಕಳೆದುಕೊಳ್ಳುತ್ತಿರಲ್ಲಿಲ. ಅವಿದೇಯರಾಗಿ ದೇವರ ಅನುಗ್ರಹವನ್ನು ಕಳೆದುಕೊಳ್ಳದಿದ್ದರೆ ಸೈತಾನನು ಬಲಪ್ರಯೋಗವನ್ನು ಮಾಡಲಾಗುತ್ತಿರಲಿಲ್ಲ. ಅವನು ಮತ್ತು ದೂತರು ಆದಾಮ ಹವ್ವರನ್ನು ಪೇತ್ಯಕ್ಷ ಪ್ರಭಾವಕ್ಕೆ ಒಳಗಾಗಿಸಲು ಅವರನ್ನು ಅವೀದೆರಾಗಿಸಿ ದೇವರು ಕಾಠಿಣ್ಯಕ್ಕೆ ಒಳಪಡಿಸಲು ಯೋಜನೆಯೊಂದನ್ನು ಹಾರಿಕೊಳ್ಳಬೇಕಾಯಿತು. ಆದ್ದರಿಂದ ಸೈತಾನನು ಬೇರೆ ರೂಪವನ್ನು ಧರಿಸಿ ಅವರ ಅಸಕ್ತಿಗೆ ಕೆರಳಿಸುವ ತೀರ್ಮಾನವಯಿತು. ದೇವರ ಸತ್ಯತೆಯು ವಿರುದ್ಧ ನುಸುಳಿ, ಆತನು ಹೇಳಿದಂತೆ ಆಗುವುದೇ, ಎಂಬ ಸಂಶಯವನ್ನು ಹುಟ್ಟುಹಾಕಿ. ಕುತೂಹಲ ಕೆರಳಿಸಿ, ಸೈತಾನನಂತೆ ದೇವರ ಗ್ರಹಿಸಲಾರದ ಯೋಜನೆಗೆ ತಲೆಹಾಕಿ ‘ಒಳ್ಳೆದ್ದರ ಕೆಟ್ಟದರ ಅರುಹುನ್ನುಂಟುಮಾಡುವ ಮರದ ನಿರ್ಬಂಧದ ಬಗೆಗೆ ವಿಮರ್ಶಿಸುವಂತೆ ಮಾಡಿದನು.

ಓದಿ: ಯೆಶಾಯ 14;12,20 ;ಯೆಹೆಜ್ಕೇಲ 28;1-19; ಪ್ರಕಟಣೆ 12;7-9

ಅಧ್ಯಾಯ 02. ಮಾನವನ ಬೀಳುವಿಕೆ

ಪರಿಶುದ್ಧ ದೂತರು ಆಗಾಗ್ಗ ಏದೆನ್ ತೋಟಕ್ಕೆ ಭೇಟಿ ನೀಡಿ,ಆದಾಮ ಹವ್ವರಿಗೆ ಅವರ ವೃತ್ತಿಯ ಬಗ್ಗ ಹಾಗೂ ಸೈತಾನನ ದಂಗೆ ಮತ್ತು ಬೀಳುವಿಕೆಯ ಬಗೆಗೆ ಬೋದಿಸುತ್ತಿದ್ದುದನ್ನು ನಾನು ಕಂಡೆನು. ಈ ಜೋಡಿಯು ವೃತಿನಿರತರಾಗಿರುವಾಗ ಒಬ್ಬರಿಂದೊಬ್ಬರು ಬೇರ್ಪಡಬಾರದು ಏಕೆಂದರೆ ಭೂಮಿಗೆ ಬಿದ್ದ ಶತ್ರುವಿನ ಜೊತೆಗೆ ಸಂಪರ್ಕಹೊಂದಬಹುದು ಎಂದು ಸೈತಾನನ ಬಗೆಗೆ ದೂತರು ಎಚ್ಚರಿಸುತ್ತಿದ್ದರು. ದೇವರ ಆಜ್ಞೆಗಳಿಗೆ ವಿಧೇಯರಾಗಿ ಆತನೊಟ್ಟಿಗೆ ಅನ್ಯೋನತೆಯಲ್ಲಿರುವುದು ಕ್ಷೇಮಕರವಾಗಿರುವುದೆಂದೂ, ಸೈತಾನ ನು ಯಾವರೀತಿಯಲ್ಲೂ ಅವರ ಮೇಲೆ ಬಲ ಪ್ರಯೋಗಿಸನೆಂದು ದೂತರು ಬುದ್ಧಿಮಾತು ಹೇಳಿದರು.

ಸೈತಾನನು ತನ್ನ ಕಾರ್ಯವನ್ನು ಹವ್ವಳ ಮೂಲಕ ಆರಂಭಿಸಿದನು. ಆವಳು ಪ್ರಥಮವಾಗಿ ತನ್ನ ಸಂಗಾತಿಯನ್ನು ಬಿಟ್ಟು ಏಕಾಂಗಿಯಾಗಿ ಸುತ್ತಾಡುವ ತಪ್ಪು ಮಾಡಿದಳು. ನಂತರ ನಿಷೇಧಿಸಲ್ಪಟ್ಟ ಮರದ ಸುತ್ತಾಮುತ್ತಾ ಕಾಲಹರಣ ಮಾಡಿದಳು. ಆನಂತರ ಶೋಧಕನ ಸ್ವರಕ್ಕೆ ಓಗೊಟ್ಟು ನೀನು' ಆ ಹಣ್ಣನ್ನು ತಿಂದ ಕ್ಷಣವೇ ಸಾಯುವಿ' .ಎಂಬ ಮಾತಗಳನ್ನು ಅನುಮಾನ ಪಡುವ ಧೈರ್ಯ ತೋರಿದಳು. ಬಹುಷಃ ಕರ್ತನ ಹೇಳಿಕೆಯ ಅರ್ಥ ಬೇರೆಯೇ ಇರಬೇಕೆಂದು ಭಾವಿಸಿ ಅವಿದೇಯತೆಗೆ ಸಿಲುಕಿ ತನ್ನ ಕೈಗಳನ್ನು ಚಾಚಿ ಆ ಹಣ್ಣನ್ನು ಕಿತ್ತು ತಿಂದಳು. ಅದು ಕಣ್ಣಿಗೆ ರಮ್ಯವಾಗಿಯು ರುಚಿಗೆ ರಸವತ್ತಾಗಿಯು ಇತ್ತು, ದೇವರು ಇಂತಹ ಮಧುರವಾದ ಹಣ್ಣನ್ನು ನಿಷೇಧಿಸಿದ್ದು ಏಕೆ? ಎಂದು ಅವಳು ಅಸೂಯೆಗೊಂಡಳು. ಆ ಹಣ್ಣನ್ನು ತನ್ನ ಪತಿಗೂ ಕೊಟ್ಟು ಅವನನ್ನೂ ಶೋಧಿಸಿದಳು. ಸರ್ಪವು ಹೇಳಿದ್ದನೆಲ್ಲಾ ಆದಾಮನಿಗೆ ತಿಳಿಸಿ ಅದು ಮಾತನಾಡುವುದರ ಬಗ್ಗ ಆಶ್ಚರ್ಯಪಟ್ಟಿದ್ದನ್ನೂ ಅರುಹಿದಳು.

ಅದಾಮನ ಮುಖಭಾಗದ ಮೇಲೆ ದುಃಖ ಮುಸುಕಿದ್ದುದನ್ನು ನಾನು ಕಂಡೆನು. ಅವನು ಭಯಾಶ್ಚರ್ಯದಿಂದ ತುಂಬಿದನು. ಅವನ ಮನಸ್ಸು

ತಲ್ಲಣಗೊಂಡಿತು. ತಮಗೆ ಎಚ್ಚರಿಕೆ ಕೊಡಲ್ಪಟ್ಟಿದ್ದ ಶತ್ರುವೇ ಇವನೂ ಎಂದು ಅರಿತು, ತನ್ನ ಹೆಂಡತಿ ನಿಜವಾಗಿ ಸಾಯುವಳು ಅಂದುಕೊಂಡನು. ಇದರಿಂದ ಬೇಪರ್ಡುವಿಕೆ ಅನಿವಾರ್ಯವಾಯಿತು. ಅವನಿಗೆ ಅವಳ ಮೇಲಿದ್ದ ಗಾಢವಾದ ಪೀತಿಯ ಪ್ರಯುಕ್ತ ಬಿಟ್ಟಿರಲಾರದೆ ಆಳವಾದ ನಿರಾಶೆಯಿಂದ ಹಣ್ಣನ್ನು ತಿನ್ನುವ ನಿರ್ದಾರ ತೆಗೆದುಕೊಂಡನು ಆಕೆಯ ಗತಿಯೊಡನೆ ಪಾಲ್ಗೊಳ್ಳಲು ನಿರ್ಧರಿಸಿ ಹಣ್ಣನ್ನು ತೆಗೆದು ಶೀರ್ಘವಾಗಿ ತಿಂದನು ,

ಇದೀಗ ಸೈತಾನನಿಗೆ ಹಿಗ್ಗು ತುಂಬಿತು. ಪರಲೋಕದಲ್ಲಿ ದಂಗೆ ಎಬ್ಬಿಸಿ ಅವನನ್ನು ಹಿಂಭಾಲಿಸಿದ ದಂಗೆಕೋರರು ಅವನೊಟ್ಟಿಗೆ ಇದ್ದರು. ತಾನು ಬದ್ದುದಲ್ಲದೆ ಇತರರನ್ನೂ ತನ್ನೆಡೆಗೆ ಎಳೆದನು. ಈಗ ಸ್ತ್ರೀಯನ್ನು ಶೋಧನೆಗೆ ಒಳಪಡಿಸಿ, ದೇವರನ್ನು ಅನುಮಾನಿಸಿ, ಆತನ ವಿವೇಕವನ್ನು ವಿಚಾರಿಸುವಂತೆ ಮಾಡಿ, ಆತನ ಯೋಜನೆಗಳನ್ನು ಭೇಧಿಸಿ ನೋಡುವಂತೆ ಪ್ರೇರೆಪಿಸಿದ್ದನು. ಸ್ತ್ರೀ ಏಕಾಂಗಿಯಾಗಿ ಶೋಧನೆಗೆ ಬೀಳುವುದಿಲ್ಲ ಎಂಬ ಅರಿವು ಅವನಿಗಿತ್ತು. ಆದಾಮನು. ಹವ್ವಳಮೇಲಿನ ಪ್ರೀತಿಯಿಂದ ದೈವಾಜ್ಞೆಗಳಿಗೆ ಅವಿಧೇಯನಾಗಿ ಅವಳೊಂದಿಗೆ ಜಾರಿಬಿದ್ದನು.

ಮಾನವನ ಬೀಳುವಿಕೆಯ ಸಂಗತಿ ಪರಲೋಕಕ್ಕೆ ಮುಟ್ಟಿತು.ಅಲ್ಲಿನ ಸಕಲ ತಂತಿವಾದ್ಯಗಳ ಸದ್ದಡಗಿತು ದೂತರು ದುಃಖದಿಂದ ತಮ್ಮ ತಲೆಯ ಮೇಲಿದ್ದ ಕಿರೀಟವನ್ನು ಇಳಿಸಿದರು. ಇಡೀ ಪರಲೋಕವೇ ತಲ್ಲಣಿಸಿತು. ಈ ಜೋಡಿಯನ್ನೇನು ಮಾಡುವುದು? ಎಂಬುದರ ಬಗ್ಗೆ ಒಂದು ಸಮಾಲೋಚನೆ ನೆಡೆಯಿತು. ಈ ಮಾನವರು ತಮ್ಮ ಕೈಚಾಚಿ ಜೀವವೃಕ್ಷದ ಹಣ್ಣನ್ನು ತಿಂದು ಅಮರರಾಗಬುಹುದೆಂಬ ಭಯ ದೂತರಲ್ಲಿ ತುಂಬಿತು .ಆದರೆ ದೇವರು ಅತಿಕ್ರಮಿಸಿದವರನ್ನು ತೋಟದಿಂದ ಹೊರಹಾಕುವುದಾಗಿ ತಿಳಿಸಿ ಜೀವವೃಕ್ಷದ ದಾರಿಯನ್ನು ಕಾಯಲು ದೂತಗಣವನ್ನು ನೇಮಿಸಿದನು.

ಆದಾಮ ಹವ್ವಳನ್ನು ದೇವರಿಗೆ ಅವಿದೇಯರಾಗಿಸಿ, ಆತನ ಅಸಮಾದಾನಕ್ಕೊಳಗಾಗಿಸಿ, ಜೀವವೃಕ್ಷದ ಹಣ್ಣನ್ನು ತಿಂದು ಅಮರರಾಗಿ ಜೀವಿಸುವಂತೆ ಮಾಡಿ, ಪಾಪ ಮತ್ತು ಅವಿದೇಯತೆ ನಿರಂತರಾವಾಗಿರುವಂತೆ ಸಾಧಿಸುವುದೇ ಸೈತಾನನ ಯೋಜನೆಯಾಗಿತ್ತು. ಆದರೆ ದೂತರ ದಂಡನ್ನು

ನೇಮಿಸಿ ಜೀವವೃಕ್ಷದ ಮಾರ್ಗವನ್ನು ರಕ್ಷಿಸಿ, ದಂಪತಿಗಳನ್ನು ಹೊರತಳ್ಳಲು ನಿಯೋಜಿಸಲಾಯಿತು. ಅವರಬಲಗೈಯಲ್ಲಿ ಯಾವುದೋ ಕತ್ತಿಗಳೋಪಾದಿಯಲ್ಲಿ ಹೊಳೆಯುತ್ತಿರುವುದು ಕಂಡುಬಂದವು.

ಸೈತಾನನು ವಿಜಯಿಯಾದನು. ತನ್ನ ಬೀಳುವಿಕೆಯಿಂದ ಇತರರು ನರಳುವಂತೆ ಮಾಡಿದನು. ಪರಲೋಕದಿಂದ ಅವನನ್ನು ತಳ್ಳಿಬಿಡಲಾಯಿತು. ಇವರನ್ನೂ ಪರದೈಸಿನಿಂದ ದೂಡಿಬಿಡಲಾಯಿತು.

ಆದಿಕಾಂಡ 3 ಅಧ್ಯಾಯವನ್ನು ನೋಡಿರಿ

ಅಧ್ಯಾಯ 03. ರಕ್ಷಣಾ ಯೋಜನೆ

ಮನುಷ್ಯನು ಕಳೆದುಹೋದದ್ದು ಮತ್ತು ದೇವರು ಸೃಷ್ಟಿಸಿದ ಲೋಕವು ಸಂಕಟ ರೋಗ ಮರಣದಿಂದ ಕೊಡಿದ ಮರ್ತ್ಯರಿಂದ ಇನ್ನುಮುಂದೆ ತುಂಬಿರುವುದನ್ನೂ, ಅಪರಾದಮುಕ್ತರಾಗಲು ಯಾವುದೇ ದಾರಿ ಇಲ್ಲದಿರುವುದನ್ನು ಮನಗಂಡು ಪರಲೋಕದಲ್ಲೆಲ್ಲಾ ಶೋಕ ಸಂತಾಪ ತುಂಬಿತು. ಆದಾಮನ ಕುಟುಂಬವೆಲ್ಲಾ ಮರಣಿಸಲೇಬೇಕಾಯಿತು. ದುಃಖ ಹಾಗೂ ಅನುಕಂಪ ಹರಡಿದ್ದ ಯೇಸುವಿನ ಮುಖವನ್ನು ನಾನು ಕಂಡೆನು. ಒಡನೆಯೇ ಪ್ರಕಾಶ ಮುಸುಕಿದ್ದ ದೇವರ ಬಳಿಗೆ ಆತನು ಹೋದನು. ನನ್ನ ಜೊತೆಯಲ್ಲಿದ್ದ ದೂತನು "ಅವರಿಬ್ಬರೂ ಗಂಭೀರಿವಾದ ಚರ್ಚೆಯಲ್ಲಿದ್ದಾರೆ" ಎಂದು ನನಗೆ ತಿಳಿಸಿದನು. ಈ ಸಮಯದಲ್ಲಿ ಇಡೀ ದೂತಗಣವೆಲ್ಲಾ ತೀವ್ರ ಆತಂಕದಿಂದ ಕೂಡಿತ್ತು. ಮೂರುಭಾರಿ ತಂದೆಯ ಮಹಾಪ್ರಕಾಶದಿಂದ ಆತನು ಮುಚಲ್ಪಟ್ಟನು. ಮೂರನೆ ಭಾರಿ ದೇವರ ಸನ್ನಿಧಿಯಿಂದ ಹೊರಬರುವ ವ್ಯಕ್ತಿಯಾಗಿ ಕಂಡನು. ಶಾಂತ ಮುಖಮುದ್ರೆಯಿಂದ, ಎಲ್ಲಾ ತಳಮಳ ಸಂಕಟದಿಂದ ಮುಕ್ತನಾಗಿ, ಮಾತುಗಳಿಗೆ ನಿಲುಕದ ದಯಾಪರತೆ, ಪ್ರೀತಿಭಾವ ತುಂಬಿದ ಯೇಸುವಾಗಿ ಕಂಡುಬಂದನು. ತಪ್ಪಿಹೋದ ಮಾನವನಿಗಾಗಿ ಒಂದು ಮಾರ್ಗ ಸಿದ್ಧವಾಗಿದೆ ಎಂದು ಆತನು ದೂತರಿಗೆ ತಿಳಿಸಿದನು. ಮಾನವನ ಪಾಪ ಕ್ಷಮಾಪಣೆಗಾಗಿ ತನ್ನ ಪ್ರಾಣವನ್ನು ಈಡುಮಾಡಿ ಮರಣಕ್ಕೆ ಒಪ್ಪಿಸಿಕೊಡುವುದರ ಒಗೆಗೆ ತಂದೆಯನ್ನು ಇದುವರೆವಿಗೂ ಬೇಡಿಕೊಳ್ಳುತ್ತಿದ್ದೆನೆಂದು ಆತನು ತಿಳಿಸಿದನು.ಆಜ್ಞೆಗಳಿಗೆ ವಿಧೇಯರಾಗಿ ತನ್ನ ರಕ್ತದ ಯೋಗ್ಯತೆಯಿಂದ ದೇವರ ಕೃಪಾಕಟಾಕ್ಷಕ್ಕೆ ಒಳಗಾಗಿ ಮತ್ತೊಮ್ಮೆ ಏದೆನ್ ತೋಟಕ್ಕೆ ಪ್ರವೇಶಿಸಿ ಜೀವವೃಕ್ಷದ ಹಣ್ಣನ್ನು ತಿನ್ನಲು ಅವರು ಯೋಗ್ಯರಾಗುವರು ಎಂದನು.

ಮೊಟ್ಟಮೊದಲಾಗಿ ತಮ್ಮ ಅಧಿಪತಿಯು ಯಾವುದನ್ನೂ ಮುಚ್ಚಿಡದೆ ರಕ್ಷಣಾಯೋಜನೆಯನ್ನು ತಿಳಿಸಿದಾಗ ಅವರು ಉಲ್ಲಾಸಪಡಲಾಗಲಿಲ್ಲ. ತಂದೆಯ ಉಗ್ರಕೋಪಕ್ಕೂ, ಮಾನವರ ಪಾಪಕ್ಕೂ ನಡುವೆ ನಿಲ್ಲುವೆನು,

ಆದರೆ ಕೆಲವರು ಮಾತ್ರ ತನ್ನನ್ನು ದೇವರ ಮಗನೆಂದು ಅಂಗೀಕರಿಸುವರು. ಹೆಚ್ಚುಕಡಿಮೆ ಎಲ್ಲರೂ ದ್ವೇಷಿಸಿ ತಿರಸ್ಕರಿಸುವರು, ಅದರೂ ತಾನು ಪರಲೋಕದ ಎಲ್ಲಾ ಮಹಿಮೆಯನ್ನು ತೊರೆದು, ಮಾನವನಾಗಿ ಲೋಕಕ್ಕೆ ಬಂದು ಅವರ ಎಲ್ಲಾ ಶೋಧನೆಗಳ ಅನುಭವವನ್ನು ವೈಯಕ್ತಿಕವಾಗಿ ಪರಿಚಯಿಸಿಕೊಳ್ಳುವೆನು ಅದರಿಂದ ಶೋಧನೆಗೆ ಒಳಗಾದವರಿಗೆ ಯಾವರೀತಿಯ ನೆರವು ನೀಡಬೇಕೆಂದು ತಿಳಿಯುವುದು.ಬೋಧಕನಾಗಿ ತನ್ನ ಕಾರ್ಯ ಸಫಲವಾದ ಮೇಲೆ ಮಾನವರ ಕೈಗೆ ಒಪ್ಪಿಸಲ್ಪಡುವೆನು. ಸೈತಾನನೂ ಆತನ ದೂತರೂ, ದುಷ್ಟಜನರು ಮುಖಾಂತರ ಕೊಡುವ ಎಲ್ಲಾ ಕ್ರೂರಶಿಕ್ಷೆ ಸಂಕಟಗಳಿಗೆ ತೆರೆದಿಟ್ಟವನಾಗಿ ಒರ್ವ ಮಹಾಪಾಪಿಯ ತೆರದಿ ಭೂಪರಲೋಕಗಳ ನಡುವೆ ತೂಗಬೇಕಾಗುತ್ತದೆ. ದೂತರು ಸಹ ದೃಷ್ಟಿಸಲು ನಡುಗುವಂತಹ ಹಿಂಸಗೆ ಒಳಪಡುವ ಸಮಯ ಬಂದಾಗ ಮುಖವನ್ನು ಮುಚ್ಚಿಕೊಳ್ಳುವರು. ಅದರಲ್ಲಿ ಶಾರೀರಕ ಹಿಂಸೆ ಮಾತ್ರವಲ್ಲದೆ ಮಾನಸಿಕ ಹಿಂಸೆಯೇ ತೀವ್ರವಾಗಿರುತ್ತದೆ. ಲೋಕದ ಪಾಪಭಾರವೆಲ್ಲಾ ಅತನ ಮೇಲಿರುತ್ತದೆ. ಆತನು ಪಾಪಕ್ಕಾಗಿ ಮರಣಿಸಿ ಮೂರನೇ ದಿನ ಎದ್ದು, ದಾರಿ ತಪ್ಪಿದವರ ಉದ್ಧಾರಕ್ಕಾಗಿ ಮಧ್ಯಸ್ಥಿಕೆವಹಿಸಲು ದೇವರಬಳಿ ಏರಿ ಹೋಗುವೆನು ಎಂದನು. .

ದೇವದೂತರು ಅಡ್ಡಬಿದ್ದು ತಾವೂ ಜೀವತೆರುವೆವು ಎಂದರು. ಯೇಸು, ತನ್ನ ಮರಣದಿಂದ ಮಾತ್ರ ಮಾನವನನ್ನು ರಕ್ಷಿಸುವ, ಕ್ರಯಕೊಟ್ಟು ಬಿಡುಸುವ ಕಾರ್ಯದಲ್ಲಿ ಯೋಗ್ಯನೆಂತಲೂ ತನ್ನ ಜೀವ ಮಾತ್ರ ದೇವರಿಂದ ಅಂಗೀಕರಿಸಲ್ಪಟ್ಟಿದೆ, ಯಾವ ದೂತನ ಜೀವದಿಂದಲೂ ಅಸಾದ್ಯ ಎಂದನು.

ದೂತರಿಗೂ ಈ ಮಹಾಕಾರ್ಯದಲ್ಲಿ ಆತನೊಂದಿಗಿದ್ದು ಬಲಪಡಿಸುವ ಪಾತ್ರವಿರುತ್ತದೆ. ತಾನು, ಮಾನವನ ಪಾಪಸ್ವರೂಪ ತೆಗೆದುಕೊಳ್ಳುವಾಗ ಬಲಹೀನನಾಗುವನು. ಆತನ ಹಿಂಸೆ, ಅಪಮಾನಗಳಿಗೆ ದೂತರು ಸಾಕ್ಷಿಗಳಾಗುವಾಗ ತೀವ್ರ ಭಾವೋದ್ರೇಕಕ್ಕೆ ಒಳಗಾಗುವರು, ಅತನ ಮೇಲಿನ ಪ್ರೀತಿಯಿಂದ, ಕೊಲೆಗಾರರ ಕೈಯಿಂದ ಬಿಡಿಸಿ ತಪ್ಪಿಸಲು ಮುಂಬರುವರು. ಆದರೆ ಈ ಎಲ್ಲಾ ಘಟನೆಗಳನ್ನು ಅವಲೋಕಿಸಬೇಕೇ ಹೊರೆತು ಬೇರಾವುದನ್ನೂ ದೂತರು ಮಾಡಲಾಗದು. ತನ್ನ ಪುನರುತ್ಥಾನದಲ್ಲಿ

ಅವರು ಪಾತ್ರ ನಿರ್ವಹಿಸಬೇಕು,ಈ ರಕ್ಷಣಾಯೋಜನೆ ತೀರ್ಮಾನಿಸಲ್ಪಟ್ಟು ತಂದೆಯಿಂದ ಅಂಗೀಕರಿಸಲ್ಪಟ್ಟಿದೆ ಎಂದು ಯೇಸು ದೂತರಿಗೆ ಹೇಳಿದನು.

ಯೇಸುವು ಪವಿತ್ರಶೋಕದಿಂದ ದೇವದೂತರನ್ನು ಸಂತೈಸಿದನು. ಇನ್ನು ಮುಂದೆ ತಾನು ವಿಮೋಚಿಸಬೇಕಾದವರೊಂದಿಗೆ ಇದ್ದು, ವಾಸಿಸಿ, ತನ್ನ ಮರಣದಿಂದ ಕ್ರಯಕೊಟ್ಟು ಬಿಡಿಸಿ, ಮರಣದ ಅಧಿಕಾರ ಹೊಂದಿರುವವನನ್ನು ನಾಶಪಡಿಸುವೆನೆಂದು ಅವರಿಗೆ ತಿಳಿಯಪಡಿಸಿದನು ಮತ್ತು ಆತನ ತಂದೆಯು ತನಗೆ ಪರಲೋಕರಾಜ್ಯವನ್ನೂ, ಘನತೆಯನ್ನೂ ನಿರಂತರವಾಗಿ ದಯಪಾಲಿಸುವನು. ಸೈತಾನನೂ, ಪಾಪಿಗಳು ವಿನಾಶಕ್ಕೆ ಒಳಗಾಗುವರು. ಇನ್ನೆಂದಿಗೂ ಪರಲೋಕವನ್ನಾಗಲೀ, ಶುದ್ಧೀಕರಿಸಲ್ಪಟ್ಟ ನೂತನ ಭೂಮಿಯನ್ನಾಗಲೀ ಅವರು ಭಂಗಗೊಳಿಸಲಾರರು. ತಂದೆಯಾದ ದೇವರು ಒಪ್ಪಿರುವ ಈ ಯೋಜನೆಯನ್ನು ಅಂಗೀಕರಿಸಿ, ತನ್ನ ಮರಣದ ದೆಸೆಯಿಂದ ದಾರಿತಪ್ಪಿದ ಮಾನವ ಜನಾಂಗವು ದೇವರ ಕೃಪೆಗೊಳಗಾಗಿ ಪರಲೋಕಕ್ಕೆ ಬಾಧ್ಯರಾಗುವ ಮಹಾಕಾರ್ಯದಲ್ಲಿ ಉಲ್ಲಾಸ ಪಡುವಂತೆ ತನ್ನೊಂದಿಗೆ ರಾಜಿಯಾಗಬೇಕೆಂದು ಮನವಿಮಾಡಿಕೊಂಡನು .

ಆನಂತರವೇ, ಇಡೀ ಪರಲೋಕ ಜೀವಿಗಳಲ್ಲಿ ಅಸೀಮ ಉಲ್ಲಾಸವು ತುಂಬಿ ತುಳುಕಿತು. ದೂತಗಣಗಳು ಸ್ತುತಿಸ್ತೋತ್ರ ಗಾನವನ್ನು ಹಾಡಿದರು. ತಂತಿವಾದ್ಯಗಳು ಮೊದಲಿಗಿಂತಲೂ ಏರು ಶೃತಿ ಹೊರಡಿಸಿದವು. ದಂಗಕೋರ ಜನಾಂಗದ ಏಳಿಗೆಗಾಗಿ ತನ್ನ ಒಬ್ಬನೆ ಮಗನನ್ನು ತ್ಯಾಗ ಮಾಡಿದ ದೇವರ ಧೀನತೆ ಕೃಪೆಗಾಗಿ: ಯೇಸುವಿನ ಸ್ವತ್ಯಾಗಕ್ಕಾಗಿ: ತನ್ನ ತಂದೆಯ ಎದೆಯನ್ನು ಬಿಟ್ಟು ಬರುವ ಅಂಗೀಕಾರಕ್ಕಾಗಿ:, ಹಿಂಸೆ ಸಂಕಟದ ಜೀವನವನ್ನು ಅಪ್ಪಿಕೊಂಡದಕ್ಕಾಗಿ: ಇತರರಿಗೆ ಜೀವಾನುಗ್ರಹ ಮಾಡಲು ತಲೆತಗ್ಗಿಸುವ ಮರಣವನ್ನು ತನ್ನದಾಗಿಸಿಕೊಂಡದಕ್ಕಾಗಿ ಆರಾಧನಾ ಸ್ತುತಿ ಗೀತೆಗಳುನ್ನು ವಾದ್ಯಗಳು ಹೊರಹೊಮ್ಮಿಸಿದವು.

ದೂತನು ನನಗೆ ವಿವರಿಸುತ್ತ, ತಂದೆಯಾದ ದೇವರು ತನ್ನ ಮಗನನ್ನು ಯಾವ ನೋವೂ ಇಲ್ಲದೆ ಬಿಟ್ಟುಕೊಟ್ಟರೇನು ? ಇಲ್ಲ, ಇಲ್ಲ!

ಪಾಪಿಮಾನವನನ್ನು ನಾಶವಾಗಲು ಬಿಡುವುದೋ ? ಇಲ್ಲ! ಅವರಿಗಾಗಿ ಸಾಯಲು ತನ್ನ ಮಗನನ್ನು ಅರ್ಪಿಸುವುದೋ ? ಎಂಬ ತೊಳಲಾಟ ತಂದೆಯಾಲ್ಲೂ ಇತ್ತು. ಮಾನವರ ರಕ್ಷಣೆಗೆ ಬಗ್ಗೆ ದೇವದೂತರಿಗೂ ಕಾಳಜಿ ಇದ್ದು ನಾಶಗುವ ಮಾನವರಿಗಾಗಿ ತಮ್ಮ ಮಹಿಮೆಯನ್ನು ಪ್ರಾಣತ್ಯಾಗ ಮಾಡಲು ಸಿದ್ಧರಾದರು. ಆದರೆ ನನ್ನ ಜೊತೆಗಿದ್ದ ದೂತನು ಹೇಳಿದ್ದೇನೆಂದರೆ –ಅದರಿಂದ ಏನೂ ಆಗದು. ಮಾನವ ಪಾಪವು ಅಗಾಧವಾಗಿದ್ದು ಯಾವ ದೂತನೂ ಅದರ ಸಾಲ ಭರಿಸಲಾಗದು. ದೇವಪುತ್ರನ ಮರಣ ಮತ್ತು ಮಧ್ಯಸ್ಥಿಕೆ ಮಾತ್ರ ಕ್ರಯಕೊಟ್ಟು, ತಪ್ಪಿಹೋದ ಮಾನವನ ದುಃಖ ಸಂಕಟಗಳನ್ನು ಪರಿಹರಿಸಬಹುದು ಎಂದನು .

ಆದರೆ ದೇವಕುಮಾರನ ಶ್ರಮೆಸಂಕಟದ ಸಮಯದಲ್ಲಿ ಪರಲೋಕದಲ್ಲಿ ಇಳಿದು ಬಂದು ಬಲಪಡಿಸುವ, ಸಂತೈಸುವ ಕಾರ್ಯಭಾರವು ದೂತರಿಗೆ ವಹಿಸಲ್ಪಟ್ಟಿತು. ಸೈತಾನನು ಮತ್ತು ಆತನ ದೂತನಿಂದ ಆವರಿಸಲ್ಪಡುವ ಕತ್ತಲೆಯಿಂದ ಕೃಪಾಪಾತ್ರರನ್ನು ಕಾಪಾಡುವ ಜವಾಭ್ದಾರಿ ಅವರದಾಗಿತ್ತು.
ದೇವರು ಯಾವುದೇ ಕಾಲಕ್ಕೂ ನಾಶನಕ್ಕೆ ಒಳಗಾದ ಮನುಷ್ಯನಿಗಾಗಿ ಆಜ್ಞೆಗಳನ್ನು ಬದಲಾಸುವುದು ಅಸಾಧ್ಯವಾದುದರಿಂದ ತನ್ನ ಮಗನನ್ನು ಮರಣದ ಕರಗಳಿಗೆ ಒಪ್ಪಿಸಿದುದನ್ನು ನಾನು ಕಂಡೆನು.
ಮಾನವನನ್ನು ದಾರಿತಪ್ಪಿಸುವ ಮೂಲಕ ದೇವಕುಮಾರನನ್ನು ಉನ್ನತಸ್ಥಾನದಿಂದ ಎಳೆದು ಹಾಕಿದೆನೆಂದು ಸೈತಾನನು ತನ್ನ ದೂತರೊಂದಿಗೆ ಆಹ್ಲಾದಗೊಂಡನು. ಯೇಸುವು ಬಿದ್ದುಹೋದ ಮಾನವಾವತಾರ ಹೊಂದಿದಾಗ ಆತನ ರಕ್ಷಣಾಯೋಜನೆ ಸಫಲವಾಗದಂತೆ ತನ್ನ ಪ್ರಕಾಂಡ ಬಲ ಪ್ರಯೋಗಿಸುವೆನೆಂದು ಸೈತಾನನು ತನ್ನ ದೂತರಿಗೆ ಹೇಳಿದನು .
ಇದಾದನಂತರ, ಸೈತಾನನು ಹರ್ಷ ಮತ್ತು ಉತ್ತಮ ದೂತಸ್ವರೂಪದ ದರ್ಶನವು ನನಗಾಗಯಿತು. ಅನಂತರ ಈಗಿನ ಸ್ವರೂಪವನ್ನೂ ಕಂಡೆನು. ಅವನಿಗೆ ರಾಜಯೋಗ್ಯ ಸ್ವರೂಪವು ಈಗಲೂ ಅಸ್ತಿತ್ವದಲ್ಲಿದೆ. ದೊಬ್ಬಲ್ಪಟ್ಟ ದೂತನಾದುದರಿಂದ ಶ್ರೇಷ್ಟ ರೂಪಲಕ್ಷಣವಿದೆ. ಆದರೆ

ಮುಖಭಾವದಲ್ಲಿ ಅಸಂತೋಷ, ಹಗೆ, ಉದ್ರೇಕ, ಮೋಸ, ತುಂಟತನ, ಮತ್ಸರ ಮುಂತಾದ ಎಲ್ಲಾ ದುಷ್ಟತನ ಮನೆಮಾಡಿದೆ. ನಾನು ಸೂಕ್ಷ್ಮವಾಗಿ ದೃಷ್ಟಿಸಿದ್ದೆಂದರೆ, ಒಂದು ಕಾಲದಲ್ಲಿ ಶ್ರೇಷ್ಟವಾಗಿದ್ದ ಹುಬ್ಬುಗಳು, ಕಣ್ಣುಗಳ ಮೇಲಿನಿಂದ ಹರಡಿರುವ ವಿಶಾಲವಾದ ಹಣೆಯ ಭಾಗ ,ಬಹುಕಾಲದಿಂದ ಕಾರ್ಯಗಾತನಾಗಿದ್ದ ಪ್ರಯುಕ್ತ ಅತನಲ್ಲಿದ್ದ ಒಳ್ಳೆಯತನವಲ್ಲಾ ಕರಗಿ, ದುಷ್ಟಭಾವದ ಮುಖಚರ್ಯೆ ನೆಲೆಸಿದ್ದು ಕಣ್ಣುಗಳಲ್ಲಿ ಕುತಂತ್ರತೆ ತುಂಬಿ ತೀಕ್ಷ್ಣವಾಗಿತ್ತು. ದೇಹಾಕಾರವು ಅಗಾಧಾಗಿದ್ದರೂ ಮುಖ, ಕೈಗಳ ಮಾಂಸಖಂಡಗಳು ಜೋಲುತ್ತಿತ್ತು. ಅತನಗಡ್ಡವು ಎಡಗೈ ಮೇಲೆ ಆತುಕೊಳಿತದ್ದನ್ನು ನಾನು ಕಂಡನು. ಅವನು ಯಾವುದೋ ದೀರ್ಘಾಲೋಜನೆಯಲ್ಲಿ ಮುಳುಗಿದ್ದನು. ಅವನ ಮೇಲೆ ಪ್ರತ್ಯಕ್ಷವಾದ ವಕ್ರನಗು ನನ್ನನ್ನು ನಡುಗಿಸಿತು. ಅದರಲ್ಲಿ ಪೂರ್ತಿ ಕುಟಿಲತೆ ತುಂಬಿದ್ದು ಸೈತಾನನ ಕಪಟತೆಯಿತ್ತು . ಈ ನಗೆಯು, ಆತನು ಬಿಲಿಪಶುವನ್ನು ನಿರ್ಧರಿಸಿ ಬಲಿಗೆ ಬೀಳುಸುವಾಗ ತೋರುವ ವಿಕಟ ನಗೆ, ಬೀಳಿಸಿದ ಮೇಲೆ ಬರಬರುತ್ತಾ ಹರಡುವ ಬೀಕರ ನಗೆ ಅದಾಗಿತ್ತು.

ಯೆಶಾಯ 53 ನೇ ಅದ್ಯಾಯವನ್ನು ನೋಡಿರಿ

ಅಧ್ಯಾಯ **04.** ಕ್ರಿಸ್ತನ ಮೊದಲನೆ ಬರುವಣ

ಆನಂತರ ನನ್ನನ್ನು, ಯೇಸು ಮಾನವಾವತಾರ ತಾಳುವ, ಮಾನವನಷ್ಟು ದೀನನಾಗುವ, ಸೈತಾನನ ಶೋದನೆಗೆ ಒಳಗಾಗುವ ಕಾಲಾವಧಿಗೆ ತೆಗೆದುಕೊಂಡು ಹೋಗಲಾಯಿತು,

ಆತನ ಜನನವು ಕರುಹಟ್ಟಿಯಲ್ಲಿ ಸಂಭವಿಸಿ, ಗೋದಲಿಯಲ್ಲಿ ಪೋಷಿಸಲ್ಪಟ್ಟು, ಈ ಲೋಕದ ಯಾವ ವೈಭವವಿಲ್ಲದಿದ್ದರೂ ಇತರ ಮಾನವಪುತ್ರರಿಗಿಂತ ಮಿಗಿಲಾದದ್ದೆಂದು ಎಣಿಸಲ್ಪಟ್ಟಿತು. ಪರಲೋಕದ ದೂತರು ಯೇಸುವಿನ ಬರುವಣವನ್ನು ಕುರುಬರಿಗೆ ತಿಳಿಸುವಾಗ ದೇವರ ಪ್ರಭೆ ಮತ್ತು ಮಹಿಮೆ ಅವರನ್ನು ಸುತ್ತುವರೆದಿತ್ತು. ಪರಲೋಕ ಗಣವು ತಮ್ಮ ತಂತಿವಾದ್ಯಗಳಿಂದ ದೇವರನ್ನು ಸ್ತುತಿಸಿದರು. ಯೇಸುವಿನ ಜನನದಿಂದ ಪಾಪಕ್ಕೆ ಬಿದ್ದ ಈ ಲೋಕದ ವಿಮೋಚನಾ ಕಾರ್ಯವನ್ನೂ, ಆತನ ಮರಣದಿಂದ ಸಮಾಧಾನ, ಸಂತೋಷ ಮತ್ತು ಮನುಷ್ಯರಿಗೆ ನಿತ್ಯಜೀವ ಉಂಟಾಗುವುದನ್ನು ವಿಜಯೋತ್ಸಾಹದಿಂದ ಘೋಷಿಸಿದರು. ಈ ಪುತ್ರನ ಜನನವನ್ನು ತಂದೆ ಮಾನ್ಯಮಾಡಿದರು. ದೂತಗಣಗಳು ಆರಾಧಿಸಿದರು.
ಯೇಸವಿನ ದೀಕ್ಷಾಸ್ನಾನದ ಘಟನೆಯ ಸಂದರ್ಭದಲ್ಲಿ ದೂತಗಣಗಳು ಹಾರಡುತ್ತಿದ್ದರು. ಪವಿತ್ರಾತ್ಮನು ಪಾರಿವಾಳದ ದೇಹಕಾರವಾಗಿ ಆತನ ಮೇಲೆ ಇಳಿದನು. ದೇವಪ್ರಭೆ ಆತನ ಮೇಲೆ ಸುರಿಯಿತು ಸುತ್ತಲಿದ್ದ ಜನಸಮೂಹವು ಆತನನ್ನೇ ದಿಟ್ಟಿಸುತ್ತಾ ಅತ್ಯಾಶ್ಚರ್ಯಗೊಂಡರು. “ನೀನು ಪ್ರಿಯನಾಗಿರುವ ತನ್ನ ಮಗನು, ನಿನ್ನನ್ನು ನಾನು ಮೆಚ್ಚಿದ್ದೇನೆ’ಎಂಬ ದೇವವಾಣಿಯು ಜನಸಮೂಹಕ್ಕೆ ಕೇಳಿಸಿತು..
ಯೋರ್ದನಿನಲ್ಲಿ ಸ್ನಾನಮಾಡಿಸಿಕೊಂಡವನು ರಕ್ಷಕನೇ ಎಂಬುದು ಯೋಹಾನನಿಗೆ ತಿಳಿದಿರಲಿಲ್ಲ ಆದರೆ ದೇವರ ಕುರಿಮರಿಯು ಈತನೇ ಎಂದು ಅರ್ಥಮಾಡಿಕೊಳ್ಳುವ ಸೂಚನೆಯನ್ನು ದೇವರು ವಾಗ್ದಾನ ಮಾಡಿದ್ದರು. ವಾಗ್ದಾನದ ಮೇರೆಗೆ ಪಾರಿವಾಳದಂತೆ ಇಳಿದು ಬಂದು ದಿವ್ಯಪ್ರಭೆ ಸುತ್ತ ಮುಸುಕಿತು. ಯೋಹಾನನು ಕೈಚಾಚಿ ಯೇಸುವಿನ ಕಡೆಗೆ ಬೊಟ್ಟುಮಾಡಿ

ದೊಡ್ಡ ಸ್ವರದಿಂದ 'ಅಗೋ, ದೇವರ ಕುರಿಮರಿ, ಲೋಕದ ಪಾಪವನ್ನು ನಿವಾರಣೆಮಾಡುವವನು" ಎಂದನು .

ಯೋಹಾನನು ತನ ಶಿಷ್ಯರಿಗೆ, ಈತನೇ ವಾಗ್ದಾನ ಮಾಡಿರುವ ಮೆಸ್ಸೀಯನು. ಈ ಲೋಕದ ರಕ್ಷಕನು ಎಂದು ಸೂಚಿಸಿದನು. ಈ ತನ್ನ ಕಾರ್ಯವು ಮುಗಿಯುತ್ತಾ ಬರಲು ಶಿಷ್ಯರಿಗೆ, ಮಹಾಬೋದಕನಾದ ಯೇಸುವನ್ನು ಹಿಂಭಾಲಿಸಿರಿ ಎಂದನು. ಯೋಹಾನನ ಜೀವನವು ಸುಖವಾಗಿರಲಿಲ್ಲ. ಅದರಲ್ಲಿ ಬಹು ಸಂಕಟವೂ, ತ್ಯಾಗವು ತುಂಬಿತ್ತು. ಕ್ರಿಸ್ತನ ಮೊದಲ ಬರುವಣಾವನ್ನು ಪ್ರಕಟಪಡಿಸುವ ಕಾರ್ಯವನ್ನು ಮಾಡಿದನು. ಅತನ [ಕ್ರಿಸ್ತನ] ಯಾವ ಅದ್ಭುತಾಕರ್ಯವನ್ನು.

ಇಲ್ಲವೆ ದಿವ್ಯಬಲ ಪ್ರದರ್ಶನವನ್ನು ಕಾಣುವ ಅನುಮತಿ ಅವನಿಗಿರಲ್ಲಿಲ್ಲ. ಯೇಸುವು ಪ್ರಬೋಧಕನಾಗಿ ನಿಲ್ಲುವಾಗ ತಾನು ಮರಣಿಸುವೆನೆಂದು ಆತನಿಗೆ ತಿಳಿದಿತ್ತು. ಅವನ ಸ್ವರವು ಅರಣ್ಯದಲ್ಲಿ ಮಾತ್ರವೇ ಹೊರೆತು ಬೇರೆಲ್ಲಿಯೂ ಕೇಳಿಸಲಿಲ್ಲ. ತಂದೆಯ ಕುಟುಂಬದವರೊಡನೆ ಅಥವಾ ಸಮಾಜದಲ್ಲಿ ಬೆರೆತು ಸಂತೋಷ ಪಡೆದೆ, ತನಗೆ ನೇಮಿಸಲ್ಪಟ್ಟ ಕಾರ್ಯವನ್ನು ಪೂರ್ಣಗೊಳಿಸಲು ಏಕಾಂಗಿಯಾಗಿ ಜೀವಿಸಿದನು. ಈ ಅದ್ಭುತ ಪ್ರವಾದಿಯ ಸ್ವರವನ್ನು ಕೇಳಲು ಜನಸಮೂಹವು ನಗರ ಹಳ್ಳಿಗಳಿಂದ ಅರಣ್ಯಕ್ಕೆ ಹೋಗುತ್ತಿತ್ತು. ಯೋಹಾನನು ಮರದ ಬುಡಕ್ಕೆ ಕೊಡಲಿ ಹಾಕಿದನು. ಯಾವ ಪರಿಣಾಮದ ಬಗೆಗೂ ಭಯಪಡದೆ ಪಾಪವನ್ನು ಆಕ್ಷೇಪಿಸಿ ದೇವಕುರಿಮರಿಯ ದಾರಿಯನ್ನು ಸಿದ್ಧಪಡಿಸಿದನು.

ಯೋಹಾನನ ಪ್ರಬಲವಾದ ಮನಚುಚ್ಚುವ ಸಾಕ್ಷಿಯ ಬಗೆಗೆ ಕೇಳಿದ ಹೆರೋದನಿಗೆ ಆಸಕ್ತಿಯುಂಟಾಗಿ, ಆತನ ಶಿಷ್ಯನಾಗಲು ತಾನು ಏನುಮಾಡಬೇಕು ಎಂದು ತಿಳಿಯಲಪೇಕ್ಷಿಸಿದನು. ಈ ಹೆರೋದನು ತನ್ನ ಸಹೋದರ ಜೀವಂತನಾಗಿರುವಾಗಲೇ ಅವನ ಹೆಂಡತಿಯನ್ನು ವಿವಾಹವಾಗಬೇಕೆಂದಿರುವ ವಿಷಯವು ಯೋಹಾನಿಗೆ ತಿಳಿದುಬಂದಿದ್ದಿತು. ಇದು ಅನ್ಯಾಯವೆಂದು ಪ್ರಾಮಾಣಿಕವಾಗಿ ತಿಳಿಸಿದನು. ಆದರೆ ಈ ತ್ಯಾಗಮಾಡಲು ಹೆರೋದನಿಗೆ ಮನಸ್ಸಿಲ್ಲದೆ ಸಹೋದರನ ಪತ್ನಿಯನು ವಿವಾಹವಾಗಿ, ಅವಳ ಆಗ್ರಹಕ್ಕೆ ಮಣಿದು ಯೋಹಾನನನ್ನು ಹಿಡಿಸಿ

ಸೆರೆಯಲ್ಲಿಟ್ಟನು.ಅಲ್ಲದೆ ಮತ್ತೆ ಅವನನು ಬಿಡುಗದೆ ಮದಡಬೇಕೆಂದು ಹೆರೋದನು ಸಂಕಲ್ಪಿಸಿದನು.ಈ ಹದ್ದುಬಸ್ತಿನಲ್ಲಿರುವ ಸಮಯದಲ್ಲಿಯೇ ಯೋಹಾನನು ತನ್ನ ಶಿಷ್ಯರ ಮೂಲಕ ಯೇಸುವಿನ ಮಹಾಕಾರ್ಯ, ಕೃಪಾಪೂರ್ಣ ಬೋಧನೆಗಳ ಬಗೆಗೆ ತಿಳಿದುಕೊಂಡನು. ಶಿಷ್ಯರು ತಾವು ಕಂಡು ಕೇಳಿದುದನ್ನು ತಿಳಿಸಿ ಅವನನ್ನು ಸಂತೈಸುತ್ತಿದರು. ಹೆರೋದನ ಪತ್ನಿಯ ಪ್ರಭಾವದಿಂದ ಯೋಹಾನನ ಶಿರಚ್ಛೇದನವಾಯಿತು .

ಯೇಸುವನು ಹಿಂಬಾಲಿಸಿದ ಶಿಷ್ಯರಾದರೋ ಅತನ ಅದ್ಭುತ ಕಾರ್ಯಗಳನ್ನು ಕಾಣುವುದರಲ್ಲಿ, ಅತನ ತುಟಿಗಳಿಂದ ಬರುವ ಸಂತೈಕೆಯ ವಾಕ್ಯಗಳನ್ನು ಕೇಳುವುದರಲ್ಲಿ ಕನಿಷ್ಠ ಸಾಕ್ಷಿಗಳಾಗಿದ್ದು ಸ್ನಾನಿಕನಾದ ಯೋಹಾನಗಿಂತ ಭಾಗ್ಯವಂತರಾದರು. ಅಂದರೆ ಅವರು ಧನ್ಯರೂ, ಮಾನ್ಯರಾಗಿ ತಮ್ಮ ಜೀವಿತಕಾಲದಲ್ಲಿ ಹೆಚ್ಚಾಗಿ ಉಲ್ಲಾಸಗೊಂಡರು.

ಯೇಸುವಿನ ಮೊದಲನೇ ಬರುವಣವನ್ನು ಸಾರಲು ಯೋಹಾನನು ಎಲೀಯನ ತೆರದಿ ಬಲದಿಂದಲೂ ಆತ್ಮದಿಂದಲೂ ತುಂಬಿದವನಾಗಿ ಬಂದನು. ಇದೇ ರೀತಿ ಕೊನೆಯ ಕಾಲದಲ್ಲಿ ಎಲೀಯನಂತಹ ಆತ್ಮವನ್ನು ಬಲವನ್ನೂ ಪಡೆದು ಬಂದ ಯೋಹಾನನ್ನು ಪ್ರತಿನಿಧಿಸುತ್ತಾ ಯೇಸುವಿನ ಎರಡನೇ ಬರುವಣವನ್ನು ಮಹಾರೌದ್ರದ ದಿನಗಳಲ್ಲಿ ಪ್ರಕಟಿಸುವವರನ್ನು ನನಗೆ ತೋರಿಸಲಾಯಿತು.

ಸ್ನಾನಿಕನಾದ ಯೋಹಾನನಿಂದ ಯೋರ್ದನ್ ಹೊಳೆಯಲ್ಲಿ ದೀಕ್ಷಾಸ್ನಾನ ಮಾಡಿಸಿಕೊಂಡ ಯೇಸುವನ್ನು ಪಿಶಾಚನಿಂದ ಶೋದನೆ ಗೊಳಗಾಗುವಂತೆ ಆತ್ಮವು ಅಡವಿಗೆ ನೆಡೆಸಿತು. ವಿಶೇಷವಾದ ಆ ಘೋರ ಶೋಧನೆಯ ದೃಶ್ಯಕ್ಕೆ ಪವಿತ್ರಾತ್ಮನು ಆತನನ್ನು ಸಿಲುಕಿಸಿದನು. ಆ ನಲವತ್ತು ದಿವಸ ಅಡವಿಯಲ್ಲಿ ನಡಿಸಲ್ಪಡುತ್ತಾ ಸೈತಾನನಿಂದ ಶೋಧಿಸಲ್ಪಟ್ಟನು. ಆ ದಿವಸಗಳಲ್ಲಿ ಆತನು ಏನೂ ತಿನ್ನಲಿಲ್ಲ. ಯೇಸುವಿನ ಮಾನವ ಪ್ರಕೃತಿ ಮುದುಡಿಹೋಗುವಷ್ಟು ಅಹಿತಕರ ಪರಿಸ್ಥಿತಿ ಅತನನು ಆವರಿಸಿತು. ನಿರ್ಜನ ಸ್ಥಳದಲ್ಲಿ ಏಕಾಂಗಿಯಾಗಿ ಕಾಡುಮೃಗಗಳೊಂದಿಗೂ ಮತ್ತು ಪಿಶಾಚನೊಂದಿಗೂ ಜೀವಿಸಿದನು. ದೇವಕುಮಾರನು ಉಪವಾಸ ಸಂಕಟಗಳಿಂದ ಬಳಿಚಿಕೊಂಡು

ಕೃಶವಾಗಿದ್ದುದನ್ನು ನಾನು ಕಂಡೆನು. ಆದರೆ ಆತನು ಬಂದ ಕಾರ್ಯವನ್ನು ಪರಿಪೂರ್ಣಗೊಳಿಸವ ಅವಧಿ ನಿಶ್ಚಿತವಾಗಿತ್ತು.

ದೇವಕುಮಾರನು ಮಾನವನಾಗಿ ಧೀನಾವಸ್ಥೆಗಿಳಿದಿರುವ ಸಮಯವನ್ನು ಉಪಯೋಗಿಸಿಕೊಂಡು ಸೈತಾನನು ಆಕ್ರಮಣ ಮಾಡಿ ಪರಿಪರಿಯಾದ ಶೋಧನೆಗೆ ಒಳಗಾಗಿಸಿ ಜಯಹೊಂದಲು ಸಿದ್ದನಾದನು. "ನೀನು ದೇವರ ಮಗನಾಗಿದ್ದರೆ ಈ ಕಲ್ಲುರೊಟ್ಟಿಯಾಗುವಂತೆ ಅಪ್ಪಣೆಕೊಡು" ಎನ್ನುತ್ತಾ, ಯೇಸುವು ತನ್ನ ದೈವಬಲ ಪ್ರಯೋಗಿಸಿ ತಾನೇ ಮೆಸ್ಸೀಯನೆಂದುಸಾಬೀತು ಪಡಿಸಿಕೊಳ್ಳಲು ತಗ್ಗಿ ನಡೆಯಲಿ ಎಂದು ಶೋಧಿಸಿದನು. ಯೇಸುವು ಮೃದವಾಗಿ "ಮನುಷ್ಯನು ರೊಟ್ಟಿ ತಿಂದ ಮಾತ್ರದಿಂದ ಬದುಕುವುದಿಲ್ಲ ಎಂದು ಬರೆದದೆ" ಎಂದು ಉತ್ತರ ಕೊಟ್ಟನು. ಯೇಸುವು ದೇವಕುಮಾರನಾಗಿದ್ದುದರ ಬಗ್ಗೆ ಸೈತಾನನು ಕಲಹಕ್ಕಾಗಿ ಹೊಂಚುಹಾಕುತ್ತಿದನು.ಆತನ ನಿರ್ಬಲಾವಸ್ಥೆಯನ್ನು ಸಂಕಟವನ್ನು ಹೋಲಿಸಿ ತಾನು ಯೇಸುವಿಗಿಂತ ಪ್ರಬಲನೆಂದು ಕೊಚ್ಚಿಕೊಂಡನು, "ನೀನು ಪ್ರಿಯನಾಗಿರುವ ನನ್ನ ಮಗನು , ನಿನ್ನನ್ನು ನಾನು ಮೆಚ್ಚಿದ್ದೇನೆ " ಎಂಬ ದೇವವಾಣಿಯೇ ಈ ಸಂಕಟದ ಸಮಯದಲ್ಲಿ ಕುಸಿದು ಬೀಳದಂತೆ ತಡೆಯಲು ಸಾಕಾಗಿಯಿತ್ತು. ಯೇಸುವು ತನ್ನ ಸುವಾರ್ತೆಸೇವಾ ಕಾಲದಲೆಲ್ಲಾ ತನ್ನ ಬಲವನ್ನೂ, ತಾನೇ ಈ ಲೋಕರಕ್ಷಕನೆಂದೂ ಸೈತಾನನಿಗೆ ಮಂದಟ್ಟು ಮಾಡಿಕೊಡುವ ಅವಶ್ಯಕತೆ ಏನೂ ಆತನಿಗೆ ಇರಲಿಲ್ಲ. ಆತನ ಘನತೆ, ಅಧಿಕಾರದ ವಿಷಯದ ಅರಿವು ಸೈತಾನನಿಗಿತ್ತು.ಆತನ ಅಧಿಕಾರಕ್ಕೆ ಒಳಪಡಲು ಒಪ್ಪಿಕೊಳ್ಳದಿರುವುದೇ ಪರಲೋಕದಿಂದ ದೊಬ್ಬಲ್ಪಡಲು ಕಾರಣವಾಯಿತು.

ಸೈತಾನನು ತನ್ನ ಶಕ್ತಿಯನ್ನು ತೋರಿಸಲು ಯೇಸುವನ್ನು ಯೆರುಸಲೇಮಿನ ಶಿಖರಕ್ಕೆ ಕರೆದುಕೊಂಡು ಹೋಗಿ ನಿಲ್ಲಿಸಿ. ನೀನು ದೇವರ ಮಗನಾಗಿದ್ದರೆ ಅದನ್ನು ಸಾಬೀತುಪಡಿಸಲು ತತ್ತರಿಸುವ ಎತ್ತರದಿಂದ ಕೆಳಕ್ಕೆ ಧುಮುಕು ಎಂದು ಶೋಧಿಸಿದನು. ದೇವರ ಸತ್ಯವಾಕ್ಯವನ್ನು ಉಪಯೋಗಿಸುತ್ತಾ "ಆತನು ನಿನ್ನ ವಿಷಯವಾಗಿ ದೂತರಿಗೆ ಅಪ್ಪಣೆಕೊಡುವನು : ನಿನ್ನ ಕಾಲು

ಕಲ್ಲಿಗೆ ತಗಲೀತೆಂದು ಅವರು ನಿನ್ನನ್ನು ಕೈಗಳಲ್ಲಿ ಎತ್ತಿಕೊಳ್ಳುವರು" ಎಂದು ಬರೆದಿದೆ ಎಂದನು, ಅದಕ್ಕೆ ಯೇಸು "ನಿನ್ನ ದೇವರಾದ ಕರ್ತನನ್ನು ಪರೀಕ್ಷಿಸಬಾರದು ಎಂದು ಬರೆದಿದೆ " ಎಂದು ಉತ್ತರಿಸಿದನು. ಯೇಸುವಿನ ಸುವಾರ್ತಸೇವಾಕಾರ್ಯವು ಮುಗಿಯುವ ಮುನ್ನ ತನ್ನ ಪ್ರಾಣವನ್ನು ಪಣಕ್ಕೊಡ್ಡಿ ದೇವರ ಕೃಪಾಬಲವನ್ನು ಪೂರ್ವಭಾವಿಯಾಗಿಯೇ ಬಳಸಿಕೊಳ್ಳುವಂತೆ ಮಾಡುವುದೇ ಸೈತಾನನ ಉದ್ದೇಶವಾಗಿತ್ತು. ಆತನು ರಕ್ಷಣಾಯೋಜನೆಯನ್ನು ವಿಫಲಗೊಳಿಸಬೇಕೆಂದು ನಿರೀಕ್ಷಿಸಿದನು. ಆದರೆ ರಕ್ಷಣಾಯೋಜನೆಯು ಸೈತಾನನಿಂದ ಕಿತ್ತು ಎಸಯಲಾಗದಷ್ಟು ಆಳವಾಗಿ ಬೇರೂರಿಕೊಂಡಿರುವುದನ್ನು ನಾನು ಕಂಡೆನು.

ಕ್ರೈಸ್ತರು ಶೋಧನೆಗೆ ಒಳಗಾಗುವಾಗ ಅಥವಾ ಹಕ್ಕಿನ ಹೋರಾಟದಲ್ಲಿ ಕ್ರಿಸ್ತನೇ ಮಾದರಿಯಾಗಿರಬೇಕೆಂದು ನಾನು ಕಂಡೆನು. ದೇವರ ಪ್ರತ್ಯಕ್ಷ ಮಾನ್ಯತೆಗೂ ಮಹಿಮೆಗೂ ಕಾರಣವಾಗುವ ಒಂದು ವಿಶೇಷ ದೃಷ್ಟಿ ಇದ್ದು ಅವರು ತಾಳ್ಮೆಯಿಂದ ಸಹಿಸಿಕೊಳ್ಳಬೇಕಾಗಿದೆ. ತಮ್ಮ ಶತ್ರುವಿನ ಮೇಲೆ ಜಯಸಾಧಿಸಿಕೊಳ್ಳಲು ದೇವರನ್ನು ಬೇಡಿ ಆತನ ಶಕ್ತಿಯನ್ನು ಪ್ರಕಟಿಸಲು ಹಕ್ಕಿದೆ ಎಂದು ಯೋಚಿಸಬಾರದು.

ಒಂದುವೇಳೆ ಯೇಸುವು ಶಿಖರದಿಂದ ಧುಮುಕಿದ್ದರೆ ಅದು ತಂದೆಗೆ ಮಹಿಮೆ ತರುತ್ತಿರಲಿಲ್ಲ ಎಂಬುವುದನ್ನು ನಾನು ಕಂಡೆನು. ಅಲ್ಲಿದ್ದ ಸೈತಾನನು ಮತ್ತು ದೇವದೂತರು ಮಾತ್ರ ಈ ಕ್ರಿಯೆಗೆ ಸಾಕ್ಷಿಗಳಾಗಿರುತ್ತಿದ್ದರು. ಇದು ಶತ್ರುವಿನ ಮುಂದೆ ತನ್ನ ಬಲವನ್ನು ಪ್ರದರ್ಶಿಸಿ ಸಾಬೀತುಪಡಿಸಿಕೊಳ್ಳುವುದರಲ್ಲಿ ಯೇಸುವು ಯಾರ ಮೇಲೆ ಜಯಗಳಿಸಿಕೊಳ್ಳಬೇಕೆಂದು ಬಂದನೋ ಅವನಿಗೇ ತಗ್ಗಿನಡೆದಂತಾಗುತ್ತಿತ್ತು.

ಬಳಿಕ ಸೈತಾನನು ಆತನನ್ನು ಬಹಳ ಎತ್ತರವಾದ ಬೆಟ್ಟಕ್ಕೆ ಕರಕೊಂಡು ಹೋಗಿ ಪ್ರಪಂಚದ ಎಲ್ಲಾ ರಾಜ್ಯಗಳನ್ನೂ ಅವುಗಳ ವೈಭವವನ್ನೂ ಕ್ಷಣಮಾತ್ರದಲ್ಲಿ ತೋರಿಸಿದನು. ಆಮೇಲೆ ಸೈತಾನನು, ಈ ಎಲ್ಲಾ ವೈಭವವನ್ನೂ ನನಗೆ ವಹಿಸಲಾಗಿದೆ ನನಗಿಷ್ಟ ಬಂದವರಿಗೆ ನಾನು ಕೊಡಬಲ್ಲೆ ಎನಲು, ಯೇಸು ಅವನಿಗೆ "ಸೈತಾನನೇ ನೀನು ತೊಲಗಿ ಹೋಗು

,ನಿನ್ನ ದೇವರಾದ ಕರ್ತನಿಗೆ ಅಡ್ಡಬಿದ್ದು ಆತನೊಬ್ಬನನ್ನೇ ಆರಾಧಿಸಬೇಕು " ಎಂಬುದಾಗಿ ಬರೆದದೆ ಅಂದನು.

ಇಲ್ಲಿ ಸೈತಾನನು ಪ್ರಪಂಚದ ರಾಜ್ಯಗಳನ್ನು ತೋರಿಸಿದನು. ಅವುಗಳನ್ನು ಬಹು ಆಕರ್ಷಕವಾದ ಬೆಳಕಿನಲ್ಲಿ ತೋರಿಸಲಾಯಿತು. ಅವನನ್ನು ಆರಾಧಿಸಿದರೆ ತನ್ನ ಸ್ವಾಧೀನದಲ್ಲಿರುವ ಇವೆಲ್ಲವನ್ನೂ ಯೇಸುವಿಗೆ ಬಿಟ್ಟುಕೊಡುವೆನೆಂದು ಹೇಳಿದನು. ಆದರೆ ಒಂದು ವೇಳೆ ರಕ್ಷಣಾಯೋಜನೆ ಸಫಲವಾದರೆ ತನ್ನ ಸೀಮಿತ ಶಕ್ತಿಯ ಅಂತ್ಯ ಆಗುವುದೆಂದು ಸೈತಾನನಿಗೆ ತಿಳಿದಿತ್ತು. ಮಾನವನನ್ನು ವಿಮೋಚಿಸಲು ಯೇಸುವು ಮರಣಿಸಿದರೆ ಕ್ಷಣಿಕವಾದ ತನ್ನ ಶಕ್ತಿ ಕ್ಷಣಮಾತ್ರದಲ್ಲೇ ಕ್ಷಯಿಸುವುದು, ತಾನು ನಾಶವಾಗುವೆನೆಂದೂ ಆತನಿಗೆ ತಿಳಿದಿತ್ತು .

ಆದಕಾರಣ ದೇವಕುಮಾರನಿಂದ ಪ್ರಾರಂಭಿಸಲ್ಪಟ್ಟ ಮಹಾಕಾರ್ಯವನ್ನು ಸಾಧ್ಯವಾದರೆ ಅಂತ್ಯಗೊಳ್ಳದಂತೆ ತಡೆಗಟ್ಟುವುದು ಸೈತಾನನ ಯೋಜನೆಯಾಗಿತ್ತು. ಒಂದುವೇಳೆ ರಕ್ಷಣಾಯೋಜನೆ ಕುಸಿದರೆ ತನ್ನದೆಂದು ಹೇಳಿದ ಲೋಕವು ಹಾಗೇ ಉಳಿಯುತ್ತಿತ್ತು. ಸಫಲನಾದರೆ ಪರಲೋಕದ ದೇವರ ವಿರುದ್ಧವಾಗಿ ಆಳ್ವಿಕೆ ನಡೆಸುವೆನೆಂದು ಕೊಚ್ಚಿಕಂಡನು.

ಯೇಸುವು ಪರಲೋಕದಲ್ಲಿದ್ದ ತನ್ನೆಲ್ಲಾ ಶಕ್ತಿ ಮಹಿಮೆಯನ್ನು ತೊರೆದಾಗ ಸೈತಾನನು ವಿಜೃಂಭಿಸಿದನು. ದೇವಕುಮಾರನು ತನ್ನ ಶಕ್ತಿಯ ಅಡಿಗೆ ಇಡಲ್ಪಟ್ಟಿದಾನೆ ಎಂದು ಕೊಂಡನು. ಏದೆನಿನಲ್ಲಿದ್ದ ಪವಿತ್ರ ದಂಪತಿಗಳುನ್ನು ಬಹು ಸುಲಭವಾಗಿ ಶೋಧನೆಗೆ ಒಳಗಾಗಿಸಿಕೊಡುದರಿಂದ ತನ್ನ ಕುತಂತ್ರದಿಂದ ದೇವಕುಮಾರನನ್ನೂ ಉಚ್ಚಾಟಿಸಿ ತನ್ನಜೀವ ಮತ್ತು ರಾಜ್ಯವನ್ನು ಉಳಿಸಿಕೊಳ್ಳಬಹುದು, ತಂದೆಯ ಚಿತ್ತದಿಂದ ಯೇಸುವನ್ನು ಬೇರ್ಪಡಿಸಿದರೆ ತನ್ನ ಗುರಿಸಾಧಿಸುವೆ ಎಂದುಕೊಡನು. ಯೇಸುವು ಸೈತಾನನ್ನು 'ತೊಲಗು' ಎಂದು ಅಜ್ಞಾಪಿಸಿದನು. ತಾನು ತಂದೆಗೆ ಮಾತ್ರ ತಲೆಭಾಗುವವನಾಗಿದ್ದನು. ತನ್ನ ಪ್ರಾಣಾರ್ಪಣೆಯಿಂದ ಸೈತಾನನ ಸ್ವಾಧೀನದಲ್ಲಿರುವುದೆನೆಲ್ಲಾ ಬಿಡಿಸಿಕೊಳ್ಳುವ ಸಮಯ ಬರಬೇಕಾಗಿದೆ.ಅನಂತರ ಭೂ ಪರಲೋಕವೆಲ್ಲಾ ಆತನ ಅಧೀನದಲ್ಲಿರುವುದು, ಸೈತಾನನು ಪ್ರಪಂಚದ ರಾಜ್ಯವೆಲ್ಲಾ ತನ್ನದೆಂದು

ಸಾಧಿಸಿ, ಯೇಸು ಶ್ರಮೆ ಸಂಕಟ ಗಳನ್ನು ತಪ್ಪಿಸಿಕೊಳ್ಳಬಹುದೆಂದೂ ಅಪ್ರತ್ಯಕ್ಷವಾಗಿ ತಿಳಿಸಿದನು. ಈ ಲೋಕವನ್ನು ಪಡೆಯಲು ಮರಣಿಸುವುದು ಬೇಕಿಲ್ಲ. ಆದರೆ ಈ ಭೂಮಿಯಲ್ಲಿರುವುದೆಲ್ಲಾ ಯೇಸುವು ಅಡ್ಡಬಿದ್ದರೆ ಪಡೆದುಕೊಳ್ಳಬಹುದು ಎಂದೂ, ಎಲ್ಲಾವನ್ನೂ ಅಧೀನ ಪಡಿಸಿಕೊಂಡು ಪ್ರಭುತ್ವ ವೈಭವ ಹೊಂದಬಹುದೆಂದನು. ಆದರೆ ಯೇಸು ದೃಡವಾಗಿದ್ದನು. ಭೂಲೋಕ ರಾಜ್ಯಗಳ ಆಸ್ತಿಗೆ ನಿರಂತರ ಹಕ್ಕುದಾರನಾಗಲು ತಂದೆಯಿಂದ ಯೋಜಿಸಲ್ಪಟ್ಟ ಶ್ರಮೆಸಂಕಟದ ಜೀವನವನ್ನು ಅಂಗೀಕರಿಸಿ ಭಯಕರ ಮರಣವನ್ನು ಆತ ಹಾರೈಸಿದನು. ಯೇಸುವನ್ನು ಮತ್ತು ಮಹಿಮೆಯ ಭಕ್ತರನ್ನು ಸೈತಾನನು ಕಾಡಿಸಲಾಗದಂತೆ ಅವನ ನಾಶವನ್ನು ಯೇಸುವಿನ ಹಸ್ತಕ್ಕೆ ಒಪ್ಪಿಸಲಾಗುತ್ತದೆ.

ಓದಿ; ಧರ್ಮೋಪದೇಶಕಾಂಡ 6;16: 8;3,; 2ಅರಸು 17;35-36 ಕೀರ್ತನೆ 91;11-12; ಲೂಕ ಅಧ್ಯಾಯ 2-4

ಅಧ್ಯಾಯ 05. ಕ್ರಿಸ್ತನ ಸುವಾರ್ತಾಸೇವೆ

ಸೈತಾನನ ಶೋಧನೆಗಳು ಕೊನೆಗೊಂಡ ಮೇಲೆ ಕೆಲುವುಕಾಲದ ಮಟ್ಟಿಗೆ ಅವನು ಯೇಸುವನ್ನು ಬಿಟ್ಟುಹೋದನು. ದೇವದೂತರು ಯೇಸುವಿಗಾಗಿ ಅಡವಿಯಲ್ಲಿ ಆಹಾರವನ್ನು ಸಿದ್ಧಪಡಿಸಿದರು, ಬಲಗೊಳಿಸಿದರು, ಮತ್ತು ದೇವರ ಆಶೀರ್ವಾದವು ಆತನ ಮೇಲೆ ನೆಲೆಗೊಂಡಿತು. ಸೈತಾನನು ಶೋಧಿಸುವುದರಲ್ಲಿ ಸೋತುಹೋದನು, ಆದರೂ ಯೇಸುವಿನ ಸುವಾರ್ತಾಸೇವಾ ಅವಧಿಯನ್ನು ಎದುರುನೋಡುತ್ತಾ ಆತನ ವಿರುಧ್ಧ ಕುತಂತ್ರವನ್ನು ವಿವಿಧ ಕಾಲಗಳಲ್ಲಿ ಕಾರ್ಯಗತಗೊಳಿಸಲು ಕಾಯ್ದುಕೊಂಡಿದ್ದನು. ಯೇಸುವನ್ನು ಅಂಗೀಕರಿಸದವರನ್ನು ಎತ್ತಿಕಟ್ಟಿ ಅವರು ಆತನನ್ನು ಹಗೆಮಾಡಿ, ನಾಶಗೊಳಿಸಿ ಜಯಸಾಧಿಸಲು ಹೊಂಚುಹಾಕುತ್ತಿದ್ದನು. ಅದಕ್ಕಾಗಿ ತನ್ನ ದೂತರ ಕೂಟ ಒಂದನ್ನು ಏರ್ಪಡಿಸಿದನು. ದೇವಕುಮಾರನ ವಿರುದ್ಧ ಜಯಗಳಸಲಾಗಲಿಲ್ಲವಲ್ಲ ಎಂದು ಅವರು ನಿರಾಶರಾದುದಲ್ಲದೆ ಕ್ರೋಧಗೊಂಡುರು. ಲೋಕರಕ್ಷಕನಾಗಿದ್ದಾಗ್ಯೂ ಆತನ ಜನಾಂಗದವರ ಮನಸ್ಸಿನಲ್ಲಿಯೇ ಅಪನಂಬಿಕೆ ಉದ್ಭವಿಸುವಂತೆ ಮಾಡುವುದರಲ್ಲಿ ತೀವ್ರ ಕುತಂತ್ರದಿಂದ ಹೆಚ್ಚಿನ ಬಲ ಉಪಯೋಗಿಸಬೇಕೆಂದು ಅವರು ತಿರ್ಮಾನಿಸಿಕೊಂಡರು. ಯಹೋದ್ಯರು ತಮ್ಮ ಬಲಿ ಆಚಾರಗಳಲ್ಲಿ ಎಷ್ಟೋ ನಿಖರವಾದರೂ ಪ್ರವಾದನೆಗಳಿಗೆ ಕುರುಡಾಗಿರುವಂತೆ ಪ್ರಬಲನಾದ ಒರ್ವ ಲೌಕಿಕ ರಾಜನು ಪ್ರವಾದನೆಯನ್ನು ಈಡೇರಿಸುವನು ಎಂದು ನಂಬಿದರೆ ಅವರ ಮನಸ್ಸಿನಲ್ಲಿ ಮೆಸ್ಸೀಯನು ಬರುವನು ಎಂದು ಸದಾ ಕಾಯುವಂತೆ ಆಗುವುದು.

ಕ್ರಿಸ್ತನ ಸುವಾರ್ತಾಸೇವಾ ಕಾಲದಲ್ಲಿ ಸೈತಾನನೂ ಮತ್ತು ದೂತರು ಜನರಲ್ಲಿ ಅಪನಂಬಿಕೆ, ಹಗೆತನ ಮತ್ತು ಅಪಹಾಸ್ಯ ಮಾಡುವಂತೆ ಪ್ರಚೋದಿಸುವುದರಲ್ಲಿ ಕಾರ್ಯಮಗ್ನರಾಗಿರುವುದನ್ನು ನನಗೆ ತೋರಿಸಲಾಯಿತು. ಯೇಸುವು ಆಗಾಗ್ಗ ಪಾಪವನ್ನು ಆಕ್ಷೇಪಿಸುವ ಕಡುಸತ್ಯವನ್ನು ನುಡಿವಾಗ ಜನರು ಕ್ರೋಧಗೊಳ್ಳುತ್ತಿದ್ದರು. ಸೈತಾನನೂ ಅವನ ದೂತರು ಆತನನ್ನು ಕೊಲ್ಲುವಂತೆ ಪ್ರಚೋದಿಸುತ್ತಿದ್ದರು. ಒಮ್ಮೆ ಕಲ್ಲಿನಿಂದ ಹೊಡೆದೋಡಿಸಲು ಯತ್ನಿಸಿದಾಗ, ದೇವದೂತರು ಯೇಸುವನ್ನು

ಅಲ್ಲಿಂದ ಸಂರಕ್ಷಿತ ಸ್ಥಳಕ್ಕೆ ತೆಗೆದುಕೊಂಡು ಹೋದರು. ಮತ್ತೊಮ್ಮೆ ಆತನ ಪವಿತ್ರ ತುಟಿಗಳಿಂದ ಸರಳಸತ್ಯಗಳು ಹೊರ ಬೀಳುತ್ತಿದ್ದಾಗ ಜನರ ಗುಂಪು ಆತನನ್ನು ಹಿಡಿದು ಬೆಟ್ಟದ ಮೇಲೆ ಕರೆದುಕೊಂಡು ಹೋಗಿ ಅಲ್ಲಿಂದ ತಳ್ಳಿಬಿಡಲು ಹವಣಿಸಿದರು. ಈತನನ್ನು ಏನುಮಾಡುವುದು ಎಂಬುವುದರ ಬಗ್ಗೆ ತಮ್ಮತಮ್ಮಲ್ಲಿ ವ್ಯಾಜ್ಯ ಜಗಳಗಳು ಪ್ರಾರಂಭವಾದವು. ದೇವದೂತರು ಮತ್ತೊಮ್ಮೆ ಯೇಸುವನ್ನು ಕುಪಿತ ಜನರ ಗುಂಪಿನಿಂದ ಬಚ್ಚಿಡಲು, ಆತನು ಅವರ ಮಧ್ಯದಲ್ಲಿ ಸಾಗಿ ತನ್ನ ದಾರಿ ಹಿಡಿದನು. ಮಹಾರಕ್ಷಣಾಯೋಜನೆಯು ವಿಫಲಗೊಳ್ಳುವುದನ್ನು ಸೈತಾನನು ಇನ್ನೂ ನಿರೀಕ್ಷಿಸಿದನು. ಜನರ ಮನಸ್ಸನ್ನು ಕಠಿಣಗೊಳಿಸಿ ಯೇಸುವಿನೆಡೆಗೆ ಕಠಿಣಭಾವ ಹೊಂದುವಂತೆ ತನ್ನೆಲ್ಲಾ ಶಕ್ತಿಯನ್ನು ಪ್ರಯೋಗಿಸಿದನು. ಮಾತ್ರವಲ್ಲದೆ ದೇವಕುಮಾರನನ್ನು ಅಂಗೀಕರಿಸಿಕೊಳ್ಳುವವರ ಸಂಖ್ಯೆ ಅಲ್ಪವಾಗಿದ್ದು, ಇವರಿಗಾಗಿ ತಾನು ಅನುಭವಿಸುವ ಶ್ರಮೆ ತ್ಯಾಗವು ಅಧಿಕವಾದದ್ದು ಎಂಬುದಾಗಿ ಯೇಸು ಭಾವಿಸಬಹುದೆಂದು ನಿರೀಕ್ಷಿಸಿದನು. ಆದರೆ, ನಾನು ಕಂಡದ್ದೇನೆಂದರೆ ಯೇಸುವನ್ನು ದೇವಕುಮಾರನೆಂದು ನಂಬಿ ತಮ್ಮ ಆತ್ಮವನ್ನು ರಕ್ಷಿಸಿಕೊಳ್ಳುವ ಒಂದಿಬ್ಬರಾದರೂ ಸರಿ ಆತನು ತನ್ನ ಯೋಜನೆಯನ್ನು ಜಾರಿಗೊಳಿಸುತ್ತಿದ್ದನು. ಸೈತಾನನು ಜನರನ್ನು ತನ್ನ ಬಲದಿಂದ ನರಳಿಸುತ್ತಿದ್ದನು.ಈ ಸೈತಾನನ ಬಲವನು ಛಿದ್ರಗೊಳ್ಳಿಸುವ ಮೂಲಕ ಯೇಸುವು ತನ್ನ ಕೆಲಸವನ್ನು ಪ್ರಾರಂಭಿಸಿದನು ದುಷ್ಟಶಕ್ತಿಯಿಂದ ನರಳುತ್ತಿದ್ದವರನ್ನು ಗುಣಪಡಿಸಿದನು. ರೋಗಗಳನ್ನು ವಾಸಿಮಾಡಿದನು, ಕುಂಟರನ್ನು ನಡಿಸಿ, ದೇವರನಾಮವನ್ನು ಮಹಿಮೆಪಡಿಸುತ್ತಾ ಕುಣಿದಾಡುವಂತೆ ಮಾಡಿದನು. ಕುರುಡರಿಗೆ ಕಣ್ಣು ಕೊಟ್ಟನು. ಹಲವಾರು ವರ್ಷಗಳಿಂದ ದೆವ್ವಹಿಡಿದವರಾಗಿದ್ದು ಸೈತಾನನ ಕ್ರೂರ ಶಕ್ತಿಯಿಂದ ನರಳುತ್ತಿದ್ದವರನ್ನು ಬಿಡಿಸಿದನು. ಬಲಹೀನರನ್ನು, ತರತರನೆ ನಡುಗುತ್ತಿದ್ದವರನ್ನು, ವಿಷಣ್ಣರಾಗಿ ಎದೆಗುಂದಿದವರನ್ನು ತನ್ನ ದಯಪೂರಿತ ಮಾತುಗಳಿಂದ ಸಮಾಧಾನ ಪಡಿಸಿದನು. ಸತ್ತವರನ್ನು ಎಬ್ಬಿಸಿದನು ಮತ್ತು ಅವರು ದೇವರ ಮಹಾಶಕ್ತಿಯ ಪ್ರದರ್ಶನವನ್ನು ಕೊಂಡಾಡಿದರು. ಆತನನ್ನು ನಂಬಿದವರಿಗಾಗಿ ಯೇಸು ಪ್ರಬಲವಾಗಿ

ದುಡಿದನು. ಸೈತಾನನು ಆವರಿಸಿ ವಿಜೃಂಭಿಸುತ್ತಿದ್ದ ಬಲಹೀನರನ್ನು ಆತನ ಹಿಡಿತದಿಂದ ಬಿಡಿಸಿ ತನ್ನ ಪ್ರಬಲ ಶಕ್ತಿಯಿಂದ ದೇಹಾರೋಗ್ಯವನ್ನು ತಂದು,, ಮಹಾಉಲ್ಲಾಸ ಸಂತೋಷವನ್ನು ಕೊಟ್ಟನು.

ಕ್ರಿಸ್ತನ ಜೀವತವು ದಯೆ ಕರುಣೆ ಮತ್ತು ಪ್ರೀತಿಯಿಂದ ತುಂಬಿತ್ತು. ಆತನು ತನ್ನ ಬಳಿಗೆ ಬರುವವರ ಅಳಲನ್ನು ಬಹು ಆಸಕ್ತಿಯಿಂದ ಆಲಿಸುತ್ತಿದ್ದನು. ಆತನ ದಿವ್ಯಶಕ್ತಿಯನ್ನು ಜನಸಮೂಹವು ವೈಯಕ್ತಿಕವಾಗಿ ಗುರುತಿಸಿದವು. ಆದರೆ ತಮ್ಮ ಕೆಲಸವಾದ ತಕ್ಷಣ ವಿನಮ್ರನಾರದರೂ ಈ ಮಹಾಬೋಧಕನ ಬಗ್ಗೆ ಹೀನಾಯವಾಗಿ ಭಾವಿಸಿದರು. ಏಕೆಂದರೆ ಅಧಿಕಾರಿಗಳು ಆತನನ್ನ ನಂಬಲಿಲ್ಲ ಆತನೊಂದಿಗೆ ಕಷ್ಟದಲ್ಲಿ ಪಾತ್ರವಹಿಸಲು ಇಚ್ಛಿಸಲಿಲ್ಲ. ಯೇಸುವು ಶೋಕತಪ್ತನೂ ಮತ್ತು ದುಃಖಪೂರಿತನಾಗಿದ್ದನು. ಆದರೆ ಕೆಲವು ಜನರು ಮಾತ್ರ ಈತನ ಶಾಂತ ,ಸ್ವತ್ಯಾಗದ ಜೀವನಕ್ಕೆ ಅಧೀನದಲ್ಲಿರಲು ಸಮ್ಮತಿಸಿದರು, ಇತರರು ಈ ಲೋಕ ಕೊಡುವ ಘನತೆಗೌರವಗಳನ್ನು ಅನುಭವಿಸಲು ಆಶಿಸಿದರು. ಬಹುಜನರು ದೇವಕುಮಾರನನ್ನು ಹಿಂಬಾಲಿಸುತ್ತಾ ಆತನ ಬೋಧನೆಗೆ ಕಿವಿಗೊಡಲು, ಆತನ ಕೃಪಾಪೂರಿತ ತುಟಿಗಳಿಂದ ಸುರಿಯುವ ವಾಕ್ಯಗಳಲ್ಲಿ ಉಲ್ಲಾಸಗೊಂಡರು. ಆತನ ವಾಕ್ಯಗಳು, ಸಾಧಾರಣ ವ್ಯಕ್ತಿಗಳೂ ಅರ್ಥಮಾಡಿಕೊಳ್ಳುವಷ್ಟು ಸರಳವೂ ಅರ್ಥಪೂರಿತವೂ ಆಗಿತ್ತು.

ಸೈತಾನನೂ ಆತನ ದೂತರು ಅವಿಶ್ರಾಂತವಾಗಿ ದುಡಿಯುತ್ತಿದರು. ಯಹೊದ್ಯರನ್ನು ಕುರುಡಾಗಿಸಿ ಆತನನ್ನು ಅರ್ಥಮಾಡಿಕೊಳ್ಳಲಾಗದಂತೆ ಅಂಧಕಾರದಲ್ಲಿಟ್ಟರು. ಜನರು ಅಧಿಪತಿಗಳನ್ನೂ ರಾಜರನ್ನೂ ಯೇಸುವಿನ ಪ್ರಾಣತೆಗೆಯಲು ಪ್ರಚೋಧಿಸಿದರು. ಅವರು ಯೇಸುವನ್ನು ತಮ್ಮಬಳಿಗೆ ಕರೆತರಲು ಅಧಿಕಾರಿಗಳನು ನಿಯೋಜಿಸಿದರು. ಅವರು ಆತನ ಹತ್ತಿರ ಬಂದಾಗ ದಿಗ್ಭ್ರಮೆಗೊಳಗಾದರು, ಮಾನವರ ಸಂಕಟ ಹಿಂಸೆಗೆ ಯೇಸುವು ಅನುಕಂಪಗೊಳ್ಳುವುದನ್ನು ಕಂಡರು. ಶಕ್ತಿಹೀನರೂ ಮತ್ತು ವ್ಯಥೆ ತುಂಬಿದವರಿಗೂ ತನ್ನೆಲ್ಲಾ ಪ್ರೀತಿಯಿಂದ ಉತ್ತೇಜಿಸಿ ಮಾತನಾಡುವ ಯೇಸುವನ್ನು ಅವರು ಕಂಡರು. ಆತನು ಅಧಿಕಾರಯುತವಾಗಿ ಸೈತಾನನ

ಶಕ್ತಿಯನ್ನು ಗದರಿಸುವುದನ್ನೂ, ಅವನ ಹಿಡಿತದಲ್ಲಿದ್ದವರನ್ನು ಬಿಡಿಸುತ್ತಿರುವ ಮಹಾದ್ವನಿಯನ್ನು ಕೇಳಿದರು. ವಿವೇಕ ತುಂಬಿದ ಆತನ ವಾಕ್ಯಗಳಿಗೆ ಬಂಧಿಸಲ್ಪಟ್ಟರು. ಆತನ ಮೇಲೆ ಕೈ ಎತ್ತಲಾಗಲಿಲ್ಲ. ಅವರಲ್ಲಿ ಬರಿಗೈಯಲ್ಲಿ ಯೇಸುವಿಲ್ಲದೆ ಯಾಜಕರ, ಹಿರಿಯರ ಸಮಕ್ಷಮಕ್ಕೆ ಹಿಂತಿರುಗಿದರು "ನೀವೇಕೆ ಅವನನ್ನು ಕರೆತರೇಲ್ಲ?" ಎಂದಾಗ, ತಾವು ಕಂಡ ಅದ್ಭುತಗಳನ್ನೂ, ಕೇಳಿದ ವಿವೇಕಯುತ ಪ್ರೀತಿ ಮತ್ತು ಜ್ಞಾನತಂಬಿದ ಪವಿತ್ರ ಮಾತುಗಳನ್ನು ತಿಳಿಸಿಹೇಳುತ್ತಾ -ಯಾವ ಮನುಷ್ಯರು ಆತನಂತೆ ನುಡಿಯಲಿಲ್ಲ ಎಂದರು ಮಹಾಯಾಜಕರು, ಅವರೂ ಮೋಸಹೋದರೆಂದು ಜರಿದರು. ಕೆಲವರು ಆತನನ್ನು ಹಿಡಿದು ತರಲಿಲ್ಲವಲ್ಲಾ ಎಂದು ನಾಚಿಕೊಂಡರು. ಇತರ ರಾಜ್ಯಾಧಿಕಾರಿಗಳು ಯಾರಾದರೂ ಆತನನ್ನು ನಂಬಿದರೋ ಎಂದು ಮಹಾಯಾಜಕರು ವ್ಯಂಗ್ಯವಡಿದರು. ಬಹಳ ಮಂದಿ ನ್ಯಾಯಧಿಪತಿಗಳು ಮತ್ತು ಹಿರಿಯರು ಆತನಲ್ಲಿ ನಂಬಿಕೆಯಿಟ್ಟಿದನ್ನು ನಾನು ಕಂಡೆನು. ಆದರೆ ಸೈತಾನನು ಅದನ್ನು ಅಂಗೀಕರಿಸದಂತೆ ಮಾಡಿದನು ಅವರು ದೇವರಿಗಿಂತ ಹೆಚ್ಚಾಗಿ ಮಾನವರ ಖಂಡನೆಗೆ ಭಯಪಟ್ಟರು.

ಈ ಮಟ್ಟಿಗೆ ಸೈಐತಾನನು ದ್ವೇಷ, ಕುತಂತ್ರ ಬುದ್ದಿಯು ರಕ್ಷಮಾಯೋಜನೆಯನ್ನು ಛಿದ್ರಗೊಳಿಸಲಾಗಲಿಲ್ಲ. ಯೇಸು ಈ ಲೋಕಕ್ಕೆ ಬಂದ ಕಾರ್ಯಾರ್ಥವು ತನ್ನ ಗುರಿಮುಟ್ಟುವಲ್ಲಿ ಮುಂದೆ ಸಾಗಿತು. ಸೈತಾನನೂ ಆತನ ದೂತರೂ ತಮ್ಮೊಳಗೆ ಸಮಾಲೋಚಿಸಿದರು. ಯೇಸುವಿನ ರಕ್ತಪಾತಕ್ಕಾಗಿ ಕೊಗುತ್ತಾ ಕ್ರೂರತ್ವಹಾಗೂ ಧಿಕ್ಕಾರವನ್ನು ಅತನ ಮೇಲೆ ಪೇರಿಸಲು ಕ್ರಿಸ್ತನ ಜನಾಂಗವನ್ನು ಎತ್ತಿಕಟ್ಟಲು ತೀರ್ಮಾನಿಸಿದರು. ಇಂಥಹ ಸಮಯದಲ್ಲಿ ಯೇಸು ಕೋಪದಿಂದ ಕೆರಳಿ ತನ್ನ ಧೀನ ಹಾಗೂ ಸಾಧುಸ್ವಭಾವವನ್ನು ತೊರೆಯಬಹುದೆಂಬುದು ಸೈತಾನನ ನಿರೀಕ್ಷೆಯಾಗಿತ್ತು. ಸೈತಾನನು ಈ ಹವಣಿಕೆಯಲ್ಲಿರುವಾಗ ಯೇಸುವು ಆತನಿಗೆ ಸಂಭವಿಸಬುಹುದಾದ ಹಿಂಸೆಯ ಬಗೆಗೆ ಸೂಕ್ಷ್ಮವಾಗಿ ಶಿಷ್ಯರಿಗೆ ತಿಳಿಸುತ್ತಿದ್ದನು. ಅದಾವುದೆಂದರೆ, ತಾನು ಕ್ರೂಜಾಮರಣಕ್ಕೆ ಒಪ್ಪಿಸಲ್ಪಡುವುದು, ಮೂರನೆಯ ದಿನ ಸತ್ತವರೊಳಗಿಂದ

ಎದ್ದುಬರುವುದೇ ಆಗಿತ್ತು. ಆದರೆ ಶಿಷ್ಯರ ತಿಳುವಳಿಕೆ ಮಂದವಾಗಿದ್ದು ಅತನ ಮಾತುಗಳ ಅಂತಾರಾರ್ಥ ಅವರಿಗೆ ಗೋಚರಿಸಲಿಲ್ಲ.

ನೋಡಿರಿ; ಲೂಕ 4;29; ಯೋಹಾನ 7;45-48: 8;59

ಅಧ್ಯಾಯ **06.** ಪ್ರಕಾಶ ರೂಪಾಂತರವು

ಯೇಸುವಿನ ಪ್ರಕಾಶ ರೂಪಾಂತರದ ಸಮಯದಲ್ಲಿ ಶಿಷ್ಯರ ನಂಬಿಕೆಯು ಬಹಳವಾಗಿ ಬಲಗೊಂಡುದನ್ನು. ನಾನು ಕಂಡೆನು. ತಮ್ಮ ಕಷ್ಟಸಂಕಟಗಳು, ನಿರಾಶೆಗಳ ನಡುವೆ ಯೇಸುವು ವಾಗ್ದಾನ ಮಾಡಲ್ಪಟ್ಟ ಮೆಸ್ಸೀಯನು ಎಂಬ ಭರವಸೆ ಉಂಟುಮಾಡಿ ಸಾಬೀತು ಪಡಿಸಲು ದೇವರು ಈ ಘಟನೆ ಸಂಭವಿಸುವಂತೆ ಮಾಡಿದನು. ರೂಪಾಂತರದ ವೇಳೆಯಲ್ಲಿ ಯೇಸುವಿನ ಶ್ರಮೆಮರಣದ ವಿಷಯವಾಗಿ ಮಾತನಾಡಲು ದೇವರು ಮೋಶೆ ಎಲೀಯನನ್ನು ಕಳುಹಿಸಿದನು.ದೇವದೂತರ ಬದುಲು ಭೂಲೋಕದ ವಿಚಾರಣಾ ಪರೀಕ್ಷಗಳು ಅನುಭವವಿದ್ದವರನ್ನು ತನ್ನ ಕುಮಾರನೊಂದಿಗೆ ಸಂಭಾಷಿಸಲು ಕಳುಹಿಸಿದನು. ಕೆಲವು ಶಿಷ್ಯರು ಈ ರಾಪಾಂತರವನ್ನು ನೋಡಲ ಅವಕಾಶ ಪಡೆದರು. ಅಲ್ಲಿ ಅವರ ಕಣ್ಣು ಮುಂದೆ ಆತನ ಮುಖವು ಪ್ರಕಾಶಿಸಲ್ಪಟ್ಟು ಹೊಳೆಯಿತು, ರೂಪ ಬೇರೆಯಾಯಿತು, ಆತನ ವಸ್ತ್ರಗಳು ಬಹು ಬೆಳ್ಳಗೆ ಹೊಳೆಯುತ್ತಿದ್ದವು; "ಈತನು ಪ್ರೀಯನಾಗಿರುವ ನನ್ನ ಮಗನು ; ಈತನ ಮಾತನು ಕೇಳಿರಿ." ಎಂಬ ಬಹು ಗಂಬೀರ ದೇವವಾಣಿಯನ್ನು ಶಿಷ್ಯರು ಕೇಳಿಸಿಕೊಂಡರು . ಎಲೀಯಯನು ದೇವರ ಪ್ರವಾದಿಯಗಿದ್ದು ಆತನ ಜೊತೆಜೊತೆಗೆ ನಡೆದವನು . ಅವನ ಕೆಲಸವು ಸುಗವಾಗಿರರಲಿಲ್ಲ. ಈತನ ಮುಖಾಂತರ ದೇವರು ಪಾಪವನ್ನು ನೇರವಾಗಿ ಖಂಡಿಸಿದನು . ತನ್ನ ಜೀವವನ್ನು ರಕ್ಷಿಸಿಕೊಳ್ಳಲು ಒಂದು ಸ್ಥಳದಿಂದ ಮತ್ತೊಂದಕ್ಕೆ ಓಡಬೇಕಾಯಿತು ಕಾಡುಮೃಗವೊಂದನ್ನು ನಾಶಪಡಿಸಲು ಬೇಟೆಯಾಡುವಂತೆ ಜನರು ಎಲೀಯನನ್ನು ಅಟ್ಟಿಸಿಕೊಂಡು ಹೋದರು. ದೇವರು ಎಲೀಯನನ್ನು ಸಶರೀರವಾಗಿ ರೂಪಾಂತರಿಸಿದನು. ದೂತರು ಮಹಾಮಹಿಮೆಯಿಂದ ಜಯಶಾಲಿಯಂತೆ ಅವವನನ್ನು ಪರಲೋಕಕ್ಕೆ ಕರೆದೊಯ್ದರು.

ದೇವರು ಹೆಚ್ಚಾಗಿ ಗೌರವಿಸಿದ ವ್ಯಕ್ತಿ ಮೋಶೆ, ಇವನಿಗಿಂತ ಪೂರ್ವದಲ್ಲಿದ್ದವರಿಗಿಂತಲೂ ಹೆಚ್ಚಾಗಿದ್ದವನು. ಒರ್ವ ಮನುಷ್ಯನು ತನ್ನ ಗೆಳೆಯನೊಂದಿಗೆ ಮಾತಾಡುವಂತೆ ದೇವರೊಂದಿಗೆ ಮುಖಮುಖಿಯಾಗಿ ಮಾತನಾಡುವ ಅವಕಾಶ ಹೊಂದಿದ ವ್ಯಕ್ತಿ. ದೇವರನ್ನು ಆವರಿಸಿದ

ತೀವ್ರಪ್ರಕಾಶವನ್ನೂ ಉಜ್ವಲ ಪ್ರಭೆಯನ್ನು ಕಣ್ಣಾರೆ ಕಾಣುವ ಅವಕಾಶ ಪಡೆದವನು. ಮೋಶೆಯ ಮೂಲಕ ಐಗುಪ್ತ್ಯರ ಗುಲಾಮತ್ವದಿಂದ ಇಸ್ರಾಯೇಲರು ಬಿಡಿಸಲ್ಪಟ್ಟರು. ಇವನು ಮಧ್ಯಸ್ಥಗಾರನಾಗಿದ್ದನು. ಜನರಿಗೂ ದೇವರ ಉಗ್ರಕೋಪಕ್ಕೂನಡುವೆ ನಿಂತವನಾಗಿದ್ದನು. ಇಸ್ರಾಯೇಲರು ಗುಣಗುಟ್ಟಿದಾಗ, ಅಪನಂಬಿಕೆ ತೋರಿದಾಗ, ದೂಷಣೀಯ ಪಾಪವೆಸಗಿದಾಗ ದೇವರ ಕೋಪವು ಉರಿಯಿತು. ಇದು ಮೋಶೆಗೆ ಈ ಜನರ ಮೇಲಿದ್ದ ಪ್ರೀತಿಯ ಪರೀಕ್ಷೆಯಾಗಿತ್ತು.ಒಂದುವೇಳೆ ಮೋಶೆಯು, ಇಸ್ರಾಯೇಲರ ನಾಶಕ್ಕೆ ಒಪ್ಪಿದ್ದರೆ, ತರುವಾಯ ಆತನಿಂದಲೇ ಬೇರೆ ಒಂದು ಜನಾಂಗ ಉಂಟಾಗುವಂತೆ ಮಾಡುವೆನು. ಎಂದು ದೇವರು ವಾಗ್ದಾನ ಮಾಡಿದನು. ಆಗ ಇಸ್ರಾಯೇಲರಿಗಾಗಿ ಬೇಡಿಕೊಳ್ಳುವುದರಲ್ಲಿ ತನ್ನ ಪ್ರೀತಿಯನ್ನು ಪ್ರದರ್ಶಿಸಿದನು. ಈನಿರಾಶೆಯಲ್ಲಿಯಾ ದೇವರು ಕೋಪಗ್ನಿಯನ್ನು ಹಿಂತೆಗೆದುಕೊಳ್ಳಬೇಂದೂ, ಅವರಿಗೆ ಕರುಣೆ ತೋರಿಸಿ ಮನ್ನಿಸಬೇಕೆಂದೂ ಇಲ್ಲವಾದರೆ ಜೀವಿತರ ಪಟ್ಟಿಯಿಂದ ತನ್ನ ಹೆಸರನ್ನು ಅಳಿಸಿಬಿಡಬೇಕೆಂದು ಪ್ರಾರ್ಥಿಸಿದನು .

ಕುಡಿಯುವುದಕ್ಕೆ ನೀರಿಲ್ಲದ ಕಾರಣ ಇಸ್ರಾಯೇಲರು ದೇವರಿಗೆ ವಿರುದ್ಧವಾಗಿಯಾ, ಮೋಶೆಗೆ ವಿರುದ್ಧವಾಗಿಯಾ ಗುಣಗುಟ್ಟಿದರು. ನಮ್ಮನ್ನು ನಮ್ಮ ಮಕ್ಕಳನ್ನೂ ಕರೆತಂದು ಸಾಯಮಾಡಿದ್ದೀಯ ಎಂದು ತಪ್ಪು ಹೊರಿಸಿದರು. ದೇವರು ಇವರ ಗುಣಗುಟ್ಟುವಿಕೆಯನ್ನು ಕೇಳಿ ಇಸ್ರಾಯೇಲರಿಗೆ ನೀರು ಸಿಗುವಂತೆ ಬಂಡೆಯನ್ನು ಮುಟ್ಟಲು ಮೋಶೆಗೆ ಹೇಳಿದರು. ಮೋಶೆ ಕೋಪದಿಂದ ಬಂಡೆಯನ್ನು ಹೊಡೆದು ಆ ಪ್ರತಿಷ್ಠೆಯನ್ನು ತನ್ನದಾಗಿಸಿಕೊಂಡನು. ಇಸ್ರಾಯೇಲರ ಎಡೆಬಿಡದ ಮೊಂಡುತನ, ಗುಣುಗುಟ್ಟುವಿಕೆ ಆತನಲ್ಲಿ ಅಪಾರವಾದ ನೋವನ್ನುಂಟು ಮಾಡಿತು.ಒಂದು ಕ್ಷಣದಲ್ಲಿ ದೇವರ ಅಪಾರ ಸಲಹೆಯನ್ನು ಮರೆತನು ಮತ್ತು ಅವರ ಗುಣಗುಟ್ಟುವಿಕೆ ತನ್ನ ವಿರುದ್ಧವಾಗಲ್ಲ ದೇವರ ವರುದ್ಧ ಎಂಬುದನ್ನು ಮರೆತನು. ಆತನು ತನ್ನ ಬಗ್ಗೆ ಮಾತ್ರ ಯೋಚಿಸಿದನು. ಅವನು ಇಸ್ರಾಯೇಲರ ಮೇಲೆ ಎಷ್ಟೋ ಪ್ರೀತಿಯನ್ನಿಟ್ಟರೂ ಪ್ರತಿಯಾಗಿ ಅವರು ಕೃತ

ಘ್ನತೆ ಪ್ರಕಟಿಸಿದರಲ್ಲ ಎಂದುಕೊಂಡನು. ಜನರು ತನಗೆ ಕಟುವಾಗಿ ತಪ್ಪೆಸಗಿದ್ದಾರೆ ಎಂದುಕೊಂಡನು,

ಮೋಶೆಯು ಬಂಡೆಯನ್ನು ಒಡೆಯುವಾಗ ದೇವರಿಗೆ ಗೌರವ ಸಲ್ಲಿಸುವುದರಲ್ಲಿ ಮತ್ತು ಇಸ್ರಾಯೇಲರೂ ಆತನಿಗೇ ಘನಮಾನ ಸಲ್ಲಿಸುವಂತೆ ಮಾಡುವುದರಲ್ಲಿ ಸೋತನು. ಇದರಿಂದ ಅಸಮಾಧಾನಗೊಂಡ ದೇವರು, ಆತನು ವಾಗ್ದಾತ್ತ ದೇಶಕ್ಕೆ ಸೇರುವುದಿಲ್ಲವೆಂದು ಹೇಳಿದನು. ಇಸ್ರಾಯೇಲರನ್ನು ನೀರದಾರಿಗೆ ತರಲು ಆಗ್ಗಾಗೆ ಅವಕಾಶ ಕಲ್ಪಿಸಿ, ತನ್ನ ಸಾಮರ್ಥ್ಯ ಪ್ರದರ್ಶಿಸಿ, ಅವರ ನೆನಪಿನಲ್ಲಿ ಉಳಿಯುವಂತೆ,ಘನಮಾನ ಪಡೆಯುವಂತೆ ಮಾಡುವುದೇ ದೇವರ ಯೋಜನೆಯಾಗಿತ್ತು.
ಆಜ್ಞಾಶಾಸನಗಳಾದ ಆ ಎರಡು ಕಲ್ಲಿನ ಹಲಗೆಗಳನ್ನು ಹಿಡಿದುಕೊಂಡು ಮೋಶೆಯು ಬೆಟ್ಟದಿಂದ ಇಳಿದು ಬರಲು, ಇಸ್ರಾಯೇಲರು ಚಿನ್ನದ ಬಸವನನ್ನು ಆರಾಧಿಸುತ್ತಿರುವುದನ್ನು ಕಂಡನು. ಅವನ ಕೋಪವು ತಾರಕಕ್ಕೇರಿ ಕಲ್ಲಿನ ಹಲಗೆಗಳನ್ನು ನೆಲಕ್ಕೆ ಹಾಕಿ ಒಡೆದು ಬಿಟ್ಟನು. ಇದರಲ್ಲಿ ಮೋಶೆ ಯಾವ ಪಾಪ ಮಾಡದಿರುವುದನ್ನು ನಾನು ಕಂಡೆನು. ದೇವರಮಹಿಮೆಯ ಉಪೇಕ್ಷೆಯನ್ನು ಸಹಿಸದೆ ಅವನು ಸಿಟ್ಟಿಗೆದ್ದನು. ಆದರೆ ತನ್ನ ಹೃದಯದ ನೈಜಭಾವನೆಗಳಿಗೆ ಸಿಲುಕಿ ದೇವರಿಗೆ ಸಲ್ಲಬೇಕಾದ ಮಹಿಮೆಯನ್ನು ತನ್ನದಾಗಿಸಿಕೊಳ್ಳುವಲ್ಲಿ ಪಾಪಮಾಡಿದನು. ಈ ಪಾಪಕ್ಕಾಗಿ ವಾಗ್ದಾತ ದೇಶದ ಪ್ರವೇಶದಿಂದ ವಂಚಿತನಾದನು .
ದೂತರ ಮುಂದೆ ಮೋಶೆಯನ್ನು ದೂಷಿಸಲು ಸೈತಾನನು ಸಮಯ, ಮತ್ತು ಕಾರಣಕ್ಕಾಗಿ ಹುಡುಕುತ್ತಿದ್ದನು. ದೇವರನ್ನು ಅಪ್ರಸನ್ನಗೊಳಿಸುವಂತೆ ಮಾಡುವುದರಲ್ಲಿ ವಿಜಯಿಯಾದನು ತನ್ನನ್ನು ತಾನೇ ಕೊಚ್ಚಿಕೊಳ್ಳುತ್ತಾ, ಇದೇ ರೀತಿ ಲೋಕರಕ್ಷಕನು ಮಾನವ ವಿಮೋಚನೆಗಾಗಿ ಬರುವಾಗಲೂ ಅಧೀನಮಾಡಿಕೊಳ್ಳುವೆನೆಂದು ಹೇಳಿದನು. ಈ ರೂಪಾಂತರದಲ್ಲಿ ಮೋಶೆ ಸೈತಾನನ ಶಕ್ತಿಗೆ ಪಕ್ಕಾಗಿ ಮರಣದ ದಬ್ಬಾಳಿಕೆಗೆ ಈಡಾದನು. ಒಂದುವೇಳೆ ದೃಡನಾದ್ದು ತನ್ನನ್ನು ಮಹಿಮೆಪಡಿಸಿಕೊಳ್ಳದಿದ್ದರೆ ದೇವರು

ಮೋಶೆಯನ್ನು ವಾಗ್ದಾತ್ತ ದೇಶಕ್ಕೆ ಕರೆದೊಯ್ದು ಅನಂತರ ಮರಣಕ್ಕೊಪ್ಪಿಸದೆ ರೂಪಾಂತರಗೊಳಿಸಿ ಪರಲೋಕಕ್ಕೆ ಸೇರಿಸುತ್ತಿದನು.

ಮೋಶೆಯು ಮರಣ ಹೊಂದಿದುದನ್ನು ನಾನು ಕಂಡೆನು ,ಆದರೆ ಯಾವ ಭ್ರಷ್ಟತೆಯನ್ನು ಕಾಣುವ ಮೊದಲೇ ಮಿಕಾಯೇಲನು ಬಂದು ಆತನಿಗೆ ಜೀವವನ್ನು ಅನುಗ್ರಹಿಸಿದನು. ಈ ಸಂದರ್ಭದಲ್ಲಿ ಸೈತಾನನು ಬಂದು ಈ ದೇಹವು ನನ್ನದು ಎಂದು ಆಗ್ರಹಿಸಿದನು. ಆದರೆ ಮೋಶೆಪುನರುತ್ಥಾನ ಹೊಂದಿ ಮಿಕಾಯೇಲನೊಂದಿಗೆ ಪರವನ್ನು ಸೇರಿದನು. ತನಗೆ ತುತ್ತಾಗಿದ್ದ ದೇಹವನ್ನು ಕೊಡದೆಹೋದುದರಿಂದ ಸೈತಾನನು ದೇವರನ್ನು ತೀಕ್ಷ್ಣವಾಗಿ ವಿರೋದಿಸುತ್ತಾ ಅನ್ಯಾಯಗಾರನೆಂದು ದೂಷಿಸಿದನು. ಸೈತಾನನ ಶೋಧನೆಗೆ ಒಳಗಾಗಿ ದೇವರ ಸೇವಕನು ಜಾರಿಬಿದ್ದಿದರೂ ಮಿಕಾಯೇಲನು ಪಿಶಾಚನನ್ನು ಆಕ್ಷೇಪಿಸದೆ ತಂದೆಯಾದ ದೇವರಿಗೊಪ್ಪಿಸಿ 'ದೇವರು ನಿನ್ನನ್ನು ಖಂಡಿಸಲಿ' ಅಂದನು.

ಯೇಸುವು ಶಿಷ್ಯರೊಂದಿಗೆ ಸಂಭಾಷಿಸುತ್ತ ದೇವರು ತನ್ನ ಮಹಾ ಘನಮಾನ ಮಹಿಮೆಗಳೊಂದಿಗೆ ಬರವಾಗ ಮರಣವನ್ನು ಕಾಣದ ಹಲವಾರು ಜನರು ತನ್ನೊಂದಿಗೆ ನಿಲ್ಲುವರು ಎಂದನು. ಅಂತಯೇ ಪ್ರಕಾಶರೂಪಂತರದಲ್ಲಿ ಇದು ಸಂಭವಿಸಿತು. ಆತನ ಮುಖಭಾವ ಬದಲಾಗಿ ಸೂರ್ಯನಂತೆ ಪ್ರಕಾಶಿಸಿತು, ವಸ್ತ್ರಗಳು ಬೆಳ್ಳಗೆ ಹೊಳೆಯುತ್ತಿದ್ದವು. ಯೇಸುವಿನ ಎರಡನೇ ಬರುವಣದಲ್ಲಿ ಸತ್ತು ಮೇಲೆದ್ದವರು ಸೂಚಕವಾಗಿ ಮೋಶೆಯೂ, ಮರಣವನ್ನು ಕಾಣದೆ ಮಾರ್ಪಡಿಸಲ್ಪಟ್ಟು ಪರಲೋಕಕ್ಕೇರಿದವರನ್ನು ಸೂಚಿಸುವಂತೆ ಎಲೀಯನು ಕಂಡುಬಂದರು. ಶಿಷ್ಯರು ಬಹು ಭಯಾಶ್ಚರ್ಯದಿಂದ ಯೇಸುವಿನ ಮಹೋನ್ನತ ಪ್ರಭುಶಕ್ತಿಯನ್ನು ಕಂಡರು ಮತ್ತು ಮೋಡವು ಆ ಮೂವರನ್ನು ಆವರಿಸಿಕೊಂಡಿತು. ಈತನೇ ಪ್ರಿಯನಾದ ನನ್ನ ಮಗನು; ಈತನ ಮಾತನ್ನು ಕೇಳಿರಿ ಎಂಬ ದೇವವಾಣಿಯನ್ನು ಕೇಳಿಸಿಕೊಂಡರು.

ನೋಡಿ; ವಿಮೋಚನಕಾಂಡ 32ನೇ ಅಧ್ಯಾಯ : ಅರಣ್ಯಕಾಂಡ 20;7-12:
ಧರ್ಮೋಪದೇಶಕಾಂಡ 34:5: 2ಅರಸು 2:11: ಮಾರ್ಕ ಅಧ್ಯಾಯ 9: ಯಾದ
9   .

ಅಧ್ಯಾಯ 07. ಕ್ರಿಸ್ತನನ್ನು ಹಿಡಿದುಕೊಟ್ಟಿದ್ದು

ಅನಂತರ ನನ್ನನ್ನು,ಯೇಸುವು ತನ್ನ ಶಿಷ್ಯರೊಂದಿಗೆ ಪಸ್ಕದ ಭೋಜನಮಾಡಿದ ಕಾಲಕ್ಕೆ ತೆಗೆದುಕೊಂಡು ಹೋಗಲಾಯಿತು. ಸೈತಾನನು ಯೂದನನ್ನು ವಂಚಿಸಿ, ತಾನೊಬ್ಬ ಕ್ರಿಸ್ತನ ನಂಬಿಗಸ್ಥ ಶಿಷ್ಯನು ಎಂದು ಯೋಚಿಸುವಂತೆ ಮಾಡಿದನು. ಆದರೆ ಅವನ ಹೃದಯವು ಐಹಿಕವಾಗಿಯೇ ಇತ್ತು. ಯೇಸುವಿನ ಅದ್ಭುತ ಕಾರ್ಯಗಳನ್ನೆಲ್ಲಾ ಕಂಡಿದ್ದನು, ಅವನ ಸುವಾರ್ತಾಸೇವೆಯ ಕಾಲದಲ್ಲೆಲ್ಲಾ ಜೊತೆಗಿದ್ದನು. ಆತನೇ ಮೆಸ್ಸೀಯನು ಎಂಬ ಪ್ರಬಲ ಸಾಕ್ಷಿಗೆ ತನ್ನನ್ನು ಒಪ್ಪಿಸಿಕೊಟ್ಟಿದ್ದನು; ಆದರೆ ಅವನು ಹತ್ತಿರದಲ್ಲೇ ಇದ್ದ ಲೋಭಿಯಾಗಿದ್ದನು. ಧನದಾಶೆಯುಳ್ಳವನಾಗಿದ್ದನು. ಅಂತೆಯೇ ಯೇಸುವಿನ ಮೇಲೆ ಸುರಿಸಿದ್ದ ಬಹುಬೆಲೆಯುಳ್ಳ ತೈಲದ ಬಗ್ಗೆ ಕೋಪದಿಂದ ಆಕ್ಷೇಪಿಸಿದನು, ಮರಿಯಳು ಕರ್ತನನ್ನು ಪ್ರೀತಿಸಿದಳು. ಅವಳ ಅಸಂಖ್ಯಾತ ಪಾಪಗಳನ್ನು ಯೇಸು ಕ್ಷಮಿಸಿದ್ದನು, ಅವಳ ಪ್ರೀತಿಪಾತ್ರ ತಮ್ಮನನ್ನು ಮರಣದಿಂದ ಎಬ್ಬಿಸಿದ್ದನು, ಯೇಸುವಿಗಾಗಿ ಅರ್ಪಿಸಿದ ಯಾವೂದೂ ಹೆಚ್ಚಿನದಲ್ಲ ಎಂಬುದು ಅವಳ ಭಾವನೆಯಾಗಿತ್ತು. ಅತಿ ಹೆಚ್ಚು ಬೆಲೆಯೂ, ಅಮೂಲ್ಯವೂ ಆದ ತೈಲವಾಗಿದ್ದಷ್ಟೂ ಅದನ್ನು ಆತನಿಗೆ ನಿವೇದಿಸುವುದು ಅವಳಿಗಿದ್ದ ಹೆಚ್ಚು ಧನ್ಯತೆಯನ್ನು ಪ್ರಕಟಿಸುವುದು. ಯೂದನು, ತನ್ನ ದುರಾಸೆಯನ್ನು ಮುಚ್ಚಿಕೊಳ್ಳಲು ತೈಲವನ್ನು ಮಾರಿ ಬಡವರಿಗೆ ಕೊಡಬಹುದಾಗಿತ್ತು ಎಂದನು. ಇದು ಯೂದನಿಗೆ ಬಡವರ ಪರವಾಗಿ ಇದ್ದ ಕಾಳಜಿಯಿಂದಲ್ಲ: ಅವನು ಸ್ವಾರ್ಥಿ, ಬಡವರ ಸಹಾಯಕ್ಕಾಗಿ ಅವನಿಗೆ ವಹಿಸಲ್ಪಟ್ಟ ಹಣವನ್ನು ಆಗಾಗ್ಗೆ ಸ್ವಂತಕ್ಕೆ ಉಪಯೋಗಿಸಿಕೊಳ್ಳುತ್ತಿದ್ದನು. ಯೂದನು ಯೇಸುವಿನ ಕೊರತೆ ಅಥವಾ ಸೌಕರ್ಯದ ಬಗೆಗೆ ಗಮನ ಕೊಡುತ್ತಿರಲಿಲ್ಲ. ಬಡವರನೆಪದಿಂದ ದುರಾಸೆಯನ್ನು ಸಾಧಿಸಿಕೊಳ್ಳುತ್ತಿದ್ದನು. ಮರಿಯಳ ಈ ಔದಾರ್ಯತೆ, ದೊಡ್ಡಮನಸ್ಸು ಅವನ ದುರಾಶಾ ಪ್ರವೃತ್ತಿಯನ್ನು ಸೀಳುವ ಖಂಡನೆಯಾಯಿತು.

ಯೂದನ ಹೃದಯವು ಸೈತಾನನ ಶೋಧನೆಯ ಅಂಗೀಕಾರಕ್ಕೆ ಸಿದ್ದವಾಯಿತು. ಯಹೋದ್ಯರು ಯೇಸುವನ್ನು ಹಗೆಮಾಡಿದರು; ಆದರೆ

ಆತನ ವಿವೇಕ ತುಂಬಿದ ಮಾತುಗಗನ್ನು ಕೇಳಲು ಜನರ ಗುಂಪು ನೆರೆದು ಆತನ ಅದ್ಭುತಕಾರ್ಯಗಳನ್ನು ಕಾಣಲು ಬರುತ್ತಿತ್ತು. ಈ ಅದ್ಭುತವಾದ ಬೋದಕನ ಪ್ರಬೋಧನೆ ಕೇಳುವುದರಲ್ಲಿ ಹೆಚ್ಚಾದ ಆಸಕ್ತಿ ವಹಿಸುತ್ತಾ ಮಹಾಯಾಜಕರು ಮತ್ತು ಹಿರಿಯರನ್ನು ಬಿಟ್ಟು ಯೇಸುವಿನೆಡೆಗೆ ಹಿಂಬಾಲಿಸಲಾರಂಭಿಸಿದರು.

ಅಧಿಕಾರಸ್ಥರಲ್ಲಿ ಕೆಲವರು ಯೇಸುವನ್ನು ನಂಬಿದರೂ ತಮ್ಮನ್ನು ಹಿರೀಸಭೆಯಿಂದ ಹೊರಹಾಕುವರೇನೋ ಎಂಬ ಭಯದಿಂದ ಆತನನ್ನು ಒಪ್ಪಿಕೊಳ್ಳಲು ಭಯಪಟ್ಟರು. ಏನಾದರೂ ಮಾಡಿ ಜನರು ಯೇಸುವನ್ನು ಹಿಂಬಾಲಿಸುವುದನ್ನು ತಡೆಗಟ್ಟಬೇಕೆಂದು ಯಾಜಕರೂ ಹಿರಿಯರೂ ತೀರ್ಮಾನಿಸಿದರು. ಎಲ್ಲ ಜನರೂ ಆತನನ್ನು ನಂಬುವರೆಂದು ಭಯಗೊಂಡರು. ತಮಗೆ ಸುರಕ್ಷೆ ಇಲ್ಲದಿರುವುದನ್ನು ಮನಗಂಡರು. ಒಂದೋ ತಮ್ಮ ಸ್ಥಾನವನ್ನು ಬಿಡಬೇಕು ಇಲ್ಲವೇ ಯೇಸುವನ್ನು ಕೊಲ್ಲಬೇಕು. ಆದರೆ ಆತನನ್ನು ಕೊಂದರೂ ಆತನ ಶಕ್ತಿಯನ್ನು ಸಮರ್ಥಿಸುವ ಸಜೀವ ಸ್ಮಾರಕಗಳು ಇದ್ದವು. ಯೇಸುವು ಲಾಜರಸನನ್ನು ಮರಣದಿಂದ ಎಬ್ಬಿಸಿದ್ದನು. ಒಂದುವೇಳೆ ಯೇಸುವನ್ನು ಕೊಂದರೆ ಲಾಜರಸನು ಆತನ ಶಕ್ತಿಗೆ ಸಾಕ್ಷಿಯಾಗಿ ಇದ್ದನು. ಜನರು ಮರಣದಿಂದ ಎಬ್ಬಿಸಲ್ಪಟ್ಟ ಲಾಜರಸನನ್ನು ಕಾಣಲು ಕೂಡಿಬರುತ್ತಿದ್ದ ಕಾರಣ ಅವನನ್ನೂ ಕೊಂದು ಜನರ ಉದ್ರೇಕವನ್ನು ತಣ್ಣಗಾಗಿಸಬೇಕು ಎಂದುಕೊಂಡರು. ಅನಂತರ ಸಂಪ್ರದಾಯ, ತತ್ವಗಳ ಕಡೆಗೆ ಜನರನು ಸೆಳೆದು ಸೋಂಪು ಜೀರಿಗೆಯಲ್ಲಿ ಹತ್ತರಲ್ಲೊಂದು ಭಾಗವನ್ನು ಪಡೆಯುವಂತೆ ತಮ್ಮ ಕಡೆಗೆ ಸೆಳೆಯಬಹುದು ಎಂದು ಯೋಚಿಸಿದರು. ಯೇಸುವನ್ನು ಏಕಾಂಗಿಯಾಗಿದ್ದಾಗ ಹಿಡಿಯಬೇಕು ಎಂದುಕೊಂಡರು; ಒಂದುವೇಳೆ ಗುಂಪಿನ ಮದ್ಯದಲ್ಲಿ ಹಿಡಿದರೆ ಆತನ ಮೇಲೆ ಆಸಕ್ತರಾದ ಜನರು ಹುಚ್ಚೆದ್ದು ತಮ್ಮನ್ನು ಕಲ್ಲೆಸೆದು ಹೊಡೆದಾರು ಎಂದು ಭಯಗೊಂಡರು.

ಮಹಾಯಾಜಕರೂ ಹಿರಿಯಾರೂ ಯೇಸುವನ್ನು ಹಿಡಿಯಲು ಎಷ್ಟು ಕಾತುರರಾಗಿದ್ದಾರೆ ಎಂಬುದು ಯೂದನಿಗೆ ತಿಳಿದಿತ್ತು. ಕೆಲವು ಬೆಳ್ಳಿಯ

ಕಾಸುಗಳಿಗಾಗಿ ಆತನನ್ನು ಹಿಡಿದುಕೊಡಲು ಒಪ್ಪಿಕೊಂಡನು. ಹಣದ ದುರಾಶೆಯೇ ಯೇಸುವನ್ನು ಕಡುಶತ್ರುಗಳ ಕೈಗೆ ಹಿಡಿದು ಕೊಡುವಂತೆ ಪ್ರೇರೆಪಿಸಿತು. ಸೈತಾನನು ಯೂದನ ಮೂಲಕ ಕಾರ್ಯ ಮಾಡುತ್ತಿದ್ದನು. ರಾತ್ರಿಬೋಜನದ ಪ್ರಭಾವಭರಿತ ಸಂದರ್ಭದ ಮದ್ಯೆ ಯೇಸುವನ್ನು ಹಿಡಿದುಕೊಡಲು ಹೊಂಚುಹಾಕಿದನು. ಈತನಿಂದಾಗಿ ಎಲ್ಲಾ ಶಿಷ್ಯರು ಆ ರಾತ್ರಿ ಮನನೋಯುವರೆಂದು ಬಹುದುಃಖದಿಂದ ಯೇಸು ಹೇಳಿದನು. ಆದರೆ ಪೇತ್ರನು, ಎಲ್ಲರೂ ಹಿಂಜರಿದರೂ ನಾನು ನಿನ್ನನ್ನು ಬಿಟ್ಟು ಹಿಂಜರಿಯನು ಎಂದು ದೃಡವಾಗಿ ಹೇಳಿದನು. ಯೇಸುವು, ಸೈತಾನನು ನಿನ್ನನ್ನು ಸೆಳೆದುಕೊಳಲು ಇಚ್ಚಿಸಿ, ನಿನ್ನನ್ನು ಗೋಧಿ ಒನೆಯುವಂತೆ ಒನೆಯಲು ಕಾದಿದ್ದಾನೆ ಆದರೆ ನಿನ್ನ ನಂಬಿಕೆ ಹಾಳಾಗಬಾರದೆಂದು ನಾನು ಪ್ರಾರ್ಥಿಸಿದ್ದೇನೆ. ನೀನು ಪರಿವರ್ತನೆಗೊಂಡಾಗ ಸಹೋದರರನ್ನು ದೃಡಪಡಿಸು ಎಂದನು.

ಆನಂತರ ನಾನು, ಯೇಸು ಶಿಷ್ಯರೊಂದಿಗೆ ತೋಟದಲ್ಲಿರುವುದನ್ನು ಕಂಡೆನು. ಶೋಧನೆಗೆ ಒಳಗದಂತೆ ಎಚ್ಚರವಾಗಿದ್ದು ಪ್ರಾರ್ಥಿಸಿರಿ ಎಂದು ಆತನು ಶಿಷ್ಯರಲ್ಲಿ ಆಳವಾದ ವೇದನೆಯಿಂದ ಬೇಡಿಕೊಂಡನು. ಇವರ ನಂಬಿಕೆಯು ಪರಿಶೋಧಿಸಲ್ಪಟ್ಟು ನಿರೀಕ್ಷೆಗಳೆಲ್ಲಾ ನಿರಾಶೆಹೊಂದುವುದೆಂದೂ ಎಚ್ಚರವಾಗಿದ್ದು ಪ್ರಾರ್ಥನೆಯಲ್ಲಿ ನಿರತರಾಗುವುದರ ಮೂಲಕ ಬಲಹೊಂದಿಕೊಳ್ಳಬಹುದೆಂದು ಯೇಸುವಿಗೆ ತಿಳಿದಿತ್ತು. ಯೇಸುವು ಜೋರಾಗಿ ಅಳುತ್ತಾ 'ನನ್ನ ತಂದೆಯೇ ಸಾದ್ಯವಾಗಿದ್ದರೆ ಈ ಪಾತ್ರೆಯು ನನ್ನನ್ನು ಬಿಟ್ಟುಹೋಗಲಿ; ಹೇಗೂ ನನ್ನ ಚಿತ್ತದಂತಾದೆ ನಿನ್ನ ಚಿತ್ತದಂತೆಯೇ ಆಗಲಿ' ಎಂದು ಪ್ರಾರ್ಥಿಸಿದನು. ದೇವಕುಮಾರನು ಬಹು ಯಾತನೆಯಿಂದ ಪ್ರಾರ್ಥಿಸಿದನು. ಆತನ ಮುಖದಿಂದ ಬೆವರಿನ ದೊಡ್ಡಹನಿಗಳು ರಕ್ತದಂತೆ ಸುರಿದವು. ದೂತರ ಗುಂಪು ಈದೃಶ್ಯವನ್ನು ನೋಡುತ್ತಾ ಹಾರಡುತ್ತಿದ್ದಾಗ, ಒಬ್ಬ ದೂತನು ಮಾತ್ರ ಆತನ ಬಳಿಗೆ ಹೋಗಿ ಬಲಗೊಳಿಸಲು ಅನುಮತಿಸಲ್ಪಟ್ಟನು. ಪರಲೋಕದಲ್ಲಿದ್ದ ದೂತರೆಲ್ಲಾ ತಮ್ಮ ಮುಕುಟ ಹಾಗೂ ವಾದ್ಯಗಳನ್ನು ಕೈಬಿಟ್ಟು ಬಹು

ಶ್ರದ್ಧೆಯಿಂದ ದೃಷ್ಟಿಸುತ್ತಿದ್ದರು.ಪರಲೋಕದಲ್ಲಿ ಉಲ್ಲಾಸವಿರಲಿಲ್ಲ. ದೂತರೆಲ್ಲಾ ದೇವಪುತ್ರನನ್ನು ಸುತ್ತುವರೆಯಲು ಇಚ್ಚಿಸಿದರು. ಪ್ರದಾನ ದೂತರು ಅದಕ್ಕೆ ಅವಕಾಶ ಗೊಡಲಿಲ್ಲ. ಏಕೆಂದರೆ ಈ ಹಿಡುಕೊಡುವಿಕೆಯನ್ನು ಅವರು ಕಂಡು ಯೇಸುವನ್ನು ಬಿಡಿಸಿಕೊಳ್ಳುವರು , ಅದರೆ ದೇವಯೋಜನೆಯು ನಿರ್ಧರಿಸಲ್ಪಟ್ಟಿದ್ದು ಅದು ಸಫಲಗೊಳ್ಳಲೇಬೇಕಾಗಿತ್ತು.

ಯೇಸು ಪ್ರಾರ್ಥಿಸಿದ ಮೇಲೆ ಶಿಷ್ಯರನ್ನು ನೋಡಲು ಬಂದನು , ಅವರು ನಿದ್ರೆಮಾಡುತ್ತಿದ್ದರು. ಈ ಬೀಕರ ಗಳಿಗೆಯಲ್ಲಿ ಶಿಷ್ಯರ ಪ್ರಾರ್ಥನೆಯ ಸಂತೈಸುವಿಕೆಯೂ ಆತನಿಗಿರಲಿಲ್ಲ. ಕಲವು ಕ್ಷಣಗಳ ಮುಂದೆ ಬಹು ಪುಟಿಯುತ್ತಿದ್ದ ಪೇತ್ರನ ಕಣ್ಣುಗಳೂ ನಿದ್ರೆಯಿಂದ ಭಾರವಾಗಿದ್ದವು,ಯೇಸು ಆತನ ಸಕಾರಾತ್ಮಕ ಹೇಳಿಕೆಯನ್ನು ನೆನಪಿಸಿ, ಏನು! ಒಂದು ಗಂಟೆಮಾತ್ರವೂ ನನಗಾಗಿ ಎಚ್ಚರವಾಗಿರಲಾರೆಯಾ? ಎಂದು ಪ್ರಶ್ನಿಸುದನು. ಯೂದನು ಜನರಗುಂಪನ್ನು ಸೇರಿಸಿಕೊಂಡು ಹತ್ತಿರ ಬರುವುದರಲ್ಲಿ ದೇವಪುತ್ರನು ಮೂರಿಬಾರಿ ಯಾತನೆಯಿಂದ ಪ್ರಾರ್ಥಿಸಿದನು. ಯೂದನು ಯಥಾಪ್ರಕಾರ ವಂದಸುವಂತೆ ಯೇಸುವಿನ ಬಳಿಗೆ ಬಂದನು. ಗುಂಪು ಯೇಸುವನ್ನು ಆವರಿಸಿಕೊಂಡುರು: ಅಗ ತನ್ನ ದೈವಶಕ್ತಿಯನ್ನು ಪ್ರಕಟಿಸುತ್ತಾ, ಯಾರನ್ನು ಹುಡುಕುತ್ತಿದ್ದೀರಿ? ನಾನೇ ಅವನು ಎಂದನು. ಆ ಜನರೆಲ್ಲಾ ಹಿಂದೆ ಸರಿದು ನೆಲದ ಮೇಲೆ ಬಿದ್ದರು. ಇವರು ಆತನ ಶಕ್ತಿಯನ್ನು ಕಾಣಲೆಂದೂ ಹಾಗೂ ತಾನೇ ಇಚ್ಚಿಪಟ್ಟರೆ ಅವರಿಂದ ಬಿಡಿಸಿಕೊಳ್ಳಲಾಗುವುದೆಂದು ಸಾಬೀತು ಪಡಿಸಲು ಯೇಸು ಅವರನ್ನು ವಿಚಾರಿಸಿದನು.

ಜನಸಮೂಹವು ಕತ್ತಿ ದೊಣ್ಣೆಗಳೊಡನೆ ಕೆಳಗೆ ಬಿದ್ದಾಗ ಶಿಷ್ಯರು ಭರವಸೆ ಹೊಂದಲಾರಂಭಿಸಿದರು. ಅವರೆದ್ದು ದೇವಪುತ್ರನನ್ನು ಮುತ್ತಿಕೊಳ್ಳುವಾಗ ಪೇತ್ರನು ಕತ್ತಿಯನ್ನು ಸೆಳೆದು ಒರ್ವನ ಕಿವಿಯನ್ನು ಕತ್ತರಿಸಿದನು. ಆಗ ಯೇಸು ಕತ್ತಿಯನ್ನು ಒರೆಯಲ್ಲಿ ಹಾಕು ಎಂದು ಹೇಳಿ ನಾನು ನನ್ನ ತಂದೆಯನ್ನು ಬೇಡಿಕೊಳ್ಳಲಾರೆನೆಂದೂ, ಬೇಡಿಕೊಡರೆ ಆತನು ನನಗೆ ಇದೀಗಲೇ ಹನ್ನೆರಡು

ಗಣಗಳಿಗಿಂತ ಹೆಚ್ಚಾಗಿ ದೇವದೂತರನ್ನು ಕಳುಹಿಸಿಕೊಡುವುದಿಲ್ಲವೆಂದು ನೆನೆಸುತ್ತೀಯಾ? ಎಂದನು. ಈ ಮಾತನ್ನಾಡುತ್ತಿರುವಾಗ ದೂತರೆಲ್ಲರ ಮುಖಭಾವವು ಸಂಚಲನಗೊಂಡುದನ್ನು ನಾನು ಕಂಡೆನು. ತತ್ ಕ್ಷಣವೇ ತಮ್ಮ ಅಧಿಪತಿಯನ್ನು ಸುತ್ತುವರಿದು ಕ್ರೋಧಿತ ಜನರ ಹಿಂಡನ್ನು ಚದುರಿಸಲು ಇಚ್ಛಿಸಿದರು; ಕಳುಹಿಸಿಕೊಟ್ಟರೆ ನನಗೆ ಇಂಥಿಂಥದ್ದು ಆಗಬೇಕೆಂಬುವುವ ಶಾಸ್ತ್ರದ ಮಾತುಗಳು ನೆರವೇರುವದು ಹೇಗೆ ?ಎಂದು ಯೇಸು ಹೇಳಿದಾಗ ದೂತರ ಮುಖವು ಸಪ್ಪಗಾದವು. ಯೇಸುವು ಇದೆಲ್ಲಾ ಸಂಭವಿಸಲು ಅನುಮತಿ ನೀಡಿದಾಗ ಶಿಷ್ಯರ ಹೃದಯವು ನಿರಾಶೆಯಿಂದ ಕುಂದಿಹೋಯಿತು.

ಶಿಷ್ಯರು ಪ್ರಾಣಭಯದಿಂದ ಒಬ್ಬೊಬ್ಬರೂ ಅತ್ತಿತ್ತ ಚದುರಿ ಹೋದರು. ಯೇಸು ಒಂಟಿಯಾದನು. ಓಹ! ಆಗ ಸೈತಾನನ ವಿಜಯೋತ್ಸಾಹವೇನು! ದೇವದೂತರಲ್ಲಿ ದುಃಖ ತುಮುಲ ಉಂಟಾಯಿತು. ಹಲವಾರು ದೇವದೂತಗಣಗಳು ಗಣಕ್ಕೊಬ್ಬ ಎತ್ತರವಾದ ಪ್ರಧಾನದೂತರೊಡನೆ ಈ ದೃಶ್ಯವನ್ನು ವೀಕ್ಷಿಸಲು ಕಳುಹಿಸಲಾಯಿತು. ದೇವಕುಮಾರನ ಮೇಲಾಗುವ ಪ್ರತಿಕ್ರಿಯೆ, ಅಪಮಾನ, ಮತ್ತು ಕ್ರೂರತ್ವವನ್ನು ಅವರು ದಾಖಲಿಸಬೇಕಾಗಿತ್ತು, ಯೇಸು ಅನುಭವಿಸುವ ಪ್ರತಿ ಆತಂಕದ ಕ್ಷಣವನ್ನು ನಮೂದಿಸಬೇಕಾಗಿತ್ತು, ಏಕೆಂದರೆ ಮನುಷ್ಯರು ಇದೆಲ್ಲವನ್ನು ಜೀವಪಾತ್ರರಲ್ಲಿ ಮತ್ತೊಮ್ಮೆ ಕಾಣಬೇಕಾಗಿತ್ತು.

ಓದಿ: ಮತ್ತಾಯ 26:1-56; ಮಾರ್ಕ 14:1-52 ; ಲೂಕ 22:1-46 ; ಯೋಹಾನ ಅಧ್ಯಾಯ 11, 12:1-11, 18:1-12

ಅಧ್ಯಾಯ 08. ಕ್ರಿಸ್ತನ ವಿಚಾರಣೆ

ದೂತರು ಪರಲೋಕವನ್ನು ಬಿಡುವಾಗ ತಮ್ಮ ಹೊಳೆಯುವ ಮುಕುಟವನ್ನು ದುಃಖದಿಂದ ತೆಗೆದಿಟ್ಟರು. ತಮ್ಮ ಅಧಿಪತಿಯು ಮುಳ್ಳಿನ ಕಿರೀಟ ಧರಿಸಿ ಹಿಂಸೆಪಡುತ್ತಿರುವಾಗ ಅವರಿಗೆ ಧರಿಸಲು ಅಸಾಧ್ಯವಾಯಿತು. ಇತ್ತ ಮನುಷ್ಯತ್ವವನ್ನು, ಸಹಾನುಭೂತಿಯನ್ನು ನಾಶಮಾಡಲು ಸೈತಾನನೂ ಆತನ ದೂತನ ವಿಚಾರಣಾ ಅಂಗಳದಲ್ಲಿ ಗಡಬಿಡಿಯಾಗಿದ್ದರು. ಅವರ ಪ್ರಭಾವದಿಂದ ವಾತಾರಣವೆಲ್ಲಾ ಭಾರವಾಗಿಯೂ, ಮಲಿನವಾಗಿಯೂ ಇತ್ತು. ಮಹಾಯಜಕರೂ ಹಿರಿಯರೂ ಮನುಷ್ಯಮಾತ್ರದವರು ಸಹಿಸಲಾಗದ ದೂಷಣೆ ಮತ್ತು ಅಪಮಾನವನ್ನು ಯೇಸುವಿಗೆ ಮಾಡುವಂತೆ ಸೈತಾನ ಮತ್ತು ದೂತರಿಂದ ಪ್ರಚೋದಿಸಲ್ಪಟ್ಟರು. ಈ ಹಿಂಸೆಯು ದೇವಕುಮಾರನನ್ನು ಗೊಣಗುವಂತೆ ಮಾಡುವುದು; ಅಥವಾ ತನ್ನ ದೈವ ಶಕ್ತಿಯನ್ನು ಪ್ರಕಟಿಸುವಂತೆ ಮಾಡಿ ಜನರ ಗುಂಪಿನ ಹಿಡಿತದಿಂದ ತನ್ನನ್ನು ಬಿಡಿಸಿಕೊಳ್ಳಲು ಬಲಾತ್ಕರಿಸಬಹುದು, ಹೀಗೆ ಅಂತಿಮವಾಗಿ ರಕ್ಷಣಾಯೋಜನೆಯು ಸೋಲಬಹುದು ಎಂದು ಸೈತಾನನು ನಿರೀಕ್ಷಿಸಿದನು.

ಕರ್ತನನ್ನು ವಶಪಡಿಸಿಕೊಟ್ಟಮೇಲೆ ಪೇತ್ರನು ಹಿಂಬಾಲಿಸಿದನು. ಯೇಸುವಿಗೆ ಏನಾಗಬಹುದುದೆಂದು ಅವನು ತಿಳಿಯಲು ಕಾತುರನಾಗಿದ್ದನು. ಅವನನ್ನು ಶಿಷ್ಯರಲ್ಲಿ ಒಬ್ಬನೆಂದು ಜನರು ಗುರುತಿಸಿದಾಗ ಒಪ್ಪಿಕೊಳ್ಳಲಿಲ್ಲ; ಅವನಿಗೆ ಪ್ರಾಣಭಯ ಆವರಿಸಿ, "ಆ ಮನುಷ್ಯನನ್ನು ನಾನರಿಯನು" ಎಂದನು. ಶಿಷ್ಯರು. ಅವರ ಸ್ಪಷ್ಟಶುದ್ಧ ಭಾಷಯಿಂದ ಗುರುತಿಸಲ್ಪಡುತ್ತಿದ್ದರು. ಪೇತ್ರನು, ಜನರನ್ನು ಮೋಸಗೊಳಿಸಿ ಕ್ರಿಸ್ತನ ಶಿಷ್ಯರಲ್ಲಿ ಒಬ್ಬನಲ್ಲವೆಂದು ಒಪ್ಪಿಸಲು, ಮೂರನೇ ಭಾರಿ ಆಣೆ ಪ್ರಮಾಣಗಳಿಂದ ಬೊಂಕಿದನು, ಪೇತ್ರನಿಂದ ಸ್ವಲ್ಪ ದೂರದಲ್ಲಿದ್ದ ಯೇಸು ಯಾತನೆ ತುಂಬಿದ ಆಕ್ಷೇಪಣಾ ದೃಷ್ಟಿಯನ್ನು ಅವನ ಮೇಲೆ ಹರಿಸಿದನು. ಆಗ ತಾನೇ ಮೇಲುಪ್ಪರಿಗೆಯಲ್ಲಿ ಯೇಸು ತನ್ನೊಂದಿಗೆ ಆಡಿದ ಮಾತು, ಆ ಮಾತಿಗೆ ತನ್ನ ಹುರುಪಿನ ಹೇಳಿಕೆ 'ನಿನ್ನನ್ನು ಎಲ್ಲರೂ ಬಿಟ್ಟುಹೋದರು ನಾನು ಹಿಂಜರಿಯೆನು' ಎಂದಿದ್ದು ನೆನಪಾಯಿತು. ಅವನು ಕರ್ತನನ್ನು ಆಣೆಪ್ರಮಾಣಗಳಿಂದ ಬೊಂಕಿದನು; ಆದರೆ ಯೇಸುವಿನ ನೋಟ ಅವನನ್ನು ಕರಗಿಸಿತ್ತು ಮತ್ತು ರಕ್ಷಿಸಿತು. ತಾನು ಮಾಡಿದ

ಮಹಾಪಾಪಕ್ಕಾಗಿ ಬಹುವಾಗಿ ಅಳುತ್ತಾ ಪಶ್ಚಾತ್ತಾಪ ಪಟ್ಟನು ಮತ್ತು ಪರಿವರ್ತನೆ ಹೊಂದಿದನು ನಂತರ ಸಹೋದರರನ್ನು ಧೃಡಪಡಿಸಲು ಸಿದ್ಧನಾದನು.

ಜನರಗುಂಪು ಯೇಸುವಿನ ರಕ್ತಕ್ಕಾಗಿ ತಗಾದೆ ಮಾಡಲಾರಂಭಿಸಿತು. ಅವನು ಕ್ರೂರವಾಗಿ ಕೊರಡೆಯಿಂದ ಬಾರಿಸಿದರು. ಅವನ ಮೇಲೆ ಒಂದು ಹಳೆಯ ಕೆಂಪು ರಾಜವಲ್ಲಿಯನ್ನು ಹೊದಿಸಿದರು ಮತ್ತು ಮುಳ್ಳುಗಳಿಂದ ಹೆಣೆದ ಕಿರೀಟವನ್ನು ಆತನ ತಲೆಗೆ ತೊಡಿಸಿದರು. ಬೆತ್ತ ಒಂದನ್ನು ಆತನ ಕೈಗೆ ಕೊಟ್ಟು ಗೇಲಿಮಾಡುತ್ತಾ ಮುಂದೆ ಬಾಗಿ ಯಹೂದ್ಯ ಅರಸನೇ, ನಿನಗೆ ನಮಸ್ಕಾರ ಎಂದರು. ನಂತರ ಬೆತ್ತವನ್ನು ಕಸಗೊಂಡು ಆತನ ತಲೆಮೇಲೆ ಹೊಡೆಯಲು ಮುಳ್ಳುಗಳೆಲ್ಲಾ ಹಣೆಗೆ ಚುಚ್ಚಿ ರಕ್ತವು ಹನಿಹನಿಯಾಗಿ ಹರಿದು ಆತನ ಗಡ್ಡ ಮತ್ತು ಮುಖದ ಮೇಲೆ ಹರಿಯಿತು.
ದೇವದೂತರಿಗೆ ಈ ದೃಶ್ಯವನ್ನು ತಾಳಿಕೊಳ್ಳಲು ಅಸಾಧ್ಯವಾಯಿತು. ಅವರ ಕೈಗಳಿಂದ ಯೇಸುವನ್ನು ಬಿಡಿಸಬಹುದಿತ್ತು. ಆದರೆ ಪ್ರಧಾನ ದೂತರು, ಸ್ಥೈರಿಸಿಕೊಳ್ಳಬೇಕೆಂದು ತಿಳಿಸಿ, ಈ ಘಟನೆಯು ಮಾನವನ ಬಿಡುಗಡೆಗಾಗಿ ಕೊಡುತ್ತಿರುವ ಮಹಾಕ್ರಯ; ಈ ಹಿಂಸೆ ಪರಿಪೂರ್ಣವಾಗಿ ಸಂಭವಿಸಿ ಮರಣದ ಮೇಲೆ ಅಧಿಕಾರವಿರುವಾತನನ್ನು ಮರಣಕ್ಕೆ ಒಪ್ಪಿಸುತ್ತದೆ ಎಂದರು. ಯೇಸುವಿಗಾಗುತ್ತಿದ್ದ ಈ ಹೀನೈಸುವಿಕೆಯನ್ನೆಲ್ಲಾ ದೂತರು ಕಾಣುತ್ತಿದ್ದಾರೆಂಬುದು ಆತನಿಗೆ ತಿಳಿದಿತ್ತು. ದೂತರಲ್ಲಿ ಅತಿ ನಿರ್ಬಲದೂತನು ಜನರಗುಂಪನ್ನು ನಿತ್ರಾಣಗೊಳಿಸಿ ಯೇಸುವನ್ನು ಬಿಡಿಸಬಲ್ಲ ಶಕ್ತನಾಗಿರುವುದನ್ನು ನಾನು ಕಂಡೆನು. ಒಂದುವೇಳೆ ಯೇಸುವು ತಂದೆಯಿಂದ ಅಪೇಕ್ಷಿಸಿದ್ದರೆ ದೂತರು ತತ್ ಕ್ಷಣವೆ ಬಿಡುಗಡೆ ಮಾಡಬಲ್ಲವರಾಗಿದ್ದರು. ಆದರೆ ರಕ್ಷಣಾಯೋಜನೆಯನ್ನು ನೇರವೇರಿಸಲು ಯೇಸು ಈ ದುಷ್ಟರ ಹಲವು ಕೃತ್ಯಗಳನ್ನು ಅನುಭವಿಸಲೇ ಬೇಕಾಗಿತ್ತು.
ರೊಚ್ಚಿಗೆದ್ದ ಜನರಗುಂಪು ಅತಿತುಚ್ಛವಾಗಿ ತೆಗೆದುಕೊಳ್ಳುತ್ತಿದ್ದಾಗ ಯೇಸು ಧೀನನಾಗಿ, ನಮ್ರನಾಗಿ ನಿಂತಿದ್ದನು ಯೇಸುವಿನ ಯಾವ

ಮುಖವು;ನೋಡಲಾಗದೆ ಬಚ್ಚಿಟ್ಟುಕೊಳ್ಳುವರೋ, ದೇವರ ರಾಜ್ಯಕ್ಕೆ ಪ್ರಕಾಶ ಪ್ರಸಾದಿಸುತ್ತದೋ, ಸೂರ್ಯನಿಗಿಂತ ತೀವ್ರವಾಗಿ ಹೊಳೆಯಬಲ್ಲದೋ, ಆ ಮುಖದ ಮೇಲೆ ಉಗುಳಿದರು. ಇಂಥ ಆಕ್ರಾಮಣಕಾರರ ಮೇಲೆ ಆತನು ಕೋಪದ ದೃಷ್ಟಿಯನ್ನಾದರೂ ಹರಿಸಲಿಲ್ಲ. ಬಹು ವಿನೀತನಾಗಿ ತನ್ನ ಕೈಗಳಿಂದ ಉಗುಳನ್ನು ಒರೆಸಿಕೊಂಡನು.ಅವರು ಹಳೆಯ ವಸ್ತ್ರಗಳನ್ನು ಆತನ ಮೇಲೆ ಹೊದಿಸಿದರು; ಏನೂಕಾಣಲಾಗದಂತೆ ಮಾಡಿ ಮುಖದ ಮೇಲೆ ಹೊಡೆದರು. ನಿನ್ನನ್ನು ಯಾರು ಹೊಡೆದರೆಂದು ಪ್ರವಾಧನೆ ಹೇಳು? ಎಂದು ಕೂಗಿದರು. ಈಗ ದೂತರಲ್ಲಿ ಕೋಲಾಹಲವಾಯಿತು. ಅವರು ಆ ಕ್ಷಣವೇ ಯೇಸುವನ್ನು ಬಿಡಿಸಬಲ್ಲವರಾಗಿದ್ದರು; ಆದರೆ ಪ್ರಧಾನ ದೂತರು ಅವರನ್ನು ನಿಗ್ರಹಿಸಿದರು,

ಯೇಸು ಇದ್ದೆಡೆಗೆ ಹೋಗಿ ವಿಚಾರನೆಯನ್ನು ಕಾಣಲು ಶಿಷ್ಯರಿಗೆ ವಿಶ್ವಾಸ ಉಂಟಾಯಿತು. ಆತನು ತನ್ನ ದೇವಬಲವನ್ನು ಪ್ರಯೋಗಿಸಿ, ಶತೃಗಳ ಕೈಯಿಂದ ಬಿಡಿಸಿಕೊಂಡು ಅವರ ಕ್ರೂರತ್ವವನ್ನು ಶಿಕ್ಷಿಸುವನೆಂದು ಭಾವಿಸಿದರು. ಒಂದೊಂದೇ ದೃಶ್ಯವನ್ನು ನೋಡುತ್ತಾ ಹೋದಾಗ ಅವರ ನಿರೀಕ್ಷೆ ಏರುಪೇರಾಗುತ್ತಿತ್ತು. ಕೆಲವುಬಾರಿ ತಾವು ಮೋಸಹೋದೆವು ಎಂದುಕೊಂಡರು ಆದರೆ ರೂಪಾಂತರ ಬೆಟ್ಟದಲ್ಲಿ ಅವರು ಕಂಡ ಪ್ರಕಾಶ ಹಾಗೂ ವಾಣಿಯು ಈತನು ದೇವಕುಮಾರನೇ ಎಂದು ನಂಬುವಂತೆ ಮಾಡಿ ಬಲಪಡಿಸಿತು. ತಾವು ಕಣ್ಣಾರೆ ನೋಡಿದ ದೃಶ್ಯಗಳಿಗೆ ಸಾಕ್ಷಿಯಾದುದು ನೆನಪಾಯಿತು. ರೋಗಗಳನ್ನು ವಾಸಿಮಾಡಿದುದು. ಕುರುಡರಿಗೆ ಕಣ್ಣುಕೊಟ್ಟಿದು, ಕಿವುಡರನ್ನು ಕೇಳುವಂತೆ ಮಾಡಿದ್ದು, ದೆವ್ವಗಳನ್ನು ಬಿಡಿಸಿ ಖಂಡಿಸಿದ್ದು, ಸತ್ತವರನ್ನು ಎಬ್ಬಿಸಿದ್ದು, ಮಾತ್ರವಲ್ಲದೆ ಬಿರುಗಾಳಿಯನ್ನು ಗದರಿಸಿದ್ದಾಗ ಅದು ವಿಧೇಯವಾದದ್ದು ಎಲ್ಲವೂ ನೆನಪಿಗೆ ಬಂದವು. ಯೇಸು ತನ್ನ ಬಲದಿಂದ ಸಿಡಿದೆದ್ದು ಅಧಿಕಾರವಾಣಿಯಿಂದ ರಕ್ತಪಿಪಾಸು ಜನಜಂಗುಳಿಯನ್ನು ಚದುರಿಸಬಹುದು ಎಂದು ಎದುರು ನೋಡಿದರು. ಏಕೆಂದರೆ ಅಂದು

ದೇವಾಲಯವನ್ನು ವ್ಯಾಪಾರ ಕೇಂದ್ರವನ್ನಾಗಿ ಮಾಡಿಕೊಂಡಿರುವುದನ್ನು ಕಂಡು ಕೋಪದಿಂದ ಓಡಿಸಿದಾಗ, ಸಶಸ್ತ್ರ ಸೈನಿಕರ ಗುಂಪು ಎದುರಿಸುತ್ತಿದೆಯೋ ಎಂಬಂತೆ ಜನರು ಚದುರಿದ್ದನ್ನು ಕಂಡಿದ್ದರು. ಆತನು ಸಾಯುವನೆಂಬುದನ್ನು ನಂಬಲಾಗಲಿಲ್ಲ. ಯೇಸುವು ತನ್ನ ಪರಾಕ್ರಮ ಪ್ರದರ್ಶಿಸಿ, ತಾನು ಇಸ್ರಾಯೇಲಿನ ಅರಸನೇ ಎಂಬುದನ್ನು ಮನದಟ್ಟು ಮಾಡಿಕೊಡುವನೆಂದುಕೊಂಡರು.

ಯೂದನು ಯೇಸುವನ್ನು ಹಿಡಿದುಕೊಡುವ ತನ್ನ ವಿಶ್ವಾಸಘಾತುಕ ಕೃತ್ಯಕ್ಕಾಗಿ ತೀವ್ರ ಪಶ್ಚಾತ್ತಾಪ ಪಟ್ಟು ನಾಚಿಕೊಂಡನು. ಆತನ ಹಿಂಸೆಯನ್ನು ಕಂಡು ಎಚ್ಚೆತ್ತುಕೊಂಡನು. ಅವನು ಯೇಸುವನ್ನು ಪ್ರೀತಿಸಿದನು ಆದರೆ ಹಣವನ್ನು ಯೇಸುವಿಗಿಂತ ಹೆಚ್ಚಾಗಿ ಪ್ರೀತಿಸಿದನು. ತಾನೇ ನಡೆಸಿದ ಜನರಗುಂಪಿನಿಂದಲೇ ಸಂಕಟಕ್ಕೆ ಒಳಗಾಗುವೆನೆಂದು ಯೂದನಿಗೆ ತಿಳಿದಿರಲಿಲ್ಲ. ಯೇಸು ಯಾವುದಾದರು ಅದ್ಭುತ ಪವಾಡ ತೋರಿ ಜನರಿಂದ ಬಿಡಿಸಿಕೊಳ್ಳುವನೆಂದು ಯೋಚಿಸಿದ್ದನು. ಆದರೆ ದೇವಾಲಯದ ಅಂಗಳದಲ್ಲಿ ಉರಿದ್ದೆದ ಜನರು ಆತನ ರಕ್ತಕ್ಕಾಗಿ ಕೂಗಾಡುತ್ತಿದ್ದಾಗ ತನ್ನ ಅಳುಕನ್ನು ಅರಿತನು. ಬಹುಮಂದಿ ಆವೇಶದಿಂದ ದೂಷಿಸುತ್ತಿದ್ದಾಗ ಯೂದನು ಮದ್ಯ ನುಸುಳಿ "ತಪ್ಪಿಲ್ಲದವನನ್ನು ಹಿಡಿದುಕೊಟ್ಟು ಪಾಪ ಮಾಡಿದ್ದೇನೆ" ಎಂದು ಅರಿಕೆ ಮಾಡಿದನು. ಅವನು ತೆಗೆದುಕೊಂಡಿದ್ದ ಹಣವನ್ನು ಹಿಂತಿರುಗಿಸಿ ಬೇಡಿಕೊಳ್ಳುತ್ತಾ ಯೇಸುವನ್ನು ಬಿಡಬೇಕೆಂದೂ ಅವನು ಮುಗ್ಧನೆಂದು ಪ್ರಚುರ ಪಡಿಸಿದನು. ಈ ಗಲಿಬಿಲಿ ಮತ್ತು ಕಾಟವು ಯಾಜಕರನ್ನು ಸ್ವಲ್ಪಕಾಲದ ಮಟ್ಟಿಗೆ ಸದ್ದಿಲ್ಲದಂತೆ ಸುಮ್ಮನಾಗಿಸಿತು. ತಾವು ಯೇಸುವನ್ನು ಹಿಂಡಿಯಲು ಆತನ ಶಿಷ್ಯರಲ್ಲಿ ಒಬ್ಬನನ್ನು ಹಣಕ್ಕೆ ಕೊಂಡುಕೊಂಡದ್ದು ಜನರಿಗೆ ತಿಳಿಯಬಾರದೆಂದಿದ್ದರು. ಯೇಸುವನ್ನು ಕಳ್ಳನಂತೆ ರಹಸ್ಯವಾಗಿ ಬೇಟೆಯಾಡಿ ಮುಚ್ಚಿಡಲು ಬಯಸಿದರು. ಆದರೆ ಯೂದನು ಅರಿಕೆಯು, ಆತನ ಅಳುಕು ತುಂಬಿದ್ದ, ಕಂಗೆಟ್ಟು ವಿಕಾರವಾದ ಮುಖವು, ಯಾಜಕರಿಗೆ ಯೇಸುವಿನ ಮೇಲಿದ್ದ ಹಗೆಯೇ ಆತನನ್ನು ಹಿಡಿಯಲು ಕಾರಣವಾದದ್ದನ್ನು ಜನರಿಗೆ ತೋರಿಸುತ್ತದೆ ಎಂದು ತಿಳಿದರು. 'ಯೂದನು ತಪಿಲ್ಲದವನನ್ನು ಮರಣಕ್ಕೆ ಒಪ್ಪಿಸಿ ಪಾಪ

ಮಾಡಿದೆನು' ಎಂದು ಜೋರಾಗಿ ಕೂಗಿದಾಗ - ಅದು ನಮಗೇನು? ನೀನೆ ನೋಡಿಕೊ ಅಂದರು. ಯೇಸು ಅವರ ಹಿಡಿತದಲ್ಲಿದ್ದನು ಮತ್ತು ತಾವು ನೆಡೆಸಿದಂತೆ ಕೊನೆಗಾಣಿಸಲು ನಿರ್ಧರಿಸಿದರು. ಯೂದನು ಬೇಗುದಿಗೊಂಡವನಾಗಿ ತನ್ನನ್ನು ಕೊಂಡುಕೊಂಡವರ ಕಾಲಬುಡದಲ್ಲಿ ಹಣವನ್ನು ಬಿಸಾಟುಬಿಟ್ಟು ಸಂಕಟ ಹಾಗೂ ಭಯಭರಿತನಾಗಿ ಉರ್ಲುಹಾಕಿಕೊಂಡು ಸತ್ತನು.

ಆ ಉದ್ರೇಕಗೊಂಡ ಜನರ ಗುಂಪಿನ ಮದ್ಯೆ ಯೇಸುವಿನ ಮೇಲೆ ಅನುಕಂಪವಿದ್ದವರಿಗೆ ಆತನು ಬಹುಪ್ರಶ್ನೆಗಳಿಗೆ ಉತ್ತರಿಸದೆ ಮೌನವಾಗಿದ್ದದ್ದು ಆಶ್ಚರ್ಯ ತಂದಿತು. ಅವರು ಎಲ್ಲಾ ಅಪಮಾನ, ವ್ಯಂಗ್ಯಕ್ಕೆ ಯಾವುದೇ ಅಸಮಾಧಾನ ಅಥವಾ ಸಂಕಟದ ಮುಖಭಾಗವಾಗಲೀ ಅವನಲ್ಲಿ ಕಂಡುಬರಲಿಲ್ಲ. ಆತನು ಗಂಭೀರವಾಗಿ ಸ್ಥಿಮಿತದಿಂದಿದ್ದನು. ಪರಿಪೂರ್ಣ ಉದ್ದಾತ್ತ ಶೀಲಾನಾಗಿದ್ದನು. ವೀಕ್ಷಕರು ಆಶ್ಚರ್ಯದಿಂದ ನೋಡುತ್ತಿದರು. ನ್ಯಾಯವಿಚಾರಣೆ ಮಾಡುತ್ತಿದ್ದವರೊಡನೆ ಈತನ ಪರಿಪೂರ್ಣ ರೂಪ, ದೃಡಚಿತ್ತ, ಗಂಭೀರತೆಯನ್ನು ಹೋಲಿಸಿ ನೋಡಿತ್ತಾ, ಇತರ ಆಡಳಿತ ವರ್ಗದವರಿಗಿಂತ ಈತನು ರಾಜ್ಯಭಾರವನ್ನು ಹೊರಿಸಬಹುದಾದ ಅರಸನಂತೆ ಕಾಣುತ್ತಿರುವನಲ್ಲವೆ? ಎಂದು ಒಬ್ಬರಿಗೊಬ್ಬರು ಮಾತನಾಡಿಕೊಂಡರು. ಅಪರಾಧಿಯ ಯಾವ ಕುರುಹು ಇವನಲ್ಲಿರಲಿಲ್ಲ. ಆತನ ಕಣ್ಣುಗಳು ಶುದ್ದವಾಗಿ, ಕಳಂಕವಿಲ್ಲದೆ ಶಾಂತವಾಗಿತ್ತು. ಅಗಲವಾದ ಎತ್ತರದ ಹಣೆ, ದಯಾಪರತೆ ಹಾಗೂ ಉದಾತತ್ತೆಯ ಶ್ರೇಷ್ಠಸ್ವರೂಪ ಅವನದಾಗಿತ್ತು. ಮಾನವರಲ್ಲಿ ಕಂಡುಬರದ ತಾಳ್ಮೆ ದೀರ್ಘಶಾಂತಿಯಿಂದ ಜನರು ನಡುಗಿದರು. ಈತನ ದೈವತ್ವ ತುಂಬಿದ ಅಸ್ತಿತ್ವದಿಂದ ಹೆರೋದನೂ, ಪಿಲಾತನೂ ಹೆಚ್ಚಾಗಿ ತಳಮಳಗೊಂಡರು.

ಯೇಸುವು ಸಾಧಾರಣ ವ್ಯಕ್ತಿಯಲ್ಲ, ಅತ್ಯುನ್ನತ ಗುಣವುಳ್ಳವನೆಂದು ಪಿಲಾತನು ಮೊದಲಿನಿಂದಲೇ ಮನಗಂಡಿದ್ದನು. ಆತನು ಪೂರ್ಣವಾಗಿ ಮುಗ್ದನೆಂದು ನಂಬಿದನು. ಪಿಲಾತನು ಮನಗಂಡಿದನ್ನು, ಯೇಸುವಿನಲ್ಲಿದ್ದ ಅನುಕಂಪ ಮತ್ತು ಕನಿಕರವನ್ನು ನೋಡಿ ದೂತರು ಯೇಸುವನ್ನು ಕ್ರೂಜೆಗೆ

ಒಪ್ಪಿಸುವ ಘೋರಕ್ರಿಯೆಯಿಂದ ತಪ್ಪಿಸಲು, ಒಬ್ಬ ದೂತನನ್ನು ಪಿಲಾತನ ಹೆಂಡತಿಯ ಬಳಿಗೆ ಕಳುಹಿಸಿ, ಕನಸಿನ ಮೂಲಕ ಅವಳಿಗೆ ಪಿಲಾತನ ವಿಚಾರನ ಕಾರ್ಯದಲ್ಲಿ ನರಳುತ್ತಿರುವ ಈ ಮುಗ್ಧವ್ಯಕ್ತಿಯು ದೇವರ ಮಗನೆಂಬುದನ್ನು ತಿಳಿಸಿದರು. ಆಕೆ ತತ್ ಕ್ಷಣವೇ ಪಿಲಾತನಿಗೆ ವಿಷಯ ಮುಟ್ಟಿಸಿ, ಯೇಸುವಿನ ಪರವಾಗಿ ಕನಸಿನಲ್ಲಿ ಬಹಳ ತೊಂದರೆಗೆ ಒಳಗಾಗಿರುವಳೆಂತಲೂ, ಆ ಪವಿತ್ರ ವ್ಯಕ್ತಿಯ ಗೊಡವೆಗೆ ಹೋಗಬಾರದೆಂದು ಎಚ್ಚರಿಸಿದಳು. ಈ ವಿಷಯವನ್ನು ಹೊತ್ತ ಸಂದೇಶಕನು ಶೀಘ್ರವಾಗಿ ಜನಸಮೂಹದ ಮದ್ಯೆ ಹಾಯ್ದು ಅದನ್ನು ಪಿಲಾತನಿಗೆ ಕೊಟ್ಟನು. ಅದನ್ನು ಓದಿದ್ದೇ ತಡ ಪಿಲಾತನು ನಡುಗಿ ಬಿಳಿಚಿಕೊಂಡನು. ಈ ವಿಷಯದಲ್ಲಿ ತಲೆ ಹಾಕುವುದಿಲ್ಲ ಎಂದು ಯೋಚಿಸಿದ್ದನು; ಯೇಸುವಿನ ರಕ್ತಕ್ಕಾಗಿ ಜನರು ಒತ್ತಾಯಿಸಿದರೂ ತಾನು ಅದಕ್ಕೆ ಸಮ್ಮತಿಸದೆ ಆತನನ್ನು ವಿಮೋಚಿಸಲು ಶ್ರಮವಹಿಸುವೆನೆಂದುಕೊಂಡನು.

ಹೆರೋದನು ಯೆರಸಲೇಮಿನಲ್ಲಿರುವನೆಂದು ತಿಳಿದು ಪಿಲಾತನಿಗೆ ಸಂತೋಷವಾಯಿತು. ಯೇಸುವಿನ ಮೇಲೆ ತಪ್ಪು ಹೊರಿಸಲು ಯಾವುದೇ ಕಾರಣವಿಲ್ಲದ ಪ್ರಯುಕ್ತ ಎಲ್ಲಾ ಅಸಮ್ಮತ ವಿಷಯಗಳಿಂದ ದೂರವಿರಲು ಬಯಸಿದನು. ಯೇಸುವಿನೊಂದಿಗೆ ಫಿರ್ಯಾದಿಗಳನ್ನು ಹೆರೋದನ ಬಳಿಗೆ ಕಳುಹಿಸಿದನು. ಹೆರೋದನು ಕಠಿಣ ವ್ಯಕ್ತಿಯಾಗಿದ್ದನು. ಸ್ನಾನಿಕನಾದ ಯೋಹಾನನನ್ನು ಕೊಲ್ಲಿಸಿದ ಕಳಂಕದಿಂದ ಮುಕ್ತನಾಗದ ಅಳುಕು ಮನಸ್ಸಾಕ್ಷಿ ತುಂಬಿದವನಾಗಿದ್ದನು. ಯೇಸುವಿನ ಹಾಗೂ ಆತನ ಅದ್ಭುತ ಕಾರ್ಯಗಳ ಬಗೆಗ್ಗೆ ಕೇಳಿದ್ದು, ಯೋಹಾನನೇ ಯೇಸುವಿನ ರೂಪದಲ್ಲಿ ಹುಟ್ಟಿಬಂದಿದ್ದಾನೆ ಎಂದುಕೊಂಡನು. ಆದ್ದರಿಂದ ಭಯಪಟ್ಟು ನಡುಗಿದನು. ಯೇಸು ಪಿಲಾತನಿಂದ ಹರೋದನ ಕೈಗೆ ವರ್ಗಾಯಿಸಲ್ಪಟ್ಟನು. ಈ ಕಾರ್ಯದಿಂದ ತನ್ನ ಬಲ, ಶಕ್ತಿ, ಅಧಿಕಾರ ಹಾಗೂ ನ್ಯಾಯತೀರ್ಪನ್ನು ಮಾನ್ಯಮಾಡಲಾಗಿದೆ ಎಂಬುವುದು ಹೆರೋದನ ಅನಿಸಿಕೆಯಾಯಿತು. ಈ ಮೊದಲು ಅವರೀರ್ವರೂ ಶತೃಗಳಾಗಿದ್ದರು. ಈ ಘಟನೆಯಿಂದ ಸ್ನೇಹಿತರಾದರು ಯೇಸುವನ್ನು ಕಂಡು ಹೆರೋದನು ಸಂತೋಷಪಟ್ಟನು.

ಏಕೆಂದರೆ ಯೇಸು ಯಾವುದಾದರು ಅದ್ಬುತ ಕಾರ್ಯವನ್ನು ಮಾಡಬಹುದೆಂದು ಅವನು ಎದುರು ನೋಡಿದನು. ಇವನ ಕುತೂಹಲವನ್ನು ತಣಿಸುವುದು ಯೇಸುವಿನ ಕಾರ್ಯವಾಗಿರಲಿಲ್ಲ. ಈತನ ದೈವತ್ವದ ಅದ್ಬುತ ಶಕ್ತಿಯನ್ನು ಇತರರ ರಕ್ಷಣೆಗಾಗಿಯೇ ಹೊರೆತು ತನ್ನ ಸ್ವಂತಕ್ಕಾಗಿ ಪ್ರಯೋಗಿಸಬಾರದಾಗಿತ್ತು.

ಹೆರೋದನ ಅಸಂಖ್ಯಾತ ಪ್ರಶ್ನೆಗಳಿಗೆ ಯೇಸು ಉತ್ತರಿಸಲಿಲ್ಲ; ಆವೇಶದಿಂದ ದೂರುತ್ತಿದ್ದ ಶತೃವರ್ಗವನ್ನು ಮಾನ್ಯಮಾಡಲಿಲ್ಲ. ಆತನ ಬಲ ಶಕ್ತಿಗಾಗಲೀ, ಸೈನ್ಯಕ್ಕಾಗಲೀ, ಅವರ ಬೈಗುಳ, ವ್ಯಂಗ್ಯಕ್ಕಾಗಲ್ಲಿ ಯೇಸು ಭಯಪಡದೆ ಇದ್ದಾಗ ಹೆರೋದನು ಉದ್ರೇಕಗೊಂಡನು. ಯೇಸುವಿನ ದಿವ್ಯ ಉದಾತ್ತ ಸ್ವರೂಪವನ್ನು ಕಂಡ ಹೆರೋದನು ಉದ್ರೇಕಗೊಂಡನು, ಆತನನ್ನು ದೂಷಿಸಲು ಭಯಪಟ್ಟವನಾಗಿ ಮತ್ತೆ ಪಿಲಾತನಿಗೆ ಒಪ್ಪಿಸಿದನು.

ಸೈತಾನನೂ ಅತನು ದೂತರೂ ಪಿಲಾತನನ್ನು ಶೋಧನೆಗೊಳಗಾಗಿಸಿ ಅತನ ಸ್ವನಾಶಕ್ಕೆ ನಡೆಸಲು ಪ್ರಯತ್ನಿಸಿದರು. ಅವರು ನೀನಲ್ಲದಿದ್ದರೆ ಮತ್ತೊಬ್ಬರು ಯೇಸುವಿನ ನ್ಯಾಯಕ್ಕೆಳಿಸುವರು ಎಂದರು. ಜನಸಮೂಹವು ರಕ್ತಕ್ಕಾಗಿ ಹಾತೊರೆಯುತ್ತಿದ್ದಾರೆಂದು; ಶಿಲುಬೆಗೆ ಹಾಕಲು ಅವರ ಕೈಗೆ ಒಪ್ಪಿಸಿದಿದ್ದರೆ, ಆತನ ಸ್ಥಾನ ಹಾಗೂ ಲೌಕಿಕ ಗೌರವಕ್ಕೆ ಧಕ್ಕೆ ಬರಬಹುದೆಂದೂ; ಇಲ್ಲದಿದ್ದರೆ ಅವರೇ ಹೇಳಿದಂತೆ ಸೋಗುಗಾರನಲ್ಲಿ ಭರವಸವಿಟ್ಟಿರುವನೆಂದು ತಳ್ಳಿಬಿಡಲಾಗುವುದೆಂದು ಸೈತಾನನ ಗುಂಪು ಸೂಚಿಸಿದರು. ಈ ಭಯದಿಂದ ಯೇಸುವಿನ ಮರಣಕ್ಕೆ ಒಪ್ಪಿಗೆ ಕೊಟ್ಟನು. ಆದ್ದರಿಂದ ದೂಷಿಸಿದವರ ಮೇಲೆ ಯೇಸುವಿನ ರಕ್ತದ ಹೊಣೆ ಹೊರಿಸಿದರು. ಜನರು, ಅತನ ರಕ್ತಕ್ಕೆ ಅವರೂ ಅವರ ಮಕ್ಕಳೂ ಹೊಣೆಯಾಗುತ್ತೇವೆಂದು ಕೂಗಿದರು. ಆದರೂ ಕ್ರಿಸ್ತನ ರಕ್ತದ ಅಳುಕು ಅವನಲ್ಲಿದ್ದ ಕಾರಣ ಪಿಲಾತನು ಮುಕ್ತನಾಗಲಿಲ್ಲ. ತನ್ನ ಸ್ಥಾನಮಾನದ ಆಕರ್ಷಣೆಯಿಂದಲೂ, ಈ ಲೋಕದ ಮಹಾಜನರಿಂದ ಮರ್ಯಾದೆ ಪಡೆದುಕೊಳ್ಳುವ ಸಲುವಾಗಿ ಒರ್ವ ಮುಗ್ಧ ತಪ್ಪಿಲ್ಲದವನನ್ನು ಮರಣಕ್ಕೆ ಒಪ್ಪಿಸಿದನು. ಒಂದುವೇಳೆ ಪಿಲಾತನು ತನ್ನ ಮನಃಸಾಕ್ಷಿಗೆ ಒಳಗಾಗಿದ್ದಲ್ಲಿ ಯೇಸುವಿನ ತೀರ್ಪಿನಲ್ಲಿ ಪಾಲುಗಾರನಾಗುತ್ತಿರಲಿಲ್ಲ.

ಯೇಸುವಿನ ವಿಚಾರಣೆ ಮತ್ತು ತೀರ್ಪು ಹಲವರ ಮನಸ್ಸಿನ ಮೇಲೆ ಪರಿಣಾಮ ಬೀರಿತು. ಅದರ ಪ್ರಭಾವ ಆತನ ಪುನರುತ್ಥಾನದ ನಂತರ ಪ್ರಕಟಗೊಳ್ಳುವುದಾಗಿತ್ತು; ಯೇಸುವಿನ ವಿಚಾರಣೆಯ ಕಾಲದಲ್ಲಿದ್ದು ಪ್ರತ್ಯಕ್ಷ ಅನುಭವವಿದರು ಬಹು ಜನರು ಸಭೆಯಾಗಿ ಸೇರುತ್ತಿದ್ದರು.

ಸೈತಾನನು, ಮಹಾಯಾಜಕರ ಮುಖಾಂತರ ಕ್ರಿಯೆಗೊಂಡು ಕ್ರೂರತ್ವವೆಲ್ಲಾ ಯೇಸುವನ್ನು ಗುಣಗುಟ್ಟುವಂತೆ ಮಾಡಲಾಗಲಿಲ್ಲವಲ್ಲಾ ಎಂದು ಬಹು ಕೋಪಗೊಂಡನು. ಯೇಸುವು ಮಾನವ ಸ್ವಭಾವ ಹೊಂದಿದ್ದರೂ ದಿವ್ಯಶಕ್ತಿಯು ಕೋಟಿಯೋಪಾದಿಯಲ್ಲಿದ್ದು ಯಾವ ಕಿರು ಶೋಧನೆಯು ಅತನನ್ನು ತಂದೆಯ ಚಿತ್ತದಿಂದ ಬೇರ್ಪಡಿಸಲಾಗದುದನ್ನು ನಾನು ಕಂಡೆನು.

ನೋಡಿ: ಮತ್ತಾಯ 26:57-75; 27:1-31; ಮಾರ್ಕ 14:53-72; 15:1-20; ಲೂಕ 22:47-71; 23:1-25; ಯೋಹಾನ 18; 19:1-16.

ಅಧ್ಯಾಯ **09.** ಯೇಸುವನ್ನು ಶಿಲುಬೆಗೆ ಹಾಕಿದ್ದು

ದೇವಕುಮಾರನನ್ನು ಶಿಲುಬೆಗೆ ಹಾಕಿಸಲು ಜನರ ಕೈಗೆ ಒಪ್ಪಿಸಲಾಯಿತು. ಅವರ ಪ್ರಿಯ ರಕ್ಷಕನನ್ನು ಮುನ್ನಡೆಸಿದರು. ಚಾವಟಿಯ ಪ್ರಹಾರದಂದಲೂ, ಹೊಡೆತದಿಂದಲೂ ಆತನು ನೋವು ಸಂಕಟದಿಂದ ಬಹು ನಿತ್ರಾಣನಾಗಿದ್ದನು, ಆದರೂ ಆತನನ್ನ ಜಡಿಯಬೇಕಾದ ಭಾರವಾದ ಶಿಲುಬೆಯನ್ನು ಬೆನ್ನಮೇಲೆ ಹೊರಿಸಿದರು. ಆದರೆ ಯೇಸುವಿನ ಭಾರ ಹೊರಲಾರದೆ ಬವಳಿ ಬರುವಂತಾಯಿತು. ಮೂರುಬಾರಿ ಶಿಲುಬೆಯನ್ನು ಹೊರಿಸಿದಾಗ ಮೂರುಬಾರಿಯೂ ಮೂರ್ಛೆ ಹೋದನು. ಬಳಿಕ ಆತನ ಹಿಂಬಾಲಕರಲ್ಲಿ ಒಬ್ಬನಾದ, ಕ್ರಿಸ್ತನ ಮೇಲ್ಲಿಟ್ಟಿದ ನಂಬಿಕೆಯನ್ನು ಹೊರೆತೋರ್ಪಡಿಸದಿದ್ದವನನ್ನು ಹಿಡಿದು ಶಿಲುಬೆಗೆ ಹಾಕುವ ಸ್ಥಳವನ್ನು ಸೇರುವರೆಗೂ ಅವನ ಮೇಲೆ ಶಿಲುಬೆ ಹೊರಿಸಿದರು. ಆ ಸ್ಥಳದ ಮೇಲೆ ಸುತ್ತಲೂ ದೂತರು ದಂಡು ಮೇಲ್ವಿಚಾರಿಸುತ್ತಿದ್ದರು. ಆತನ ಅನೇಕ ಶಿಷ್ಯರು ಬಹುದುಃಖದಿಂದ ಗೋಳಡುತ್ತಾ ಕಲ್ವಾರಿಯವರೆಗೂ ಹಿಂಬಾಲಿಸಿದರು. ಅವರು ಯೆರುಸಲೇಮಿಗೆ ಹೋಗುವಾಗ 'ಮಹೋನತನಿಗೆ ಹೊಸನ್ನ' ಎಂಬ ಜಯಕಾರದೊಂದಿಗೆ ಸವಾರಿ ಮಾಡಿಕೊಂಡು ಬಂದ ಯೇಸುವಿನೊಂದಿಗೆ ಬಂದಿದ್ದರು. ಆತನು ಬರುವ ದಾರಿಯಲ್ಲಿ ತಮ್ಮ ಬಟ್ಟೆಗಳನ್ನೂ ಸುಂದರವಾದ ತಾಳೆಯ ರೆಂಬೆಗಳನ್ನು ಹರಡಿದುದನ್ನು ನನಪುಮಾಡಿಕೊಂಡರು. ಆ ಸಮಯದಲ್ಲಿ ಅವರು ಭಾವಿಸಿದ್ದೇನೆಂದರೆ ಈತನು ಇಸ್ರಾಯೇಲ್ ಅರಸನಾಗಿ ಈ ಲೌಕಿಕ ರಾಜ್ಯವನ್ನು ಸ್ಥಾಪಿಸುವನು ಎಂದು. ಈಗೆ ಹೇಗೆ ದೃಶ್ಯವು ಬದಲಾಯಿತು! ಅವರ ನೋಟ ಎಷು ಅಲ್ಪವಾಗಿತ್ತು! ಅವರು ಯೇಸುವನ್ನು ಹಿಂಬಾಲಿಸುತ್ತಾ ಹೋದರು; ಉಲ್ಲಾಸದಿಂದಲ್ಲ; ತುಡಿಯುವ ಹೃದಯ ಅಥವಾ ಪ್ರಸನ್ನ ನಿರೀಕ್ಷೆಯಿಂದಲ್ಲ; ಆದರೆ ಭಯ ತಂಬಿದ ಹೃದಯದಿಂದ, ನಿರಾಶೆಯಿಂದ ಧೀನವಾಗಿ ಯಾವ ಗೌರವವಿಲ್ಲದೆ ಕೆಲವೇ ಸಮಯದಲ್ಲಿ ಸಾಯಲಿಕ್ಕಿರುವವನ ಹಿಂದೆ ನಿಧಾನವಾಗಿ ಬಹು ದುಃಖದಿಂದ ನೆಡೆದರು.

ಯೇಸುವಿನ ತಾಯಿ ಅಲ್ಲಿದ್ದಳು. ಒಬ್ಬ ಮಮತಾಮಯಿ ತಾಯಿಯ ಹೃದಯದಂತೆ ಅವಳು ಹೃದಯ ಸಂತಾಪದಿಂದ ಛಿದ್ರವಾಗಿತ್ತು. ಇತರ

ಶಿಷ್ಯರಂತೆ ಈಕೆಯೂ ಸಹ , ತನ್ನ ಮಗನು ಯಾವುದಾದರೂ ಪವಾಡ ಸಾಧಿಸಿ ಕೊಲೆಗಾರರ ಕೈಯಿಂದ ಬಿಡಿಸಿಕೊಳ್ಳುವನು ಎಂದುಕೊಂಡಳು. ಆತನು, ತನ್ನನ್ನೇ ಶಿಲುಬೆಯ ಮರಣಕ್ಕೆ ಒಳಗಾಗಿಸಿಕೊಳ್ಳುವನೆಂಬುದನ್ನು ಅವಳು ಸಹಿಸಲಾಗಲಿಲ್ಲ. ಆದರೆ ಎಲ್ಲವೂ ಸಿದ್ದಗೊಳ್ಳಿಸಲ್ಪಟ್ಟು, ಆತನನ್ನು ಶಿಲುಬೆಯ ಮೇಲೆ ಇಟ್ಟರು. ಸುತ್ತಿ ಮೊಳೆಗಳನ್ನು ತಂದರು. ಶಿಷ್ಯರು ಹೃದಯ ತಲ್ಲಣಿಸಿತು . ಇದನ್ನು ಕಂಡು ಯೇಸುವಿನ ತಾಯಿಗೆ ಸಹಿಸಲಸಾಧ್ಯವಾದ ಸಂಕಟವಾಯಿತು; ಯೇಸುವನ್ನು ಶಿಲುಬೆಯ ಮೇಲೆಳೆದು ಆತನ ಕೈಗಳನ್ನು ಮರದ ಶಿಲುಬೆಗೆ ಸೇರಿಸಿ ಮೊಳೆಹೊಡೆಯುವ ಸಮಯದಲ್ಲಿ ತಾಯಿಯು ಈ ದೃಶ್ಯವನ್ನು ನೋಡದಿರಲಿ; ಮೊಳೆ ಹೊಡೆಯುವ ಶಬ್ದ; ಆತನ ಕೈಕಾಲುಗಳು ಮೂಳೆ ಮಾಂಸಗಳುನ್ನು ತೂರಿಕೊಂಡು ಹೋಗುವುದನ್ನು ಕಾಣಬಾರದೆಂದು ಶಿಷ್ಯರು ತಾಯಿಯನ್ನು ಬೇರೆಡೆಗೆ ಕರೆದುಕೊಂಡು ಹೋದರು. ಯೇಸು ಗುಣಗುಟ್ಟಲಿಲ್ಲ; ಆದರೆ ನೋವಿನಿಂದ ನರಳಿದನು, ಆತನ ಮುಖವು ಬಿಳಿಚಿಕೊಂಡಿತು; ಬೆವರಿನ ದೊಡ್ಡ ಹನಿಗಳು ಹಣೆಯ ಮೇಲೆ ಹರಿದವು. ಸೈತಾನನು ದೇವಕುಮಾರನ ಯಾತನೆಯಲ್ಲಿ ಆಹ್ಲಾದಗೊಂಡರೂ ಇನ್ನು ತನ್ನ ರಾಜ್ಯ ನಾಶವಾಗಿ ಸಾಯುವೆನೆಂದು ಭಯಪಟ್ಟನು.

ಯೇಸುವನ್ನು ಶಿಲುಬೆಗೆ ಜಡಿದಮೇಲೆ ,ಅದನ್ನು ಬಹು ರಭಸದಿಂದ ನೆಲದಲ್ಲಿ ನೆಟ್ಟರು. ಆಗ ಮಾಂಸಖಂಡಗಳು ಸೀಳಿಹೋಗಿ ಅತ್ಯಂತ ನೋವನ್ನುಂಟುಮಾಡಿತು. ಆತನ ಮರಣವನ್ನು ಆದಷ್ಟು ನಾಚಿಕೆಗೆ ಒಳಗಾಗುವಂತೆ ಅವರು ಈಡುಮಾಡಿದರು. ಯೇಸುವಿನೊಂದಿಗೆ ಇಬ್ಬರು ಕಳ್ಳರನ್ನು ಬಲವಂತದಿಂದ ಅವರು ನಿರಾಕರಿಸುತ್ತಿದ್ದರೂ ಬಿಡದೆ ಅವರ ಕೈಗಳನ್ನು ಎಳೆದು ಶಿಲುಬೆಗೆ ಜಡಿದರು. ಯೇಸುವಾದರೋ ನಮ್ರವಾಗಿ ಒಪ್ಪಿಸಿಕೊಟ್ಟನು. ಆತನ ಕೈಗಳುನ್ನು ಶಿಲುಬೆಗೆ ಚಾಚಲು ಯಾರು ಒತ್ತಾಯ ಮಾಡಬೇಕಿರಲಿಲ್ಲ. ಆದರೆ ಕಳ್ಳರಾದರೊ ಶಪಿಸುತ್ತಿದ್ದರು. ಯೇಸು ಈ ನೋವಿನಲ್ಲೂ ಶತ್ರುಗಳಿಗಾಗಿ ಪ್ರಾರ್ಥಿಸಿದನು "ತಂದೆಯೇ ಅವರೇನು ಮಾಡುತ್ತಿರುವರೆಂದು ಅರಿಯರು. ಅವರನ್ನು ಕ್ಷಮಿಸು" ಎಂದನು .ಆತನು

ದೈಹಿಕ ಹಿಂಸೆಯನ್ನು ಮಾತ್ರವೇ ಅಲ್ಲ. ಇಡೀ ಲೋಕದ ಪಾಪಭಾರವನ್ನು ಸಹಿಸಬೇಕಾಯಿತು.

ಯೇಸುವು ಶಿಲುಬೆಯಲ್ಲಿ ತೂಗುತ್ತಿರುವಾಗ ಅಲ್ಲಿ ಹಾದು ಹೋಗುವವರು ದೂಷಿಸಿದರು. ರಾಜ್ಯನ ಮುಂದೆ ತಲೆಬಾಗುವ ರೀತಿ ಬಾಗಿಸಿ, ದೇವಾಲಯವನ್ನು ಕೆಡವಿ ಮೂರು ದಿನದಲ್ಲಿ ಕಟ್ಟುವವನೇ ನಿನ್ನನ್ನು ರಕ್ಷಿಸಿಕೋ ಎಂದರು. ದೇವಮಗನಾಗಿದ್ದರೆ ಶಿಲುಬೆಯಿಂದ ಇಳಿದು ಬಾ ಎಂದರು. 'ನೀನು ದೇವ ಮಗನಾಗಿದ್ದರೆ' ಎಂಬ ಮಾತನ್ನು ಸೈತಾನನು ಸಹ ಅಡವಿಯಲ್ಲಿ ನುಡಿದಿದ್ದನು. ಮಹಾಯಾಜಕರೂ, ಶಾಸ್ತ್ರಿಗಳೂ, ಹಿರಿಯರೂ – ಅವನು ಮತ್ತೊಬ್ಬರನ್ನು ರಕ್ಷಿಸಿದನು, ತನ್ನನ್ನು ರಕ್ಷಿಸಿಕೊಳ್ಳಲಾರನು ಎಂದು ವ್ಯಂಗ್ಯವಾಡಿದರು. ಇವನು ಇಸ್ರಾಯೇಲಿನ ಅರಸನಾಗಿದ್ದರೆ ಶಿಲುಬೆಯಿಂದ ಇಳಿದು ಬರಲಿ ನಾವು ನಂಬುತೇವೆ ಎಂದರು. ಅಧಿಕಾರಿಗಳೆಲ್ಲಾ 'ನೀನು ದೇವರ ಮಗನಾಗಿದ್ದರೆ ನಿನ್ನನ್ನು ನೀನು ರಕ್ಷಿಸಿಕೋ' ಎಂದು ಹಿಯ್ಯಾಳಿಸುತ್ತಿರುವಾಗ ಯೇಸುವಿನ ಶಿಲುಬೆಯ ಪ್ರಕರಣವನ್ನು ವೀಕ್ಷಿಸುತ್ತಾ ಹಾರಡುತ್ತಿದ್ದ ದೂತಗಣವು ರೋಷಗೊಂಡಿತು. ಅವರು ಯೇಸುವನ್ನು ಬಿಡಿಸಲು ಕಾತುರರಾದರು. ಆದರೆ ಅವರಿಗೆ ಅನುಮತಿ ಸಿಕ್ಕಿರಲಿಲ್ಲ. ಆತನ ಸೇವೆಯು ಹೆಚ್ಚು ಕಡಿಮೆ ಗುರಿಮುಟ್ಟಿತು ಆ ಮಹಾ ನೋವಿನಿಂದ ಶಿಲುಬೆಯಲ್ಲಿ ತೂಗಾಡುತ್ತಿದ್ದರು ಯೇಸು ತಾಯಿಯನ್ನು ಮರೆಯಲಿಲ್ಲ ಎಂಬುದು. ಯೇಸುವಿನ ಕಡೆಯ ಪಾಠವಾಗಿತ್ತು. ಈ ದುಃಖ ತಪ್ತ ದೃಶ್ಯವನ್ನು ಕಾಣಲು ಈ ತಾಯಿಗಾಗಲಿಲ್ಲ. ಆತನ ನೋವಿನಿಂದ ಹೃದಯವು ಛಿದ್ರವಾಗಿದ್ದ ತಾಯಿಯನ್ನು, ತನ್ನ ಪ್ರಿಯ ಶಿಷ್ಯ ಯೋಹಾನನ್ನೂ ನೋಡಿದನು. ತಾಯಿಗೆ – ಇಗೋ ನಿನ್ನ ಮಗನು ,ಶಿಷ್ಯನಿಗೆ – ಇಗೋ ನಿನ್ನ ತಾಯಿ ಎಂದು ಒಪ್ಪಿಸಿದನು. ಅಂದಿನಿಂದ ಯೋಹಾನನು ಅವಳನು ತನ್ನ ಮನೆಗೆ ಕರೆದುಕೊಂಡು ಹೋದನು.

ಯೇಸು ಯಾತನೆಯಲ್ಲಿ ನೀರಡಿಕೆಕೊಂಡನು; ಅವರು ಮತ್ತಷ್ಟು ಅವಮಾನಿಸಲು ಹುಳಿ ಮತ್ತು ಕಡುಕಹಿ ರಸವನ್ನು ಕೊಟ್ಟರು. ದೇವದೂತರು, ತಮ್ಮ ಅಧಿಪತಿಯು ಅನುಭವಿಸುತ್ತಿದ್ದ ಭಯಂಕರ ಶಿಲುಬೆಯ ನೋವನ್ನು ನೋಡಲಾಗದೆ ತಮ್ಮ ಮುಖವನ್ನು ಮುಚ್ಚಿಕೊಂಡರು. ಸೂರ್ಯನೂ ಸಹ ಈ ಭಯಂಕರ ದೃಶ್ಯವನ್ನು ನೋಡಲಾಗದೆ ಮಂಕಾದನು. ಯೇಸು ಮಹಾಧ್ವನಿಯಿಂದ 'ತೀರಿತು' ಎಂದಾಗ ಆ ಕೊಲೆಗಡುಕರು ಭಯದಿಂದ ತಲ್ಲಣಿಸಿದರು. ದೇವಾಲಯದ ತೆರೆಯು ಮೇಲಿನಿಂದ ಕೆಳಗಿನವರೆಗೂ ಹರಿದುಹೋಯಿತು, ಭೂಕಂಪವಾಯಿತು, ಬಂಡೆಗಳು ಸೀಳಿಹೋದವು, ಮಹಾಕತ್ತಲೆಯು ಭೂಮಿಯನ್ನು ಮುಚ್ಚಿಕೊಂಡಿತು. ಯೇಸು ಮರಣಿಸಿದಾಗ ಶಿಷ್ಯರಿಗಿದ್ದ ಕೊನೆಯ ನಿರೀಕ್ಷೆಯೂ ಕುಂದಿಹೋಯಿತು. ಈ ಸಂಕಟ ಹಿಂಸೆ ಮತ್ತು ಮರಣವನ್ನು ಆತನ ಹಿಂಬಾಲಕರಲ್ಲಿ ಅನೇಕರು ವೀಕ್ಷಿಸಿದರು. ಅವರ ದುಃಖದ ಬಟ್ಟಲು ತುಂಬಿಹೋಯಿತು.

ಸೈತಾನನು ಹಿಂದಿನಂತೆ ಈಗ ಉಲ್ಲಾಸಗೊಳ್ಳಲಾಗಲಿಲ್ಲ, ರಕ್ಷಣಾಯೋಜನೆಯನ್ನು ಹಾಳುಮಾಡಬೇಕೆಂದಿದ್ದನು. ಆದರೆ ಅದರ ಬೇರು ಆಳವಾಗಿ ಊರಿಹೋಗಿತ್ತು. ಯೇಸುವಿನ ಮರಣಾನಂತರ ಅಂತಿಮವಾಗಿ ತಾನು ಸಾಯಲೇಬೇಕಾಗಿದೆ ಮತ್ತು ತನ್ನರಾಜ್ಯವು ಯೇಸುವಿಗೆ ಕೊಡಲ್ಪಡುತ್ತದೆ ಎಂಬುದರ ಅರಿವಾಯಿತು. ಆತನು ತನ್ನ ದೂತರೊಂದಿಗೆ ಸಮಾಲೋಚನೆ ನಡೆಸಿದನು. ದೇವಕುಮಾರನ ವಿರುದ್ಧವಾಗಿ ಏನುಮಾಡಲಾಗಲಿಲ್ಲ. ಈಗ ಆತನ ಹಿಂಬಾಲಾಕರ ಮೇಲೆ ತನ್ನ ಕುತಂತ್ರ ಹಾಗೂ ಬಲಪ್ರಯೋಗವನ್ನು ಹೆಚ್ಚುಮಾಡಲು ಹವಣಿಸಿದನು. ಯೇಸುವಿನಿಂದ ಕ್ರಯಕ್ಕೆ ಕೊಳ್ಳಲ್ಪಟ್ಟು ರಕ್ಷಣೆಯನ್ನು ಹೊಂದಿಕೊಳ್ಳುವುದನ್ನು ಹತ್ತಿಕ್ಕಬೇಕು ಎಂದುಕೊಂಡನು. ಹೀಗೆ ಮಾಡುವಲ್ಲಿ ದೇವರ ಅಧಿಪತ್ಯಕ್ಕೆ ವಿರುದ್ಧವಾಗಿ ಇನ್ನೂ ಕಾರ್ಯಮಾಡಬಹುದು, ಯೇಸುವಿನಿಂದ ದೂರವಿಡಲು ತನ್ನಿಂದಾಗುವುದನ್ನೆಲ್ಲಾ ಮಾಡಬೇಕೆಂದು ಯೋಚಿಸಿದನು. ಏಕೆಂದರೆ ಕ್ರಿಸ್ತನ

ರಕ್ತದಿಂದ ವಿಮೋಚನೆಗೊಂಡವರ ಪಾಪವು ಕೊನೆಯಲ್ಲಿ, ಪಾಪದ ಉತ್ಪತ್ತಿಗೆ ಕಾರಣನಾದ ಪಿಶಾಚಾನ ಮೇಲೆ ಉರುಳುವುದು. ಅವನು ಪಾಪವನ್ನೆಲ್ಲಾ ಹೊರಬೇಕಾಗುವುದು, ಯೇಸುವಿನ ಮೂಲಕ ಬಂದ ರಕ್ಷಣೆಯನ್ನು ನಿರಾಕರಿಸಿದವರ ಪಾಪವು ಅವನ ಮೇಲೆಯೇ ಹೊರಿಸಲ್ಪಡುವುದು.

ಯೇಸುವಿನ ಜೀವನವು ಈ ಲೋಕದ ಯಾವ ವೈಭವ ಅಥವಾ ಹೊರತೋರಿಕೆಯದ್ದಾಗಿರಲಿಲ್ಲ. ಆತನ ಸ್ವತ್ಯಾಗದ, ವಿನೀತಿ ಜೀವನವು ಯಾಜಕರು ಹಾಗೂ ಹಿರಿಯರಿಗೂ ಅತಿ ವಿರುದ್ಧವಾದದ್ದಾಗಿತು. ಅವರ ಈ ಲೋಕದ ಗೌರವ ಭರಿತ, ಸಲೀಸಾದ ಪಾಪತುಂಬಿದ ಜೀವನ ಪ್ರೀತಿಗೆ, ಯೇಸುವಿನ ಪರಿಶುದ್ಧ ಶಿಸ್ತಿನ ಜೀವನವು ಎಡಬಿಡದೆ ಖಂಡನೆಯಾಗಿತ್ತು. ಆತನ ಶುದ್ಧ ವಿನಮ್ರತೆಯನ್ನು ಇವರು ಕೇವಲವಾಗಿ ಕಂಡರು. ಒಂದು ದಿನ ಯೇಸುವು ತನ್ನ ತಂದೆಯ ಅನುಪಮ ಮಹಿಮೆಹೊಂದಿದವನಾಗಿ ಪರಲೋಕದ ವೈಭವದಿಂದ ಬರುವುದನ್ನು ಇವರು ಕಾಣುವರು. ವಿಚಾರಣ ಅಂಗಳದಲ್ಲಿ ಶತೃಗಳಿಂದ ಸುತ್ತುಗಟ್ಟಲ್ಪಟ್ಟು, ಆತನ ರಕ್ತಕ್ಕೆ ಬಾಯಾರುತ್ತಾ ಕಠಿಣವಾಗಿ, ಆ ರಕ್ತವು ತಮ್ಮ ಹಾಗೂ ತಮ್ಮ ಮಕ್ಕಳ ಮೇಲಿರಲಿ ಎಂದವರೂ ಸಹ ಘನಗೌರವವುಳ್ಳ ಅರಸನಾದ ಯೇಸುವನ್ನು ಕಾಣುವರು.

ಕೊಲ್ಲಲ್ಪಟ್ಟರೂ ರಾಜ್ಯಠೀವಿಯಿಂದ ವಿಜಯಿಯಾಗಿ ಬರುವವನು ಸುತ್ತಲೂ ಪರಲೋಕದೂತರು ಆತನ ಬಲಶಕ್ತಿಯ ಜಯಗೀತವನ್ನು ಹಾಡುವರು. ವೈಭವೋಪೇತ ರಾಜನಾಗಿ ಅತನು ಜೀವಿಸುವನು. ಅವನ್ನನ್ನು ಅವಮಾನಗೊಳಿಸಲು ಹುಚ್ಚೆದ್ದು ಕೂಗುತ್ತಿದ್ದರ ಕ್ರೂರ ಜನಸಮೂಹವು ಕೂಗುವಾಗ ಬಡ ಬಲಹೀನ ದುರವಸ್ಥೆಯ ಮಾನವರು ಮಹಿಮಾರಾಜನ ಮುಖದ ಮೇಲೆ ಉಗುಳಿದರು. ಆ ಮುಖವನ್ನು ತಮ್ಮ ಕ್ರೂರ ಗುದ್ದುಗಳಿಂದ ಹೊಡೆದಾಗ ಪರಲೋಕದಲ್ಲೆಲ್ಲಾ ಆಶ್ಚರ್ಯದ ಉದ್ಗಾರ ತುಂಬಿತು. ಅದೇ ಮುಖವು ಮಧ್ಯಾಹ್ನದ ಸೂರ್ಯನಂತೆ ಪ್ರಜ್ವಲಿಸುವುದನ್ನು

ಅವರು ಕಂಡು ಓಡಿಹೋಗಲು ಹವಣಿಸುವರು. ಕ್ರೂರಘೋಷಣೆ ಮಾಡುವ ಬದಲು ಭಯದಿಂದ ಗೋಳಿಡುವರು. ಯೇಸುವು ಶಿಲುಬೆಯ ಗುರುತಿರುವ ಕೈಗಳನ್ನು ತೋರಿಸುವನು ಈ ಕ್ರೂರಕ್ರಿಯಗಳಿಂದಾದ ಮಚ್ಚೆಯ ಗುರುತು ಆತನ ಮೇಲೆ ನಿರಂತರವಾಗಿರುತ್ತದೆ. ಮೊಳೆಯ ಪ್ರತಿ ಗುರುತು ವಿಮೋಚನೆ ಮತ್ತು ಕ್ರಯಮಾಡಿದ ಪ್ರಿಯ ಬೆಲೆಯನ್ನು ಹೇಳುವುದು. ಯಾರು ಜೀವಿತ ಕರ್ತನ ಪಕ್ಕೆಗೆ ಚುಚ್ಚಿದ್ದರೋ ಅವರ ಈಟಿಯ ಗಾಯವನ್ನು ಕಂಡು ಅತನ ದೇಹವನ್ನು ಜರ್ಜರಿತಗೊಳಿಸಿದ್ದನ್ನು ನೆನೆದು ಆಳವಾದ ನೋವಿನಿಂದ ಪ್ರಲಾಪಿಸುವರು. ಯಹೂದ್ಯರ ಅರಸನು ಎಂಬ ಬರಹವನ್ನು ಕಂಡು ಸಹಿಸದ ಕೊಲೆಗಾರರು, ಆತನು ಮಹಿಮೆಯಾಡನೆ ರಾಜವೈಭವದಿಂದ ಬರುವುದನ್ನು ಕಾಣುವರು. ಅಲ್ಲದೆ ಅತನ ವಸ್ತ್ರ ಹಾಗೂ ತೊಡೆಯ ಮೇಲೆ ಬರೆದಿರುವ **ರಾಜಾಧಿರಾಜ ಮತ್ತು ಕರ್ತಾಧಿಕರ್ತ** ಎಂಬುದನ್ನು ಕಾಣುವರು ಕ್ರಿಸ್ತನು ಶಿಲುಬೆಯ ಮೇಲೆ ತೂಗುತ್ತಿದ್ದಾಗ ಇಸ್ರಾಯೇಲರ ಅರಸನಾದ ಕ್ರಿಸ್ತನು ಶಿಲುಬೆಯಿಂದ ಇಳಿದು ಬರಲಿ, ನಾವು ನೋಡಿ ನಂಬುವೆವು ಎಂದು ಗೇಲಿಮಾಡಿವವರು ಆತನು ರಾಜಾಧಿಕಾರದಿಂದಲೂ ವೈಭವದಿಂದಲೂ ಬರುವುದನ್ನು ಕಾಣುವರು. ಆಗ ಇಸ್ರಾಯೇಲರ ಅರಸನ ಯಾವ ಗುರುತನ್ನೂ ಅವರು ಕೇಳುವುದಿಲ್ಲ - ಆತನ ವೈಭವ, ಮಿತಿಮಿರಿದ ಮಹಿಮೆಯಿಂದ ಪ್ರೇರಿತರಾಗಿ "ಕರ್ತನ ಹೆಸರಿನಲ್ಲಿ ಬರುವವನಿಗೆ ಜಯವಾಗಲಿ" ಎಂದು ಒಪ್ಪಿಕೊಳ್ಳಲೇ ಬೇಕಾಗುವುದು.

ಭೂಮಿಯು ಕಂಪಿಸುವುದು, ಬಂಡೆಗಳು ಸೀಳುದುದು, ಕತ್ತಲೆ ಭೂಮಿಯನ್ನು ಮುಚ್ಚಿಕೊಂಡದ್ದು, 'ತೀರಿತು' ಎಂದು ಪ್ರಾಣಬಿಟ್ಟ ಯೇಸುವಿನ ಮಹಾಧ್ವನಿಯು ಶತೃಗಳಲ್ಲಿ ತುಮುಲ ಉಂಟುಮಾಡಿದ್ದಲ್ಲದೆ ಕೊಲೆಗಡುಕರನ್ನು ಥರಥರನೆ ನಡುಗಿಸಿದವು. ಈ ವೈಯಕ್ತಿಕ ಪ್ರಕಟನೆಗೆ ಶಿಷ್ಯರು ಆಶ್ಚರ್ಯಪಟ್ಟರು ಆದರೆ ಅವರ ಎಲ್ಲಾ ನಿರೀಕ್ಷೆಯು ಚದುರಿಹೋಗಿತ್ತು. ತಮ್ಮನ್ನೂ ಯಹೂದ್ಯರು ನಾಶಮಾಡಬಹುದು ಎಂದು ಅವರಿಗೆ ಭಯವಾಯಿತು. ದೇವಕುಮಾರನ ಮೇಲೆರಗಿದ ದ್ವೇಷ ಇಲ್ಲಿಗೆ ನಿಲ್ಲಲಾರದು ಎಂದು ಭಾವಿಸಿದರು. ನಿರಾಶೆಯಲ್ಲಿ ತುಂಬಿದಾವರಾಗಿ

ಏಕಾಂಗಿತನವನ್ನು ಅನುಭವಿಸುತ್ತಾ ದುಃಖದಿಂದ ಗೋಳಾಡಿದರು. ಯೇಸು ಐಹಿಕರಾಜನಾಗುವನು ಎಂದು ಅವರು ಭಾವಿಸಿದ್ದರು; ಯೇಸುವಿನ ಮರಣದಲ್ಲಿ ಅವರ ನಿರೀಕ್ಷೆಯೂ ಸತ್ತಿತು. ಯೇಸು ತಮ್ಮನ್ನು ವಂಚಿಸಿದನೇನೋ ಎಂದು ದುಃಖ ಮತ್ತು ನಿರಾಶೆಯಲ್ಲಿ ಅನುಮಾನಪಟ್ಟರು. ತಾಯಿಯು ಕುಂದಿದವಳಾಗಿ ಆತನು ಮೆಸ್ಸೀಯನಲ್ಲವೇನೋ ಎಂಬ ಅನುಮಾನದಿಂದ ಅವಳ ನಂಬಿಕೆಯು ತತ್ತರಿಸಿತು.

ಇಷ್ಟೆಲ್ಲಾ ನಿರಾಶೆಗೊಂಡು. ನಿರೀಕ್ಷೆ ಕಳಕೊಂಡರೂ ಶಿಷ್ಯರು ಆತನನ್ನು ಪ್ರೀತಿಸಿದರು. ಆತನ ದೇಹವನ್ನು ಆದರಿಸಿ ಗೌರವಿಸಿದರು. ಆದರೆ ಅದನ್ನು ಹೇಗೆ ಪಡೆದುಕೊಳ್ಳಬೇಕೆಂದು ತಿಳಿಯಲಿಲ್ಲ ಆಗ ಯೇಸುವಿನ ನಿಜ ಶಿಷ್ಯರಲ್ಲಿ ಒಬ್ಬನಾದ ಅರಿಮತ್ತಾಯದ ಯೋಸೇಫನು, ಹಿರೀಸಭೆಯಲ್ಲಿ ಘನವಂತನಾಗಿದ್ದುದರಿಂದ ಪ್ರಭಾವ ಹೊಂದಿದ್ದು, ಧೈರ್ಯವಾಗಿ ಪಿಲಾತನಲ್ಲಿಗೆ ಹೋಗಿ ಯೇಸುವಿನ ಶರೀರವನ್ನು ಬೇಡಿದನು. ಆತನು ಯಹೂದ್ಯರ ಭಯದಿಂದ ಗುಪ್ತವಾಗಿ ಹೋದನು; ಯಹೂದ್ಯರ ಹಗೆ ಬಹುವಾಗಿದ್ದು ಆತನ ಶರೀರಕ್ಕೆ ಗೌರವವುಳ್ಳ ವಿಶ್ರಾಂತಿಸ್ಥಳವು ಸಿಗುವುದೇ ಎಂದು ಶಿಷ್ಯರು ಭಯಪಟ್ಟರು. ಪಿಲಾತನು ಯೋಸೇಫನಿಗೆ ಅಪ್ಪಣೆ ಕೊಟ್ಟನು. ಯೇಸುವಿನ ದೇಹವನ್ನು ಶಿಲುಬೆಯಿಂದ ಇಳಿಸಿದಾಗ ಶಿಷ್ಯರ ದುಃಖ ಮುಗಿಲುಮುಟ್ಟಿದ್ದು ನಿರೀಕ್ಷೆಯ ಮಣ್ಣಾದುದನ್ನು ನೆನೆದು ಗೋಳಾಡಿದರು. ಯೇಸುವಿನ ಶರೀರವನ್ನು ನಾರುಬಟ್ಟೆಯಲ್ಲಿ ಸುತ್ತಿದರು. ತದನಂತರ ಅರಿಮತ್ತಾಯದ ಯೋಸೇಫನ ಸ್ವಂತ ಹಾಗೂ ಹೊಸದಾದ ಸಮಾಧಿಯಲ್ಲಿ ಹೂಳಿಟ್ಟರು. ಯೇಸುವು ಜೀವಿತನಾಗಿದ್ದಾಗ ಸದಾ ಹಿಂಭಾಲಿಸುತ್ತಿದ್ದ ಸ್ತ್ರೀಯರು ಈಗಲೂ ಹಿಂಬಾಲಿಸುತ್ತಿದ್ದು ಆತನ ಪರಿಶುದ್ಧ ದೇಹವನ್ನು ಸಮಾಧಿಯಲ್ಲಿ ಹೂಣಿಡುವವರೆವಿಗೂ ಕಾಯುತ್ತಿದ್ದರು. ಆನಂತರ ಶತೃಗಳ ದೇಹವನ್ನು ತೆಗೆದುಕೊಂಡು ಹೋಗಬಾರದೆಂದು ದೊಡ್ಡಭಾರವಾದ ಬಂಡೆಯನ್ನು ಮುಚ್ಚಿದರು; ಆದರೆ ಅವರು ಭಯಪಡಬೇಕಾಗಿರಲಿಲ್ಲ; ಏಕೆಂದರೆ ಯೇಸುವಿನ ವಿಶ್ರಾಂತಿ ಸ್ಥಳವನ್ನು ಬಹು ಆಸಕ್ತಿಯಿಂದ ದೂತಗಣವು ಕಾಯುತ್ತಿದ್ದುದನ್ನು ನಾನು

ಕಂಡೆನು. ಅವರು ಸಮಾಧಿಯನ್ನು ಕಾಯುತ್ತಾ ಮಹಾಮಹಿಮೆಯ ರಾಜನನ್ನು ಸೆರೆಮನೆಯಿಂದ ಬಿಡಿಸುವ ಕಾರ್ಯದಲ್ಲಿ ತಮ್ಮ ಪಾತ್ರ ನಿರ್ವಹಿಸಲು ದೇವನ ಅಪ್ಪಣೆಗಾಗಿ ಎದುರು ನೋಡುತ್ತಿದರು.

ಕ್ರಿಸ್ತನ ಕೊಲೆಗಾರರೂ ಈಗಲೂ ಯೇಸು ತಪ್ಪಿಸಿಕೊಂಡು ಜೀವಿತನಾಗಿ ಬರಬಹುದೆಂದು ಭಯಪಟ್ಟರು. ಮೂರುದಿನದವರೆಗೂ ಕಾವಲನ್ನು ಹಾಕಬೇಕೆಂದು ಪಿಲಾತನನ್ನು ಕೇಳಿಕೊಂಡರು. ಪಿಲಾತನು ಸಮಾಧಿಯನ್ನು ಭದ್ರಪಡಿಸಲು ಸಶಸ್ತ್ರ ಪಡೆಯನ್ನು ಅವರಿಗೆ ಕೊಟ್ಟನು ಶಿಷ್ಯರು ದೇಹವನ್ನು ಕದ್ದುಕೊಂಡು ಹೋಗಿ ಆತನು ಎದ್ದಿದ್ದಾನೆ ಎಂದು ಹೇಳಿಯಾರೆಂದು ಈ ಕಲ್ಲಿಗೆ ಮುದ್ರೆ ಹಾಕಿ ಸಮಾಧಿಯನ್ನು ಭದ್ರಪಡಿಸಿದರು.

ನೋಡಿ: ಮತ್ತಾಯ 21:1-11; 27:32-66; ಮಾರ್ಕ 15:21-47; ಲೂಕ 23:26-56; ಯೋಹಾನ 19:17-42; ಪ್ರಕಟಣೆ 19:11-16

ಅಧ್ಯಾಯ 10. ಕ್ರಿಸ್ತನ ಪುನರುತ್ಥಾನವು

ಮಹಿಮೆಯ ಅರಸನಾದ ಯೇಸುವು ಸಮಾಧಿಯಲ್ಲಿ ವಿಶ್ರಾಂತಿ ಪಡೆಯುತ್ತಿದ್ದಾಗ ಶಿಷ್ಯರು ಕರ್ತನ ಮರಣದ ಬಗ್ಗೆ ದುಃಖಿಸುತ್ತಾ ಸಬ್ಬತ್ ದಿನದ ವಿಶ್ರಾಂತಿಯಲ್ಲಿದ್ದರು. ರಾತ್ರಿಯು ನಿಧಾನವಾಗಿ ಸಾಗುತ್ತಾ ಇನ್ನೂ ಮೊಬ್ಬಿರುವಾಗ ಅಲ್ಲಿ ಹಾರಾಡುತ್ತಿದ್ದ ದೂತರಿಗೆ ತಮ್ಮ ಪ್ರೀತಿಯ ಅಧಿಪತಿ ಹಾಗೂ ದೇವರ ಪ್ರೀತಿಯ ಕುಮಾರನು ಬಿಡುಗಡೆ ಹೊಂದುವ ಸಮಯ ಹತ್ತಿರವಾಗುತ್ತಿದೆ ಎಂದು ತಿಳಿದಿತ್ತು. ಆತನ ವಿಜಯೋತ್ಸವದ ಗಳಿಗೆಗಾಗಿ ಕಾಯುತ್ತಿರುವಲ್ಲಿ, ಒಬ್ಬ ಪ್ರಬಲನೂ ಸಮರ್ಥನೂ ಆದ ದೇವದೂತನು ಪರಲೋಕದಿಂದ ವೇಗವಾಗಿ ಇಳಿದು ಬಂದನು. ಆತನ ಮುಖವು ಮಿಂಚಿನಂತೆ, ವಸ್ತ್ರವು ಹಿಮದಂತೆ ಬೆಳ್ಳಗಿತ್ತು. ಆತನ ಬೆಳಕು ಸುತ್ತಲೂ ಹರಡಿ ಮುಸಿಕಿದ್ದ ಕತ್ತಲೆಯೂ ಓಡಿ ಹೋಯಿತು. ಯೇಸುವಿನ ದೇಹವನ್ನು ಅಧಿನಪಡಿಸಿಕೊಳಲು ಕಾಯುತ್ತಿದ್ದ ದುಷ್ಟದೂತಗಣಗಳು ಅತನ ಮಹಿಮೆಯ ಪ್ರಕಾಶದಿಂದ ಭಯಗೊಂಡವರಾಗಿ ಪರಾರಿಯದರು. ಯೇಸುವಿನ ಹಿಂಸಾಕೃತ್ಯಗಳಿಗೆ ಸಾಕ್ಷಿಯಗಿದ್ದು. ಆತನ ಪರಿಶುದ್ಧ ಸಮಾಧಿ ಸ್ಥಳವನ್ನು ಕಾದುಕೊಂಡು ಕುಳಿತಿದ್ದ ದೂತನು ಪರಲೋಕ ದೂತನೊಂದಿಗೆ ಸೇರಿಕೊಂಡನು, ಅವರು ಒಟ್ಟಾಗಿ ಸಮಾಧಿ ಹತ್ತಿರ ಬಂದರು. ಅವರು ಹತ್ತಿರ ಬರುವಾಗ ಭೂಮಿಯು ನಡುಗಿ ಭಯಂಕರ ಭೂಕಂಪವಾಯಿತು. ಪ್ರಬಲನಾದ ದೂತನು ಕಲ್ಲನ್ನು ಹಿಡಿದು ಸಮಾಧಿಯಿಂದ ಉರುಳಿಸಿ ಅದರ ಮೇಲೆ ಕುಳಿತನು.

ದೇವದೂತರ ಅತಿಶಯವಾದ ಪ್ರಕಾಶವು ಸೂರ್ಯನಂತೆ ಪ್ರಕಾಶಿಸಿದಾಗ ಕಾವಲುಗಾರರಿಗೆ ತಿವ್ರ ಭಯ ಉಂಟಾಯಿತು. ಯೇಸುವಿನ ದೇಹವನ್ನು ಕಾಯುವ ಅವರಶಕ್ತಿ ಎಲ್ಲಿ ಹೋಯಿತು? ತಮ್ಮ ಕೆಲಸ ಬಗೆಗಾಗಲೀ, ಶಿಷ್ಯರು ಅತನನ್ನು ಕದ್ದುಕೊಂಡು ಹೋಗುವನ್ನಾಗಲೀ ಚಿಂತಿಸಲಾರದಾದರು. ಅವರಿಗೆ ಆಶ್ಚರ್ಯ ಮಿಶ್ರಿತ ದಿಗಿಲಾಯಿತು. ರೋಮನ್ ಪಹರೆಯವರು ದೂತರು ಕಂಡು ಸತ್ತವರಂತೆ ಬೋರಲು ಬಿದ್ದರು. ಒರ್ವ ದೂತನು ವಿಜಯೋಲ್ಲಾಸ ದಿಂದ ಕಲ್ಲನ್ನು ಉರುಳಿಸುತ್ತಾ ದೊಡ್ಡ

ಸ್ವರದಲ್ಲಿ 'ದೇವಕುಮಾರನೇ! ನಿನ್ನ ತಂದೆಯು ಕರೆಯುತ್ತಿದ್ದಾನೆ! ಎದ್ದು ಬಾ!' ಅಂದನು. ಮರಣವು ಇನ್ನೂ ಹೆಚ್ಚು ಅಧಿಪತ್ಯ ಸಾಧಿಸಲಾಗಲಿಲ್ಲ. ಯೇಸು ಸಾವಿನಿಂದ ಎಚ್ಚೆತ್ತನು. ಮತ್ತೊಬ್ಬ ದೂತನು ಸಮಾಧಿಯೊಳಗೆ ಬರಲು ಯೇಸು ವಿಜಯಿಯಾಗಿ ಎದ್ದನು. ಆ ದೂತನು ಯೇಸುವಿನ ತಲೆಯ ಸುತ್ತಲೂ ಕಟ್ಟಿದ್ದ ವಸ್ತ್ರವನ್ನು ಬಿಚ್ಚಿದನು, ಯೇಸುವು ಜಯಶಾಲಿಯಾಗಿ ಮುಂದೆ ನಡೆದನು ದೂತಗಣವು ಪವಿತ್ರ ಗಂಭೀರತೆಯಿಂದ ದೃಶ್ಯವನ್ನು ದಿಟ್ಟಿಸಿದರು. ಯೇಸು ರಾಜ್ಯಗಾಂಭೀರ್ಯದಿಂದನಡೆದು ಬರುವಾಗ ಹೊಳೆಯುತ್ತಿದ್ದನು, ದೂತರು ಸಾಷ್ಟಾಂಗ ಬಿದ್ದು ಆರಾಧಿಸಿದರು.

ಬಳಿಕ ವಿಜಯಗಾನದಿಂದ ಜಯಕಾರ ಮಾಡಿದರು. ಏಕೆಂದರೆ ಸೈತಾನನು ದಿವ್ಯ ಸೆರೆಯಾವನನ್ನು ಹಿಡಿದಿಡಲಾಗಿ. ಈಗ ಜಯಗಳಿಸಲಿಲ್ಲ, ದೇವದೂತರು ಪ್ರಜ್ವಲ ಬೆಳಕಿನೆದುರು ನಿಲ್ಲದೆ ದುಷ್ಟ ದೂತರು ಓಡಿದರು. ಅವರು ತಮ್ಮ ರಾಜನ ಬಳಿಗೆ ಬಂದು, ಅವರು ಯಾರನ್ನು ದ್ವೇಷಿಸುತ್ತಿದ್ದರೋ ಆತನು ಸಾವಿನಿಂದ ಎಚ್ಚೆತ್ತನು. ಅವರ ಬಲಿಗೆ ಬಿದ್ದಿದ ಯೇಸುವನ್ನು ಬಲಪ್ರಯೋಗದಿಂದ ದೂತರು ಕಿತ್ತುಕೊಂಡರೆಂದು ಬಹು ನಿಷ್ಠುರವಾಗಿ ಗೊಣಗಿದರು.

ಸೈತಾನನು ಮತ್ತು ಅವನ ದೂತರು, ಪಾಪದಲ್ಲಿ ಬಿದ್ದು ಜನರ ಮೇಲಿನ ತಮ್ಮ ಶಕ್ತಿಯು ಕರ್ತನ ಜೀವಕ್ಕೆ ಎರವಾಗಿ ಸಮಾಧಿಹೊಂದಿದ್ದನು ತಿಳಿದು ಕ್ಲುಪ್ತಕಾಲ ಮಾತ್ರ ಉಲ್ಲಾಸದಿಂದಿದ್ದರು; ಆದರೆ ಅವರ ನರಕ ಸದೃಶ ಗೆಲುವು ಕ್ಷಣಮಾತ್ರವಾಗಿತ್ತು. ಯೇಸುವು ಮರಣದ ಸೆರೆಯಿಂದ ಎದ್ದು ಅಧಿಕಾರಿಯುತವಾಗಿ ನಡೆದು ಬರಲು, ಕೆಲವು ಸಮಯದಲ್ಲಿ ಸಾಯುವೆನೆಂದೂ ತನ್ನ ರಾಜ್ಯವು ಭಾದ್ಯಸ್ಥನಿಗೆ ಹಸ್ತಾಂತರವಾಗುವುದೆಂದು ಸೈತಾನನು ತಿಳಿದುಕೊಂಡನು. ತನ್ನೆಲ್ಲಾ ಯುಕ್ತಿಶಕ್ತಿಗಳಿಂದ ಯೇಸುವಿನ ಮೇಲೆ ಜಯಸಾಧಿಸಲಾಗಲಿಲ್ಲವಲ್ಲಾ, ಮಾನವನಿಗಾಗಿ ರಚಿಸಲ್ಪಟ್ಟ ರಕ್ಷಣಾಯೋಜನೆಯ ಮಾರ್ಗ ತೆರೆಯಲ್ಪಟ್ಟಿದ್ದು ಅವರೆಲ್ಲರ ರಕ್ಷಣೆಗೆ ದಾರಿಯಾಯಿತಲ್ಲಾ ಎಂದು ಸೈತಾನನು ಬಹು ರೌದ್ರನಾಗಿ ಪ್ರಲಾಪಿಸಿದನು.

ಕಲವು ಗಳಿಗೆ ಮಾತ್ರ ಸೈತಾನನು ದುಃಖಪಟ್ಟು ನಿರಾಶೆಗೊಂಡನು. ಆತನು ತನ್ನ ದೂತರೊಂದಿಗೆ, ದೇವರ ರಾಜ್ಯಾಧಿಕಾರದವಿರುದ್ಧ ಕೆಲಸ ಮಾಡುವುದು ಹೇಗೆ ಎಂದು ಸಮಾಲೋಚನೆಗೆ ಇಳಿದನು. ನಂತರ ಸೈತಾನನು ತನ್ನ ದೂತರಿಗೆ, ಮಹಾಯಾಜಕರೂ ಹಿರಿಯರ ಬಳಿಗೆ ಹೋಗಿರಿ. ಈಗಾಗಲೇ ಅವರನ್ನು ಮೋಸಗೊಳಿಸಿ, ಅಂಧರನ್ನಾಗಿ ಮಾಡಿ, ಅವರು ಯೇಸುವಿನ ಕಡೆಗೆ ಹೃದಯವನ್ನು ಕಠಿಣಮಾಡಿಕೊಳ್ಳುವುದರಲ್ಲಿ ವಿಜಯ ಸಾಧಿಸಿದ್ದೇವೆ. ಯೇಸುವನ್ನು ವಂಚಕನೆಂದು ನಂಬುವಂತೆ ಮಾಡಿದ್ದೇವೆ. ಯಾಜಕರು ಹಿರುಯರು ಯೇಸುವನ್ನು ಕೊಲ್ಲುವಂತೆ ಮಾಡಿದ್ದೇವೆ. ರೋಮನ್ ಪಹರೆಯವನು ಕ್ರಿಸ್ತನು ಎದ್ದಿದ್ದಾನೆಂಬ ಹಗೆಯವಾರ್ತೆ ತೆಗೆದುಕೊಂಡು ಹೋಗಿದ್ದಾನೆ. ಯೇಸುವು ಎದ್ದಿರುವುದು ಜನರಿಗೆ ತಿಳಿದುಬಂದಲ್ಲಿ ನಿರಾಪರಧಿಯ ಕೊಲೆಗೆ ಪಾತ್ರರೆಂದು ಅವರನ್ನು ಕಲ್ಲೆಸದು ಕೊಲ್ಲುವರು ಎಂಬ ವಿಷಯವನ್ನು ಪ್ರಜ್ವಲ ಬೆಳಕಿನಲ್ಲಿ ಎತ್ತಿ ಹಿಡಿಯೋಣ ಎಂದನು .

ರೋಮನ್ ಪಹರೆಯವರು, ದೇವದೂತರು ಅದೇಮಹಿಮಾ ಪ್ರಕಾಶದಿಂದ ಪರಲೋಕಕ್ಕೆ ಹಿಂತಿರುಗಿ ಹೋದುದನ್ನು ಕಂಡು ಎದ್ದು ಸುತ್ತಾಮುತ್ತಾ ನೋಡುತ್ತಾ ತಮಗೆ ಕ್ಷೇಮವೇ ಎಂದು ನೋಡಿಕೊಂಡದ್ದನ್ನು ನಾನು ಕಂಡೆನು. ಆ ದೊಡ್ಡ ಕಲ್ಲು ಉರುಳಿ ಯೇಸುವು ಎದ್ದುದನ್ನು ಕಾವಲುಗಾರರು ಕಂಡರು, ದಿಗ್ಭ್ರಮೆಗೊಂಡರು. ಕಂಡ ದೃಶ್ಯವನ್ನು ಮಹಾಯಜಕಗೂ ಹಿರಿಯರಿಗೂ ಮುಟ್ಟಿಸಲು ತ್ವರೆಗೊಂಡರು;

ಈ ಸುದ್ದಿಯಿಂದ ಕೊಲೆಗಾರರೆಲ್ಲರ ಮುಖ ನಿಸ್ತೇಜವಾಯಿತು. ತಮ್ಮ ಕಾರ್ಯಗಳಿಗಾಗಿ ಥರಥರಿಕೆ ಉಂಟಾಯಿತು. ಒಂದುವೇಳೆ ಈ ಸುದ್ದಿಯು ನಿಜವಾದರೆ ನಾವು ಸತ್ತೆವು ಎಂದುಕೊಂಡರು. ಏನೋ ಮಾಡಬೇಕೊ, ಏನು ಹೇಳಬೇಕೋ ತಿಳಿಯದೆ ಒಬ್ಬನ್ನೊಬ್ಬರು ಮೌನದಿಂದ ನೋಡುತ್ತಾ ಕ್ಷಣಮಾತ್ರ ಮಂಕಾದರು. ಅವರು ತಮ್ಮ ಸ್ವಖಂಡನೆ ಮಾಡಿಕೊಂಡರೆ ಹೊರತು ನಂಬಲಾಗದ ಸ್ಥಿತಿಯಲ್ಲಿದ್ದರು. ಮುಂದೇನು ಮಾಡುವುದೆಂದು ಒತ್ತಟ್ಟಿಗೆ ಸೇರಿ ಆಲೋಚಿಸಿದರು. ಯೇಸುವು ಸಮಾಧಿಯಿಂದ ಎದ್ದು

ಅದ್ಭುತ ಸಂಗತಿಯೂ, ಅದನ್ನೂ ಕಂಡ ಪಹರೆಯಾವರು ಸತ್ತಂತೆ ಬಿದ್ದ ಸುದ್ದಿಯು ಎಲ್ಲಾ ಜನರಿಗೆ ತಿಳಿದರೆ ಅವರು ನಿಜವಾಗಿ ಕೋಪದಿಂದ ಹುಚ್ಚೆದ್ದು ನಮ್ಮನ್ನು ಕೊಲ್ಲದೆ ಇರಲಾರರು ಅಂದುಕೊಂಡರು. ಸುದ್ದಿಯನ್ನು ರಹಸ್ಯಗಿಡಲೋಸುಗ ಸೈನಿಕರನ್ನು ಕೊಡುಕೊಳ್ಳಲು ತೀರ್ಮಾನಿಸಿಕೊಂಡರು. ಅವರಿಗೆ ಹೆಚ್ಚು ಹಣವನ್ನು ನೀಡಿ, ಯೇಸುವಿನ ಶಿಷ್ಯರು ರಾತ್ರಿಯಲ್ಲಿ ಬಂದು ನಾವು ನಿದ್ರೆಮಾಡುತ್ತಿರುವಾಗ ದೇಹವನ್ನು ಕದ್ದುಕೊಂಡು ಹೋದರು ಎಂದು ಹೇಳಿರಿ ಎಂದು ತಾಕೀತು ಮಾಡಿದರು. ಒಂದುವೇಳೆ ಕೆಲಸದ ಸಮಯದಲ್ಲಿ ನಿದ್ರೆಮಾಡಿದ್ದೇಕೆಂದು ಪ್ರಶ್ನಿದರೆ ಎಂದು ಪಹರೆಯಾವರು ಕೇಳಿದಾಗ ಯಾಜಕರು ಮತ್ತು ಹಿರಿಯರು, ದೇಶಾಧಿಪತಿಯನ್ನು ಒಪ್ಪಿಸಿ ರಕ್ಷಿಸುತ್ತೇವೆ ಎಂದು ಅಭಯ ನೀಡಿದರು. ಹಣದ ಆಶೆಗಾಗಿ ರೋಮನ್ ಕಾವಲುಗಾರರು ತಮ್ಮ ಗೌರವನ್ನು ಮಾರಿಕೊಂಡು ಯಾಜಕರ ಮತ್ತು ಹಿರಿಯರ ಸಲಹೆಗೆ ಓಗೊಟ್ಟರು.

ಯೇಸುವುಶಿಲುಬೆಯಲ್ಲಿ ತೂಗಾಡುತ್ತಾ ಮಹಾಧ್ವನಿಯಿಂದ 'ತೀರಿತು' ಎಂದು ಕೂಗಿದಾಗ ಬಂಡೆಗಳು ಸೀಳಿದವು, ಭೂಮಿ ಕಂಪಿಸಿತ್ತು, ಕೆಲವು ಸಮಾಧಿಗಳು ತೆರೆದವು, ಏಕೆಂದರೆ ಯೇಸುವು ಮರಣದಿಂದ ಎದ್ದು ಸಾವನ್ನೂ ಸಮಾಧಿಯನ್ನು ಗೆದ್ದನು; ವಿಜಯೋತ್ಸಾಹದಿಂದ ಮರಣಕಾರಾಗೃಹದಿಂದ ಎದ್ದು ನಡೆದು ಬಂದನು; ಭೂಮಿಯು ಕಂಪಿಸುತ್ತಿರಲು ಆ ಪರಿಶುದ್ಧ ಸ್ಥಳದ ಸುತ್ತ ಪರಲೋಕದ ಮಹಾಮಹಿಮೆ ಸುತ್ತುವರಿಯಿತು. ಆತನ ಕರೆಗೆ ವಿಧೇಯರಾಗಿ, ನಿದ್ರೆಹೋಗಿದ್ದ ಅನೇಕ ಭಕ್ತರ ದೇಹಗಳು ಎದ್ದು ಕ್ರಿಸ್ತನು ಎದ್ದು ಬಂದುದಕ್ಕೆ ಸಾಕ್ಷಿಯದರು. ಪುನರುತ್ಥಾನ ಹೊಂದಿದ ಪ್ರಿಯ ಭಕ್ತರು ಮಹಿಮೆ ಹೊಂದಿದರು. ಇವರ ಸೃಷ್ಟಿಕಾರ್ಯ ಸಂಭವಿಸಿದ ಕಾಲದಿಂದ ಕ್ರಿಸ್ತನ ಕಾಲದವರೆಗೂ ಆರಿಸಲ್ಪಟ್ಟ ಕೆಲವರು ಪವಿತ್ರರು. ಮಹಾಯಾಜಕರು ಮತ್ತು ಫರಿಸಾಯರು ಕ್ರಿಸ್ತನ ಪುನರುತ್ಥಾನವನ್ನು ಮುಚ್ಚಿಡಬೇಕೆಂದು ಯೋಚಿಸುತ್ತಿರುವಾಗ ದೇವರು ಸಮಾಧಿಯಿಂದ ದಂಡನ್ನು ಎಬ್ಬಿಸಿ ಯೇಸುವಿನ ಮಹಿಮೆಗೆ ಸಾಕ್ಷಿಯಾಗುವಂತೆ ಮಾಡಿದರು.

ಪುನರುತ್ಥಾನ ಹೊಂದಿರುವ ವಿವಿದ ದೇಹಕಾರದ ಸ್ಥಿತಿಯಲ್ಲಿದ್ದರು ಭೂಲೋಕದವರು ಸಂತತಿಯಿಂದ ಸಂತತಿಗೆ ಹಂತಹಂತವಾಗಿ ತಮ್ಮ ಶಕ್ತಿ, ಸಹನೆ ಕಳೆದುಕೊಂಡು ಕ್ಷಯಿಸುತ್ತಾ ಹೋಗುತ್ತಿದ್ದಾರೆಂದು ನನಗೆ ತಿಳಿಸಲಾಯಿತು. ಸೈತಾನನಿಗೆ ರೋಗ ಮರಣ ಉಂಟುಮಾಡುವ ಶಕ್ತಿ ಇದೆ. ಪ್ರತಿ ಕಾಲಮಾನದಲ್ಲಿ ಈ ಶಾಪವು ಹೆಚ್ಚಾಗಿದ್ದು ಸೈತಾನನ ಶಕ್ತಿ ಹೆಚ್ಚು ವಿಜೃಂಭಿಸುತ್ತಾ ಬರುತ್ತದೆ. ಪುನರುತ್ಥಾನ ಹೊಂದಿದವರಲ್ಲಿ ಕೆಲವರು ಇತರಗಿಂತ ರೂಪದಲ್ಲೂ ಆಕಾರದಲ್ಲೂ ಹೆಚ್ಚು ವಿನೀತರಾಗಿದ್ದರು. ನೋಹ ಅಬ್ರಹಾಮನ ಕಾಲದಲ್ಲಿದ್ದವರು ಹೆಚ್ಚುಕಡಿಮೆ ದೂತರಂತೆ ಸಮಧಾನಿಗಳಾಗಿ ಬಲಯುತರಾಗಿಯೂ ಇದ್ದರೆಂದು ನನಗೆ ವಿವರಿಸಲಾಯಿತು. ಆದರೆ ಪ್ರತಿ ಸಂತತಿಯೂ ಬರಬರುತ್ತ ರೋಗಗಳಿಗೆ ತುತ್ತಾಗಿ, ದಿನೇದಿನೇ ಬಲಹೀನವಾಗಿ ಕ್ಲುಪ್ತ ಜೀವಿತಕಾಲವನ್ನು ಹೊಂದಿದ್ದಾರೆ. ಜನರನು ಬೇಸರಗೊಳ್ಳಿಸಿ ಕೃಶವಾಗಿಸುವ ತಂತ್ರವು ಹೇಗೆಂದು ಸೈತಾನನು ಕಲಿಯುತ್ತಲಿದ್ದಾನೆ

ಯೇಸುವಿನ ನಂತರ ಪುನರುತ್ಥಾನ ಹೊಂದಿದ ಪವಿತ್ರರು ಹಲವರಿಗೆ ಗೋಚರಿಸಿದರು, ಮಾನವ ಬಲ ಸಂಪೂರ್ಣವಾಯಿತು, ಯಹೂದ್ಯರು ಶಿಲುಬೆಗೆ ಯೇಸುವು ಮರಣವನ್ನು ಜಯಿಸಿ ಎದ್ದಿದ್ದಾನೆ .ನಾವೂ ಆತನೊಂದಿಗೆ ಎದ್ದೆವು ಎಂದು ಅವರು ತಿಳಿಸಿದರು. ಆತನ ಮಹಾಶಕ್ತಿಯ ಮೂಲಕ ತಾವೂ ಸಮಾಧಿಯಿಂದ ಎಬ್ಬಿಸಲ್ಪಟ್ಟೆವೆಂದು ಸಾಕ್ಷಿ ನುಡಿದರು. ಸೈತಾನನ ದೂತರು ಹಾಗೂ ಮಹಾಯಾಜಕರು ಹರಡಿದ ಸುಳ್ಳುಸುದ್ದಿಯ ಮದ್ಯೆ ನಿಜಸಂಗತಿ ಮುಚ್ಚಿಡಲಾಗಲಿಲ್ಲ; ಏಕೆಂದರೆ ಸಮಾಧಿಯಿಂದ ಎಬ್ಬಿಸಲ್ಪಟ್ಟ ಪವಿತ್ರದಂಡು ಅದ್ಭುತ ತುಂಬಿದ ಹರ್ಷೋಲ್ಲಾಸದ ಸುವಾರ್ತೆಯನ್ನು ಹರಡಿದರು, ಮಾತ್ರವಲ್ಲದೆ ಯೇಸುವು ಬಹು ದುಃಖದಿಂದ ಹೃದಯಸ್ಥಂಬಿತರಾಗಿ ಶಿಷ್ಯರಿಗೆ ಪ್ರತ್ಯಕ್ಷನಾಗಿ ಅವರ ಭಯವನ್ನು ತೆಗೆದು ಉಲ್ಲಾಸ ತುಂಬಿದನು.

ಈ ಸುದ್ದಿಯು ಪಟ್ಟಣದಿಂದ ಪಟ್ಟಣಕ್ಕೆ, ನಗರದಿಂದ ನಗರಕ್ಕೆ ಹರಡುತ್ತಾ ಬರಲು ಯಹೂದ್ಯರಿಗೆ ಮರಣದಿಂದ ಭಯ ತುಂಬಿತು. ಅವರು ಶಿಷ್ಯರ ಮೇಲೆ ತಮ್ಮಗಿದ್ದ ದ್ವೇಷವನ್ನು ಗೋಪ್ಯವಾಗಿಟ್ಟರು. ಅವರ ಕೆಲಸ ಸುಳ್ಳು ಸುದ್ದಿಯನ್ನು ಹರಡುವುದು. ಕೆಲವರು ಇದನ್ನೇ ಸತ್ಯವೆಂದು ನಂಬಿದರು. ಆದರೆ ಪಿಲಾತನು ನಡುಗಿದನು. ಯೇಸುವು ಮರಣದಿಂದ ಎದ್ದದ್ದು ಹಾಗೂ ಅತನೊಂದಿಗೆ ಎಬ್ಬಿಸಲ್ಪಟ್ಟ ಅಸಂಖ್ಯಾತ ಜನರು ಸಾಕ್ಷಿಕೊಟ್ಟ ಸಂಗತಿಯನ್ನು ಅವನು ಬಹಳವಾಗಿ ನಂಬಿದನು. ಅವನಲ್ಲಿದ್ದ ಶಾಂತಿ ನಿರಂತರವಾಗಿ ಅಡಗಿತು. ಈ ಲೋಕದ ಗೌರವ, ಸ್ಥಾನಮಾನ ಮತ್ತು ಪ್ರಾಣವನ್ನು ಕಳೆದುಕೊಳ್ಳಬೇಕಾಗುತ್ತದೆಂದು ಅವನು ಯೇಸುವನ್ನು ಸಾವಿಗೆ ಒಪ್ಪಿಸಿದ್ದನು. ಯಾವನ ರಕ್ತಕ್ಕೆ ಹೊಣೆಯಾದನೋ ಅವನ ರಕ್ತವು ಸಾಮಾನ್ಯ ಮುಗ್ಧ ಮನುಷ್ಯನದಲ್ಲ ಆದರೆ ದೇವಕುಮಾರನದೆಂದು ಈಗ ಪರಿಪೂರ್ಣವಾಗಿ ಮನಗಂಡನು. ಪಿಲಾತನ ಜೀವನ ದುರವಸ್ಥೆಗೀಡಾಯಿತು; ಅಂತ್ಯದವರೆಗೂ ದುರವಸ್ಥೆಯಲ್ಲಿತು; ಆತನ ನಿರೀಕ್ಷೆ ಆನಂದವನ್ನು ನಿರಾಶೆ ಆತಂಕವು ಮೆಟ್ಟಿಹಾಕಿತು. ಯಾವ ಸಂತೈಕೆಗೂ ಎಡೆಗೊಡದೆ ಕ್ಲೇಶದಿಂದ ಸತ್ತನು.

ಹೆರೋದನ ಹೃದಯವು ಹೆಚ್ಚು ಹೆಚ್ಚು ಕಠಿಣವಾಗುತ್ತಾ ಬಂತು. ಯೇಸುವು ಮತ್ತೆ ಎದ್ದು ಬಂದ ವಾರ್ತೆ ಮುಟ್ಟಿದಾಗ ಹೆರೋದನ ಹೃದಯವು ಅಷ್ಟೇನೂ ಕಳವಳ ಗೊಳ್ಳಲಿಲ್ಲ. ಅವನು ಯಾಕೋಬನನ್ನು ಕೊಲ್ಲಿಸಿದನು; ಇದರಿಂದ ಯಹೂದ್ಯರಿಗೆ ಮಹದಾನಂದವಾಯಿತೆಂದು ಉತ್ತೇಜಿತನಾಗಿ ಪೇತ್ರನನ್ನು ಕೊಲ್ಲಿಸಬೇಕೆಂದು ಹಿಡಿದು ಸೆರೆಯಲ್ಲಿಟ್ಟನು. ಆದರೆ ಪೇತ್ರನು ಮಾಡಬೇಕಾದ ಕೆಲಸವು ಇನ್ನೂ ಇದ್ದುದರಿಂದ ದೇವರು ತನ್ನ ದೂತರನು ಕಳುಹಿಸಿ ಅವನನ್ನು ಬಿಡಿಸಿದನು. ಹೆರೋದನಿಗೆ ವಿಚಾರಣ ಕಾಲವು ಬಂದಿತು. ಬಹು ಜನಜಂಗುಳಿಯ ಮಧ್ಯದಲ್ಲಿಯೇ ತನ್ನ ಬಗ್ಗೆ ಕೊಚ್ಚಿಕೊಳ್ಳುತ್ತಿರುವಾಗಲೇ ದೇವರು ಅವನನ್ನು ಹೊಡೆದರು. ಅವನು ಬಹು ತುಚ್ಛಮರಣವನ್ನು ಹೊಂದಿದನು.

ಬೆಳಗ್ಗೆ ಹೊತ್ತು ಮೂಡುವ ಮೊದಲೇ ಪವಿತ್ರ ಸ್ತ್ರೀಯರು ಸುಗಂಧ ದ್ರವ್ಯಗಳನ್ನು ತೆಗೆದುಕೊಂಡು ಯೇಸುವಿನ ದೇಹವನ್ನು ಅಭಿಷೇಕಿಸಲು ಸಮಾಧಿಯ ಬಳಿಗೆ ಬಂದರು, ಆಗ ಇಗೋ! ಆ ಭಾರವಾದ ಕಲ್ಲು ಉರುಳಿಸಲ್ಪಟ್ಟಿರುವುದನ್ನೂ, ಸಮಾಧಿಯಲ್ಲಿ ಯೇಸುವಿನ ದೇಹ ಇಲ್ಲದಿದ್ದರುವುದನ್ನೂ ಕಂಡರು. ಅವರ ಹೃದಯವು ಕುಂದಿತು. ಶತ್ರುಗಳು ದೇಹವನ್ನು ತೆಗೆದುಕೊಂಡು ಹೋಗಿದ್ದಾರೆಂದು ಭಯಪಟ್ಟರು. ನೋಡುತ್ತಿರುವಾಗಲೇ, ಬಿಳಿವಸ್ತ್ರವನ್ನು ಧರಿಸಿಕೊಂಡು ಪ್ರಕಾಶಮಾನವಾಗಿ ಹೊಳೆಯುವ ಇಬ್ಬರು ದೇವದೂತರು ಕಂಡು ಬಂದರು. ಅವರಿಗೆ ಸ್ತ್ರೀಯರ ಗಲಿಬಿಲಿ ಅರ್ಥವಾಯಿತ. ಅವರು ಯೇಸುವನ್ನು ಹುಡುಕುತ್ತಿದ್ದಾರೆ, ಆದರೆ ಆತನು ಅಲ್ಲಿಲ್ಲ, ಆತನು ಎದ್ದಿದ್ದಾನೆ ಹಾಗೂ ದೇಹವನ್ನು ಮಲಗಿಸಿದ್ದ ಸ್ಥಳವನ್ನು ಅವರು ನೋಡಬಹುದು ಎಂದರು. ಮತ್ತು ನೀವು ಆತನ ಶಿಷ್ಯರ ಬಳಿಗೆ ಹೋಗಿ, ಅವರಿಗಿಂತ ಮುಂಚೆ ಯೇಸು ಗಲಿಲಾಯಕ್ಕೆ ಹೋಗುತ್ತಾನೆಂದೂ ಅವರಿಗೆ ತಿಳಿಸಿರಿ ಎಂದರು. ಆದರೆ ಸ್ತ್ರೀಯರು ಭಯಾಶ್ಚರ್ಯಗೊಂಡರು. ಕರ್ತನು ಶಿಲುಬೆಗೆ ಹಾಕಲ್ಪಟ್ಟಿದ್ದರಿಂದ ಬಹು ದುಃಖಪಟ್ಟು ಪ್ರಲಾಪಿಸುತ್ತಿದ್ದ ಶಿಷ್ಯರ ಬಳಿಗೆ ಅವರು ತ್ವರೆಯಾಗಿ ಓಡಿಬಂದು ತಾವು ಕಂಡಿದ್ದನ್ನೆಲ್ಲಾ ಆತುರಾತುರವಾಗಿ ತಿಳಿಸಿದರು. ಶಿಷ್ಯರು ಯೇಸು ಜೀವಿತನಾಗಿ ಎದ್ದಿದ್ದನ್ನು ನಂಬದೆ, ಸುದ್ದಿತಂದ ಸ್ತ್ರೀಯರೊಡನೆ ಸಮಾಧಿಗೆ ಬಂದು ಅಲ್ಲಿ ಯೇಸು ಇಲ್ಲದಿರುವುದನ್ನು ಕಂಡರು. ನಾರುಬಟ್ಟೆ ಮಾತ್ರ ಅಲ್ಲಿತ್ತು. ಯೇಸುವು ಸತ್ತವರೊಳಗಿನಿಂದ ಜೀವಿತನಾಗಿರುವ ಶುಭಸುದ್ದಿಯನ್ನು ನಂಬಿದವರಾಗಿ ತಾವು ಕಂಡಿದ್ದು ಹಾಗೂ ಸ್ತ್ರೀಯರಿಂದ ಬಂದ ಸುದ್ದಿಯ ಬಗ್ಗೆ ಆಶ್ಚರ್ಯಗೊಂಡರು. ಮನೆಗೆಹೊಂದರು. ಆದರೆ ಮರಿಯಳು ಸಮಾಧಿಯ ಸುತ್ತಮುತ್ತ ತಿರುಗಾಡುತ್ತಿದ್ದಳು. ಮೋಸಹೋದೆನೇನೋ ಎಂದು ನಿರಾಶೆಗೊಂಡಳು. ಹೊಸ ತೊಂದರೆಗಳು ಕಾದಿವೆ ಎಂದು ತಳಮಳಗೊಂಡಳು. ಅವಳ ದುಃಖವು ಉಲ್ಬಣಗೊಂಡು ಬಹುವಾಗಿ ಅಳಲಾರಂಭಿಸಿದಳು. ಮತ್ತೊಮ್ಮೆ ಸಮಾಧಿಯಲ್ಲಿ ಬೊಗ್ಗಿ ನೋಡಲು ಬೆಳ್ಳಗಿರುವ ವಸ್ತ್ರಗಳನ್ನು ಧರಿಸಿದ್ದ ಇಬ್ಬರು ದೇವದೂತರನ್ನು ಕಂಡಳು. ಅವರ ಮುಖಭಾವವು ಪ್ರಕಾಶಮಾನವಾಗಿ ಹೊಳೆಯುತ್ತಿತ್ತು.

ಒಬ್ಬನು ತಲೆದೆಸೆಯಲ್ಲೂ ಮತ್ತೊಬ್ಬ ಯೇಸುವು ಮಲಗಿದ್ದ ಪಾದಬಳಿಯಲ್ಲಿಯೂ ಕುಳಿತಿದ್ದನು. ಅವರು ಆಕೆಯೊಂದಿಗೆ ಬಹು ಕರುಣೆಯಿಂದ "ಯಾಕೆ ಅಳುತ್ತಿ?" ಎಂದರು ಅವರು ನನ್ನ ಸ್ವಾಮಿಯನ್ನು ತೆಗೆದುಕೊಂಡು ಹೋಗಿದ್ದಾರೆ; ಆತನ್ನನ್ನು ಎಲ್ಲಿಟ್ಟಿದ್ದಾರೋ ನನಗೆ ಗೊತ್ತಿಲ್ಲ ಅಂದಳು.

ಅವಳು ಸಮಾಧಿಯಿಂದ ಹೊರಬರುವಾಗ ಯೇಸು ಅವಳ ಬಳಿಯಲ್ಲಿ ನಿಂತ್ತಿರುವುದನ್ನು ಕಂಡಳು. ಆದರೆ ಆತ ಯೇಸುಎಂಬುವುದನ್ನು ತಿಳಿಯದಾದಳು. ಯೇಸು ಅವಳೊಂದಿಗೆ ಮೃದುವಾಗಿ, ಅವಳ ಅಳುವಿಗೆ ಕಾರಣವನ್ನೂ ಮತ್ತು ಯಾರನ್ನು ಹುಡುಕುತ್ತಿರುವಳೆಂದು ಕೇಳಿದನು. ಆಕೆ ಆತನನ್ನು ತೋಟಗಾರನೆಂದು ಬಗೆದು ಅಯ್ಯಾ ನೀನು ಎತ್ತಿಕೊಂಡು ಹೋಗಿದ್ದರೆ ಎಲ್ಲಿ ಇಟ್ಟಿದ್ದಿ? ನನಗೆ ಹೇಳು ನಾನು ತೆಗೆದುಕೊಂಡು ಹೋಗುತ್ತೇನೆ ಎಂದು ಬೇಡಿದಳು. ಯೇಸು ತನ್ನ ಪರಮ ದ್ವನಿಯಿಂದ ಆಕೆಯೊಂದಿಗೆ ಮಾತನಾಡುತ್ತ 'ಮರಿಯಳೆ!' ಎಂದು ಹೇಳಿದನು. ಆ ದ್ವನಿಯ ಪರಿಚಯ ಅವಳಿಗಿದ್ದುದರಿಂದ ಗುರುವೇ! ಎನ್ನುತ್ತಾ ಬಹು ಸಂಭ್ರಮ ಸಂತೋಷದಿಂದ ತಬ್ಬಿಕೊಳ್ಳಲು ಕಾತುರಳಾದಾಗ; ಯೇಸುಹಿಂದೆ ಸರಿದು ನನ್ನನ್ನು ಹಿಡಿಯ ಬೇಡ, ನಾನು ಇನ್ನೂ ತಂದೆಯ ಬಳಿಗೆ ಏರಿಹೋದವನ್ನಲ್ಲ; ನೀನು ನನ್ನ ಸಹೋದರರ ಬಳಿಗೆ ಹೋಗಿ – ನಾನು, ನಮ್ಮ ತಂದೆಯು ನಿಮ್ಮ ತಂದೆಯೂ, ನನ್ನದೇವರೂ ನಿಮ್ಮ ದೇವರೂ ಆಗಿರುವಾತನ ಬಳಿಗೆ ಏರಿಹೋಗುತೇನೆ ಎಂದು ಅವರಿಗೆ ಹೇಳು ಎಂದನು. ಮಗ್ದಲದ ಮರಿಯಳು ಬಹು ಆನಂದದಿಂದ ಶಿಷ್ಯರ ಬಳಿಗೆ ಶುಭಮಾರ್ತೆಯನ್ನು ಹೊತ್ತು ಓಡಿದಳು. ಯೇಸು ತತ್ಕ್ಷಣವೇ ತಂದೆಯ ಬಳಿಗೆ ಹೋದನು. ಆತನ ತುಟ್ಟಿಗಳಿಂದಲೇ ತನ್ನ ಬಲಿಯು ಸ್ವೀಕರಿಸಲ್ಪಟ್ಟಿರುವುದನ್ನು, ಆತನು ಎಲ್ಲಾವನು ಸುಸೂತ್ರವಾಗಿ ನಡೆಸಿದನೆಂದು ಅಲ್ಲದೆ ತಂದೆಯಿಂದ ಭೂಪರಲೋಕಗಳ ಒಡೆತವನ್ನು ಪಡೆದಿರುವನೆಂದೂ ತಿಳಿದುಕೊಳ್ಳಲು ಹೋದನು.

ದೇವಕುಮಾರನ ಸುತ್ತಲೂ ದೇವದೂತರು ಮೇಘದೋಪಾದಿಯಲ್ಲಿ ಸುತ್ತುವರೆದು, ಮಹಿಮಾರಾಜನು ಒಳಬರಲು ಅನುವಾಗುವಂತೆ ಅನಂತಕಾಲದ ಬಾಗಿಲನ್ನು ತೆರೆದಿಟ್ಟರು. ನಾನು ನೋಡಿದ್ದೇನೆಂದರೆ, ಯೇಸುವು ಪ್ರಕಾಶಭರಿತ ಪರಲೋಕ ಗಣಗಳು ಜೊತೆ ಹಾಗೂ ತಂದೆಯು ಪ್ರಸನ್ನತೆಯಲ್ಲಿ ದೇವರ ಮಹಿಮೆ ಸುತ್ತುವರೆದಿರುವಾಗಲೂ ಆತನು ತನ್ನ ಬಡ ಶಿಷ್ಯರನ್ನು ಮರೆಯಲಿಲ್ಲ; ತಂದೆಯಿಂದ ಪ್ರಭಾವ ಬಲ ಹೊಂದಿದ ನಂತರ ಅವರು ಹಿಂತಿರುಗಿ ಆ ಶಕ್ತಿಯನ್ನು ಅವರಿಗೂ ಹಸ್ತಾಂತರಿಸಲು ಬಯಸಿದನು. ಅದೇ ದಿನ ಇಳಿದು ಬಂದು ಶಿಷ್ಯರ ಮಧ್ಯದಲ್ಲಿ ಕಾಣಿಸಿಕೊಂದರು; ಆತನು ತಂದೆಬಳಿಗೆ ಏರಿಹೋಗಿ ಪರಮಶಕ್ತಿ ಹೊಂದಿದ್ದನ; ಅವರು ಆತನನ್ನು ಮುಟ್ಟಿನೋಡಲು ಅನುಮತಿಸಿದನು.

ಈ ಸಮಯದಲ್ಲಿ ತೋಮನು ಅವರ ಸಂಗಡ ಇರಲಿಲ್ಲ; ಶಿಷ್ಯರು ಹೇಳಿದ ಸುದ್ದಿಯನ್ನು ಬಡಪೆಟ್ಟಿಗೆ ನಂಬಲಿಲ್ಲ; ಅತನ ಕೈಗಳಲ್ಲಿ ಮೊಳೆಗಳಿಂದಾದ ಗಾಯಗಳನ್ನು ನೋಡದೆ, ಕ್ರೂರವಾದ ಈಟಿಯು ನೆಟ್ಟಿದ ಪಕ್ಕೆಯ ಗಾಯದಲ್ಲಿ ಬೆರಳನ್ನಿಟ್ಟು ಪರೀಕ್ಷಿಸದ ಹೊರೆತು ನಂಬುವುದಿಲ್ಲ ಎಂದನು. ಇದರಲ್ಲಿ ಆತನು ಸಹೋದರರಲ್ಲಿ ಇಟ್ಟಿದ್ದ ಅಪನಂಬಿಕೆಯನ್ನು ತೋರಿಸಿದನು. ಈ ರೀತಿಯಾದ ಗುರುತುಗಳನ್ನು ಎಲ್ಲರು ಅಪೇಕ್ಷಿಸಿದಾದಲ್ಲಿ ಯಾರು ಯೇಸುವನ್ನು ಅಂಗೀಕರಿಸಿ ಆತನ ಪುನರುತ್ಥಾನದಲ್ಲಿ ನಂಬಿಕೆ ಇಡುವುದಿಲ್ಲ. ದರೆ ಶಿಷ್ಯರ ವರದಿಯೂ ಒಬ್ಬರಿಂದೊಬ್ಬರಿಗೆ ಹೋಗುತ್ತಾ ಕಂಡವರು ಹಾಗೂ ಕೇಳಿದವರ ತುಟಿಗಳಿಂದ ಬಂದುದನ್ನು ಅಂಗೀಕರಿಸಬೇಕೆಂಬುವುದ ದೇವರ ಚಿತ್ತವಾಗಿದೆ. ಈ ಅಪನಂಬಿಕೆ ದೇವರಿಗೆ ಇಷ್ಟವಾಗಲಿಲ್ಲ .ಯೇಸು ಮತ್ತೊಮ್ಮೆ ಶಿಷ್ಯರ ಸಂಧಿಸಿದಾಗ ತೋಮನು ಅಲ್ಲಿದ್ದನು. ಯೇಸುವನ್ನು ಕಂಡ ಮಾತ್ರದಿಂದಲೇ ನಂಬಿದನು. ಆದರೆ ಈ ಮೊದಲು ಅವನು ನೋಡುವ ಭಾವವು ತೃಪ್ತಿಗೊಳ್ಳದ ಹೊರತು ನಂಬುವುದಿಲ್ಲ ಎಂದು ಪ್ರಕಟಿಸಿದನು. ಅವನಿಗೆ ಇಚ್ಛಿಪಟ್ಟ ಗುರುತನು ಕಾಣಲು ಯೇಸು ಅವಕಾಶ ನೀಡಿದನು. ಅಗ ತೋಮನು, ಸ್ವಾಮಿಯೇ, ನನ್ನ ದೇವರೇ ಎಂದು ಉದ್ಗರಿಸಿದನು .ಆದರೆ ಯೇಸು

ತೋಮನ ನಂಬಿಕೆಯನ್ನು ಖಂಡಿಸಿದನು. ಆತನು ತೋಮನಿಗೆ – ನೀನು
ನನ್ನನ್ನು ನೋಡಿದ್ದರಿಂದ ನಂಬಿದ್ದಿ!; ನೋಡದೆ ನಂಬಿದವರು ಧನ್ಯರು
ಎಂದು ಹೇಳಿದರು

ಆಗ ನಾನು ಕಂಡಿದ್ದೇನೆಂದರೆ, ಯಾರಿಗೆ ಮೊದಲು ಹಾಗೂ ಎರಡನೇ ದೂತನ
ಸಂದೇಶದಲ್ಲಿ ಅನುಭವವಿಲ್ಲವೂ ಅವರು, ಅದನ್ನು ಅನುಭವಿಸಿದವರ
ಮೂಲಕ ಕೇಳಿ ಸಂದೇಶವನ್ನು ಹಿಂಬಾಲಿಸಬೇಕಾಗಿದೆ ಎಂಬುದನ್ನು ನಾನು
ಕಂಡೆನು. ಯೇಸುವನ್ನು ಶಿಲುಬೆಗೆ ಹಾಕಿದಂತೆ ಈ ಸಂದೇಶಗಳೂ ಶಿಲುಬೆಗೆ
ಹಾಕಲ್ಪಡುತ್ತದೆ ಎಂಬುದನ್ನು ನಾನು ಕಂಡೆನು. ಶಿಷ್ಯರು ಪ್ರಕಟಿಸಿದಂತೆ
ಮನುಷ್ಯರೊಳಗೆ ಕೊಡಲ್ಪಟ್ಟಿರುವ ಬೇರೆ ಯಾವ ಹೆಸರಿನಿಂದಲ್ಲದೇ ಆ
ಹೆಸರಿನಿಂದಲ್ಲದೇ ಆ ಹೆಸರಿನಿಂದಲೇ ರಕ್ಷಣೆ ದೊರೆಯುತ್ತದೆ. ಅದರಂತೆ
ದೇವರ ಸೇವಕರು ಭಯವಿಲ್ಲದೆ ಪ್ರಾಮಾಣಿಕವಾಗಿ ಮೂರನೆ ದೂತನ
ಸಂದೇಶದ ಸತ್ಯದ ಒಂದು ಭಾಗವನ್ನು ಅಂಗೀಕರಿಸಿದವರು ಸಂತೋಷದಿಂದ
ಮೊದಲ, ಎರಡನೆಯ ಮತ್ತು ಮೂರನೆಯಸಂದೇಶವನ್ನು ದೇವರು
ಕೊಟ್ಟಂತೆ ಅಂಗೀಕರಿಸಬೇಕಾಗಿದೆ. ಇಲ್ಲವಾದರೆ ಅವರಿಗೆ ಯಾವ
ವಿಷಯದಲ್ಲೂ ಪಾತ್ರವಾಗಲ್ಲಿ ಹಾಗೂ ಆಯ್ಕೆಯಾಗಲಿ ಇರುವುದಿಲ್ಲ.

ನಾನು ನೋಡಿದ್ದೇನೆಂದರೆ – ಪವಿತ್ರ ಸ್ತ್ರೀಯರೂ ಯೇಸುವಿನ
ಪುನರುತ್ಥಾನದ ಸುದ್ದಿಯನ್ನು ಹರಡುತ್ತಿರುವ ಸಮಯದಲ್ಲಿ, ರೋಮನ್
ಪಹರೆಯವರು, ಮಹಾಯಾಜಕರು, ಹಿರಿಯರೂ ಅವರ ಬಾಯಲ್ಲಿ ಬಿತ್ತಿದ
ಸುಳ್ಳನ್ನು ಅಂದರೆ ಶಿಷ್ಯರು ರಾತ್ರಿಯಲ್ಲಿ ಬಂದು ಅವರು ಮಲಗಿ ದ್ದಾಗ
ಯೇಸುವಿನ ದೇಹವನ್ನು ಕದ್ದುಕೊಂಡು ಹೋದರು ಎಂಬುದನ್ನು
ಸಾರಲಾರಂಭಿಸಿದರು. ಈ ಸುಳ್ಳನು ಸೈತಾನನೇ ಮಹಾಯಾಜಕರ, ಹಿರಿಯರ
ಹೃದಯ ಮತ್ತು ಬಾಯಲ್ಲಿರಿಸಿದನು. ಈ ಮಾತುಗಳನ್ನು ಒಪ್ಪಿಕೊಳ್ಳಲು
ಜನರೆಲ್ಲಾ ಸಿದ್ದರಿದ್ದರು. ಆದರೆ ದೇವರು, ರಕ್ಷಣೆಯು ಆತುಕೊಳ್ಳುವ ಈ
ಸಂಗತಿಯನ್ನು ಸತ್ಯವಾಗಿಸಿ, ಈ ಮುಖ್ಯವಾದ ಘಟನೆ ಸಂಭವಿಸುವಂತೆ ಮಾಡಿ

ಯಾವ ಅನುಮಾನಕ್ಕೂ ಮೀರಿದ ಹಾಗೆ ಮಾಡಿದನು. ಮಹಾಯಾಜಕರಿಗೂ ಹಿರಿಯರಿಗೂ ಮುಚ್ಚಿಡಲು ಅಸಾಧ್ಯವಾಗುವಂತೆ ಮಾಡಲಾಯಿತು. ಕ್ರಿಸ್ತನ ಪುನರುತ್ಥಾನಕ್ಕೆ ಹಲವಾರು ಭಕ್ತರು ಸತ್ತವರೊಳಗಿಂದ ಎದ್ದು ಬಂದು ಸಾಕ್ಷಿಗಳಾದರು.

ಯೇಸುವು ನಲ್ವತ್ತು ದಿನಗಳು ಶಿಷ್ಯರೊಂದಿಗೆ ಇರುತ್ತಾ, ಅವರ ಹೃದಯಕ್ಕೆ ಉಲ್ಲಾಸ, ಆನಂದವುಂಟಾಗುವಂತೆ ಮಾಡಿದ್ದಲ್ಲದೆ ದೇವರಾಜ್ಯದ ಬಗೆಗೆ ಸಂಪೂರ್ಣ ಅರಿವನ್ನು ಉಂಟಾಮಾಡಿದನು. ಆತನ ಶ್ರಮ ಸಂಕಟ, ಮರಣ ಹಾಗೂ ಪುನರುತ್ಥಾನದ ವಿಷಯದಲ್ಲಿ ತಾವು ಕಂಡು ಕೇಳಿದ್ದರ ಬಗ್ಗೆ ಸಾಕ್ಷಿಗಳಾಗಿರಬೇಕು; ಆತನು ಪಾಪಕ್ಕೆ ಬಲಿಯಾಗಿದ್ದರಿಂದ ಎಲ್ಲಾರು ಆತನ ಬಳಿಗೆ ಬಂದು ಜೀವವನ್ನು ಕಂಡುಕೊಳ್ಳಬೇಕೆಂದು ಅಪ್ಪಣೆ ಕೊಟ್ಟನು. ಅವರು ಸಹ ಹಿಂಸೆಗೊಳ್ಳಗಾಗುವರು ಮತ್ತು ಯಾತನೆ ಪಡುವರು; ಆದರೆ ತಮ್ಮ ಅನುಭವವನ್ನು ಪೂರಕಗೊಳಿಸಿಕೊಂಡು ಹೇಳುವಾಗ ಮತ್ತು ಯೇಸು ನುಡಿದದ್ದೆಲ್ಲವನ್ನೂ ನೆನಪಿಗೆ ತಂದುಕೊಳ್ಳುವಾಗ ಅವರಿಗೆ ಉಪಸಮನ ದೊರಕುವುದು ಎಂದು ಯೇಸು ಮೃದುವಾಗಿ ಪ್ರಾಮಾಣಿಕವಾಗಿ ನುಡಿದನು. ಆತನು ಸೈತಾನನ ಶೋಧನೆಗಳೆಲ್ಲವನ್ನೂ ಗೆದ್ದು, ಕಷ್ಟ ಸಂಕಟ ಮೂಲಕ ಹೊರ ಬಂದು ಜಯ ಹೊಂದಿರುವನೆಂತಲೂ, ಅಲ್ಲದೆ ಆತನ ಮೇಲೆ ಸೈತಾನನಿಗೆ ಯಾವ ಅಧಿಕಾರವು ಇಲ್ಲ ಆದರೆ ಶಿಷ್ಯರ ಮೇಲೆ ಹಾಗೂ ಆತನ ಹೆಸರಿನ್ನಲ್ಲಿ ನಂಬಿಕೆಯಿಡುವವರ ಮೇಲೆ ಶೋಧನೆ ಹಾಗೂ ಬಲಪ್ರಹಾರವಾಗುವುದು ಎಂದನು.

ಆತನು ಜಯಿಸಿದಂತೆಯೇ ಅವರೂ ಜಯಗಳಿಸಬಹುದೆಂದು ನುಡಿದನು. ಅದ್ಭುತ ಕಾರ್ಯಗಳನ್ನು ಮಾಡಲು ಅಧಿಕಾರ ಬಲವನ್ನು ಶಿಷ್ಯರಿಗೆ ಅನುಗ್ರಹಿಸಿದನು. ಆದರೂ ದುಷ್ಟಜನರು ಅವರ ದೇಹದ ಮೇಲೆ ಅಧಿಕಾರ ತೋರಿಸಿದರೂ, ಸಂದರ್ಭಕ್ಕೆನುಸಾರವಾಗಿ ದೂತರನ್ನು ಕಳುಹಿಸಿ ಬಿಡುಸುವನೆಂದು; ಅವರು ಸುವಾರ್ತಾಸೇವೆಯ ಜವಾಬ್ದಾರಿ ಮುಗಿಯುವವರೆವಿಗೂ ಯಾರು ಜೀವ ತೆಗೆಯಲಾರದು ಎಂದು ಹೇಳಿದನು.

ಶಿಷ್ಯರ ಸಾಕ್ಷಿಕಾರ್ಯವು ಮುಗಿದಾಗ ಅದಕ್ಕೆ ಮುದ್ರೆ ಹಾಕಲು ಅವರ ಜೀವಕ್ಕೆ ಎರವಾಗುವರೆಂದನು. ಆತನ ಕುತೂಹಲಿ ಹಿಂಬಾಲಕರು ಸಂತೋಷದಿಂದ ಕಿವಿಗೊಟ್ಟರು. ಆತನ ಪವಿತ್ರ ಅಧರಗಳಿಂದ ಉದುರಿದ ಪ್ರತಿ ಪದವನ್ನು ಭುಜಿಸಿದರು. ಆಗ ಈತನೇ ಲೋಕರಕ್ಷಕನೆಂದು ಅವರು ದೃಡಪಡಿಸಿಕೊಂಡರು. ಪ್ರತಿಮಾತು ಹೃದಯದ ಹಾಳಕ್ಕೆ ಇಳಿಯುತ್ತಿರುವಾಗ ಇಂತಹ ಪರಮ ಭೋದಕನಿಂದ ಬೇರ್ಪಡಬೇಕಲ್ಲಾ; ಆ ಕ್ಷಣವು ಕಳೆದ ಮೇಲೆ ಯಾವ ಸಂತೈಕೆಯ ಕೃಪಾವಾಕ್ಯಗಳನ್ನು ಆತನ ತುಟಿಗಳಿಂದ ಕೇಳಾಗುವುದಿಲ್ಲವಲ್ಲಾ ಎಂಬ ದುಃಖ ಅವಾರಿಗಾಯಿತು. ಆದರೆ ಆತನು - ನಿಮಗೆ ಸ್ಥಳವನ್ನು ಸಿದ್ಧಮಾಡುವುದಕ್ಕೆ ಹೋಗುತ್ತೇನಲ್ಲ, ನಾನು ಹೋಗಿ ನಿಮಗೆ ಸ್ಥಳವನ್ನು ಸಿದ್ಧಮಾಡಿದ ಮೇಲೆ ತಿರುಗಿ ಬಂದು ನಿಮ್ಮನ್ನು ಕರೆದುಕೊಂಡು ಹೋಗಿ ನನ್ನ ಬಳಿಗೆ ಸೇರಿಸಿಕೊಳ್ಳುವೆನು, ಎಂದಾಗ ಶಿಷ್ಯರ ಹೃದಯವು ಪ್ರೀತಿ ಮತ್ತು ಮಹಾದಾನಂದದಿಂದ ತುಂಬಿತು. ನಿಮಗೆ ಪವಿತ್ರಾತ್ಮನೆಂಬ ಸಹಾಯಕನನ್ನು ಕಳುಹಿಸುವೆನು ಆತನು ನಿಮ್ಮನ್ನು ಹರಸಿ, ಮಾರ್ಗದರ್ಶನ ನೀಡಿ ಸತ್ಯಕ್ಕೆ ನಡೆಸುವನು ಎಂದು ಹೇಳಿ ಕೈಗಳನ್ನೆತ್ತಿ ಆಶೀರ್ವಾದಿಸಿದನು.

ನೋಡಿರಿ:

1) ಪ್ರಕಟಣೆ 14:6-8 ಅಧ್ಯಾಯ 23 ಮತ್ತು 24ರಲ್ಲಿ ವಿವರಿಸಲಾಗಿದೆ

2) ಪ್ರಕಟಣೆ 14:9-12 ಅಧ್ಯಾಯ 28ರಲ್ಲಿ ವಿವರಿಸಲಾಗಿದೆ; ಮತ್ತಾಯ 27:52-53 ;ಅಧ್ಯಾಯ 28; ಮಾರ್ಕ 16:1-18; ಲೂಕ 24:1-50; ಯೋಹಾನ ಅಧ್ಯಾಯ 20; ಅ. ಕೃತ್ಯ ಅಧ್ಯಾಯ 12

ಅಧ್ಯಾಯ 11. ಯೇಸುವಿನ ಆರೋಹಣ

ಯೇಸುವು ಪರಲೋಕದ ತಂದೆಯ ಬಳಿಗೆ ಗೆಲುವಿನೋತ್ಸಾಹದಿಂದ ಬರುವ ಗಳಿಗೆಗಾಗಿ ಇಡೀ ಪರಲೋಕವೇ ಎದುರುನೋಡುತ್ತಿತ್ತು. ಪ್ರಭಾವವುಳ್ಳ ಅರಸನಿಗೆ ಬೆಂಗಾವಲಾಗಿದ್ದು ವಿಜಯಾನಂದದಿಂದ ಕರೆದುಕೊಂಡು ಹೋಗಲು ದೇವದೂತರು ಇಳಿದು ಬಂದರು ,ಯೇಸುವು ಶಿಷ್ಯರನ್ನು ಆಶೀರ್ವದಿಸಿದ ಮೇಲೆ ಅವರಿಂದ ಬೇರ್ಪಟ್ಟು ಎತ್ತಲ್ಪಟ್ಟನು. ಅತನು ಮೇಲಕ್ಕೆ ಏರಿಹೋಗುತ್ತಾ ಇರುವಾಗ, ಪುನರುತ್ಥಾನದ ಸಮಯದಲ್ಲಿ ಎಬ್ಬಿಸಲ್ಪಟ್ಟವರೆಲ್ಲಾ ಆತನನ್ನು ಹಿಂಬಾಲಿಸಿದರು. ಪರಲೋಕದ ಮಹಾತಂಡವೂ ಹಾಜರಾಗಿದ್ದವು; ಅದೇ ಸಮಯದಲ್ಲಿ ಅಸಂಖ್ಯಾತ ದೂತಗಣವು ಆತನನ್ನು ಸ್ವಾಗತಿಸಲು ಪರಲೋಕದಲ್ಲಿ ಕಾದಿದ್ದರು. ಇವರೆಲ್ಲಾ ಪರಿಶುದ್ದ ಪಟ್ಟಣಕ್ಕೆ ಏರುತ್ತಿರುವಾಗ, ಯೇಸುವಿನ ಬೆಂಗಾವಲಾಗಿದ್ದ ದೂತರು ಮಹಾಧ್ವನಿಯಿಂದ ,ದ್ವಾರಗಳೇ ,ಉನ್ನತವಾಗಿರಿ ;ಪುರಾತನ ಕದಗಳೇ, ತೆರೆದುಕೊಂಡಿರಿ .ಮಹಾಪ್ರಭಾವವುಳ್ಳ ಅರಸುನು ಆಗಮಿಸತ್ತಾನೆ ಎಂದು ಕೂಗುತ್ತಿದ್ದರು. ಪರಲೋಕದಲ್ಲಿ ಕಾಯುತ್ತಿದ್ದ ದೂತರು ಭಾವಾವೇಶದಿಂದ- ಮಹಾಪ್ರಭಾವವುಳ್ಳ ಈ ಅರಸನು ಯಾರು? ಎಂದು ಗಟ್ಟಿಯಾಗಿ ಕೂಗುತ್ತಿದ್ದರು. ಬೆಂಗಾವಲಾಗಿದ್ದ ದೂತರು ಉತ್ತರಿಸುತ್ತಾ ಪ್ರಬಲನು ಮತ್ತು ಪ್ರಭಾವವುಳ್ಳ ಸ್ವಾಮಿ ಈತನೇ! ಸೇನಾಧೀಶ್ವರನಾದ ಕರ್ತನು! ದ್ವಾರಗಗೇ ತೆರೆದುಕೊಂಡಿರಿ! ನಿರಂತವಾದ ಕದಗಳೇ ತೆರೆದುಕೊಂಡಿರಿ! ಮಹಾಪ್ರಭಾವವುಳ್ಳ ಅರಸನು ಬಂದನು ಎಂದು ಘೋಷಿಸಿದರು , ಮತ್ತೆ ಪರಲೋಕದಲ್ಲಿದ್ದ ದೂತರು ಕೂಗುತ್ತಾ, ಈ ಮಹಾಪ್ರಭಾವವುಳ್ಳ ಅರಸನು ಯಾರು? ಎಂದು ಕೇಳಲು , ಬೆಂಗಾವಲಾಗಿದ್ದ ದೂತರು ಮಧುರವಾದ ಸ್ವರದಿಂದ ಸೇನಾಧೀಶ್ವರನಾದ ಕರ್ತನು ! ಮಹಾಪ್ರಭಾವವುಳ್ಳ ಅರಸು ! ಎಂದು ಉತ್ತರಿಸುತ್ತಿದ್ದರು. ಈ ಪರಲೋಕದ ಸಮೂಹವು ಪಟ್ಟಣವನ್ನು ಪ್ರವೇಶಿಸಿತು. ದೂತಗಣಗಳೆಲ್ಲಾ ದೇವಕುಮಾರನನ್ನು ಸುತುಗಟ್ಟಿತು. ತಮ್ಮ ಮಹಾಧಿಪತಿಯ ಪಾದದಲ್ಲಿ ಹೊಳೆಯುವ ಕಿರೀಟವನ್ನಿಟ್ಟು ಮಹಾಘನಗೌರವದಿಂದ ತಲೆ ಬಾಗಿದರು ,

ನಂತರ ಕೊಲ್ಲಲ್ಪಟ್ಟ ಕುರಿಮರಿಯು, ಮಹಾಪ್ರಭಾವ ಮಹಿಮೆಯಿಂದ ಜೀವಿತನಾಗಿ ಬಂದನೆಂದು ತಮ್ಮ ಸುವರ್ಣ ತಂತಿವಾದ್ಯಗಳನ್ನು ಸುಮಧುರವಾಗಿ ಮಿಟಿ ಸ್ವರಗಳನ್ನು ಹೊರಡಿಸಲು , ಅದು ಪರಲೋಕದಲ್ಲೆಲ್ಲಾ ಝೇಂಕಾರವನ್ನೆಬ್ಬಿಸಿತು.

ಆನಂತರ ನನಗೆ ತೋರಿಸಲ್ಪಟ್ಟದ್ದೇನೆಂದರೆ –ಆರೋಹಣವಾಗುತ್ತಿರುವ ಸ್ವಾಮಿಯ ಕಡೆಯ ದರ್ಶನ ಮಾಡಲು ಶಿಷ್ಯರು ಪರಲೋಕದೆಡೆಗೆ ತಲೆ ಎತ್ತಿ ದುಃಖದಿಂದ ದೃಷ್ಟಿಸುತ್ತಿದ್ದರು ಶುಭ್ರವಸ್ತ್ರಧಾರಿಗಳಾದ ಇಬ್ಬರ ದೂತರು ಅವರ ಹತ್ತಿರ ನಿಂತು , ಗಲಿಲಾಯದವರೇ, ನೀವು ಯಾಕೆ ಆಕಾಶದ ಕಡೆಗೆ ನೋಡುತ್ತಾ ನಿಂತಿದ್ದೀರಿ? ನಿಮ್ಮ ಬಳಿಯಿಂದ ಆಕಾಶದೊಳಕ್ಕೆ ಏರಿಹೋದ ಈ ಯೇಸು ಯಾವರೀತಿಯಲ್ಲಿ ಆಕಾಶದೊಳಕ್ಕೆ ಹೋಗಿರುವುದನ್ನು ಕಂಡಿರೋ ಅದೇ ರೀತಿಯಲ್ಲಿ ಬರುವನು ಎಂದು ಹೇಳಿದರು. ದೇವಕುಮಾರನ ಆರೋಹಣವನ್ನು ಕಣ್ಣಾರೆ ಕಂಡ ಶಿಷ್ಯವೃಂದದವರೂ, ಯೇಸುವನ ತಾಯಿಯು ಆ ರಾತ್ರಿಯೆಲ್ಲಾ ಆತನ ಅದ್ಬುತಕಾರ್ಯಗಳನ್ನು,ಕೆಲವು ವೇಳೆ ಸಂಭವಿಸದ ಅದ್ಭುತವೂ ಅತಿಶಯವೂ ಆದ ಸಂಗತಿಗಳ ಬಗೆಗೆ ಮಾತನಾಡುತ್ತಾ ಸಮಯ ಕಳೆದರು.

ದೇವರಾಜ್ಯಾದಿಕಾರದ ಎಡೆಗೆ ಕಹಿಹಗೆಯನ್ನು ಉಗುಳುತ್ತಾ ಸೈತಾನನು ದೂತರೊಂದಿಗೆ ಸಮಾಲೋಚನೆ ನಡೆಸಿ -ಅವನು ಈ ಲೋಕದ ಮೇಲೆ ತನ್ನ ಬಲ ಪ್ರಭಾವವನ್ನು ಹೊಂದಿರುವಾಗ ತನ್ನ ಕಾರ್ಯಗಳು ಯೇಸುವಿನ ಅನುಯಾಯಿಗಳ ಮೇಲೆ ಹತ್ತು ಪಟ್ಟು ಹೆಚ್ಚಾಗಿರಬೇಕು ಎಂದು ಹೇಳಿದನು .ಯೇಸುವಿಗೆ ವಿರೋದವಾಗಿದೆ ಏನೂ ಅಸಿತ್ವಕ್ಕೆ ಬರಲಿಲ್ಲ; ಸಾದ್ಯವಾದರೆ ಆತನ ಹಿಂಬಾಲಕರನ್ನು ಜಯಿಸಲೇಬೇಕು, ಪ್ರತಿ ಸಂತತಿಯಲ್ಲೂ ತಮ್ಮ ಕಾರ್ಯ ಸಾಧಿಸಬೇಕು; ಯೇಸುವನ್ನು ನಂಬಿ ಆತನ ಪುನರುತ್ಥಾನ ಆರೋಹಣದಲ್ಲಿ ಭರವಸವಿಟ್ಟವರನ್ನು ಬಲೆಹಾಕಿ ಹಿಡಿಯಬೇಕು ಎಂದನು. ಯೇಸುವು ಆತನ ಶಿಷ್ಯರಿಗೆ ಸೈತಾನನ ಹಿಡಿತದಲ್ಲಿರುವವರನ್ನು ಬಿಡಿಸುವ, ಖಂಡಿಸುವ, ಗುಣಪಡಿಸುವ ಅಧಿಕಾರವನ್ನು ನೀಡಿದ್ದಾನೆಂದು ಆತನ

ದೂತರಿಗೆ ಸ್ಪಷ್ಟಪಡಿಸಿದನು ಅವರು ಅಬ್ಬರಿಸುವ ಸಿಂಹದ ಹಾಗೆ ಯೇಸುವಿನ ಹಿಂಬಾಲಕರನ್ನು ನಾಶಪಡಿಸಲು ಹೊರಟರು,

ಓದಿ; ಕೀರ್ತನೆ 24;7-10; ಅಪೋಸ್ತಲರ ಕೃತ್ಯ 1:1-11

ಅಧ್ಯಾಯ 12. ಯೇಸುವಿನ ಶಿಷ್ಯರು

ಶಿಷ್ಯರು, ಕ್ರೂಜೆಗೆ ಹಾಕಲ್ಪಟ್ಟು ಜೀವಿತನಾಗಿ ಎದ್ದುಬಂದವನ ಬಗೆಗೆ ಬಹು ಪ್ರಬಲವಾಗಿ ಬೋಧಿಸುತ್ತಿದ್ದರು. ರೋಗಗಳನ್ನು ಗುಣಪಡಿಸಿದರು, ಒಬ್ಬ ಹುಟ್ಟು ಕುಂಟನನ್ನು ಸ್ವಸ್ಥಪಡಿಸಿದರು, ಅವನು ಜನರೆಲ್ಲರ ಎದುರಿಗೆ ದೇವರನ್ನು ಕೊಂಡಾಡುತ್ತಾ, ನಡೆಯುತ್ತಾ, ಹಾರುತ್ತಾ ಇದ್ದನು. ಈ ಸುದ್ದಿಯು ಹರಡಲು ಜನರೆಲ್ಲಾ ಶಿಷ್ಯರನ್ನು ಒತ್ತರಿಸುತ್ತಾ ಆವರಿಸಿಕೊಂಡರು. ಈ ಕಾರ್ಯವು ಸಂಭವಿಸಿದುದಕ್ಕೆ ಬಹು ಆಶ್ಚರ್ಯದಿಂದ ವಿಸ್ಮಯ ತುಂಬಿದವರಾಗಿ ಬೆರಾಗಾದರು.

ಯೇಸು ಮರಣಹೊಂದಿದ ಮೇಲೆ ಇನ್ಯಾವ ಅದ್ಬುತ ಕಾರ್ಯ ಜನರ ಮದ್ಯದಲ್ಲಿ ನಡೆಯಲಾರದೆಂದೂ, ಅವರ ಉದ್ವೇಗವೆಲ್ಲಾ ಸತ್ತುಹೋಗಿ ತಮ್ಮ ಹಿಂದಿನ ಸಂಸ್ಕಾರಗಳಿಗೆ ಅಧೀನರಾಗುವರೆಂದು ಮಹಾಯಾಜಕರು ಯೋಚಿಸಿದರು. ಆದರೆ ಇಗೋ! ಎಲ್ಲರ ಮಧ್ಯೆ ಶಿಷ್ಯರು ಅದ್ಬುತ ಕಾರ್ಯಗಳನ್ನು ಸಾಧಿಸುವವರಾದರು, ಜನರು ಬಹು ದಿಗ್ಭ್ರಮೆಯಿಂದ ಅವರೆಡೆಗೆ ಬೆರಗಾಗಿ ನೋಡಲಾರಂಭಿಸಿದರು. ಯೇಸುವನ್ನು ಶಿಲುಬೆಗೆ ಹಾಕಿದ್ದಾಯಿತು, ಇವರಿಗೆ ಇನ್ನೆಲ್ಲಿಂದ ಈ ಶಕ್ತಿಯು ಸಿದ್ದಿಸಿದೆ ಎಂದು ಆಶ್ಚರ್ಯಗೊಂಡರು. ಯೇಸುವು ಜೀವಂತನಾಗಿದ್ದಾಗ ಶಿಷ್ಯರಿಗೆ ಈ ಬಲವನ್ನು ಅನುಗ್ರಹಿಸಿದ್ದನು; ಆತನು ಸತ್ತ ನಂತರ ಅದ್ಬುತಕಾರ್ಯಗಳು ಅಂತ್ಯವಾಗುವುದು ಎಂದುಕೊಂಡರು. ಪೇತ್ರನು ಅವರ ಗಲಿಬಿಲಿಯನ್ನು ಅರ್ಥಮಾಡಿಕೊಂಡವನಾಗಿ 'ಇಸ್ರಾಯೇಲ್ ಜನರೇ, ನೀವು ಯಾಕೆ ಇದಕ್ಕಾಗಿ ಆಶ್ಚರ್ಯ ಪಡುತ್ತೀರಿ? ನೀವು ನಮ್ಮನು ದೃಷ್ಟಿಸುವುದೇನು? ನಾವು ಸ್ವಂತ ಶಕ್ತಿಯಿಂದಗಲೀ, ಪವಿತ್ರೆಯಿಂದಗಲೀ ಇವನನ್ನು ನಡೆಯುವಂತೆ ಮಾಡಿದ್ದೇವೆಂದು ಭಾವಿಸಬೇಡಿರಿ. ನಮ್ಮ ಪಿತೃಗಳಾದ ಅಬ್ರಹಾಮ, ಇಸಾಕ, ಯಾಕೋಬರ ದೇವರು ತನ್ನ ಮಗನಾದ ಯೇಸುವನ್ನು ಮಹಿಮೆ ಪಡಿಸಿದ್ದಾನೆ. ನೀವಂತೂ ಆತನನ್ನು ಹಿಡಿದುಕೊಟ್ಟಿರಿ; ಮತ್ತು ಪಿಲಾತನು ಅತನನ್ನು ಬಿಡಿಸಬೇಕೆಂದು ನಿರ್ಣಯಿಸಿದಾಗ ಪರಿಶುದ್ದನೂ, ನೀತಿವಂತನೂ ಆಗಿರುವಾತನನ್ನು ಬೇಡವೆಂದು ಹೇಳಿ ಕೊಲೆಗಾರನನ್ನು ಬಿಡಿಸಬೇಕೆಂದು

ಬೇಡಿಕೊಂಡು ಜೀವನಾಯಕನನ್ನು ಕೊಲ್ಲಿಸಿದಿರಿ. ಆದರೆ ದೇವರು ಆತನನ್ನು ಸತ್ತವರೊಳಗಿಂದ ಎಬ್ಬಿಸಿದನು; ಈ ವಿಷಯವಾಗಿ ನಾವೇ ಸಾಕ್ಷಿಗಳು. ಕುಂಟನಾಗಿದ ಈ ಮನುಷ್ಯನು ನೆಟ್ಟಗಾದುದಕ್ಕೆ ಆತನು ಯೇಸುವಿನ ಮೇಲೆ ನಂಬಿಕೆಯಿಟ್ಟದ್ದೇ ಕಾರಣ ಎಂದು ಹೇಳಿದನು. ಮಹಾಯಾಜಕರಿಗೂ ಹಿರಿಯರಿಗೂ ಈ ಮಾತುಗಳನ್ನು ಕೇಳಿ ಸಹಿಸಲಾಗಲಿಲ್ಲ. ಶಿಷ್ಯರನ್ನು ಹಿಡಿದು ಸೆರೆಗೆ ಹಾಕಿದರು. ಆದರೆ ಶಿಷ್ಯರು ಒಂದೇ ಒಂದು ಉಪನ್ಯಾಸ ಕೇಳಿದವರಲ್ಲಿ ಸಾವಿರಾರು ಜನರು ನಂಬಿದರು, ಕ್ರಿಸ್ತನ ಪುನರುತ್ಥಾನ ಮತ್ತು ಆರೋಹಣದ ಮೇಲೆ ಭರವಸೆ ಇಟ್ಟರು. ಆದರೆ ಮಹಾಯಾಜಕರಿಗೂ ಹಿರಿಯರಿಗೂ ತಳಮಳ ಉಂಟಾಯಿತು. ಜನರ ಮನಸ್ಸು ತಮ್ಮ ಕಡೆಗೆ ತಿರುಗಿಸಲು ಯೇಸುವನ್ನು ಕೊಲ್ಲಿಸಿದ್ದರು. ಆದರೆ ವಿಷಯವು ಮೊದಲಿಗಿಂತ ಮಿರಿಹೋಯಿತು ದೇವಕುಮಾರನ ಕೊಲೆಗಾರರೆಂದು ಶಿಷ್ಯರನ್ನು ಪ್ರತ್ಯಕ್ಷವಾಗಿ ಅವರನ್ನು ಖಂಡಿಸಲಾರಂಭಿಸಿದರು. ಇದು ಇನ್ನೂ ಎಷ್ಟೋ ಮಟ್ಟಿಗೆ ಬೆಳೆಯುತ್ತದೋ ಅಥವಾ ಜನರು ತಮ್ಮನು ಹೇಗೆ ಗಣಿಸಬಹುದೆಂದು ಇತ್ಯರ್ಥಮಾಡಲಾಗಲಿಲ್ಲ. ಶಿಷ್ಯರನ್ನು ಬಹು ಸಂತೋಷದಿಂದ ಸಾಯಿಸಬಹುದಾಗಿತ್ತು. ಆದರೆ ತಮ್ಮ ಮೇಲೆ ಕಲ್ಲೆಸೆಯ ಬಹುದೆಂದು ಭಯಗೊಂಡರು. ಅವರು ಶಿಷ್ಯರನ್ನು ನ್ಯಾಯಮಂಡಲಿಗೆ ಕರೆದರು. ನೀತಿವಂತನ ರಕ್ತಕ್ಕಾಗಿ ಹಾತೊರೆದಿದ್ದವರು ಅಲ್ಲಿದ್ದರು. ಪೇತ್ರನನ್ನು ಯೇಸುವಿನ ಶಿಷ್ಯನೆಂದು ಗುರುತಿಸಲು ಅವನು ಆಣೆ ಪ್ರಮಾಣ ಮಾಡಿ ಬೊಂಕಿದ್ದನ್ನು ಅವರು ಕೇಳಿದ್ದರು. ಈಗ ಅವರು ಪೇತ್ರನನ್ನು ಬೆದರಿಸಬಹುದು ಎಂದು ಕೊಂಡರು; ಆದರೆ ಪೇತ್ರನು ಪರಿವರ್ತನೆ ಹೊಂದಿದ್ದನು. ಈ ಸನ್ನಿವೇಶದಲ್ಲಿ ಯೇಸುವನ್ನು ಮಹಿಮೆಪಡಿಸುವ ಅವಕಾಶ ಒಂದು ಪೇತ್ರನಿಗೆ ಕೊಡಲ್ಪಟ್ಟಿತು. ಆತುರಗಾರನಾಗಿ, ಹೇಡಿಯಾಗಿ ತಾನೇ ಬೊಂಕಿದ ಹೆಸರನ್ನು ಘನಪಡಿಸುವುದರ ಮೂಲಕ ಕಳಂಕವನ್ನು ತೊಳೆದುಕೊಳ್ಳುವಂತಾಯಿತು. ಹೇಡಿತನದ ಯಾವ ಭಯವು ಪೇತ್ರನ ಎದೆಯಲ್ಲಿಡಗಿರಲಿಲ್ಲ; ಪವತ್ರಾತ್ಮನ ಬಲದಿಂದ ಯಾವ ಹೆದರಿಕೆಯೂ ಇಲ್ಲದೆ ನೀವು ಕೊಲ್ಲಿಸಿದ ಹಾಗೂ ದೇವರು ಸತ್ತವರೊಳಗಿಂತ

ಎಬ್ಬಿಸಲ್ಪಟ್ಟ ನಜರೇತಿನ ಯೇಸುಕ್ರಿಸ್ತನ ನಾಮ ಬಲದಿಂದಲೇ ನಾನು ನಿಮ್ಮ ಮುಂದೇ ನೆಟ್ಟಗೆ ನಿಂತಿರುವೇನೆಂದು ಪವಿತ್ರ ದೈರ್ಯದಿಂದ ಸಾರಿ ಹೇಳಿದನು. ಮನೆಕಟ್ಟುವವರಾದ ನೀವು ಹೀನೈಸಿದ ಕಲ್ಲು ಆತನು ;ಆತನೇ ಮುಖ್ಯವಾದ ಮೂಲೆಗಲ್ಲಾದನು. ಬರಬೇಕಾದ ರಕ್ಷಣೆಯೂ ಇನ್ನಾರಲ್ಲಿಯೂ ಇಲ್ಲ; ಆ ಹೆಸರಿನಿಂದಲೇ ಹೊರತು ಆಕಾಶದ ಕೆಳಗೆ ಮನುಷ್ಯರೊಳಗೆ ಕೊಡಲ್ಪಟ್ಟಿರುವ ಬೇರೆ ಯಾವ ಹೆಸರಿನಿಂದಲೂ ನಮಗೆ ರಕ್ಷಣೆ ಆಗುವುದಿಲ್ಲ ಎಂದನು.

ಪೇತ್ರ ಯೋಹಾನರು ದೈರ್ಯದಿಂದ ಮಾತನಾಡುವುದನ್ನು ನೋಡಿ ಜನರು ಆಶ್ಚರ್ಯಗೊಂಡರು. ಅವರು ಯೇಸುವಿನ ಸಂಗಡ ಇದ್ದವರು ಎಂಬುದನ್ನು ಮನಸ್ಸಿಗೆ ತಂದುಕೊಂಡರು. ಕೊಲೆಗಾರರಿಂದ ಯೇಸುವು ಹಿಂಸೆಗೊಳಗಾಗಿದ್ದ ಸಂದರ್ಭದಲ್ಲಿ ಕಂಡುಬಂದ ಅದೇ ಧೀನ, ಅಭಯ ಮುಖಭಾವದ ಹೋಲಿಕೆ ಅವರಲ್ಲಿ ಕಾಣುವುದನ್ನು ಮನಗಂಡರು .ಪೇತ್ರನು ಬೊಂಕಿದ ಮೇಲೆ ಒಂದೇ ಒಂದು ದುಃಖ ಹಾಗೂ ಕರುಣೆಯ ದೃಷ್ಟಿಯಿಂದ ಯೇಸು ಅವನನ್ನು ಖಂಡಿಸಿದನು. ಈಗ ಅವನೇ ಸ್ವಾಮಿಯ ಜೊತೆಗೆ ತನ್ನನ್ನು ಗುರುತಿಸಿಕೊಂಡನು. ಪೇತ್ರನು ಆಶೀರ್ವದಿಸಲ್ಪಟ್ಟನು ಮತ್ತು ಅಂಗೀಕರಿಸಲ್ಪಟ್ಟನು. ಯೇಸುವಿನ ಅಂಗೀಕಾರದ ಚಿಹ್ನೆಯಾಗಿ ಪವಿತ್ರಾತ್ಮನು ಅವನಲ್ಲಿ ತುಂಬಿಕೊಡನು.

ಮಹಾಯಾಜಕರಿಗೆ, ತಮಗಿದ್ದ ದ್ವೇಷವನ್ನು ಎಲ್ಲಾರ ಮುಂದೆ ಪ್ರಕಟಿಸಲು ದೈರ್ಯವಿಲ್ಲದಾಯಿತು. ಆ ಮೇಲೆ ಸಭೆಯಿಂದ ಹೊರಗೆ ಹೋಗಿರೆಂದು ಅಪ್ಪಣೆ ಕೊಟ್ಟು, ಈ ಮನುಷ್ಯರಿಗೆ ನಾವೇನು ಮಾಡೋಣ? ಪ್ರಸಿದ್ಧವಾದ ಸೂಚಕಕಾರ್ಯವು ಇವರ ಮೂಲಕ ನಡೆಯಿತೆಂದು ಯೇರುಸಲೇಮಿನಲ್ಲಿ ವಾಸವಾಗಿರುವವರೆಲ್ಲರಿಗೂ ಗೊತ್ತಾಗಿದೆಯಷ್ಟೇ, ಅದು ಅಗಲಿಲ್ಲ ಎನ್ನುವುದಕ್ಕಾಗದು ಎನ್ನುತ್ತ ತಮ್ಮತಮ್ಮೊಳಗೆ ಮಾತಾಡಿಕೊಂಡರು. ಈ ಒಳ್ಳೆಯಕಾರ್ಯವು ಹರಡುವುದು ಎಂದು ಅವರು ಭಯಗೊಂಡರು, ಹೀಗೆ ಹಬ್ಬಿದರೆ ನಮ್ಮ ಸ್ಥಾನಕ್ಕೆ ಧಕ್ಕೆ ಉಂಟಾಗುವುದು ಮತ್ತು ಯೇಸುವಿನ ಕೊಲೆಗಾರರೆಂದು ನಾವು ಕಾಣಲ್ಪಡುವೆವು ಎಂದು ಭಾವಿಸಿ, ಆ ಹೆಸರನ್ನೆತ್ತಿ

ಯಾರ ಸಂಗಡಲೂ ಮಾತನಾಡಬಾರದೆಂದು ಬೆದರಿಸೋಣ ಎಂದು ಮಾತನಾಡಿದರೆ ನೀವು ಸಾಯುವಿರಿ ಎಂದಷ್ಟೇ ಹೇಳಲಾಯಿತು. ಆದರೆ ಪೇತ್ರನು, ನಾನು ಕಂಡು ಕೇಳಿದ್ದನು ಮಾತ್ರ ಮಾತನಾಡುತ್ತೇನೆಂದು ಧೈರ್ಯದಿಂದ ಹೇಳಿದನು.

ಯೇಸುವಿನ ಬಲದಿಂದ, ಶಿಷ್ಯರು ತಮ್ಮ ಬಳಿಗೆ ಬಂದ ಎಲ್ಲಾ ತೊಂದರೆಗೆ ಈಡಾದವರುನ್ನೂ, ರೋಗಿಗಳನ್ನೂ ವಾಸಿಮಾಡುತ್ತಾ ಬಂದರು. ಮಹಾಯಾಜಕರೂ ಹಿರಿಯರೂ ಅವರೊಡನಿದ್ದವರೆಲ್ಲರಲ್ಲಿ ಗಾಬರಿ ತುಂಬಿತು. ಕ್ರೂಜೆಗೆ ಹಾಕಲ್ಪಟ್ಟು, ಎದ್ದು ಪರಲೋಕಕ್ಕೇರಿದ ರಕ್ಷಕನ ಹೆಸರಿನ ಪಟ್ಟಿಯಲ್ಲಿ ನೂರಾರು ಜನರು ಸೇರಿಕೊಡರು. ಅವರ ಶಿಷ್ಯರನ್ನು ಸೆರೆಗೆ ಹಾಕಿದರು. ಜನರ ಉದ್ರೇಕವು ಇನ್ನು ಮುಂದೆ ಕುಂದಿಹೋಗುವುದೆಂದುಕೊಂಡರು. ಸೈತಾನನು ಗೆದ್ದನು, ದುಷ್ಟದೂತರು ಸಂಭ್ರಮಿಸಿದರು; ಆದರೆ ಸೆರೆಮನೆಯ ಬಾಗಿಲನ್ನು ತೆರೆಯಲು ದೇವದೂತರು ಕಳುಹಿಸಲ್ಪಟ್ಟರು ಮಹಾಯಜಕರ ಹಿರಿಯರ ಅಪ್ಪಣೆಗೆ ಪ್ರತಿಯಾಗಿ, ಶಿಷ್ಯರಿಗೆ ನೀವು ಹೋಗಿ ದೇವಾಲಯದಲ್ಲಿ ನಿಂತುಕೊಂಡು ಈ ಸಜೀವವಾದ ಮಾತುಗಳನ್ನೆಲ್ಲಾ ಜನರಿಗೆ ಹೇಳಿರಿ ಎಂದರು. ಸಭಾಮಂಡಲಿಯವರನ್ನು ಕೂಡಿಸಿ ಅವರನ್ನು ಕರೆತರುವುದಕ್ಕೆ ಸೆರೆಮನೆಗೆ ಕಳುಸಿದರು. ಓಲೇಕಾರರು ಸೆರಮನೆ ಭಾಗಿಲನ್ನು ತೆರೆದರು, ಆದರೆ ಸೆರೆಗೆ ದೊಬ್ಬಿದವರನ್ನು ಕಾಣದಾದರು. ಅವರು, ಮಹಾಯಾಜಕರು ಹಾಗೂ ಹಿರಿಯರಿಗೆ -ಕಾವಲಿನ ಮನೆ ಪೂರ್ಣಭದ್ರವಾಗಿ ಮುಚ್ಚಿದ್ದುದನ್ನು, ಕಾವಲುಗಾರರು ಬಾಗಿಲಲ್ಲಿ ನಿಂತಿರುವುದನ್ನೂ ಕಂಡೆವು; ಆದರೆ ತೆರೆದಾಗ ಒಳಗೆ ಒಬ್ಬರನ್ನೂ ಕಾಣಲಿಲ್ಲ ಎಂದರು. ಹೀಗಿರಲಾಗಿ ಯಾರೋ ಒಬ್ಬನು - ಬಂದು ಅಗೋ ನೀವು ಸೆರೆಮನೆಯಲ್ಲಿಟ್ಟಿದ್ದ ಆ ಮನುಷ್ಯರು ದೇವಾಲಯದಲ್ಲಿ ನಿಂತುಕೊಂಡು ಜನರಿಗೆ ಉಪದೇಶ ಮಾಡುತ್ತಿದ್ದಾರೆಂದು ಹೇಳಿದನು. ಅಗ ಅಧಿಪತಿಯು ಓಲೇಕಾರರ ಸಂಗಡ ಹೋಗಿ ನೋಡಿ, ಜನರು ತಮಗೆ ಕಲ್ಲೆಸೆದಾರೆಂದು ಭಯಪಟ್ಟು ಅವರನ್ನು ಬೆದರಿಸಲಿಲ್ಲ. ಯಾವ ಹಿಂಸೆಗೂ ಒಳಪಡಿಸದೆ ಕರೆದುಕೊಂಡು ಬಂದರು .ಅವರನ್ನು ತಂದು ಹಿರೀಸಭೆಯ ಮುಂದೆ

ನಿಲ್ಲಿಸಲು ಮಹಾಯಾಜಕರು ವಿಚಾರಣೆ ಮಾಡಿದರು. ನೀವು ಆ ಹೆಸರನ್ನೆತ್ತಿ ಉಪದೇಶ ಮಾಡಲೇಬಾರದೆಂದು ಹೇಳರಿಲ್ಲವೇ? ಆದರೆ ನೀವು ಯೆರುಸಲೇಮಿನ್ನೆಲ್ಲಾ ನಿಮ್ಮ ಉಪದೇಶದಿಂದ ತುಂಬಿಸಿದಿರಿ ಆ ಮನುಷ್ಯನ ರಕ್ತಕ್ಕೆ ನಮ್ಮನು ಹೊಣೆಮಾಡಿದ್ದೀರಿ ಎಂದರು.

ಅವರೆಲ್ಲಾ ಕಪಟಿಗಳು; ದೇವರು ಮೆಚ್ಚಿಕೆಗಿಂತ ಜನರ ಮೆಚ್ಚಿಕೆಗೆ ಪ್ರಾಶಸ್ತ್ಯಕೊಟ್ಟವರು. ಅವರು ಹೃದಯವು ಕಠಿಣವಾಗಿದ್ದೂ ಅಪೋಸ್ತಲರಕಾರ್ಯಗಳು ಅವರನ್ನು ಹುಚ್ಚೆಬ್ಬಿಸಿದ್ದವು. ಶಿಷ್ಯರು, ಯೇಸುವಿನ ಕ್ರೂಜಾಮರಣ, ಪುನರುತ್ಥಾನ ಹಾಗೂ ಆರೋಹಣದ ಬಗ್ಗೆ ಬೋಧಿಸಿದರೆ ಅವರ ಕಳಂಕಕ್ಕೆ ಒಳಗಾಗಿ ಕೊಲೆಗಾರರೆಂದು ಸಾಬೀತಾಗುವುದೆಂದು ಅವರಿಗೆ ತಿಳಿದಿತ್ತು. ಯೇಸುವಿನ ರಕ್ತ ನಮ್ಮ ಮೇಲೆ ಹಾಗೂ ನಮ್ಮ ಮಕ್ಕಳ ಮೇಲೆಯೂ ಇರಲಿ ಎಂದವರು ಈಗ ಕ್ರಿಸ್ತನ ರಕ್ತವನ್ನು ತಮ್ಮ ಮೇಲೆ ಅಪಾದಿಸಿಕೊಳ್ಳಲು ಹಿಮ್ಮೆಟ್ಟಿದರು.

ಅಪೋಸ್ತಲರಾದರೋ ಧೈರ್ಯದಿಂದ ಮನುಷ್ಯರು ದೇವರ ಮಾತನ್ನು ಕೇಳಬೇಕೆಂದು ಪ್ರಚಾರ ಮಾಡಿದರು. ಪೇತ್ರನು –ನೀವುಕೊಂದು ಶಿಲುಬೆ ಯಲ್ಲಿ ತೂಗುಹಾಕಿದ ಯೇಸುವನ್ನು ನಮ್ಮ ಪಿತೃಗಳ ದೇವರು ಸತ್ತವರೊಳಗಿಂದ ಎಬ್ಬಿಸಿದನು. ಇಸ್ರಾಯೇಲರಿಗೆ ಪಾಪಕ್ಷಮಾಪಣೆಯನ್ನು ಪಶ್ಚಾತ್ತಾಪವನ್ನು ನೀಡಲೋಸುಗ ದೇವರು ತನ್ನ ಬಲಗೈಯಿಂದ ಆತನನು ರಾಜನನ್ನಾಗಿಯೂ, ರಕ್ಷಕನನ್ನಾಗಿಯೂ ಘನಪಡಿಸಿದನು. ಈ ಎಲ್ಲಾ ಸಂಗತಿಗಳಿಗೆ ನಾವು ಮತ್ತು ದೇವರಿಗೆ ವಿದೇಯರಾದವರಿಗೆ ಕೊಡಲ್ಪಡುವ ಪವಿತ್ರಾತ್ಮನೂ ಸಾಕ್ಷಿಗಳಾಗಿದ್ದೇವೆ ಎಂದನು. ಕೊಲೆಗಾರರು ರೌದ್ರರಾದರು. ಅಪೋಸ್ತಲರನ್ನು ಕೊಲ್ಲಿಸಿ ತಮ್ಮ ಕೈಗಳನ್ನು ರಕ್ತದಿಂದ ನೆನಸಿಕೊಳ್ಳಲು ಇಚ್ಚಿಸಿದರು ಇದನು ಹೇಗೆ ಸಾಧಿಸಬೇಕೆಂದು ಯೋಚಿಸುತ್ತಿರುವಾಗ, ದೇವದೂತನೊಬ್ಬನು ಕಳುಸಿಲ್ಪಟ್ಟ ಗಮಾಲಿಯೇಲನೆಂಬಾತನ ಹೃದಯವನ್ನು ಸಿದ್ಧಗೊಳಿಸಿ, ಮಹಾಯಜಕರಿಗೂ ಹಿರಿಯರಿಗೂ

ಬುದ್ದಿವಾದ ಕೊಡುವಂತೆ ಒಪ್ಪಿಸಲಾಯಿತು. ಗಮಾಲಿಯೇಲನು – ಈ ಮನುಷ್ಯರನ್ನು ಅವರ ಪಾಡಿಗೆ ಬಿಟ್ಟು ದೂರವಾಗಿರಿ; ನೀವು ಮನುಷ್ಯರ ವಿಷಯದಲ್ಲಿ ಮಾಡಬೇಕೆಂದಿರುವುದರ ಬಗ್ಗೆ ಎಚ್ಚರಿಕೆಯುಳ್ಳವರಾಗಿರಿ; ಈ ಯೋಚನೆಯು ದೇವರಿಂದಾಗಿದ್ದರೆ ಅದನ್ನು ಕೆಡಿಸುವುದಕ್ಕೆ ನಿಮ್ಮಿಂದ ಆಗುವುದಿಲ್ಲ; ಒಂದುವೇಳೆ ದೇವರ ಮೇಲೆ ಯುದ್ದಮಾಡುವವರಾಗಿ ಕಾಣಿಸಿಕೊಡೀರಿ ಎಂದನು. ದುಷ್ಟ ದೂತರು ಅಪೋಸ್ತಲರನ್ನು ಕೊಲ್ಲಲು ಯಾಜಕರು, ಹಿರಿಯರನ್ನು ಪ್ರೇರೇಪಿಸಿದರು. ಆದರೆ ದೇವರು ಅವರ ಮಧ್ಯದಲ್ಲೇ ಸಮಾನ ಗೌರವ ಹೊಂದಿದ ವ್ಯಕ್ತಿಯ ಧ್ವನಿಯನ್ನು ಎಬ್ಬಿಸಿ ಶಿಷ್ಯರ ಪರಮಾತನಾಡಲು ದೂತನನ್ನು ಕಳುಹಿಸಿದರು.

ಅಪೋಸ್ತಲರ ಕೆಲಸಗಳು ಇನ್ನೂ ಮುಗಿಯಲಿಲ್ಲ. ಅವರು ಕಂಡು ಕೇಳಿದುದರ ಬಗ್ಗೆ ಯೇಸುವಿನ ಸಾಕ್ಷಿಗಳಾಗಿರಲು ರಾಜರ ಮುಂದೆ ತರಲ್ಪಡಬೇಕು. ಮಹಾಯಜಕರು ಹಿರಿಯರು ಅವರನ್ನು ಬಿಡುಗಡೆ ಮಾಡುವ ಮುನ್ನ ಹೊಡೆದು, ಹೇಗೂ ಮಾತನಾಡಬಾರದೆಂದು ಅಪ್ಪಣೆಕೊಟ್ಟು ಹೊರಡಿಸಿದರು. ತಾವು ಆ ಹೆಸರಿನ ನಿಮಿತ್ತವಾಗಿ ಅವಮಾವ ಪಡುವುದಕ್ಕೆ ಯೋಗ್ಯರನಿಸಿಕೊಂಡು, ಮಂಡಲಿಯಿಂದ ಶಿಷ್ಯರು ಹೊರಟು ಹೋದರು. ಅವರು ಎಡಬಿಡದೆ ದೇವಾಲಯದಲ್ಲಿಯೂ, ತಮ್ಮನ್ನು ಅಹ್ವಾನಿಸಿದ ಪ್ರತಿ ಮನೆಮನೆಯಲ್ಲಿಯೂ ಉಪದೇಶ ಮಾಡುತ್ತಾ ತಮ್ಮ ಸೇವೆಯಲ್ಲಿ ಮುಂದುವರಿದರು. ದೇವರ ವಾಕ್ಯವು ಬೆಳೆಯುತ್ತಾ ಹೋಯಿತು. ಸೈತಾನನು ಮಹಾಯಜಕರು ಹಾಗೂ ಹಿರಿಯರನ್ನು ಪ್ರೇರಿಸಿ ರೋಮ್ ಪಹರೆಯವರನ್ನು ಕೊಂಡುಕೊಂಡು ಅವರ ಮೂಲಕ ತಾವು ಮಲಗಿರುವಾಗ ಶಿಷ್ಯರು ಯೇಸುವನ್ನು ಕದ್ದುಕೊಂಡು ಹೋದರೆಂದು ಸುಳ್ಳೇ ನುಡಿಸಿದರು; ಈ ಸುಳ್ಳಿನಿಂದ ಸತ್ಯವನ್ನು ಮರೆಮಚಲು ನಿರೀಕ್ಷಿಸಿದರು; ಆದರೆ ಇಗೋ! ಅವರ ಸುತ್ತಲು ಯೇಸುವಿನ ಪುನರುತ್ಥಾನದ ಪುರಾವೆಗಳು ಚಿಲುಮೆಯಂತೆ ಪುಟಿದವು. ಶಿಷ್ಯರು ನಿರ್ಭಯವಾಗಿ ಪ್ರಚಾರ ಮಾಡಿ ತಾವು ಕಂಡುಕೇಳಿದನ್ನು ಸಾಕ್ಷಿಕೊಡುತ್ತಾ ಯೇಸುವಿನ ಹೆಸರಿನಲ್ಲಿ ಸೂಚಕ ಕಾರ್ಯಗಳನ್ನು ಮಾಡಲಾರಂಭಿಸಿದರು. ದೇವಕುಮಾರನ ಮೇಲೆ ಶಕ್ತಿಪ್ರಯೋಗ ಮಾಡಲು

ಮಾಹಾಯಾಜಕರಿಗೆ ಅನುಮತಿ ದೊರೆತಾಗ ದೈರ್ಯವಾಗಿ ಯೇಸುವಿನ ರಕ್ತವನ್ನು ಹೊಣೆಯಾಗಿ ಅಂಗೀಕರಿಸಲು ಸಮ್ಮತಿಸಿದವರ ಮೇಲೆ ಹೊರಿಸಿದರು.

ನಾನು ನೋಡಿದ್ದೇನೆಂದರೆ - ದೇವದೂತರು ಈ ಸಂತತಿಯಲ್ಲಿ ಬರುವ ಕ್ರಿಸ್ತನ ಶಿಷ್ಯರನ್ನು ಲಂಗರಿನಂತಿರುವ ಈ ಶುದ್ಧ ಪ್ರಮುಖ ಸತ್ಯಗಳಿಗೆ ಬಂಧಿಸಿ ವಿಶೇಷ ಸುಕ್ಷೇಮವನ್ನು, ಕಾವಲನ್ನೂ ಕೊಡಲು ದೇವರು ಯೋಜಿಸಿದರು. ಯೇಸುವಿನ ಕ್ರೂಜಾಮರಣ, ಪುನರುತ್ಥಾನ ಮತ್ತು ಆರೋಹಣಕ್ಕೆ ಸಾಕ್ಷಿಗಳಾಗಿದ್ದ ಅಪೋಸ್ತಲರ ಮೇಲೆ ಪವಿತ್ರಾತ್ಮನು ನೆಲೆಗೊಂಡಿದ್ದನ್ನು. ಮುಖ್ಯವಾದ ಸತ್ಯವು ಇಸ್ರಾಯೇಲ್ ಮಕ್ಕಳ ನಿರೀಕ್ಷಯಗಿತ್ತು. ಅವರು ಒಂದೇ ನಿರೀಯಾದ ಲೋಕರಕ್ಷಕನನ್ನು ಎಲ್ಲರು ಎದುರು ನೋಡಬೇಕಾಗಿದ್ದು ಎಲ್ಲರೂ ಯೇಸುವು ಜೀವತ್ಯಾಗ ಮಾಡಿ ಸಿದ್ಧಪಡಿಸಿದ ಮಾರ್ಗದಲೇ ನಡೆದು ದೇವರ ಆಜ್ಞೆಗಳಿಗೆ ವಿಧೇಯರಾಗಿ ಜೀವಿಸಬೇಕಾಯಿತು. ಯಾವ ಕಾರ್ಯಕ್ಕಾಗಿ ಯಹೂದ್ಯರು ಯೇಸುವನ್ನು ಹಗೆಮಾಡಿ ಕೊಂದರೋ ಅದೇ ಕಾರ್ಯವನ್ನು ಮುದುವರಿಸಲು ಶಿಷ್ಯರಿಗೆ ಕೊಟ್ಟ ಶಕ್ತಿಯಲ್ಲಿ ಯೇಸುವಿನ ವಿವೇಕ ಮತ್ತು ಸದ್ಗುಣವನ್ನು ನಾನು ಕಂಡೆನು. ಸೈತಾನನ ಕಾರ್ಯದ ಮೇಲೆ ಅವರಿಗೆ ಅಧಿಕಾರ ಕೊಡಲ್ಪಟ್ಟಿತು. ಹೀನೈಸಲ್ಪಟ್ಟು ದುಷ್ಟರ ಹಸ್ತದಿಂದ ಕೊಲ್ಲಲ್ಪಟ್ಟ ಯೇಸುವಿನ ನಾಮದ ಮೂಲಕ ಅದ್ಭುತಕಾರ್ಯವನ್ನೂ, ಸೂಚಕಕಾರ್ಯವನ್ನೂ, ಶಿಷ್ಯರು ನಡೆಸಿದರು. ಯೇಸುವೇ ಈ ಲೋಕದ ರಕ್ಷಕನೆಂಬ ಶುದ್ಧ ಸತ್ಯವನ್ನು ಆತನ ಮರಣದ ಮತ್ತು ಪುನರುತ್ಥಾನದ ಸಮಯದಲ್ಲಿ ಆವರಿಸಿದ ಬೆಳಕಿನ ಪ್ರಭಾವಳಿ ಹಾಗೂ ತೇಜೋವಲಯವು ಅಮರಗೊಳಿಸಿತು.

ಓದಿ; ಅಪೋಸ್ತಲರ ಕೃತ್ಯಗಳು ಅಧ್ಯಾಯ 3-5

ಅಧ್ಯಾಯ 13. ಸ್ತೆಫೆನನ ಮರಣವು

ಯೆರುಸಲೇಮಿನಲ್ಲಿ ಶಿಷ್ಯರ ಸಂಖ್ಯೆಯು ಬೆಳೆಯುತ್ತಾ ಹೋಯಿತು. ದೇವರ ವಾಕ್ಯವು ಪ್ರಬಲವಾಯಿತು. ಯಾಜಕರಲ್ಲಿ ಬಹುಜನರು ಕ್ರಿಸ್ತನಂಬಿಕೆಗೆ ವಿಧೇಯರಾದರು. ಸ್ತೆಫನನು ನಂಬಿಕೆಯಲ್ಲಿ ತುಂಬಿದವನಾಗಿ ಜನರ ಮದ್ಯೆದಲ್ಲಿ ಅದ್ಭುತಕಾರ್ಯ, ಸೂಚಾಕಕಾರ್ಯಗಳನ್ನು ಮಾಡುವವನಾದನು. ಯಾಜಕರು ಸಂಸ್ಕಾರಗಳನ್ನು, ಬಲಿ ಕಾಣಿಕೆಗಳನ್ನು ತೊರೆದು ಯೇಸುವೇ ಮಹಾಬಲಿ ಎಂದು ಅಂಗೀಕರಿಸುತ್ತಿದ್ದುದು ಬಹುಜನರಲ್ಲಿ ಕೋಪವನ್ನೆಬ್ಬಿಸಿ. ಸ್ತೆಫೆನನು ಪರಲೋಕ ಬಲವನ್ನು ಪಡೆದು ಯಾಜಕರನ್ನೂ ಹಿರಿಯರನ್ನೂ ಖಂಡಿಸುತ್ತಾ ಅವರ ಮುಂದೆ ಯೇಸುವನ್ನು ಮಹಿಮೆಗೊಳಿಸುತ್ತಿದ್ದನು. ಅವನು ಬೋಧಿಸುತ್ತಿದ್ದ ಜ್ಞಾನ ಮತ್ತು ಶಕ್ತಿಯನ್ನು ಅವರು ಸಹಿಸಲಿಲ್ಲ. ಅವನ ವಿರುದ್ಧ ಹೇಳಲು ಯಾವ ಕಾರಣವೂ ಸಿಗದಿರಲು - ಇವನು ದೇವರಿಗೆ ವಿರೋಧವಾಗಿಯೂ ಮೋಶೆಗೆ ವಿರೋಧವಾಯೂ ದೂಷಣೆಯ ಮಾತುಗಳನ್ನಾಡುವುದನ್ನು ನಾವು ಕೇಳಿದ್ದೇವೆಂದು ಹೇಳಲು, ಸುಳ್ಳು ಪ್ರಮಾಣ ಮಾಡಲು ಜನರನ್ನು ಬಾಡಿಗೆಗೆ ಹಿಡಿದರು .ಅವರು ಜನರನ್ನು ಕೆರಳಿಸಿ ಸುಳ್ಳುಸಾಕ್ಷಿ ಸೃಷ್ಟಿಸಿ ಸ್ತೆಫೆನನನ್ನು ಹಿಡಿದು ದೇವಾಲಯಕ್ಕೂ ಧರ್ಮಶಾಸ್ತ್ರಕ್ಕೂ ವಿರೋದವಾಗಿ ಮಾತಾಡುವನು ಎಂದು ಹೇಳಿದರು. ನಜರೇತಿನ ಯೇಸು ಈ ದೇವಾಲಯವನ್ನು ಕೆಡವಿ, ಮೋಶೆ ನಮಗೆ ನೇಮಿಸಿರುವ ಆಚಾರವನ್ನು ಬೇರೆಮಾಡುವನೆಂಬುವುದಾಗಿ ಹೇಳುವುದನ್ನು ನಾವು ಕೇಳಿದ್ದೇವೆ ಅಂದರು.

ಹಿರೀಸಭೆಯಲ್ಲಿ ಕೂತಿದ್ದವರೆಲ್ಲರೂ ಸ್ತೆಫೆನನ ರೂಪವು ದಿವ್ಯಪ್ರಕಾಶದಿಂದ ಹೊಳೆಯುತ್ತಿದ್ದುದನ್ನು ಕಂಡರು. ಅದು ದೇವದೂತನ ಮುಖದಂತೆ ಪ್ರಜ್ವಲಿಸುತ್ತಿತ್ತು. ಅವನು ಪೂರ್ಣನಂಬಿಕೆಯಿಂದಲೂ, ಪವಿತ್ರಾತ್ಮದಿಂದಲೂ ತುಂಬಿದವನಾಗಿ ಪ್ರವಾದಿಗಳಿಂದ ಮೊದಲುಗೊಂಡು ಯೇಸುವಿನ ಬರುವಣದವರೆಗೂ ಆತನ ಕ್ರೂಜಾಮರಣ, ಆತನ ಪುನರುತ್ಥಾನ, ಆತನ ಆರೋಹಣದ ಬಗ್ಗೆ ಹೇಳುತ್ತಾ ದೇವರು ಕೈಗಳಿಂದ ಕಟ್ಟಿದ ದೇವಾಲಯದಲ್ಲಿ ವಾಸಿಸುವುದಿಲ್ಲ ಎಂದು ಹೇಳಿದನು. ಅವರು

ದೇವಾಲಯಗಳನ್ನು ಆರಾಧಿಸುತ್ತಿದ್ದರು. ದೇವರ ವಿರೋಧವಾಗಿ ಮಾತನಾಡುವುದಕ್ಕಿಂತಲೂ, ದೇವಾಲಯದ ವಿರುಧ್ಧ ಹೆಚ್ಚಾಗಿ ಏನಾದರು ಮಾತನಾಡಿದರೆ ಅದು ಅವರಿಗೆ ರೋಷ ತಂದು ಕೆರಳಿಸುತ್ತಿತ್ತು. ಈ ಜನರು ದುಷ್ಟರಾಗಿದು ಹೃದಯ ಸುನ್ನತಿಯಿಲ್ಲದವರಾಗಿರುವುದರಿಂದ ಸ್ತೆಫೆನನು ಪರಲೋಕದ ಧರ್ಮರೋಷದಿಂದ ಘೋಷಿಸಿದನು ನೀವು ಯಾವಾಗಲೂ ಪವಿತ್ರಾತ್ಮನನ್ನು ಎದುರಿಸುವವರಾಗಿದ್ದೀರಿ ಎಂದನು. ಅವರ ಹೃದಯವು ಮಲಿನವಾಗಿ ಗಾಢ ದುಷ್ಟತನದಿಂದ ತುಂಬಿಕೊಂಡು ಬರೀ ತೋರಿಕೆಯ ಆಚಾರಗಳಲ್ಲಿ ತೊಡಗಿದ್ದರು. ಪ್ರವಾದಿಗಳನ್ನು ಹಿಂಸೆಪಡಿಸಿದ ಅವರ ಪೂರ್ವಿಕರ ವಿಚಾರವನ್ನು ಸ್ತೆಫೆನನು ನೆನಪುಮಾಡಿಸುತ್ತಾ ಹೇಳಿದ್ದೇನೆಂದರೆ, ನೀತಿಸ್ವರೂಪನ ಆಗಮನದ ವಿಷಯ ಮುಂತಿಳಿಸಿದವರನ್ನು ಅವರು ಕೊಂದರು, ನೀವು ಈಗ ಆತನನ್ನು ಹಿಡಿದು ಕೊಟ್ಟು ಕೊಲೆಗಾರರಾದಿರಿ ಎಂದನು.

ಸರಳವಾಗಿದ್ದರೂ ತೀಕ್ಷ್ಣ ಸತ್ಯವು ನುಡಿಯಲ್ಪಡಲು ಮಹಾಯಾಜಕರು ಅಧಿಪತಿಗಳೂ ರೌದ್ರರಾದರು; ಅವರು ಸ್ತೆಫೆನನ ಮೇಲೆ ಬಿದ್ದರು. ಪರಲೋಕ ಪ್ರಭಾವವು ಅವನ ಮೇಲೆ ಸುರಿಯಿತು, ಆಕಾಶದ ಕಡೆಗೆ ದೃಷ್ಟಿಸಿ ನೋಡಿವಾಗ ದೇವರ ಪ್ರಭಾವವನ್ನು ಸ್ತಫನನು ಕಂಡನು. ಮತ್ತು ಅವನ ಸುತ್ತಲೂ ದೂತರು ಹಾರಾಡುತ್ತಿದ್ದರು . ಅದನ್ನು ನೋಡುತ್ತಾ – ಆಗೋ, ಆಕಾಶವು ತೆರೆದಿರುವುದನ್ನೂ, ಮನಷ್ಯಕುಮಾರನು ದೇವರ ಬಲಗಡೆಯಲ್ಲಿ ನಿಂತಿರುವುದನ್ನು ನೋಡುತ್ತೇನೆ ಎಂದು ಘೋಷಿಸಿದನು. ಜನರು ಮಾತಿಗೆ ಕಿವಿಗೊಡಲಿಲ್ಲ, ಅವರು ಮಹಾಶಬ್ದದಿಂದ ಕೂಗಿ ಕಿವಿಗಳನ್ನು ಮುಚ್ಚಿಕೊಂಡು ಒಟ್ಟಾಗಿ ಅವನ ಮೇಲೆ ಬಿದ್ದು ಊರಹೊರಗೆ ನೂಕಿಕೊಂಡು ಹೋಗಿ ಕಲ್ಲೆಸೆದರು, ಆಗ ಸ್ತೆಫನನು, ಮೊಣಕಾಲೂರಿ' ಕರ್ತನೆ ಈ ಪಾಪವನ್ನು ಅವರಮೇಲೆ ಹೊರಿಸಬೇಡ' ಎಂದು ಮಹಾಶಬ್ದದಿಂದ ಕೂಗಿದನು.

ಸ್ತೆಫೆನನು ದೇವರ ಮಹಾಪ್ರಬಲ ಮನುಷ್ಯನಾಗಿದ್ದು ಸಭೆಯಲ್ಲಿ ಪ್ರಮುಖ ಸ್ಥಾನವನ್ನು ತುಂಬಿಲು ವಿಶೇಷವಾಗಿ ಆರಿಸಲ್ಪಟ್ಟಿದ್ದನ್ನು ನಾನು ಕಂಡೆನು. ಇವನು ಕಲ್ಲೆಸೆದು ಕೊಲ್ಲಲ್ಪಟ್ಟಾಗ ಸೈತಾನನು ಹಿಗ್ಗುತ್ತಾ ವಿಜೃಂಭಿಸಿದನು; ಏಕೆಂದರೆ ಅವನ ನಿರುಪಸ್ಥಿತಿಯು ಶಿಷ್ಯರಿಗೆ ನಷ್ಟವುಂಟುಮಾಡುವುದು ಎಂಬುವುದು ಸೈತಾನನಿಗೆ ತಿಳಿದಿತ್ತು. ಆದರೆ ಸೈತಾನನು ವಿಜಯವು ಕ್ಷಣಮಾತ್ರದ್ದು; ಆ ದೊಡ್ಡಗುಂಪಿನ ಮಧ್ಯದಲ್ಲಿ ಸ್ತೆಫೆನನ ಮರಣಕ್ಕೆ ಸಾಕ್ಷಿಯಾಗಿ ನಿಂತಿದ್ದವನಿಗೆ ಯೇಸುವು ತನ್ನನ್ನೇ ಪ್ರಕಟಿಸುವವನಾಗಿದ್ದನು. ಅವನ ಕಲ್ಲೆಸೆಯುವುದರಲ್ಲಿ ಆ ಮನುಷ್ಯನ ಪಾತ್ರವಿಲ್ಲದಿದ್ದರೂ ಸ್ತೆಫೆನ ಮರಣಕ್ಕೆ ಸಮ್ಮತಿಸುವವನಾಗಿದ್ದನು. ಸೌಲನು ದೇವರಸಭೆಯನ್ನು ಹಿಂಸೆಸುವುದರಲ್ಲಿ ಛಲವಾದಿಯಾಗಿದ್ದನು, ಅವರನ್ನು ಬೇಟೆಯಾಡುತ್ತಾ, ಮನೆಮನೆಗೆ ಹೊಕ್ಕು ಸೆರೆಹಿಡಿಯುತ್ತಾ, ಅವರನ್ನು ಕೊಲ್ಲುವವರ ಕೈಗೆ ಒಪ್ಪಿಸುತ್ತಾ ಇದ್ದನು.

ಸೈತಾನನು ಸೌಲನನ್ನು ಕಾರ್ಯಸಾಧಕನನ್ನಾಗಿ ಉಪಯೋಗಿಸುತ್ತಿದ್ದನು. ಅವನಿಂದ ಸೆರೆಹಿಡಿಯಲ್ಪಟ್ಟವರನ್ನು ಬಿಡಿಸಿಕೊಳ್ಳಲು ದೇವರು ಸೈತಾನನ ಶಕ್ತಿಯನ್ನು ಹೊಡೆಯಬಲ್ಲನು. ಸೌಲನು ವಿದ್ಯಾವಂತನಾಗಿದ್ದನು, ಸೈತಾನನು ಅವನ ತಲಾಂತುಗಳನ್ನು ದೇವಕುಮಾರನ ಹಾಗೂ ಆತನನ್ನು ನಂಬಿದವರ ವಿರುದ್ಧ ಪ್ರತಿಭಟಿಸಲು ಪರಮೋತ್ಸಾಹದಿಂದ ಉಪಯೋಗಿಸಿದನು ಆದರೆ ಯೇಸು ಸೌಲನನ್ನು ಆತನ ಹೆಸರಿನಲ್ಲಿ ಬೋಧಿಸಲು ಶಿಷ್ಯರ ಕೆಲಸದಲ್ಲಿ, ಬಲಶಕ್ತಿ ನೀಡಲು ಮತ್ತು ಸ್ತೆಫೆನನ ಸ್ಥಳವನ್ನು ಅವನಿಗಿಂತ ಹೆಚ್ಚಾಗಿ ತುಂಬಲು ಆರಿಸಿಕೊಂಡನು. ಸೌಲನು ಯಹೂದ್ಯರಿಂದ ಮಹಾ ಉನ್ನತಸ್ಥಾನದಲ್ಲಿ ಇಡಲ್ಪಟ್ಟವನಾಗಿದ್ದನು. ಅವನ ಉತ್ಸಾಹ, ಪಾಂಡಿತ್ಯವೂ ಹೆಚ್ಚಾಗಿದ್ದ ಪ್ರಯುಕ್ತ ಶಿಷ್ಯರಲ್ಲಿ ಬಹು ಜನರು ಭಯಪಟ್ಟರು.

ನೋಡಿ: ಅಪೋಸ್ತಲಕೃತ್ಯ ಅಧ್ಯಾಯ 6 ಮತ್ತು 7

ಅಧ್ಯಾಯ 14. ಸೌಲನ ಪರಿವರ್ತನೆ

ಸೌಲನು, ಯೇಸುವಿನ ಬಗೆಗೆ ಬೋಧಿಸುತ್ತಿರುವ ಗಂಡಸರಾಗಲೀ ಹೆಂಗಸರಾಗಲೀ ಸರಿಯೇ, ಬೇಡಿಹಾಕಿಸಿ ಯೆರುಸಲೇಮಿಗೆ ತರುವಂತೆ ಅಧಿಕಾರ ನೀಡುವ ಓಲಿ ತೆಗೆದುಕೊಂಡು ಧಮಸ್ಕಕ್ಕೆ ಪ್ರಯಣ ಮಾಡಿದಾಗ, ದುಷ್ಟದೂತರು ಹಿಗುತ್ತಾ ಅವನನ್ನು ಸುತ್ತುವರಿದರು. ಅವನು ಪ್ರಯಣ ಮಾಡುತ್ತಾ ಇರುವಾಗ ಆಕಾಶದಿಂದ ಒಂದು ಬೆಳಕು ಫಕ್ಕನೆ ಅವನ ಸುತ್ತಲೂ ಮಿಂಚಿತು. ಅದು ದುಷ್ಟದೂತರು ಓಡಿಹೋಗುವಂತೆ ಮಾಡಿದ್ದಲ್ಲದೆ ಸೌಲನು ತತ್ ಕ್ಷಣವೇ ನೆಲಕ್ಕೆ ಬೀಳುವಂತೆ ಮಾಡಿತು. ಆಗ ಒಂದು ವಾಣಿಯು ಕೇಳಿ ಬಂತು – ಸೌಲನೇ, ಸೌಲನೇ ನನ್ನನ್ನು ಯಾಕೇ ಹಿಂಸೆಪಡಿಸುತ್ತೀ ಎಂದಾಗ ಅವನು - ಕರ್ತನೆ ,ನಿನಾರು ಎಂದು ಕೇಳಲು ಕರ್ತನು – 'ನೀನು ಹಿಂಸೆಪಡಿಸುತ್ತಿರುವ ಯೇಸುವೇ ನಾನು' ಎಂದಿತು, ಮುಳ್ಳನು ಒದೆಯುವುದು ನಿನಗೆ ಕಷ್ಟವಾಗುತ್ತದೆ ಎನಲು ಸೌಲನು ನಡುಗುವವನಾಗಿ ಆಶ್ಚರ್ಯದಿಂದ "ಕರ್ತನೆ ನಾನು ನಿನಗೇನು ಮಾಡಬೇಕೆನ್ನುತೀ" ಎಂದು ಪ್ರಶ್ನಿಸಿದನು ಕರ್ತನು 'ನೀನೆದ್ದು ಊರೊಳಕ್ಕೆ ಹೋಗು, ನೀನು ಮಾಡಬೇಕಾದದ್ದು ಅಲ್ಲಿ ತಿಳಿಸಲ್ಪಡುವುದು' ಎಂದು ಹೇಳಿದನು.

ಅವನ ಜೊತೆಯಲ್ಲಿ ಪ್ರಯಣ ಮಾಡುತ್ತಿದ್ದವರು ಧ್ವನಿಯನ್ನು ಮಾತ್ರ ಕೇಳಿ ಯಾರನ್ನೂ ಕಾಣದೆ ಮೂಕರಂತೆ ನಿಂತರು. ಆ ಬೆಳಕು ಮಾಯವಾಗಲು ಸೌಲನು ನೆಲದಿಂದ ಎದ್ದು ಕಣ್ಣು ತೆರೆದಾಗ ಯಾರೂ ಕಾಣಿಸಲಿಲ್ಲ. ಆಕಾಶದ ತೀಕ್ಷ್ಣಪ್ರಕಾಶವೂ ಅವನನ್ನು ಕುರುಡನನ್ನಾಗಿಸಿತು. ಜೊತೆಯಲ್ಲಿದ್ದವರು ಅವನ್ನನ್ನು ಕೈಹಿಡಿದು ಧಮಸ್ಕದೊಳಗೆ ಕರೆದುಕೊಂಡು ಹೋದರು. ಅವನು ಮೂರುದಿವಸ ಕಣ್ಣುಕಾಣದೆ ಏನೂ ತಿನ್ನಲಿಲ್ಲ, ಏನೂ ಕುಡಿಯಲಿಲ್ಲ ,ಸೌಲನು ಸೆರೆಯಾಗಿ ತೆಗೆದುಕೊಂಡು ಹೋಗಬೇಕೆಂದಿದ್ದ ಒರ್ವನಲ್ಲಿಗೆ ಕರ್ತನು ತನ್ನ ದೂತನನ್ನು ಕಳುಹಿಸಿದನು ಮತ್ತು ಕರ್ತನು ದರ್ಶನದಲ್ಲಿ ಅವನಿಗೆ – ನೀನೆದ್ದು ನೆಟ್ಟನೆ ಬೀದಿ ಎಂಬಲ್ಲಿಗೆ ಹೋಗಿ ಯೂದನ ಮನೆಯಲ್ಲಿ ತಾರ್ಸದ ಸೌಲನೆಂಬುವವನನ್ನು

ವಿಚಾರಿಸು; ಇಗೋ ಅವನು ಪ್ರಾರ್ಥನೆಮಾಡುತ್ತಿದ್ದಾನೆ ಮತ್ತು ಅನನೀಯನೆಂಬ ಒಬ್ಬ ಮನುಷ್ಯನು ಒಳಗೆ ಬಂದು ತನ್ನ ಮೇಲೆ ಕೈಹಿಡುವುದನ್ನೂ, ಅವನ ಕಣ್ಣುಗಳು ಕಾಣುವುದನ್ನೂ ಪೌಲನು ದರ್ಶಿಸಿದ್ದಾನೆ ಎಂದು ಹೇಳಲಾಯಿತು .

ಈ ವಿಷಯದಲ್ಲಿ ಎಲ್ಲೋ ತಪ್ಪಿದೆ ಎಂದೂ ಭಾವಿಸುತ್ತಾ ಅನನೀಯನು ಕರ್ತನೊಂದಿಗೆ, ತಾನು ಸೌಲನ ವಿಷಯವಾಗಿ ಕೇಳಿದ್ದನ್ನು ಪ್ರಸ್ತಾಪಿಸಿದನು. ಆದರೆ ಕರ್ತನು ಅನನೀಯರಿಗೆ – ನೀನು ಹೋಗು; ಆ ಮನುಷ್ಯನು ಅನ್ಯಜನರಿಗೂ, ಅರಸಗಳಿಗೂ ಇಸ್ರಾಯೇಲರಿಗೂ ನನ್ನ ಹೆಸರನ್ನು ತಿಳಿಸುವುದಕ್ಕಾಗಿ ಆರಿಸಿಕೊಂಡ ಸಾಧನವಾಗಿದ್ದಾನೆ ಅವನು ನನ್ನ ನಿಮಿತ್ತ ಎಷ್ಟು ಹಿಂಸೆಯನ್ನು ಅನುಭವಿಸಬೇಕೆಂಬುದನ್ನು ನಾನೇ ಅವನಿಗೆ ತೋರಿಸುವೆನು ಎಂದು ಹೇಳಿದನು. ಅನನೀಯನು ಕರ್ತನ ಮಾರ್ಗದರ್ಶನವನ್ನು ಅನುಸರಿಸಿದನು, ಆ ಮನೆಯಾಳಕ್ಕೆ ಹೋಗಿ ಅವನ ಮೇಲೆ ತನ್ನ ಕೈಗಳನ್ನಿಟ್ಟು – ಸಹೋದರನಾದ ಸೌಲನೇ, ನೀನು ಬಂದ ದಾರಿಯಲ್ಲಿ ಕಾಣಿಸಿಕೊಂಡ ಕರ್ತನಾದ ಯೇಸು ನಿನಗೆ ಕಣ್ಣು ಕಾಣುವಂತೆಯೂ ನೀನು ಪವಿತ್ರಾತ್ಮ ಭರಿತನಾಗುವಂತೆಯೂ ನನ್ನನ್ನು ನೀನ ಬಳಿಗೆ ಕಳುಹಿಸಿದ್ದಾನೆ ಎಂದು ಹೇಳಿದನು .

ಆ ಕ್ಷಣವೇ ಸೌಲನ ಕಣ್ಣು ಕಾಣಿಸಿದವು, ಅವನು ಎದ್ದು ದೀಕ್ಷಾಸ್ನಾನ ಮಾಡಿಸಿ ಕೊಂಡನು. ಅನಂತರ ಸಬಾಮಂದಿರಗಳಲ್ಲಿ ಯೇಸುವಿನ ವಿಷಯವಾಗಿ ಆತನೇ ದೇವಕುಮಾರನೆಂದು ಸಾರುವುದಕ್ಕೆ ಪ್ರಾರಂಭಿಸಿದನು. ಕೇಳಿದ ಜನರು ಬಹು ಆಶ್ಚರ್ಯದಿಂದ ಕೂಡಿದವರಾಗಿ, ಆ ಹೆಸರು ಹೇಳಿದವರುನ್ನು ಯೆರುಸಲೇಮಿನಲ್ಲಿ ನಾಶಮಾಡುತ್ತಿದ್ದವನು ಇವನೇ ಅಲ್ಲವೇ? ಅಂಥವರನ್ನು ಬೇಡಿಹಾಕಿಸಿ ಮಹಾಯಾಜಕರ ಬಳಿಗೆ ತೆಗೆದುಕೊಂಡು ಹೋಗಬೇಕೆಂದೇ ಇಲ್ಲಿಗೆ ಬಂದವನಲ್ಲವೇ ಎಂದು ಮಾತನಾಡಿಕೊಂಡರು. ಅದೇ ಸೌಲನು ಅಧಿಕ ಸಾಮರ್ಥ್ಯವುಳ್ಳವನಾಗಿ

ಯಹೂದ್ಯರನ್ನು ದಿಗ್ಭ್ರಮೆಗೊಳಿಸಿದನು. ಅವರು ಮತ್ತೆ ತೊಂದರೆಗೊಳ್ಳಗಾದರು. ಪವಿತ್ರಭರಿತನಾಗಿ ಸೌಲನು ತನ್ನ ಅನುಭವವನ್ನು ವಿವರಿಸಿದನು. ಸೌಲನು ಯೇಸುವಿನ ವಿರುದ್ಧವಾಗಿದ್ದ ಸತ್ಯವು ಎಲ್ಲರಿಗೂ ತಿಳಿದಿತ್ತು, ಆತನ ಹೆಸರಿನಲ್ಲಿ ನಂಬಿಕೆಯಿಟ್ಟವರನ್ನು ಬೇಟೆಯಾಡಿ ಮರಣಕ್ಕೆ ಈಡುಮಾಡುವಲ್ಲಿ ಸೌಲನಿಗಿದ್ದ ಆಸಕ್ತಿಯೂ ಎಲ್ಲರಿಗೂ ತಿಳಿದಿತ್ತು. ಈತನ ಅದ್ಭುತವಾದ ಪರಿವರ್ತನೆಯು ಯೇಸುವನ್ನು ದೇವಕುಮಾರನೇ ಎಂದು ಬಹುಜನರು ಒಪ್ಪಿಕೊಳ್ಳುವಂತೆ ಮಾಡಿತು. ಸೌಲನು ಜನರಿಗೆ ತನ್ನ ಅನುಭವವನ್ನು ವಿವರಿಸುತ್ತಿದ್ದನು ತಾನು ಗಂಡಸರಾಗಲೀ ಹೆಂಗಸರಾಗಲೀ ಸರಿಯೆ ಅವರನ್ನು ಹಿಂಸೆಪಡಿಸಿ ಬಂಧಿಸಿ ಮರಣಕ್ಕೆ ಒಪ್ಪಿಸಿಕೊಡಲು ಧಮಸ್ಕಕ್ಕೆ ಪ್ರಯಣಮಾಡುತ್ತಿರುವಾಗ, ಇದ್ದಕ್ಕಿದ್ದಂತೆ ಆಕಾಶ ದಿಂದ ಮಹಾಪ್ರಕಾಶವು ಅವನ ಸುತ್ತಲೂ ಬೆಳಗಿತೆಂದು, ಯೇಸು ಅವನಿಗೆ ತನ್ನನ್ನು ಪ್ರಕಟಿಸಿ ತಾನೇ ದೇವಕುಮಾರನೆಂದು ತನಗೆ ಬೋಧಿಸಿದನು ಎಂದನು. ಸೌಲನು ಧೀರನಾಗಿ ಯೇಸುವಿನ ಬಗ್ಗೆ ಉಪದೇಶಸುವಾಗ ಪ್ರಭಾಲವಾದ ಪ್ರಭಾವವು ಅವನಲ್ಲಿತ್ತು. ಅವನಿಗೆ ವೇದದಲ್ಲಿ ಬಹು ಪಾಂಡಿತ್ಯವಿತ್ತು. ಪರಿವರ್ತನೆಯಾದ ನಂತರ ಯೇಸುವಿನ ಪ್ರವಾದನೆ ಮೇಲೆ ದಿವ್ಯ ಬೆಳಕು – ಬೆಳಗಿತು ಅದು. ಸತ್ಯವನ್ನು ಸ್ಪಷ್ಟವಾಗಿ ,ದೈರ್ಯವಾಗಿ ಎತ್ತಿಹಿಡಿಯಲು ನೆರವಾಯಿತು. ವೇದಶಾಸ್ತ್ರದ ಬಗ್ಗೆ ಅಪಾರ್ಥವಿದ್ದರೆ ತಿದ್ದಿಕೊಡುವಂತೆ ಪ್ರೇರೆಪಿಸಿತು. ದೇವರ ಆತ್ಮನು ಅವನಲ್ಲಿ ನೆಲೆಗೊಂಡಿದ್ದುದರಿಂದ ತನ್ನ ಕೇಳುಗರನ್ನು ಕ್ರಿಸ್ತನ ಮೊದಲನೇ ಬರುವಣವು ಹೇಳಲ್ಪಟ್ಟಿದ್ದ ಪ್ರವಾದನಾ ಕಾಲಕ್ಕೆ ದೈರ್ಯ ಹಾಗೂ ಕಡ್ಡಾಯದಿಂದ ತೆಗೆದು ಕೊಂಡು ಹೋಗಿ ಶಾಸ್ತ್ರವು ನೆರವೇರುವುದನ್ನು, ಅದರಲ್ಲಿ ಕ್ರಿಸ್ತನ ಹಿಂಸೆ ಮರಣ ಮತ್ತು ಪುನರುತ್ಥಾನ ವಿರುವುದನ್ನು ಸಿದ್ಧಾಂತಪಡಿಸಿದನು .

ಓದಿ: ಅಪೋಸ್ತಲರ ಕೃತ್ಯ ಅಧ್ಯಾಯ 9

ಅಧ್ಯಾಯ 15. ಯಹೂದ್ಯರು ಪೌಲನನ್ನು ಕೊಲ್ಲಲು ತೀರ್ಮಾನಿಸಿದ್ದು

ಪೌಲನು ತನಗಾದ ಅನುಭವವನ್ನು ವಿವರಿಸಿದಾಗ ಆದ ಪ್ರಭಾವವು ಮಹಾಯಾಜಕರೂ ಹಿರಿಯರೂ ಹಗೆಗೊಳ್ಳುವಂತೆ ಮಾಡಿದವು. ಈತನು ಧೀರನಾಗಿ ಯೇಸುವನ್ನು ಬೋಧಿಸುತ್ತಾ ಅದ್ಭುತಕಾರ್ಯಗಳನ್ನು ಮಾಡುವುದನ್ನು ಜನಸಮೂಹವು ಕಂಡು ತಮ್ಮ ಆಚಾರಗಳನ್ನು ತೊರೆದು ಅವರನ್ನು ದೇವಕುಮಾರನ ಕೊಲೆಗಡುಕರೆಂದು ನೋಡಲಾರಂಭಿಸಿದರು. ಅವರ ಕೋಪವು ಉರಿದೆದ್ದಿತು. ಈ ಉದ್ರೇಕವನ್ನು ನಿಷ್ಕ್ರೀಯ ಗೊಳಿಸಲು ಏನು ಮಾಡಬೇಕೆಂದು ಯೋಚಿಸಲು ಸಭೆ ಸೇರಿದರು. ಒಂದೇ ಒಂದು ಪರಿಯಾರವೆಂದರೆ ಪೌಲನನ್ನು ಕೊಲ್ಲುವುದು ಎಂದು ಒಪ್ಪಿಕೊಂಡರು. ಇವರ ಒಳತೋಟಿಗಳನ್ನೆಲ್ಲಾ ಬಲ್ಲ ದೇವರು ಪೌಲನ ಸೇವೆ ಸುಗಮವಾಗಿ ಪೂರ್ತಿಗೊಳ್ಳುವ ಸಲುವಾಗಿ ಯೇಸುವಿನ ನಾಮದಲ್ಲಿ ಹಿಂಸೆಯನ್ನು ಅನುಭವಿಸಲು ಜೀವಂತವಾಗಿಬೇಕೆಂದು ತನ್ನ ದೂತರನ್ನು ಕಾವಲಿಗೆ ನೇಮಿಸಿದನು.

ಯಹೂದ್ಯರು ಪೌಲನ ಪ್ರಾಣಕ್ಕೆ ಹೊಂಚುಹಾಕುತ್ತಿರುವುದು ಅವನಿಗೆ ತಿಳಿಸಲ್ಪಟ್ಟಿತು. ನಂಬದೆ ಹೋದ ಯಹೂದ್ಯರು ರಾತ್ರಿ ಹಗಲು ದಮಸ್ಕದ ಬಾಗಿಲಲ್ಲಿ ಪೌಲನ ಬರುವಿಕೆಯನ್ನು ಕಾಯುವಂತೆಯೂ; ಅವರು ತಕ್ಷಣ ಕೊಲ್ಲಲೆಂದು ಸೈತಾನನು ಅವರನ್ನು ನಡೆಸಿದನು. ಆದರೆ ಶಿಷ್ಯರು ರಾತ್ರಿಕಾಲದಲ್ಲಿ ಅವನನ್ನು ಹೆಡಿಗೆಯಲ್ಲಿ ಕೂಡಿಸಿ ಗೋಡೆಯ ಮೇಲಿಂದ ಇಳಿಸಿ ಕಳುಹಿಸಿಬಿಟ್ಟರು, ಯಹೂದ್ಯರು ತಮ್ಮ ಸನ್ನಾಹ ವಿಫಲಗೊಂಡದ್ದನ್ನು ತಿಳಿದು ನಾಚಿಕೊಂಡರು ಮತ್ತು ಸೈತಾನನ ಗುರಿತಪ್ಪಿತು. ಪೌಲನು ಶಿಷ್ಯರೊಂದಿಗೆ ಸೇರಿಕೊಳ್ಳಲು ಯೆರುಸಲೇಮಿಗೆ ಬಂದಾನು; ಅವರಲ್ಲಿರು ದಿಗಿಲುಗೊಂಡರು. ಅವನನ್ನು ಶಿಷ್ಯನೆಂದು ಒಪ್ಪಿಕೊಳ್ಳಲು ಹಿಂತೆಗೆದರು. ದಮಸ್ಕದಲ್ಲಿ ಯಹೂದ್ಯರು ಅವನ ಪ್ರಾಣ ಬೇಟೆಯಾಡಿದರು ಮತ್ತು ಅವನ ಸಹೋದರರೇ ಅವನನ್ನು ಸೇರಿಸಿಕೊಳ್ಳಲಿಲ್ಲ; ಆದರೆ ಬಾರ್ನಬನು ಅವನನ್ನು ಅಪೋಸ್ತಲರ ಬಳಿಗೆ

ಕರೆದುಕೊಂಡು ಹೋಗಿ, ಅವನು ದಾರಿಯಲ್ಲಿ ಕರ್ತನನ್ನು ಕಂಡುಕೊಂಡದ್ದನ್ನೂ, ದಮಸ್ಕದೊಳಗೆ ಯೇಸುವಿನ ಹೆಸರಿನಲ್ಲಿ ಧೈರ್ಯದಿಂದ ಮಾತನಾಡಿದ್ದನ್ನು ಹೇಳಿದನು.

ಆದರೆ ಪೌಲನನ್ನು ನಾಶಗೊಳಿಸಲು ಸೈತಾನನು ಯಹೂದ್ಯರನ್ನು ಪ್ರಚೋದಿಸಿದನು. ಯೇಸುವು ಅವನನ್ನು, ಯೆರುಸಲೇಮಿನಿಂದ ಹೊರಟು ಹೋಗಬೇಕೆಂದು ಆಜ್ಞಾಪಿಸಿದನು. ಹಾಗೆ ಅವನು ಪಟ್ಟಣಗಳಿಗೆ ಹೋಗುತ್ತಾ, ಯೇಸುವಿನ ವಿಷಯ ಸಾರುತ್ತಾ, ಅದ್ಭುತಕಾರ್ಯ ಮಾಡುತ್ತಿರಲು ಅನೇಕರು ಪರಿವರ್ತನೆ ಹೊಂದಿದರು. ಒಬ್ಬ ಹುಟ್ಟು ಕುಂಟನನ್ನು ಸ್ವಸ್ಥಮಾಡಿದಾಗ, ವಿಗ್ರಹಾರಾಧಕರಾಗಿದ್ದ ಜನರು ಅದನ್ನು ಕಂಡು ಶಿಷ್ಯರಿಗೆ ಬಲಿ ಅರ್ಪಿಸಲು ಮುಂದಾದರು. ಪೌಲನು ದುಃಖಿತನಾಗಿ ನಾವು ನಿಮ್ಮಂತೆ ಮನುಷ್ಯರೇ, ನೀವು ಭೂಮ್ಯಾಕಾಶಗಳನ್ನೂ, ಸಮುದ್ರವನ್ನೂ ಅವುಗಳಲ್ಲಿರುವ ಸಮಸ್ತವನ್ನೂ ನಿರ್ಮಾಣಮಾಡಿದ ದೇವರನ್ನು ಮಾತ್ರ ಆರಾಧಿಸಬೇಕು ಎಂದನು. ಅವರು ಮುಂದೇನೋ ಪೌಲನು ದೇವರನ್ನು ಮಹಿಮೆಪಡಿಸಿದನು; ಆದರೂ ಜನರನ್ನು ತಡೆಯುವುದು ಕಷ್ಟವಾಯಿತು. ಆದರೆ ಸತ್ಯವೇದದಲ್ಲಿನ ನಂಬಿಕೆಯ ಜ್ಞಾನವು, ಆತನು ಆರಾಧನೆಗೂ ಘನಮಾನಕ್ಕೂ ಯೋಗ್ಯನು ಎಂಬ ಪ್ರಥಮ ಜ್ಞಾನವು ಅವರ ಮನಸ್ಸಿನ ಮೇಲೆ ಪಡಿಮೂಡಲಾರಂಭಿಸುತ್ತಿತ್ತು; ಅವರು ಪೌಲನನ್ನು ಕೇಳುವವರಾಗಿರುವಾಗ ಸೈತಾನನು, ಪಟ್ಟಣದಲ್ಲಿದ್ದ ಇತರ ನಂಬದ ಯಹೂದ್ಯರನ್ನು ಎಬ್ಬಿಸಿ ಪೌಲನಿಂದ ಸಂಭವಿಸಿದ ಒಳ್ಳೆಯ ಕಾರ್ಯಗಳನ್ನು ಮಟ್ಟಹಾಕಿ ನಾಶಗೊಳಿಸಬೇಕೆಂದು ಒತ್ತಾಯಿಸಿದನ. ಅವರು ಪೌಲನ ವಿರುದ್ದ ಸುಳ್ಳು ವರದಿಗಳನ್ನು ಹೇಳಿ ವಿಗ್ರಹಾರಾಧಕರ ಬುದ್ಧಿಯನ್ನು ವಿಚಲಗೊಳಿಸುವಂತೆ ಯಹೂದ್ಯರು ಪ್ರೇರೇಪಿಸಿದರು, ಜನರ ಆಶ್ಚರ್ಯ ಹಾಗೂ ಮೆಚ್ಚಿಕೆಯೂ ಈಗ ಹಗೆಗೆ ತಿರುಗಿತು, ಕೆಲವು ಕ್ಷಣದ ಹಿಂದೆ ಶಿಷ್ಯರನ್ನು ಆರಾಧಿಸಲು ಸಿದ್ದವಾಗಿದ್ದವರು ಪೌಲನನ್ನು ಕೊಲ್ಲುವುದಕ್ಕೆ ಕಲ್ಲೆಸೆದರು. ಅವನನ್ನು ಸತ್ತಿದ್ದಾನೆಂದು ಭಾವಿಸಿ ಊರಹೊರಕ್ಕೆ ಎಳೆದುಬಿಟ್ಟರು, ಆದರೆ ಶಿಷ್ಯರು ಪೌಲನ ಸುತ್ತಲೂ ನಿಂತುಕೊಂಡು ಶೋಕಿಸುತ್ತಿರುವಾಗ ಅವನು ಎದ್ದನು. ಅವರು ಸಂತೋಷಗೊಂಡು ಅವನೊಂದಿಗೆ ಪಟ್ಟಣದೊಳಕ್ಕೆ ಹೋದರು .

ಪೌಲನು ಯೇಸುವಿನ ವಿಷಯವಾಗಿ ಬೋಧಿಸುತ್ತಿರುವಾಗ ಗಾರುಡಗಾರ್ತಿಯಾದ ಒರ್ವ ಮಹಿಳೆ ಅವರ ಹಿಂದೆ ಹೋಗುತ್ತಾ ದುರಾತ್ಮತುಂಬಿದವಳಾಗಿ, ಈ ಮನುಷ್ಯರು ಪರತ್ಪರನಾದ ದೇವರ ದಾಸರು, ನಮಗೆ ರಕ್ಷಣೆಯ ಮಾರ್ಗವನ್ನು ಸಾರುತ್ತಾರೆ ಎಂದು ಅನೇಕ ದಿವಸ ಕೂಗುತ್ತಿದ್ದಳು. ಈ ಕೂಗು ಜನರನ್ನು ಸತ್ಯದ ಮಾರ್ಗದಿಂದ ವಿರುದ್ಧ ಸೆಳೆಯುವುದೆಂದು ಪೌಲನು ಬೇಸರಗೊಂಡನು. ಈ ಸ್ತ್ರೀಯನ್ನು ಮುಂದಿಟ್ಟು ಜನರ ಮನಸ್ಸಿನ ಮೇಲಿರುವ ಶಿಷ್ಯರ ಪ್ರಭಾವನ್ನು ನಾಶಪಡಿಸಬೇಕೆಂಬುದು ಸೈತಾನನ ಗುರಿಯಾಗಿತ್ತು. ಆದರೆ ಪೌಲನಲ್ಲಿದ್ದ ಆತ್ಮವು ಪ್ರಚೋದಿಸಿದ್ದರಿಂದ ಅವನು ಆ ಸ್ತ್ರೀಯೆಡೆಗೆ ತಿರುಗಿ ದೆವ್ವಕ್ಕೆ – ಅವಳನ್ನು ಬಿಟ್ಟು ಹೋಗು ಎಂದು ಕ್ರಿಸ್ತನಲ್ಲಿ ಅಪ್ಪಣೆ ಕೊಡುತ್ತೇನೆ ಎಂದು ಹೇಳಿದನು. ಅದೇ ಗಳಿಗೆಯಲ್ಲಿಯೇ ಅದು ಬಿಟ್ಟು ಹೋಯಿತು,

ಶಿಷ್ಯರ ಹಿಂದೆ ಕೂಗುತ್ತಿರುವಾಗ ಅವಳ ಯಾಜಮಾನರುಗಳಿಗೆ ಬಹು ಸಂತೋಷವಾಗಿತ್ತು; ಆದರೆ ಆ ದೆವ್ವವು ಅವಳನ್ನು ಬಿಟ್ಟು ಹೋಗಿ ಅವಳು ಕ್ರಿಸ್ತನ ಧೀನ ಶಿಷ್ಯಳಾದದ್ದು ಅವರಿಗೆ ರೊಚ್ಚಿಗೆಬ್ಬಿಸಿತು. ಅವಳು ಕಣಿಹೇಳುವುದರಿಂದ ಅವರಿಗೆ ಬಹಳ ಹಣ ಸಂಗ್ರಹವಾಗುತ್ತಿತ್ತು, ಈಗ ಆದಾಯಕ್ಕೆ ಕಲ್ಲುಬಿತ್ತು. ಸೈತಾನನ ಗುರಿ ಸೋತುಹೋಯಿತು; ಆದರೆ ಅವನ ಶಿಷ್ಯರು ಪೌಲ ಸೀಲರನ್ನು ಹಿಡಿದು ಅಧಿಕಾರಿಗಳೂ ಅಧಿಪತಿಗಳ ಬಳಿಗೆ ಚಾವಾಡಿಗೆ ಎಳೆದುಕೊಂಡು ಹೋದರು. ಇವರು ಯಹೂದ್ಯರಗಿದ್ದು ಪಟ್ಟಣದಲ್ಲಿ ಗಲಿಬಿಲಿ ಉಂಟುಮಾಡುತ್ತಾರೆ ಎನ್ನುತ್ತಾ ಜನರು ದೊಂಬಿಗೂಡಿಸಿ ಎದುರು ಬಿದ್ದರು. ಅಧಿತಿಪತಿಗಳು ಇವರು ವಸ್ತ್ರಗಳುನ್ನು ಹರಿದು ತೆಗೆದು ಛಡಿಗಳಿಂದ ಹೊಡೆಯಬೇಕೆಂದು ಅಜ್ಞಾಪಿಸಿದರು. ಅವರಿಗೆ ಪೆಟ್ಟು ಹಾಕಿಸಿ ಹೊಡೆಸಿದ ಮೇಲೆ ಸೆರೆಮನೆಯೊಳಗೆ ತಳ್ಳಿ ಇವರನ್ನು ಭದ್ರವಾಗಿ ಕಾಯಬೇಕೆಂದು ಸೆರೆಯ ಯಾಜಮಾನನಿಗೆ ಖಂಡಿತವಾಗಿ ಹೇಳಿದರು, ಈ ಅಪ್ಪಣೆಯಿಂದ ಅವನು ಸೆರೆಮನೆಯೊಳಗೆ ದೊಬ್ಬಿ ಅವರ ಕಾಲುಗಳಿಗೆ ಕೋಳವನ್ನು ಹಾಕಿ ಬಿಗಿಸಿದನು. ಆದರೆ ಸೆರೆಮನೆ ಕೋಣೆಗಳೊಳಗೆ ದೇವದೂತರು ಒಡನಾಡಿಗಳಾಗಿದ್ದರು. ಈ ಬಂಧನವು ದೇವರ

ಮಹಿಮೆಯನ್ನು ಸಾರಿತು. ಅವರ ಕೆಲಸದಲ್ಲಿಯೂ ಆತನು ಆಯ್ದುಕೊಂಡ ಸೇವಕರೊಂದಿಗೂ ದೇವರು ನೆಲೆಸಿರುವನೆಂದು ಜನರಿಗೆ ತೋರಿಸಲು, ಆತನು ಸೆರೆಮನೆ ಗೋಡೆಯನ್ನು ಕದಲಿಸಿ ಅದರ ಗಟ್ಟಿಕಬ್ಬಿಣದ ಸರಳುಗಳನ್ನೂ ಬಹು ಸುಲಭವಾಗಿ ಕಳಚಿ ಬೀಳುಸುವ ಸಶಕ್ತವಾಗಿದ್ದಾನೆ ಎಂದು ತೋರಿಸಿದನು.

ಆ ಮಧ್ಯರಾತ್ರಿ ಪೌಲಸೀಲರು ಪ್ರಾರ್ಥನೆಮಾಡುವವರಾಗಿ ದೇವರಿಗೆ ಸ್ತೋತ್ರಗಾನವನ್ನು ಹಾಡುತ್ತಿದ್ದರು. ಅಕಸ್ಮಾತ್ತಾಗಿ ಮಹಾ ಭೂಕಂಪ ಉಂಟಾಯಿತು; ಸೆರೆಮನೆಯ ಅಸ್ತಿವಾರಗಳು ಕದಲಿದವು; ಆಗ ನಾನು ಕಂಡಿದ್ದೇನೆಂದರೆ, ದೇವದೂತನು ಅವರ ಕೈಗಳ ಕೋಳವನ್ನು ಬಿಚ್ಚಿದನು ಸೆರೆಯ ಯಜಮಾನನು ನಿದ್ದೆಯಿಂದ ಎಚ್ಚತ್ತು ಕದಗಳು ತೆರೆದಿರುವುದನ್ನು ಕಂಡು ಭೀತನಾದನು, ಸೆರೆಯಲ್ಲಿದ್ದವರು ಓಡಿಹೋದರು, ತನಗೆ ಮರಣ ಶಿಕ್ಷೆ ಆಗುವುದೆಂದು ಭಾವಿಸಿದನು. ಅವನ್ನು ತನ್ನನ್ನೇ ಕೊಂದುಕೊಳ್ಳಲು ಹವಣಿಸಿದಾಗ, ಪೌಲನು ಮಹಾಶಬ್ದದಿಂದ ಕೂಗಿ ನೀನೇನೂ ಕೇಡುಮಾಡಿಕೊಳ್ಳಬೇಡ, ನಾವೆಲ್ಲರೂ ಇಲ್ಲೇ ಇದ್ದೇವೆ ಅಂದನು. ದೈವಶಕ್ತಿಯು ಸೆರೆಯಾವನನ್ನು ಪರಿವರ್ತಿಸಿತು. ಅವನು ದೀಪತರಬೇಕೆಂದು ಒಳಕ್ಕೆ ಹಾರಿ ನಡುಗುತ್ತಾ ಪೌಲಸೀಲರ ಮುಂದೆ ಬಿದ್ದನು. ಮತ್ತು ಅವರನು ಹೊರಗೆ ಕರೆದುಕೊಂಡು ಬಂದು ಸ್ವಾಮಿಗಳೇ, ನಾನು ರಕ್ಷಣೆಹೊಂದುವುದಕ್ಕೆ ಏನುಮಾಡಬೇಕೆಂದು ಕೇಳಲು, ಕರ್ತನಾದ ಯೇಸುಕ್ರಿಸ್ತನಲ್ಲಿ ನಂಬಿಕೆಯಿಡು, ಆಗ ನೀನು ರಕ್ಷಣೆಹೊಂದುವಿ, ನಿನ್ನ ಮನೆಯವರೂ ರಕ್ಷಣೆಹೊಂದುವರು ಎಂದರು ತರುವಾಯ ಅವನ ಮನೆಯವರನ್ನೆಲ್ಲಾ ಕೊಡಿಸಿದನು ಮತ್ತು ಪೌಲ ಯೇಸುವಿನ ವಿಷಯವನ್ನು ಅವರುಗೆ ಬೋಧಿಸಿದನು.

ಸೆರೆಯುವನ ಹೃದಯವು ಆ ಸಹೋದರರೊಂದಿಗೆ ಸಮ್ಮಿಲನಗೊಂಡಿತು. ಅವನು, ಅವರ ಗಾಯಗಳನು ತೊಳೆದನು. ಆ ರಾತ್ರಿಯೇ ಅವನೊಟ್ಟಿಗೆ ಮನೆಯವರೂ ದೀಕ್ಷಾಸ್ನಾನ ಮಾಡಿಸಿಕೊಂಡರು. ಬಹು ಉಲ್ಲಾಸದಿಂದ ಅವನು ದೇವರನ್ನು ನಂಬಿದನು ಅವರನ್ನು ಮನೆಗೆಕರೆದುಕೊಂಡು ಹೋಗಿ ಊಟಮಾಡಿಸಿದನು .

ಸೆರೆಮನೆಯ ಕದಗಳು ತೆರೆದದ್ದು, ಸೆರೆಯಜಮಾನನ ಹಾಗೂ ಅವನ ಮನೆಯವರೆಲ್ಲರ ದೀಕ್ಷಾಸ್ನಾನದ ಅದ್ಭುತ ಸುದ್ದಿಯು, ದೇವರ ಮಹಿಮಾಶಕ್ತಿಯು ಎಲ್ಲೆಡೆ ಹರಡುವಂತೆ ಮಾಡಿತು. ಅಧಿಪತಿಗಳು ಇದನ್ನು ಕೇಳಿ ಭಯಗೊಂಡು, ಸೆರೆ ಯಜಮಾನನಿಗೆ ಹೇಳಿ ಕಳಿಸಿ ಪೌಲಸೀಲರನ್ನು ಬಿಡುಗಡೆಮಾಡಬೇಕೆಂದು ಬೇಡಿಕೊಂಡರು, ಆದರೆ ಪೌಲನು ಗುಪ್ತವಾಗಿ ಬಿಡುಗಡೆ ಹೊಂದಲು ಒಪ್ಪಲಿಲ್ಲ. ಅವನು ಅವರಿಗೆ – ಅವಾರ ವಿಚಾರಮಾಡದೆ ರೋಮಾಪುರದ ಹಕ್ಕುದಾರನಾದ ನಮ್ಮನು ಬಹಿರಂಗವಾಗಿ ಹೊಡೆಸಿ ಸೆರೆಮನೆಯೊಳಗೆ ಹಾಕಿಸಿದರು; ಈಗ ನಮ್ಮನು ಗುಪ್ತವಾಗಿ ಹೊರಗೆ ಕಳುಹಿಸುತ್ತಾರೋ? ಎಂದು ಪ್ರಶ್ನಿಸಿದನು, ಹಾಗೆ ಎಂದಿಗೂ ಆಗಕೂಡದು; ಅವರೇ ನಮ್ಮನ್ನು ಬಂದು ಹೊರಗೆ ಕರೆದುಕೊಂಡು ಹೋದರೆ ಸರಿ ಎಂದನು. ದೇವರ ಶಕ್ತಿಪ್ರದರ್ಶನವು ಗುಪ್ತವಾಗಿ ಸಂಭವಿಸಬಾರದೆಂಬುದು ಪೌಲಸೀಲರ ಅನಿಸಿಕೆಯಾಗಿತ್ತು. ಜವಾನರು ಈ ಮಾತುಗಳನ್ನು ಅಧಿಪತಿಗೆ ತಿಳಿಸಿದರು; ರೋಮಾಪುರದ ಹಕ್ಕುದಾರರು ಎಂಬುವುದು ತಿಳಿದಾಗ ಅವರು ಭಯಪಟ್ಟರು; ಮತ್ತು ಪೌಲಸೀಲರ ಬಳಿಗೆ ಅವರಾಗೆ ಬಂದು, ವಿನಯವಾಗಿ ಒಪ್ಪಿಸಿ ಹೊರಕ್ಕೆ ಕರೆದುಕೊಂಡು ಬಂದು – ನೀವು ಊರನ್ನು ಬಿಟ್ಟುಹೋಗಿರಿ ಎಂದು ಬೇಡಿಕೊಂಡರು.

ನೋಡಿ: ಅಪೋಸ್ತಲರ ಕೃತ್ಯಗಳು ಅಧ್ಯಾಯ 14 ಮತ್ತು 16

ಅಧ್ಯಾಯ 16. ಪೌಲನು ಯೆರುಸಲೇಮಿಗೆ ಭೇಟಿಕೊಟ್ಟದ್ದು

ಪೌಲನು ಪರಿವರ್ತನೆಗೊಂಡ ಅಲ್ಪಕಾಲದಲ್ಲೇ ಯೆರುಸಲೇಮಿಗೆ ಭೇಟಿ ಕೊಟ್ಟು, ಯೇಸುವಿನ ವಿಷಯವಾಗಿಯೂ, ಆತನ ಕೃಪೆಯ ಅದ್ಭುತಗಳನ್ನೂ ಬೋಧಿಸಿದನು. ಅವನು ತನ್ನ ಅದ್ಬುತ ಪರಿವರ್ತನೆ ಬಗೆಗೆ ವಿವರಿಸುವಾಗ ಯಾಜಕರು ಅಧಿಪತಿಗಳೂ ರೊಚ್ಚಿಗೆದ್ದು ಆತನ ಜೀವತೆಗೆಯಲು ನೋಡಿದರು. ಆದರೆ ಪೌಲನು ಪ್ರಾರ್ಥನೆ ಮಾಡುತ್ತಿದ ಸಮಯದಲ್ಲಿ ಧ್ಯಾನಪರವಶನಾದನು, ಯೇಸುವು ಅವನ ಜೀವ ಉಳಿಸಬೇಕೆಂದು ದರ್ಶನಕೊಟ್ಟು ಯೆರುಸಲೇಮಿನಿಂದ ನೀನು ತ್ವರೆಪಟ್ಟು ಹೋಗು; ಏಕೆಂದರೆ ನನ್ನ ಬಗೆಗಿನ ನಿನ್ನ ಸಾಕ್ಷಿಯನ್ನು ಇಲ್ಲಿನವರು ಅಂಗೀಕರಿಸುವುದಿಲ್ಲ ಎಂದನು. ಪೌಲನು ಬಹು ವಿನೀತನಾಗಿ ಯೇಸುವನ್ನು ಬೇಡುತ್ತಾ, ಸ್ವಾಮಿ ನಿನ್ನಲ್ಲಿ ಯಾರಾರು ನಂಬಿಕೆಯಿಟ್ಟಿದ್ದಾರೋ ಅವರನ್ನೆಲ್ಲಾ ನಾನು ಸಭಾಮಂದಿರ ಥಳಿಸಿ ಸೆರೆಗೆ ಹಾಕಿಸಿದನ್ನು ಅವರು ಬಲ್ಲರು. ಮತ್ತು ಧರ್ಮಬಲಿಯಾಗಿ ಸಾಕ್ಷಿಯಾದ ಸ್ತೆಫೆನನ ರಕ್ತವು ಚೆಲ್ಲಿದಾಗ ನಾನು ಅಲ್ಲೇ ನಿಂತಿದ್ದು ಮರಣಕ್ಕೆ ಸಮ್ಮತಿಸಿದೆನು. ಅವನ್ನನ್ನು ಕೊಂದವರ ವಸ್ತ್ರಗಳನ್ನು ಕಾಯುತ್ತಿದ್ದೆನು. ಯರುಸಲೇಮಿನ ಯಹೂದ್ಯರು ನನ್ನ ಸಾಕ್ಷಿಯನ್ನು ತಳ್ಳಿಹಾಕುವುದಿಲ್ಲ; ನನ್ನಲ್ಲಾದ ಮಹಾ ಪರಿವರ್ತನೆಯು ದೇವರ ಬಲದಿಂದೆ ಆದದ್ದೇ ಎಂದು ಅರ್ಥಮಾಡಿಕೊಳ್ಳುವರು ಎಂದು ಹೇಳಿದನು. ಆದರೆ ಯೇಸುವು, ಇಲ್ಲಿಂದ ಹೋಗು ನಾನು ನಿನ್ನನ್ನು ದೂರಕ್ಕೆ ಅನ್ಯಜನರ ಬಳಿಗೆ ಕಳಿಹಿಸುತ್ತೇನೆಂದು ಹೇಳಿದನು .

ಯೆರುಸಲೇಮಿನಿಂದ ಹೊರಟ ನಂತರ , ಪೌಲನು ವಿವಿಧ ಸ್ಥಳಗಳಿಗೆ ಪತ್ರ ಬರೆದು, ತನ್ನ ಅನುಭವವನ್ನು ವಿವರಿಸಿ ಬಲವಾದ ಸಾಕ್ಷಿ ಕೊಡುತ್ತಿದ್ದನು. ಆದರೆ ಕೆಲವರು ಆ ಪತ್ರಗಳು ಪರಿಣಾಮ ಬೀರದ ಹಾಗೆ ಹಾಳುಮಾಡಲು ಶ್ರಮಿಸುತ್ತಿದ್ದರು. ಅವನಪತ್ರಗಳು ಬಹು ಮೌಲ್ಯವುಳ್ಳದ್ದೂ ಮತ್ತು ಶಕ್ತಿಯುತವಾಗಿದೆ ಎಂದು ಅವರು ಒಪ್ಪಿಕೊಳ್ಳಬೇಕಾಗಿತ್ತು; ಆದರೆ ಆ ಭೌತಿಕಅಸ್ತಿತ್ವವು ಬಹು ಬಲಹೀನವಾಗಿದೆ ಮತ್ತು ಉಪದೇಶವು ತಿರಸ್ಕಾರಕ್ಕೆ ಯೋಗ್ಯವಾಗಿದೆ ಎಂದು ಪ್ರಚುರಪಡಿಸಿದರು.

ಪೌಲನು ಬಹು ಪಾಂಡಿತ್ಯವುಳ್ಳವನಾಗಿದ್ದು, ಆತನ ಕೇಳುಗರನ್ನು ತನ್ನ ಜ್ಞಾನ ಮತ್ತು ನಡವಳಿಕೆಯಿಂದ ಮೋಡಿಮಾಡುತ್ತಿದ್ದುದನ್ನು ನಾನು ಕಂಡೆನು. ಘನಪಂಡಿತರೆಲ್ಲಾ ಅವನ ಬುದ್ಧಿಮತ್ತೆಗೆ ಮೆಚ್ಚುಗೆ ತೋರುಸುತ್ತಾ ಯೇಸುವಿನಲ್ಲಿ ನಂಬಿಕೆಯಿಟ್ಟರು. ಅರಸರ ಮುಂದೆ ಮತ್ತು ಬಹು ದೊಡ್ಡ ಸಭೆಗಳಲ್ಲಿ ನಿರರ್ಗಳವಾಗಿ ವಾಧಿಸುವುದು ಅವನ ಮುಂದೆ ಎಲ್ಲರೂ ಬಾಗುವಂತೆ ಮಾಡುತ್ತಿತ್ತು. ಇದು ಯಾಜಕರನ್ನೂ ಹಿರಿಯರನ್ನೂ ಉರಿಗೊಳಿಸುತ್ತಿತ್ತು. ಪೌಲನು ಬಹು ಸುಲಭವಾಗಿ ವಾಗ್ವಾದಕ್ಕೆ ಎಳೆಯುತ್ತಾ ಕೆದಕುತ್ತಾ ತನೊಂದಿಗೆ ಜನರನ್ನು ತನ್ನ ಯೋಚನೆಯ ಜಾಡಿನಲ್ಲೇ ಎಳೆದುಕೊಂಡು ಬಂಧಿಸಿ ದೇವರ ಕೃಪೆಯ ಮಹಾ ಸಂಪತ್ತನ್ನು ದರ್ಶಿಸಲು, ಕ್ರಿಸ್ತನ ಪರಮಾದ್ಭುತವಾದ ಪ್ರೀತಿಯನ್ನು ಅವರ ಮುಂದೆ ಚಿತ್ರೀಕರಿಸುತ್ತಿದ್ದನು. ಬಳಿಕ ಸಾಮನ್ಯ ಜನರಿಗೆ ಬಹು ಸರಳವಾಗಿ ಅವರ ತಿಳುವಳಿಕೆಯ ಸ್ಥಾನಕ್ಕೆ ಇಳಿಯುತ್ತಿದ್ದನು. ಮತ್ತು ಮಹಾ ಪ್ರಭಾಲವಾಗಿ ಅನುಭವವನ್ನು ವಿವರಿಸಲು, ಅದು ಕ್ರಿಸ್ತನ ಶಿಷ್ಯರಾಗಲು ಅವರಲ್ಲಿ ಅತೀವ ಹುರುಪನ್ನು ಎಬ್ಬಿಸುತ್ತಿತ್ತು.

ಪೌಲನು ಮತ್ತೆ ಯೆರುಸಲೇಮಿಗೆ ಹೋಗಿ, ಬಂದಿಸಲ್ಪಟ್ಟು ಹಿಂಸೆಗೆ ಒಳಗಾಗಬೇಕೆಂದು ಕರ್ತನು ಪ್ರಕಟಿಸಿದನು. ಬಹು ಕಾಲದವರೆಗೂ ಅವನು ಸೆರೆಯಾವನಾಗಿದ್ದವನು; ಆದರೂ ಕರ್ತನು ಆತನ ಮೂಲಕ ವಿಶೇಷಕಾರ್ಯವನ್ನು ಮಾಡಿಸುತ್ತಿದ್ದನು. ಕ್ರಿಸ್ತನ ಬಗೆಗಿನ ತಿಳುವಳಿಕೆ ಸಾರುವುದು ಮತ್ತು ದೇವರನ್ನು ಮಹಿಮೆ ಪಡಿಸುವುದೇ ಪೌಲನ ಸಂಕೋಲೆಯಾಗಿತ್ತು. ವಿಚಾರಣೆಗಾಗಿ ಪಟ್ಟಣದಿಂದ ಪಟ್ಟಣ್ಣಕ್ಕೆ ಕಳುಹಿಸಲ್ಪಟ್ಟಾಗ ಯೇಸುವಿನ ವಿಷಯವಾಗಿ ಸಾಕ್ಷಿ ನೀಡುತ್ತಾ ರಾಜರು ಅಧಿಪತಿಗಳ ಮುಂದೆ ಅತ್ಯಾಸಕ್ತಿಕರವಾದ ತನ್ನ ಪರಿವರ್ತನೆಯ ಘಟನೆಯನ್ನು ವಿವರಿಸುತ್ತಿದ್ದನು. ಏಕೆಂದರೆ ಈ ಸಾಕ್ಷಿಕೇಳುವಲ್ಲಿ ಅವರೂ ವಂಚಿತರಾಗಬಾರದು ಎಂಬುದೇ. ಸಾವಿರರು ಜನರು ಅವನನ್ನು ನಂಬಿ ಹರ್ಷಗೊಂಡರು. ಪೌಲನು ಜಲಪ್ರಯಣ ಮಾಡುವಾಗ ದೇವರ ವಿಶೇಷ ಉದ್ದೇಶವು ಗುರಿಮುಟ್ಟಿದ್ದು, ಪೌಲನ ಮೂಲಕ ಹಡಗಿನ ನೌಕರರು ದೇವರ

ಶಕ್ತಿಗೆ ಸಾಕ್ಷಿಯಾದರು; ಮತ್ತು ಅನ್ಯಜನರೂ ಸಹ ಯೇಸುವಿನ ನಾಮವನ್ನು ಕೇಳಿ, ಆತನ ಬೋಧನೆಯನ್ನು ಕೇಳಿ ಅದ್ಭುತಕಾರ್ಯಗಳಿಗೆ ಸಾಕ್ಷಿಯಾಗಿ ಪರಿವರ್ತನೆಗೊಳಗಾದರು. ಇವನ ವದ ಪ್ರತಿವಾದದಲ್ಲಿ ಅರಸರೂ ಅಧಿಪತಿಗಳೂ ಮಂತ್ರಮುಗ್ಧರಾದರು, ಅವನು ಉತ್ಸುಕತೆಯಿಂದ ಪವಿತ್ರತ್ಮಾಭರಿತನಾಗಿ ಯೇಸುವನ್ನು ಬೋಧಿಸಿ, ತನ್ನ ಅನುಭವದ ಘಟನೆಯನ್ನು ವಿವರಿಸುವಾಗ ಯೇಸು ದೇವರ ಮಗನೇ ಹೌದು! ಎಂಬ ಮನಸಾಕ್ಷಿ ಅವರಲ್ಲಿ ಸ್ಫುರಿಸಿತು; ಪೌಲ ವಾದಕೇಳುತ್ತಾ ಆಶ್ಚರ್ಯಭರಿತನಾಗಿ ಒರ್ವನು ಕ್ರೈಸ್ತನಾಗುವುದಕ್ಕೆ ಬಹುಮಟ್ಟಿಗೆ ಒಡಂಬಡಿಸುತ್ತೀಯೂ ಎಂದುಹೇಳಿದನು. ಬಹುಷಃ ಭವಿಷ್ಯದಲ್ಲಿ ಅವರು ಕೇಳಿರುವ ವಿಷಯದ ಬಗ್ಗೆ ಪರ್ಯಾಲೋಚಿಸಬಹುದೆಂದು ಭಾವಿಸಿದನು. ಆದರೆ ಅವರು ಉದಾಸೀನಮಾಡುತ್ತಾ ತಡೆಮಾಡುತ್ತಿರುವಾಗ ಸೈತಾನನು ಅದನ್ನು ತನ್ನ ಅನುಕೂಲಕ್ಕೆ ಬಳಸಿಕೊಂಡುನು. ಹೃದಯವು ಮೃದುವಾಗಿರುವಾಗ ಬಂದ ಅವಕಾಶವನ್ನು ನಿರ್ಲಕ್ಷಿಸಿದರು ಇವರಿಂದ ಅವಕಾಶವನ್ನು ನಿರಂತವಾಗಿ ಉದಾಸೀನ ಮಾಡಿದಂತಾಯಿತು .ಹೃದಯಗಳು ಕಠಿಣವಾದವು.

ಪ್ರಥಮವಾಗಿ ಯೇಸುವನ್ನು ರಕ್ಷಕನನ್ನಾಗಿ ಅಂಗೀಕರಿಸಿಕೊಳ್ಳಬಾರದೆಂದು ಸೈತಾನನು ಯಹೂದ್ಯರ ಕಣ್ಣುಗಳನ್ನು ಕುರುಡಾಗಿಸಿದನು; ನಂತರ ಆತನ ಘನಕಾರ್ಯಗಳನ್ನು ನೋಡಿ ಮತ್ಸರದಿಂದ ಅವನ ಪ್ರಾಣವನ್ನು ಅಪೇಕ್ಷಿಸುವುದರಲ್ಲಿ ಸೈತಾನನ ನಡುಸುವಿಕೆಯನ್ನು ನಾನು ಕಂಡೆನು. ಸೈತಾನನು ಯೇಸುವಿನ ಸ್ವಂತ ಶಿಷ್ಯರಲ್ಲಿ ಒಬ್ಬನೊಳ್ಳಗೆ ಸೇರಿ ಯೇಸುವನ್ನು ಅವರ ಕೈಗೆ ಹಿಡುಕೊಟ್ಟನು, ಮತ್ತೆ ಜೀವದಾಯಕನೂ ಮಹಿಮೆಯ ಕರ್ತನನ್ನು ಅವರು ಶಿಲುಬೆಗೆ ಹಾಕಿದರು. ಯೇಸುವಿನ ಪುನರುತ್ಥಾನವಾದ ಮೇಲೆ ಈ ಸತ್ಯವನ್ನು ಮರೆಮಾಡಿ ಸುಳ್ಳುಸಾಕ್ಷಿಹೇಳುವ ರೋಮನ್ ಪಹರೆಯವರನ್ನು ಹಣಕ್ಕೆ ಕೊಂಡುಕೊಂಡರು. ಆದರೆ ಯೇಸುವಿನ ಪುನರುತ್ಥಾನಕ್ಕೆ ಸಾಕ್ಷಿಕೊಡಲು ಬಹು ಜನರು ಪುನರುತ್ಥಾನ ಹೊಂದಿ ಎರಡರಷ್ಟು ಸ್ಪಷ್ಟಪಡಿಸಿದರು. ಯೇಸು ತನ್ನ ಶಿಷ್ಯರಿಗೂ ಮತ್ತು ಐದುನೂರಕ್ಕೂ ಹೆಚ್ಚು ಮಂದಿಗೆ ಪ್ರತ್ಯಕ್ಷನಾದನು ಆತನೊಂದಿಗೆ

ಎಬ್ಬಿಸಲ್ಪಟ್ಟ ಇತರರು ಬಹು ಜನರಿಗೆ ಕಾಣಿಸಿಕೊಂಡು, ಯೇಸು ಎದ್ದಿದ್ದಾನೆ ಎಂದು ಸಾರಿದರು .

ಸೈತಾನನು, ದೇವರ ವಿರುದ್ಧವಾಗಿ ಯಹೂದ್ಯರನ್ನು ಎತ್ತಿಕಟ್ಟಿದನು ಅವರು ಆತನ ಮಗನನ್ನು ಅಂಗೀಕರಿಸದೆ ಕ್ರೂಜೆಗೆ ಜಡಿದು ತಮ್ಮ ಕೈಗಳನ್ನು ಆತನ ರಕ್ತದಿಂದ ಮಲಿನಮಾಡಿಕೊಂಡರು. ಯೇಸುವೇ ದೇವಕುಮಾರನೆಂದೂ, ಲೋಕವಿಮೋಚಕನೆಂದೂ ಎಷ್ಟೋ ಬಲವಾದ ಗುರುತು ಸಿದ್ಧಾಂತಗಳನ್ನು ಕೊಟ್ಟಾಗ್ಯೂ ಅವರು ಆತನನ್ನು ಕೊಲೆಗೈದರು, ಆತನ ಬಗೆಗಿನ ಯಾವ ಪುರಾವೆಗಳನ್ನೂ ಸ್ವೀಕರಿಸಲಿಲ್ಲ. ಸೈತಾನನು ಬೀಳುವಿಕೆಯ ನಂತರ ಇದ್ದಂತೆ ಅವರೂ ದೇವಕುಮಾರನ ವಿರುದ್ಧವಾಗಿರುವುದೇ ಅವರ ನಿರೀಕ್ಷೆಯೂ ಸಂತೃಪ್ತಿಯೂ ಆಗಿತ್ತು. ಶಿಷ್ಯರನ್ನು ಹಿಂಸಿಸಿ ಕೊಲ್ಲುವುದರಲ್ಲಿ ಅವರ ದಂಗೆಯನ್ನು ಮುಂದುವರಿಸಿದರು. ತಾವೇ ಕ್ರೂಜೆಗೆ ಹಾಕಿದ ಯೇಸುವಿನ ಹೆಸರಿನಷ್ಟು ಕಿವಿಗೆ ಕರ್ಕಶವಾದದ್ದು ಬೇರಾವುದೂ ಇರಲಿಲ್ಲ. ಆದ್ದರಿಂದ ಆತನ ಪರವಾದ ಯಾವ ಸಿದ್ಧಾಂತಕ್ಕೂ ಕಿವಿಗೊಡಬಾರದೆಂದು ತೀರ್ಮಾನಿಸಿದರು. ಸ್ತೆಫೆನನ ವಿಷಯದಲ್ಲಿದ್ದಂತೆ, ಅವನ ಮೂಲಕ ಪವಿತ್ರಾತ್ಮನು ದೇವಕುಮಾರನ ಅಸ್ತಿತ್ವದ ಬಗ್ಗೆ ಪ್ರಕಟಿಸಿದಾಗ ಎಲ್ಲಿ ಮಂದಟ್ಟು ಮಾಡಿಕೊಳ್ಳುವವೋ ಎಂದು ಕಿವಿಗಳನ್ನು ಮುಚ್ಚಿಕೊಂಡರು. ದೇವರ ಪ್ರಕಾಶದಲ್ಲಿ ಸ್ತೆಫೆನನು ಸುತ್ತುವರಿದಾಗ ಅವನನ್ನು ಕಲ್ಲೆಸೆದು ಕೊಂದರು. ಸೈತಾನನು ಯೇಸುವಿನ ಕೊಲೆಗಾರರನ್ನು ತನ್ನ ಹಿಡಿತದಲ್ಲಿ ಭದ್ರವಾಗಿ ಹಿಡಿದಿದ್ದನು. ದುಷ್ಟಕಾರ್ಯ ಮಾಡುವುದರಲ್ಲಿ ಆತನ ಪ್ರಜೆಗಳಾಗಿರಲು ಅವರು ಸಮ್ಮತಿಸಿದರು, ಇವರ ಮೂಲಕ ಕ್ರಿಸ್ತನಲ್ಲಿ ನಂಬಿಕೆಯಿಟ್ಟವರನ್ನು ತೊಂದರೆಗೆ ಸಿಲುಕಿಸಿ ಬೇಸರ ಪಡಿಸಿದರು. ಯೇಸುವಿನ ಹೆಸರಿನ ವಿರುದ್ಧವಾಗೂ ಮತ್ತು ಆತನ್ನು ನಂಬಿ ಹಿಂಬಾಲಿಸಿದವರ ವಿರುದ್ಧ ಅನ್ಯರನ್ನು ಪ್ರಚೋದಿಸುವುದರಲ್ಲಿ ಯಹೂದ್ಯರ ಮೂಲಕ ಕಾರ್ಯಪ್ರವೃತನಾದನು. ಆದರೆ ಶಿಷ್ಯರನ್ನು, ಅವರು ಕೆಲಸದಲ್ಲಿ ಬಲಗೊಳಿಸಿ, ಕಂಡು ಕೇಳಿದುದರ ವಿಷಯವನ್ನು ಸಾಕ್ಷಿ ಹೇಳಲು ಮತ್ತು ಅಂತ್ಯದಲ್ಲಿ ತಮ್ಮ ರಕ್ತದಿಂದ ಸಾಕ್ಷಿಗೆ ಮುದ್ರೆಹಾಕಿ ದೃಡವಾಗಿ ನಿಲ್ಲುವಂತೆ ಬಲಗೊಳಿಸಲು ದೇವರು ತನ್ನ ದೂತರನ್ನು ಅವನ ಬಳಿಗೆ ಕಳುಹಿಸಿದನು.

ಯಹೂದ್ಯರು ತನ್ನ ಬಲಿಯಲ್ಲಿ ಕ್ಷೇಮವಾಗಿದ್ದಾರೆಂದು ಸೈತಾನನು ಆನಂದಪಟ್ಟನು, ಅವರು ಕೆಲಸಕ್ಕೆ ಭಾರದ ಆಚಾರಗಳು, ಬಲಿ ಮತ್ತು ಸಂಸ್ಕಾರಗಳಲ್ಲಿ ನಿರಂತರಾದರು .ಕ್ರಿಸ್ತನು ಶಿಲುಬೆ ಮೇಲೆ ತೂಗುತ್ತಾ 'ತೀರಿತು' ಎಂದು ಮಾಶಬ್ದದಿಂದ ಕೂಗಿದಾಗ ದೇವಾಲಯದ ಪರದೆಯು ಮೇಲಿಂದ ಕೆಳಕ್ಕೆ ಹರಿದುಹೋಯಿತು. ಅದು ಇನ್ನೋ ಮುಂದೆ ಯಾಜಕರನ್ನು ದೇವರ ದೇವಾಲಯದಲ್ಲಿ ಸಂಧಿಸುವುದಿಲ್ಲವೆಂತಲೂ, ಅವರ ಆಚಾರವಿಧಿಗಳು ಮತ್ತು ಬಲಿಯನ್ನು ಅಂಗೀಕರಿಸುವುದಿಲ್ಲವೆಂತಲೂ; ಮತ್ತು ಯಹೂದ್ಯರಿಗೂ ಅನ್ಯರಿಗೂ ನಡುವಿದ್ದ ಗೋಡೆಯು ಬಿದ್ದುಹೋಗಿದೆ ಎಂದು ತೋರಿಸುವ ಕಾರ್ಯವಾಗಿತ್ತು. ಇಬ್ಬರಿಗೂ ಯೇಸು ತನ್ನನ್ನೇ ಬಲಿಯಾಗಿ ಒಪ್ಪಿಸಿದನು, ಮತ್ತು ಒಂದುವೇಳೆ ರಕ್ಷಿಸಲ್ಪಡುವುದಾದರೆ, ಇಬ್ಬರೂ ಯೇಸುವೇ ಪಾಪಕ್ಕೆ ಬಲಿ ಎಂದೂ, ಲೋಕರಕ್ಷಕನೆಂದೂ ನಂಬಬೇಕಾಯಿತು,

ಯೇಸುವು ಶಿಲುಬೆಯಲ್ಲಿ ತೂಗುತ್ತಿದ್ದಾಗ ಸೈನಿಕರು ಆತನ ಪಕ್ಕೆಯನ್ನು ತಿವಿಯಲು ರಕ್ತವೂ ನೀರೂ ಸುರಿದವು. ಅಂದು ಎರಡು ತೊರೆಯಾಗಿತ್ತು, ಒಂದು ರಕ್ತದ್ದು ಮತ್ತೊಂದು ನೀರಿನದು ಆತನ ನಾಮವನ್ನು ನಂಬಿದವರ ಪಾಪವನ್ನು ತೊಳೆಯಲು ರಕ್ತವೂ, ವಿಶ್ವಾಸಿಗಳಿಗೆ ನೀತ್ಯಜೀವಕೊಂಡುವ ಜೀವಜಲವು ಯೇಸುವಿನಲ್ಲಿ ದೊರೆಯುವುದೆಂಬುದನ್ನು ಸೂಚಿಸಲು ನೀರು ಹರಿಯಿತು'

ಓದಿ: ಮತ್ತಾಯ 27:51; ಯೋಹಾನ 19:34; ಅಪೋಸ್ತಲರ ಕೃತ್ಯ ಅಧ್ಯಾಯ 24 ಮತ್ತು 26

ಅಧ್ಯಾಯ 17. ಮಹಾ ಧರ್ಮಭ್ರಷ್ಟತೆ

ಆ ನಂತರ ನನ್ನನ್ನು, ವಿಗ್ರಹಾರಾಧಕರಾದ ಅನ್ಯಜನರು ಕ್ರೈಸ್ತರನ್ನು ಹಿಂಸಿಸಿ ಕೊಲ್ಲಲ್ಪಟ್ಟ ಕಾಲಘಟ್ಟಕ್ಕೆ ಕರೆದೊಯ್ಯಲಾಯಿತು. ಕುಲೀನರು, ಕಲಿತವರು, ಸಾಮನ್ಯವ್ಯಕ್ತಿಗಳೆಂದು ನೋಡದೆ ಎಲ್ಲರೂ ದಯತೋರಿಸದೆ ಕೊಲ್ಲಲ್ಪಟ್ಟರು. ರಕ್ತವು ದಾರಾಕಾರವಾಗಿ ಸುರಿಯಿತು. ಅವರ ಧರ್ಮಕ್ಕೆ ಒಳಗಾಗದಿರಲು, ಸಿರಿವಂತ ಕುಂಟುಂಬಗಳನ್ನೆಲ್ಲಾ ಬಡತನಕ್ಕೆ ಎಳೆಯಲಾಯಿತು. ಕ್ರೈಸ್ತರು ಆ ಘನಹಿಂಸೆ ಸಂಕಟ ಬಂದಾಗ್ಯ ಅದನ್ನುಸಹಿಸಿ ತಮ್ಮ ಸ್ಥಾನವನ್ನು ತಗ್ಗಿಸಿಕೊಳ್ಳಲಿಲ್ಲ. ತಮ್ಮ ಧರ್ಮವನ್ನು ಶುದ್ಧವಾಗಿಯೇ ಇರುವಂತೆ ನೋಡಿಕೊಂಡರು. ದೇವಜನರು ಮಹಾಹಿಂಸೆಯಲ್ಲಿ ಸೈತಾನನು ವಿಜಯೋತ್ಸಾಹ ಪಡುತ್ತಿದ್ದುದನು ನಾನು ಕಂಡೆನು. ಆದರೆ ದೇವರು ಆ ಧರ್ಮಬಲಿಗಳನ್ನು ಬಹು ಮೆಚ್ಚಿಕೆಯಿಂದ ನೋಡಿದನು. ಆ ಭಯಂಕರ ಕಾಲದಲ್ಲಿದ್ದ ಕ್ರೈಸ್ತರು ಆತನ ಪ್ರೀತಿಗೆ ಪಾತ್ರರಾದರು; ಏಕೆಂದರೆ ಅವರು ಆತನಿಗಾಗಿ ಹಿಂಸೆಗೊಳಗಾಗಲು ಇಚ್ಚಿಸಿದರು. ಅವರು ಅನುಭವಿಸಿದ ಪ್ರತಿಹಿಂಸೆಯು ಪರಲೋಕದಲ್ಲಿ ಪ್ರತಿಫಲವನ್ನು ಹೆಚ್ಚಿಸಿತು. ಭಕ್ತರೆಲ್ಲಾ ಬಹು ಹಿಂಸೆಪಟ್ಟಾಗ್ಯೂ ಸೈತಾನನಿಗೆ ತೃಪ್ತಿಯಾಗಲಿಲ್ಲ. ಅವರ ತನು ಮನಗಳೆಲ್ಲದರ ಮೇಲಿನ ಹತೋಟಿಯನ್ನು ಅವನು ಅಪೇಕ್ಷಿದನು. ಕ್ರೈಸ್ತರ ಸಂಕಟ ಸಹಿಷ್ಣುತೆಯು ಅವರನ್ನು ದೇವರು ಸನ್ನಿಧಾನಕ್ಕೆ ಎಳೆದು, ಒಬ್ಬರನ್ನೊಬ್ಬರು ಪ್ರೀತಿಸುವಂತೆ ಮಾಡಿತು. ದೇವರನ್ನು ಉಲ್ಲಂಘಿಸದೆ ಇನ್ನೂ ಹೆಚ್ಚಾಗಿ ಭಯಭಕ್ತಿಯಿಂದಿರಲು ಪ್ರೇರಿಸಿತು. ಅವರು ದೇವರನ್ನು ಮೆಚ್ಚಿಕೊಳ್ಳದಂತೆ ನಡೆಸಲು ಸೈತಾನನು ಇಚ್ಚಿಸಿದನು; ಆಗ ಅವರು ಬಲ ದೃಢತೆ ಕಳೆದುಕೊಂಡು ದೃತಿಗೆಡುವರು ಅಂದುಕೊಂಡನು. ಅವರಲ್ಲಿ ಸಾವಿರಾರು ಮಂದಿ ಕೊಲ್ಲಲ್ಪಟ್ಟರು. ಈ ಕೊಲ್ಲಲ್ಪಟ್ಟವರ ಸ್ಥಳವನ್ನು ತುಂಬಲು ಇತರರು ಎದ್ದು ಬಂದರು. ಸೈತಾನನು, ತನ್ನ ಪ್ರಜೆಗಳನ್ನೆಲ್ಲಾ ಕಳೆದುಕೊಳ್ಳುತ್ತಿರುವುದನ್ನು ಕಂಡನು, ಅವರು ಹಿಂಸೆ ಮರಣವನ್ನು ಹೊಂದಿದಾಗ್ಯೂ ಕ್ರಿಸ್ತಯೇಸುವಿನಲ್ಲಿ ಭದ್ರವಾಗಿ ಆತನ ರಾಜ್ಯದ ಪ್ರಜೆಗಳಾದರು. ಸೈತಾನನು ಇನ್ನೂ ದೇವರರಾಜ್ಯದ ಎದುರಾಗಿ ಹೋರಾಡಿ

ವಿಜಯಿಯಾಗಲು ಪ್ರಮುಖವಾದ ಯೋಜನೆ ಹಾಕಿಕೊಂಡು ಸಭೆಯನ್ನು ಛಿದ್ರಗೊಳಿಸಬೇಕೆಂದಿದ್ದನು.ಆದರಿಂದ ಆ ವಿಗ್ರಹಾರಾಧಾಕ ಅನ್ಯಜನರು ಕ್ರೈಸ್ತ ನಂಬಿಕೆಯ ಒಂದು ಭಾಗವನ್ನು ಅಂಗೀಕರಿಸುವಂತೆ ಅವನು ಪ್ರೇರೇಪಿಸಿದನು. ಹೃದಯ ಪರಿವರ್ತನೆಮಾಡಿಕೊಳ್ಳದೆ ಕ್ರಿಸ್ತನ ಕ್ರೂಜಾಮರಣವನ್ನೂ ಮತ್ತು ಪುನರುತ್ಥಾನವನ್ನೂ ನಂಬುತ್ತೇವೆ ಎಂಬ ಹೊರತೋರಿಕೆಯಿಂದ ಯೇಸುವಿನ ಅನುಯಾಯಿಗಳೊಂದಿಗೆ ಸೇರಿಕೊಂಡರು. ಓಹ! ಇದು ಸಭೆಗೆ ಭಯಾನಕವಾದ ಅಪಾಯ! ಇದು ಮಾನಸಿಕ ಅತಂಕದ ಸಮಯವಾಯಿತು ಕೆಲವರು ಇಂತಹ ಭಾಗಷಃ ಕ್ರೈಸ್ತರಾದ ವಿಗ್ರಹಾರಾಧಕರ ನಂಬಿಕೆಯೊಂದಿಗೆ ಐಕ್ಯವಾದರೆ, ಅದು ತಮ್ಮ ಪರಿವರ್ತನೆಗೆ ಸಾಧನವಾಗುತ್ತದೆಂದುಕೊಂಡುರು. ಸೈತಾನನು, ಸತ್ಯವೇದದ ತತ್ವಗಳನ್ನು ಮಲಿನಗೊಳಿಸಲು ನೋಡಿದನು. ಕೊನೆಗೆ ನಾನು, ಕ್ರೈಸ್ತೀಯ ಸ್ಥಿತಿಗತಿಯು ಮಟ್ಟವಾದುದ್ದನ್ನೂ, ಅನ್ಯರು ಕ್ರೈಸ್ತರೊಂದಿಗೆ ಬೆರೆತುಕೊಂಡುದನ್ನು ನಾನು ಕಂಡೆನು. ಈ ಜನರು ಕ್ರೈಸ್ತರೆಂದು ಸಾಧಿಸಿದರೂ ವಿಗ್ರಹಾರಾಧಕರಾಗಿದ್ದವರಾದ ಕಾರಣ ವಿಗ್ರಹಾರಾಧನೆಯನ್ನು ತಮ್ಮೊಂದಿಗೆ ತಗೆದುಕೊಂಡು ಬಂದರು. ತಮ್ಮ ಆರಾಧನೆಯ ಜ್ಞೇಯವಸ್ತುವನ್ನು ಮಾತ್ರ ಬದಲಿಸಿದರು. ಸಂತರ ವಿಗ್ರಹಗಳಿಗೆ, ಯೇಸುವಿನ ವಿಗ್ರಹಕ್ಕೆ ಮತ್ತು ಮಾತೆ ಮರಿಯಳಿಗೆ ಬದಲಾಯಿಸಿದರು. ಕ್ರೈಸ್ತರು ಬರೂಬರುತ್ತಾ ಅವರೊಂದಿಗೆ ಮಿಳಿತವಾದರು, ಕ್ರೈಸ್ತದರ್ಮವು ಕಲುಷಿತವಾಯಿತು. ಸಭೆಯು ತನ್ನೆಲ್ಲಾ ಪರಿಶುದ್ಧತೆ ಮತ್ತು ಪ್ರಭಾವವನ್ನು ಕಳೆದು ಕೊಂಡಿತು. ಕೆಲವರು ಮಾತ್ರ ಅವರೊಂದಿಗೆ ಸೇರಿಕೊಳ್ಳಲು ನಿರಾಕರಿಸಿ ತಮ್ಮ ಪವಿತ್ರತೆಯನ್ನು ಉಳಿಸಿಕೊಂಡು ದೇವರನ್ನು ಮಾತ್ರ ಆರಾಧಿಸಿದರು. ಪರಲೋಕದ ಅಥವಾ ಭೂಲೋಕದಲ್ಲಿರುವ ಯಾವ ವಿಗ್ರಹಗಳಿಗೂ ಅವರು ತಲೆಬಾಗಲಿಲ್ಲ .

ಈ ಬದಲಾಣೆಯಲ್ಲಿ ಸೈತಾನನು ಹರ್ಷಗೊಂಡನು; ಬಿದ್ದುಹೋದ ಸಭೆಯನ್ನು, ಧಾರ್ಮಿಕ ಪಾವಿತ್ರತೆಯನ್ನು ಕಾಪಡಿಕೊಂಡವರ ಮೇಲೆ ಇತರರನ್ನು ಹುರಿದುಂಬಿಸಿದನು; ಅವರು ತಮ್ಮ ಆಚರಣೆಗಳನ್ನು ಅಂಗೀಕರಿಸಿ ವಿಗ್ರಹಾರಾಧನೆಗೆ ಒಳಗಾಗಬೇಕು ಇಲ್ಲವೇ ಸಾವಿಗೆ ಶರಣಾಗಬೇಕಾಯಿತು.

ಯೇಸುಕ್ರಿಸ್ತನ ಸಭೆಯ ಮೇಲೆ ಹಿಂಸೆಯ ದಳ್ಳುರಿ ಎಬ್ಬಿಸಲ್ಪಟ್ಟು ಕೋಟ್ಯಾನುಕೋಟಿ ಜನರನ್ನು ಕರುಣೆಯಿಲ್ಲದೆ ಕೊಚ್ಚಿಹಾಕಲಾಯಿತು.

ಈ ಕೆಳಕಂಡಂತೆ ನನ್ನ ಮುಂದೆ ತೋರಿಸಲಾಯಿತು; ವಿಗ್ರಹಾರಾಧಕರಾಗಿದ್ದ ಬಹು ಜನರು, ಸೂರ್ಯ, ಚಂದ್ರ ಮತ್ತು ನಕ್ಷತ್ರದ ಚಿತ್ರವನ್ನು ಹೊಂದಿದ್ದ ಕಪ್ಪು ಧ್ವಜವನ್ನು ಹಿಡಿದಿದ್ದರು. ಆ ಗುಂಪು ಉಗ್ರಕೋಪದಿಂದ ಕೂಡಿತ್ತು. ಮತ್ತೊಂದು ಜನರ ಗುಂಪನ್ನು ನನಗೆ ತೋರಿಸಲಾಯಿತು ಅದು ಬಿಳಿಧ್ವಜವನ್ನು ಹೊಂದಿದ್ದು, ಅದರಲ್ಲಿ ಕರ್ತನಿಗೆ ಪವಿತ್ರತೆ ಹಾಗೂ ಪರಿಶುದ್ಧತೆ ಎಂದು ಬರೆಯಲಾಯಿತು. ಆಜನರ ಮುಖದಲ್ಲಿ ದೃಡತೆಯಿದ್ದು ಪರಲೋಕದ ಒಪ್ಪಿಗೆಯ ಗುರುತು ಕಂಡುಬಂದಿತು. ವಿಗ್ರಹಾರಾಧಕ ಅನ್ಯಜನರು ಇವರ ಹತ್ತಿರ ಬಂದರು ಮತ್ತು ಮಹಾ ಸಂಹಾರಬಲಿ ನಡೆದದ್ದನು ನಾನು ಕಂಡೆನು. ಅವರು ಮುಂದೆ ಕ್ರೈಸ್ತರು ಕರಗಿ ಹೋದರು. ಅದರೂ ಸಹ ಅವರ ಗುಂಪು ಒತ್ತಾಗಿ ಕೂಡಿಕೊಂಡು ತಮ್ಮ ಧ್ವಜವನ್ನು ದೃಡವಾಗಿ ಹಿಡಿದರು. ಬಹು ಜನರು ಬೀಳುತ್ತಿದ್ದರೂ, ಇತರರು ಅವರ ಸುತ್ತುವರಿದು ಧ್ವಜದೊಂದಿಗೆ ಆ ಸ್ಥಳವನ್ನು ಆಕ್ರಮಿಸಿಕೊಂಡರು.

ವಿಗ್ರಹಾರಾಧಕರ ಗುಂಪು ತಮ್ಮತಮ್ಮೊಳಗೆ ವಿಚಾರಣೆ ನಡೆಸುತ್ತಿದ್ದುದನ್ನು ನಾನು ಕಂಡೆನು, ಕ್ರೈಸ್ತರು ತಲೆಬಾಗುವಂತೆ ಮಾಡುವುದರಲ್ಲಿ ಅವರು ಸೋತುಹೋದರು, ಮತ್ತೊಂದು ಯೋಜನೆಯನ್ನು ಕಾರ್ಯಗತಗೊಳ್ಳಿಸಲು ಯೋಚಿಸಿದರು. ಅವರು ತಮ್ಮ ಧ್ವಜಪಟ್ಟಿಯನ್ನು ಕೆಳಗಿಳಿಸಿ ದೃಡವಾದ ಕ್ರೈಸ್ತಗುಂಪಿನವರು ಬಳಿಸಾರಿ ಪರ್ಯಾಲೋಚನೆಯನ್ನು ಮುಂದಿಟ್ಟರು. ಮೊಟ್ಟಮೊದಲು ಪ್ರಸ್ತಾಪವು ಬಹುವಾಗಿ ತಿರಸ್ಕರಿಸಲ್ಪಟ್ಟಿತು, ಮತ್ತೆ ನಾನು ಶುದ್ಧ ಕ್ರೈಸ್ತರ ತಂಡವು ತಮ್ಮೊಳಗೆ ಪ್ರಸ್ತಾಪಿಸಿಕೊಳ್ಳುವುದನ್ನು ಕಂಡೆನು. ಕೆಲವರು ತಮ್ಮ ಧ್ವಜವನ್ನು ಇಳಿಸಿ, ಅವರ ಯೋಚನೆಗೆ ಒಡಂಬಟ್ಟು, ಪ್ರಾಣವನ್ನು ಉಳಿಸಿಕೊಳ್ಳೋಣ ಎಂದರು. ಆದರೆ ಕೊನೆಗೆ ಶಕ್ತಿಯನ್ನು ಕೂಡಿಸಿಕೊಂಡು ವಿಗ್ರಹಾರಾಧಕರ ಮಧ್ಯೆ ಧ್ವಜವನ್ನು ಎತ್ತಿ ಹಿಡಿಯೋಣ ಎಂದುಕೊಂಡರು ಮತ್ತೆ ಕೆಲವರು ಈ ಯೋಜನೆಗೆ ಸ್ವಲ್ಪವು ಒಳಗಾಗದೆ

ತಮ್ಮ ಧ್ವಜವನ್ನು ಎತ್ತಿ ಹಿಡಿದಂತೆಯೇ ಸಾಯಲು ನಿರ್ಧರಿಸಿದರು. ಆ ನಂತರ ಕೆಲವು ಕ್ರೈಸ್ತರ ತಂಡವು ತಮ್ಮ ಧ್ವಜವನ್ನಿಳಿಸಿ ಅವರೊಂದಿಗೆ ಒಂದಾಗುವುದನ್ನು ನಾನು ಕಂಡೆನು; ಆ ಸಮಯದಲ್ಲಿ ಗಟ್ಟಿಯಾಗಿ ದೃಡಮನಸ್ಸಿನಿಂದಿದ್ದವರು ಅವರ ಧ್ವಜವನ್ನು ಸೆಳೆದು ಎಟ್ಟಿಹಿಡಿದುಕೊಡರು. ಪರಿಶುದ್ಧ ಧ್ವಜಹಿಡಿದ ಕ್ರೈಸ್ತ ತಂಡದ ಪಕ್ಷದಿಂದ ಜನರು ಒಬ್ಬೊಬ್ಬರಾಗಿ ಹೊರಬರುತ್ತಾ ಕಪ್ಪು ಧ್ವಜ ಹಿಡಿದವರೊಂದಿಗೆ ಒಂದಾಗಿ ಬಿಳಿಧ್ವಜದವರನ್ನು ಹಿಂಸಿಸಿದರು. ಬಹುಮಂದಿಯನ್ನು ಸಂಹಾರ ಮಾಡಿದರು; ಆದರೂ ಸಹ ಬಿಳಿಧ್ವಜವು ಎತ್ತಿಹಿಡಿಯಲ್ಪಟ್ಟು ಜನರು ಪುನಃವ್ಯೂಹ ರಚಿಸಿ ಎದ್ದು ನಿಂತಿದ್ದನ್ನು ನಾನು ದರ್ಶಿಸಿದೆನು.

ಯೇಸುವಿನ ವಿರುದ್ಧ ಅನ್ಯಜನರನ್ನು ಪ್ರಥಮವಾಗಿ ರೊಚ್ಚಿಗೆಬ್ಬಿಸಿದ ಯಹೂದ್ಯರು ತಪ್ಪಿಸಿಕೊಳ್ಳಲಾಗಲಿಲ್ಲ. ನ್ಯಾಯಸಭೆಯಲ್ಲಿ ಕೋಪಗೊಂಡ ಯಹೂದ್ಯರು ಕೂಗುತ್ತಾ ಪಿಲಾತನು ಯೇಸುವನ್ನು ದೋಷಾರೋಪಣೆ ಹೊರಿಸಲು ಹಿಂದಾದಾಗ, ಆತನ ರಕ್ತವು ನಮ್ಮ ಮೇಲೆಯೂ, ನಮ್ಮ ಮಕ್ಕಳ ಮೇಲೆಯೂ ಇರಲಿ ಎಂದು ಘೋಷಿಸಿದ್ದರು. ಈ ಶಾಪವು ತಮ್ಮತಲೆಯ ಮೇಲೆ ಎರಗುವುದನ್ನು ಯಹೂದ್ಯ ಜನಾಂಗವು ಅನುಭವಿಸಿತು ಅನ್ಯಜನರೂ, ಕ್ರೈಸ್ತರೆನಿಸಿಕೊಂಡವರೂ ಯಹೂದ್ಯರಂತೆ ಶತೃಗಳೆ ಆದರು. ಯಹೂದ್ಯರು ಯೇಸುವನ್ನು ಕ್ರೂಜೆಗೆ ಹಾಕಿದರು. ತೋರಿಕೆ ಕ್ರೈಸ್ತರು ಕ್ರಿಸ್ತನ ಶಿಲುಬೆಯಲ್ಲಿ ಶ್ರದ್ಧೆ ಹೊಂದಿದವರಾಗಿ ಯೋಚಿಸಿದ್ದೇನೆಂದರೆ, ಹೆಚ್ಚು ಹೆಚ್ಚು ಸಂಕಟವನ್ನು ತಮ್ಮ ಮೇಲೆ ತಂದುಕೊಂಡರೆ ಹೆಚ್ಚುಹೆಚ್ಚಾಗಿ ದೇವರನ್ನು ಮೆಚ್ಚಿಸಬಹುದು ಎಂದುಕೊಂಡರು. ಆದರೆ ಅಪನಂಬಿಕೆಯುಳ್ಳ ಬಹು ಜನ ಯಹೂದ್ಯರು ಸಂಹರಿಸಲ್ಪಟ್ಟರು. ಕೆಲವರು ಸ್ಥಳದಿಂದ ಸ್ಥಳಕ್ಕೆ ಅಟ್ಟಾಡಿಸಲ್ಪಟ್ಟರು. ಅಲ್ಲದೆ ಎಲ್ಲಾ ವಿಧದಲ್ಲಿಯೂ ಶಿಕ್ಷಿಸಲ್ಪಟ್ಟರು.

ಕೊಲ್ಲಲ್ಪಟ್ಟ ಕ್ರಿಸ್ತನ ಹಾಗೂ ಶಿಷ್ಯರ ರಕ್ತವು ಅವರ ಮೇಲಿತ್ತು, ಅವರು ಭಯಂಕರವಾದ ನ್ಯಾಯವಿಚಾರಣೆಗೆ ಒಪ್ಪಿಸಲ್ಪಟ್ಟರು. ಅವರನ್ನು ದೇವರ ಶಾಪವು ಹಿಂಬಾಲಿಸಿ ಅನ್ಯಜನರು ಹಾಗೂ ಕ್ರೈಸ್ತರ ಗಾದೆಮಾತಿಗೆ ಮತ್ತು ಅಪಹಾಸ್ಯಕ್ಕೆ ಒಳಗಾದರು. ಕಾಯಿನನ ಮುದ್ರೆಮೇಲಿದೆಯೇನೋ ಎಂಬಂತೆ

ಅವರು ಬಹಿಷ್ಕರಿಸಲ್ಪಟ್ಟು, ಹೀನೈಕೆಗೊಳ್ಳಗಾಗಿ ಅಸಹ್ಯಪಡುವಂತಾದರು ಆದರೂ ದೇವರು ಅವರನ್ನು ಅದ್ಭುತವಾಗಿ ರಕ್ಷಿಸಿ ಇಡೀ ಲೋಕದಲ್ಲಿ ಚದುರಿಸಿ ದೇವರಿಂದ ಶಾಪಗ್ರಸ್ತರಾದವರೆಂದು ವಿಶೇಷವಾಗಿ ಕಾಣುವಂತೆ ಮಾಡಿದುದನ್ನು ನಾನು ಕಂಡೆನು. ಜನಾಂಗವಾಗಿ ದೇವರು ಯಹೂದ್ಯರನ್ನು ತ್ಯಜಿಸಿದುದನ್ನು ನಾನು ಕಂಡೆನು; ಆದರೂ ಅವರಲ್ಲಿ ಕೆಲವರು ತಮ್ಮ ಹೃದಯದ ತೆರೆಯ ಕೆಲವು ಭಾಗವನ್ನು ಹರಿದುಕೊಂಡರು. ಅವರನ್ನು ಸಂಬಂಧಿಸಿದಂತೆ ಪ್ರವಾದನೆ ನೆರವೇರಿರುವುದನ್ನು ಇನ್ನೂ ಕಂಡುಕೊಳ್ಳುವವರು ಅವರಲ್ಲಿದ್ದಾರೆ. ಯೇಸುವನ್ನು ಲೋಕರಕ್ಷಕನನ್ನಾಗಿ ಅಂಗೀಕರಿಸುತ್ತಾರೆ, ಯೇಸುವನ್ನು ತಿರಸ್ಕರಿಸಿ, ಕ್ರೂಜೆಗೆ ಜಡಿಸಿದ ತಮ್ಮ ಜನರ ಪಾಪವನ್ನು ಕಾಣುವವರಿದ್ದಾರೆ. ಯಹೂದ್ಯರಲ್ಲಿ ವ್ಯಕ್ತಿಗಳು ಪರಿವರ್ತನೆ ಹೊಂದುತ್ತಾರಾದರೂ ಜನಾಂಗವಾಗಿ ದೇವರಿಂದ ಎಂದೆಂದಿಗೂ ತ್ಯಜಿಸಲ್ಪಟ್ಟಿದ್ದಾರೆ.

ಅಧ್ಯಾಯ 18. ಪಾಪದ ರಹಸ್ಯ

ಜನರ ಮನಸ್ಸನ್ನು ಯೇಸುವಿನಿಂದ ಮನುಷ್ಯನ ಕಡೆಗೆ ಸೆಳೆಯುವುದು ಹಾಗೂ ವೈಯಕ್ತಿಕ ಹೊಣೆಯನ್ನು ನಾಶಪಡಿಸುವುದು ಸೈತಾನನ ಸಂಕಲ್ಪವಾಗಿತ್ತು. ಅವನು ದೇವಕುಮಾರನನ್ನು ಶೋಧನೆಗೆ ಒಳಪಡಿಸಿದಾಗ ಆತನ ಸಂಕಲ್ಪಕ್ಕೆ ಸೋಲಾಯಿತು. ಅವನು ಜಾರಿಬಿದ್ದ ಮನುಷ್ಯನೆಡೆಗೆ ಬಂದಾಗ ಜಯಗಳಿಸಿದನು. ಕ್ರೈಸ್ತೀಯ ತತ್ವವು ಕಲುಷಿತವಾದವು. ಪೋಪನೂ ಪಾದ್ರಿಗಳು ಆ ಮಹಿಮಾ ಸ್ಥಾನವನ್ನು ಆಕ್ರಮಿಸಿಕೊಂಡರು. ತಮಗಾಗಿ, ತಮ್ಮ ಪಾಪ ಕ್ಷಮಾಪಣೆಗಾಗಿ ಕ್ರಿಸ್ತನೆಡೆಗೆ ನೋಡುವುದರ ಬದಲು ತಮ್ಮೆಡೆಗೆ ಬರಬೇಕೆಂದು ಜನರಿಗೆ ಬೋಧಿಸಿದರು. ಅವರನ್ನು ಖಂಡಿಸುವ ಸತ್ಯವನ್ನು ಮುಚ್ಚಿಡಲು ಸತ್ಯವೇದವನ್ನು ಅವರಿಂದ ದೂರವಿಟ್ಟರು.

ಜನರು ಪರಿಪೂರ್ಣವಾಗಿ ವಂಚಿಸಲ್ಪಟ್ಟರು. ಪೋಪನೂ ಪಾದ್ರಿಗಳು ಕ್ರಿಸ್ತನ ಪ್ರತಿನಿಧಿಗಳೆಂಬುದಾಗಿ ಭೋಧಿಸಲಾಯಿತು, ಆದರೆ ಸತ್ಯವೆಂದರೆ ಅವರೆಲ್ಲಾ ಸೈತಾನನಪ್ರತಿನಿಧಿಗಳು; ಮತ್ತು ಅವರಿಗೆ ತಲೆಬಾಗಿದಾಗ, ಸೈತಾನನನ್ನು ಆರಾಧಿಸಿದರು, ಜನರು ಪವಿತ್ರವೇದವನ್ನು ಅಪೇಕ್ಷಿಸಿದರು; ಆದರೆ ಅವರು, ದೇವವಾಕ್ಯವನ್ನು ಜನರು ತಾವಾಗಿಯೇ ಓದಿ ಅರ್ಥಮಾಡಿಕೊಳ್ಳುವುದು ಅಪಾಯಕರವೆಂದು ಪಾದ್ರಿಗಳು ಯೋಚಿಸಿದರು, ಏಕೆಂದರೆ ಅವರಿಗೆ ಜ್ಞಾನೋದಯವಾಗಿ ತಮ್ಮ ಪಾಪಗಳು ಗೋಚರಿಸಲ್ಪಡುವುದು. ಜನರು ಈ ವಂಚಕರ ಕಡೆಗೆ ನೋಡುವವರಾಗಿ, ತಮ್ಮ ಬಾಯಿಂದ ಬರುವ ಮಾತುಗಳು ದೇವರ ಮಾತುಗಳೆಂದು ಅವರಿಗೆ ಬೋಧಿಸಿದರು. ದೇವರು ಮಾತ್ರವೇ ಮನಸ್ಸಿನ ಹತೋಟಿಯನ್ನು ತೆಗೆದುಕೊಳ್ಳಬೇಕಾದುದನ್ನು ಬಿಟ್ಟು ತಮ್ಮ ಕೈಗೆ ತೆಗೆದುಕೊಂಡರು. ಒಂದುವೇಳೆ ಜನರು ತಮ್ಮ ಮನಸಾಕ್ಷಿಗೆ ಒಳಪಡಲು ಧೈರ್ಯವಹಿಸಿದರೆ, ಸೈತಾನನು ಮತ್ತು ಯಹೂದ್ಯರು ಯೇಸುವಿಗೆ ತೋರಿಸಿದ ಅದೇ ಕಡುದ್ವೇಷವನ್ನು ಇವರೆಡೆಗೂ ತೋರಿಸಲಾಗುತ್ತಿತ್ತು. ಅಧಿಕಾರ ವರ್ಗದಲ್ಲಿರುವವರು ಇವರು ರಕ್ತ ದಾಹಗೊಂಡವರಾದರು. ಸೈತಾನನು ವಿಶೇಷವಾಗಿ ಜಯಗಳಿಸಿದ ಕಾಲಘಟ್ಟವನ್ನು ನನಗೆ ತೋರಿಸಲಾಯಿತು. ತಮ್ಮ ಧರ್ಮದ ಪರಿಶುದ್ಧತೆಯನ್ನು ಜೋಪಾನ

ಮಾಡಿಕೊಂಡ ಕ್ರೈಸ್ತೀಯ ಜನಸಮುದಾಯವು ಬಹು ಭಯಂಕರವಾಗಿ ಸಂಹರಿಸಲ್ಪಟ್ಟಿತು.

ಸತ್ಯವೇದವು ದ್ವೇಷಿಸಲ್ಪಟ್ಟಿತು. ಭೂಲೋಕದಿಂದ ಅಮೂಲ್ಯ ದೇವರ ವಾಕ್ಯವನ್ನು ನಿರ್ಮೂಲಮಾಡಲು ಬೇಕಾದ ಎಲ್ಲಾ ಪ್ರಯತ್ನವನ್ನು ಮಾಡಲಾಯಿತು. ಮರಣಕವಾದ ನೋವಿನಿಂದ ಸತ್ಯವೇದ ಪಠಣವನ್ನು ನಿಷೇದಿಸಲಾಯಿತು. ಕೈಗೆಸಿಕ್ಕ ಎಲ್ಲಾ ಸತ್ಯವೇದಗಳನ್ನು ಸುಟ್ಟುಹಾಕಿದರು. ಆದರೆ ದೇವರು ತನ್ನ ವಾಕ್ಯಕ್ಕೆ ವಿಶೇಷ ಕಳಕಳಿ ಹೊಂದಿದ್ದು ಅದನ್ನು ರಕ್ಷಿಸಿದ್ದನ್ನು ನಾನು ಕಂಡೆನು, ವಿವಿಧ ಕಾಲಾವಧಿಯಲ್ಲಿ ಸತ್ಯವೇದದ ಕೆಲವು ಪ್ರತಿಗಳು ಮಾತ್ರ ಲಭ್ಯವಿದ್ದು ಆತನ ವಾಕ್ಯವು ನಾಶವಾಗದಂತೆ ದೇವರು ರಕ್ಷಿಸಿದರು. ಆದರೆ ಅಂತ್ಯಕಾಲದಲ್ಲಿ, ಪ್ರತಿ ಕುಂಟುಂಬವು ಹೊಂದಿರುವಂತೆ ಸತ್ಯವೇದದ ಪ್ರತಿಗಳು ಅಸಂಖ್ಯಾತವಾಗಿ ದೊರಕುವಂತದ್ದಾಗಿದೆ. ಆದರೆ ಸತ್ಯವೇದದ ಕೆಲವು ಪ್ರತಿಗಳು ಮಾತ್ರ ದೊರಕುತ್ತಿದ್ದಾಗ ಹಿಂಸೆಗೊಳಗಾದ ಯೇಸುವಿನ ಹಿಂಬಾಲಕರಿಗೆ ಅಮೂಲ್ಯವಾದದ್ದೂ ಸಮಾಧಾನಕರವಾದದ್ದೂ ಆಗಿತ್ತು ಎಂಬುವುದನ್ನು ನಾನು ಕಂಡೆನು. ಅದನ್ನು ಬಹು ರಹಸ್ಯವಾಗಿ ಓದಲಾಗುತಿತ್ತು. ಈ ಮಹಾ ಅವಕಾಶ ಹೊಂದಿದವರು, ತಾವು ದೇವರೊಂದಿಗೂ, ಆತನ ಮಗನಾದ ಯೇಸುವಿನೊಂದಿಗೂ ಮತ್ತು ಆತನ ಶಿಷ್ಯರೊಂದಿಗೂ ಸಂದರ್ಶನ ಪಡೆದುಕೊಂಡು ಅನುಭೂತಿ ಹೊಂದಿದರು. ಆದರೆ ಈ ಧನ್ಯ ಅವಕಾಶವು ಬಹು ಜನರ ಜೀವ ತೆಗೆಯಿತು. ಒಂದುವೇಳೆ ಪವಿತ್ರವಾಕ್ಯಗಳನ್ನು ಓದುತ್ತಿರುವುದು, ತಿಳಿದುಬಂದರೆ, ಅವರನ್ನು ತಡೆಗಟ್ಟಿ ಕೊಚ್ಚಿಹಾಕುವುದು, ಅಡಿಕೊರಡಿಗೆ, ಸುಡುಕಂಬಗಳಿಗೆ ಕಟ್ಟುವುದು ಅಥವಾ ಗವಿಗೆ ನೂಕಿ, ಹಸಿವಿನಿಂದ ಸಾಯಲು ಕರೆದುಕೊಂಡು ಹೋಗುತ್ತಿದ್ದರು.

ಸೈತಾನನು ರಕ್ಷಣಾಯೋಜನೆಯನ್ನು ತಡೆಗಟ್ಟಲಾಗಲಿಲ್ಲ. ಯೇಸು ಶಿಲುಬೆಗೆ ಹಾಕಲ್ಪಟ್ಟು ಮೂರನೆದಿನ ಪುನರುತ್ಥಾನ ಹೊಂದಿದನು. ಅವನು ತನ್ನ ದೂತರಿಗೆ, ಈ ಶಿಲುಬೆಯ ಮರಣ ಹಾಗೂ ಪುನರುತ್ಥಾನವನ್ನು ತನಗೆ ಸಾಧಕವನ್ನಾಗಿ ಬಳಸಿಕೊಳ್ಳುತೇನೆ ಎಂದು ಹೇಳಿದನು. ಯೇಸುವಿನಲ್ಲಿ ಗಾಢ ನಂಬಿಕೆ ಹೊಂದಿದವರು ಯಹೂದ್ಯರ ಆಚಾರಗಳು, ಬಲಿ ಮತ್ತು ಕಾಣಿಕೆಗಳು

ಕ್ರಿಸ್ತನ ಮರಣದಲ್ಲಿ ಕೊನೆಗೊಂಡಿತು ಎಂದು ನಂಬುವುದು ಮಾತ್ರವಲ್ಲದೆ ಮತ್ತೊ ಒಂದು ಹೆಜ್ಜೆ ಮುಂದೂಡಿ ಹತ್ತು ಆಜ್ಞೆಗಳು ಸಹ ಕ್ರಿಸ್ತನ ಮರಣದಲ್ಲಿ ಅವಾಸನ ಗಂಡಿತು ಎಂದು ನಂಬಿಸಲು ಸೈತಾನನು ಹವಣಿಸಿದನು.

ಬಹುಮಂದಿ ಸೈತಾನನ ಈ ತಂತ್ರಕ್ಕೆ ಒಳಗಾದವನ್ನು ನಾನು ನೋಡಿದೆನು. ದೇವರ ಪವಿತ್ರ ಆಜ್ಞೆಗಳು ಕಾಲಿನಡಿ ತುಳಿಯಲ್ಪಟ್ಟುದನ್ನು ಕಂಡು ಇಡೀ ಪರಲೋಕವೇ ಧರ್ಮಕ್ರೋಧಕ್ಕೊಳಗಾಯಿತು. ಯೇಸು ಹಾಗೂ ಇಡೀ ಪರಲೋಕದವರು ದೇವರ ಆಜ್ಞೆಗಳ ಸ್ವರೂಪಕ್ಕೆ ಪರಿಚಯಸ್ಥರಾಗಿದ್ದರು; ಅದು ದೇವರಿಂದ ಎಂದಿಗೂ ಬದಲಾಗುವುದಾಗಲೀ ಅಥವಾ ರದ್ದುಮಾಡಲ್ಪಡಲಾಗಲೀ ಆಗದು ಎಂಬುದರು ಅರಿವು ಅವರಿಗಿತ್ತು. ಮನುಷ್ಯನ ಧೀನಾವಸ್ಥೆಯು ಪರಲೋಕದಲ್ಲಿ ದುಃಖವನ್ನುಂಟು ಮಾಡಿತು. ದೈವಕಟ್ಟಳೆಯ ಮೀರುವಿಕೆಯು, ಯೇಸು ತನ್ನ ಪ್ರಾಣ ತ್ಯಾಗ ಮಾಡುವಂತೆ ಪ್ರೇರೇಪಿಸಿತು . ಆಜ್ಞೆಗಳನ್ನು ರದ್ದುಪಡಿಸಲು ಆಗುವಂತಿದ್ದರೆ ಮಾನವನು ಯೇಸುವಿನ ಮರಣವಿಲ್ಲದೆ ರಕ್ಷಿಸಲ್ಪಡಬಹುದಾಗಿತ್ತು. ಕ್ರಿಸ್ತನ ಮರಣವು ತಂದೆಯಆಜ್ಞೆಗಳನ್ನು ನಾಶಮಾಡಲಿಲ್ಲ; ಆದರೆ ಅದು ವರ್ಧಿಸಲ್ಪಟ್ಟು ಮಾನ್ಯತೆಗೆ ಒಳಗಾಯಿತು. ಅದರ ಪವಿತ್ರ ನೀತಿಬೋಧೆಗೆ ವಿಧೇಯರಾಗಲು ನಿರ್ಭಂಧಿಸಿತು. ಒಂದುವೇಳೆ ಸಭೆಯು ಶುದ್ಧವಾಗಿ ದೃಡವಾಗಿದ್ದಿದರೆ, ಸೈತಾನನು ವಂಚಿಸಲಾಗುತ್ತಿರಲಿಲ್ಲ, ದೇವರ ಆಜ್ಞೆಗಳನ್ನು ತುಳಿಯುವಂತೆ ನಡೆಸಲಾಗುತ್ತಿರಲಿಲ್ಲ. ಸೈತಾನನು, ತನ್ನ ದಿಟ್ಟ ಯೋಜನೆಯಿಂದ ಪರಲೋಕ ಮತ್ತು ಭೂಲೋಕದಲ್ಲಿ ದೇವರ ರಾಜ್ಯದ ಬುನಾದಿಯ ವಿರುದ್ಧ ಪ್ರತ್ಯಕ್ಷವಾಗಿ ಸೆಟೆದನು, ಅವನು ಪ್ರತಿಭಟನೆಯೇ ಅವನನ್ನು ಪರಲೋಕದಿಂದ ದೊಬ್ಬಲ್ಪಡುವಂತೆ ಮಾಡಿತು. ಪ್ರತಿಭಟನೆಯ ನಂತರ ತನ್ನನ್ನು ರಕ್ಷಿಸಿಕೊಳ್ಳಲೋಸುಗ, ದೇವರ ಆಜ್ಞೆಗಳನ್ನು ಬದಲಾವಣೆ ಮಾಡಲು ಬಯಸಿದನು; ಆದರೆ ಪರಲೋಕದ ಪ್ರಜೆಗಳೆಲ್ಲರ ಮುಂದೆ ದೇವರು ಸೈತಾನನಿಗೆ, ಅತನ ಆಜ್ಞೆಗಳು ಪಲ್ಲಟಿಸಲಾಗದ್ದು ಎಂದು ಹೇಳಿಕೆ ನೀಡಿದರು.

ಇತರರು ದೇವರ ಆಜ್ಞೆಗಳನ್ನು ಉಲ್ಲಂಘಿಸುವಂತೆ ಮಾಡಿದರೆ ಅವರೆಲ್ಲರೂ ಸಾಯಬೇಕಾಗುವುದು ಎಂದು ಸೈತಾನನಿಗೆ ತಿಳಿದಿತ್ತು.

ಸೈತಾನನು ಇನ್ನೂ ಮುಂದೆ ಸಾಗಲು ತೀರ್ಮಾನಿಸಿದನು; ಅವನು ತನ್ನ ದೂತರಿಗೆ, ಇನ್ನೂ ಕೆಲವರು ದೇವರ ಆಜ್ಞೆಗೆ ಬದ್ಧರಾಗಿದ್ದು ಈ ಬಲೆಯಲ್ಲಿ ಬೀಳಲಾರರು, ಹತ್ತು ಆಜ್ಞೆಗಳು ಸರಳವಾಗಿದ್ದು ಬಹುಜನರು ಇನ್ನೂ ಅದರ ಜೊತೆ ಬಂಧಿಸಲ್ಪಟ್ಟಿದ್ದೇವೆಂದು ನಂಬುವವರಾಗಿದ್ದಾರೆ ಎಂದು ಹೇಳಿದನು; ಅದ್ದರಿಂದ ದೇವರನ್ನು ವೀಕ್ಷಿಸಲು ಸಾಧ್ಯವಾಗುವ ನಾಲ್ಕನೆಯ ಆಜ್ಞೆಯನ್ನು ಕಲುಷಿತಗೊಳಿಸಲು ಗುರಿಯಿಟ್ಟನು. ಆತನು ತನ್ನ ಪ್ರತಿನಿಧಿಗಳಿಗೆ ಸಬ್ಬತ್ತನ್ನು ಮಾರ್ಪಡಿಸಲು ತಿಳಿಸಿದನು. ಪರಲೋಕ ಭೂಲೋಕಗಳ ಸೃಷ್ಟಿಕರ್ತನಾದ ಸತ್ಯದೇವರನ್ನು ಅವಲೋಕಿಸಲು ಸಾದ್ಯವಾದ ಹತ್ತರಲ್ಲಿ ಒಂದೇ ಆಜ್ಞೆಯನ್ನು ಬದಲಾಯಿಸಲು ಒತ್ತಾಯಿಸಿದನು ಸೈತಾನನು ಅವರ ಮುಂದೆ ಯೇಸುವಿನ ಮಹಿಮೋನ್ನತ ಪುನರುತ್ಥಾನವನ್ನು ಪ್ರಸ್ತಾಪಿಸುತ್ತಾ, ವಾರದ ಮೊದಲ ದಿನದಲ್ಲಿ ಎದ್ದುಬರುವ ಮೂಲಕ, ಸಬ್ಬತ್ತನ್ನು ಏಳನೇಯ ದಿನದಿಂದ ವಾರದ ಮೊದಲನೆಯ ದಿನಕ್ಕೆ ವರ್ಗಾಯಿಸಿದ್ದಾನೆಂದು ಹೇಳಿದನು. ಆತನ ಉದ್ದೇಶದ ನೆರವೇರಿಕೆಗೆ ಪುನರುತ್ಥಾನದ ದಿನವನ್ನು ಉಪಯೋಗಿಸಿದನು. ಕ್ರೈಸ್ತರೆಂದು ತಮ್ಮನ್ನು ಕರೆದುಕೊಂಡು ಕ್ರಿಸ್ತನ ಗೆಳೆಯರ ಮೇಲೆ ತಾವು ಉದ್ಭವ ಮಾಡಿದ ಈ ತಪ್ಪು ಬಹು ಚೆನ್ನಾಗಿ ಪ್ರಭಾವಗೊಂಡದ್ದನ್ನು ಕಂಡು ಸೈತಾನ ಹಾಗೂ ದೂತರು ಹರ್ಷಗೊಂಡರ. ಒಬ್ಬರಿಗೆ ಧಾರ್ಮಿಕ ಭಯಂಕರತೆಯ ಹಾಗೆ ಕಂಡರೆ, ಮತ್ತೊಬ್ಬರಿಂದ ಅಂಗೀಕರಿಸಲಾಯಿತು. ವಿವಿಧ ತಪ್ಪು ಅಭಿಪ್ರಾಯಗಳು ಅಂಗೀಕರಿಸಲ್ಪಟ್ಟು, ಆಸಕ್ತಿಯಿಂದು ಕಾಪಿಡುವಂತಾಯಿತು. ದೇವವಾಕ್ಯಗಳಲ್ಲಿ ಆತನ ಚಿತ್ತವು ಪ್ರಕಟಿಸಲ್ಪಟಿದೆ ಎಂದು ಬೋಧಿಸಲಾಗಿದ್ದು; ಅದನ್ನು ದೋಷ ಮತ್ತು ಆಚರಣೆಗಳಿಂದ ಮರೆಮಾಡಿ ಅದನ್ನೇ ದೇವರ ಆಜ್ಞೆ ಎಂದು ಬೋಧಿಸಲಾಯಿತು. ಆದರೆ ಪರಲೋಕ ವಂಚತ ಕಾರ್ಯವು ಯೇಸುವಿನ ಎರಡನೆಯ ಬರುವಣದ ಕಾಲಾವಧಿಯವರೆಗೂ ಮುಂದುವರಿಯಲು ಬಿಡಲಾಗಿದೆಯಾದರೂ ಈ ದೋಷ ವಂಚಿತ ಕಾಲಾವಧಿಯಲ್ಲೂ ದೇವರು

ಸಾಕ್ಷಿಗಳಿಲ್ಲದೆ ಬಿಟ್ಟಿಲ್ಲ. ಸಭೆಯ ಅಂಧಕಾರ ಮತ್ತು ಹಿಂಸಾಕಾಲದಲ್ಲೂ ನಂಬುಗೆಯ ಸತ್ಯ ಸಾಕ್ಷಿಗಳು ಅಸ್ತಿತ್ವದಲ್ಲಿದ್ದಾರೆ.
ಮಹಿಮೆ ರಾಜನ ಹಿಂಸೆ ಮರಣವನ್ನು ವೀಕ್ಷಿಸುತ್ತಿದ ದೇವದೂತರು ದಿಗ್ಭ್ರಮೆಯಿಂದ ತುಂಬಿದ್ದುದನ್ನು ನಾನು ಕಂಡೆನು. ಪರಲೋಕವನ್ನು ಸಂತೋಷ ಸಂಭ್ರಮಗಳಿಂದ ತುಂಬಿದ್ದ ಜೀವದಾಯಕನ್ನೂ, ಭೂಷಿತನಾದ ಕರ್ತನು, ಮರಣದ ಬಂಧನ ಬಿಡಿಸಿಕೊಂಡು ಆತನ ಸೆರೆಯಿಂದ ವಿಜಯೋತ್ಸಾವದಿಂದ ನಡೆದುಬಂದದ್ದು ದೂತಗಣಗಳಿಗ ಬೆರಗುಗೊಳಿಸುವಂಥದ್ದು ಆಗಿರಲ್ಲವೆಂದು ನಾನು ಕಂಡೆನು. ಒಂದುವೇಳೆ ವಿಶ್ರಾಂತಿದಿನವೆಂದು ಇವುಗಳಲ್ಲಿ ಯಾವುದಾದರು ಒಂದು ಘಟನೆಯ ಸ್ಮರಣಾರ್ಥವಾಗಬೇಕಾದರೆ, ಅದು ಶಿಲುಬೆಯ ಮರಣದ ದಿನವೇ, ಆದರೆ ಈ ಯಾವ ಘಟನೆಗಳು ದೇವರ ಆಜ್ಞೆಯನ್ನು ಬದಲಾಸುವುದಕ್ಕೂ ಅಥವಾ ರದ್ದುಮಾಡುವುದಕ್ಕೂ ರಚಿಸಲ್ಪಡಲಿಲ್ಲ; ಆದರೆ ಅವು ಬದಲಾವಣೆಗೆ ಅವಕಾಶವಿಲ್ಲದಕ್ಕೆ ಬಲವಾದ ಸಿದ್ಧಾಂತವಾಗಿದೆ.

ಈ ಎರಡು ಪ್ರಮುಖ ಘಟನೆಗಳು ಸ್ಮಾರಕಾರ್ಥವನ್ನು ಹೊಂದಿವೆ. ಮುರಿದ ರೊಟ್ಟಿಯಲ್ಲಿ, ದ್ರಾಕ್ಷಾರಸ ತೆಗೆದುಕೊಳ್ಳುವ ರಾತ್ರಿಬೋಜನದಲ್ಲಿ ಭಾಗವಹಿಸುವುದು ಆತನ ಮತ್ತೆ ಬರುವವರೆಗೂ ಕರ್ತನ ಮರಣವನ್ನು ಸೂಚಿಸುತ್ತದೆ. ಈ ಸಂಸ್ಕಾರದಲ್ಲಿ ಬಾಗವಹಿಸುವಾಗ ಆತನ ಶ್ರಮ ಮರಣದ ದೃಶ್ಯವು ಹೊಚ್ಚಹೊಸದಾಗಿ ಮನಸ್ಸಿನಲ್ಲಿ ಮೂಡುತ್ತದೆ. ಕ್ರಿಸ್ತನ ಪುನರುತ್ಥಾನವು, ಧೀಕ್ಷಾಸ್ನಾನ ಹೊಂದಿ ಎದ್ದುಬರುವುದು ನೀರಿನ ಗೋರಿಯಿಂದ ಎದ್ದುಬಂದ ಸ್ಮರಣಾರ್ಥವಾಗಿ ಹೊಸಜೀವನ ಜೀವಿಸುವುದಾಗಿದೆ.
ದೇವರ ಆಜ್ಞೆಗಳು ದೃಡವಾಗಿ ಸದಾ ಅಸ್ತಿತ್ವದಲ್ಲಿದ್ದು ನೂತನ ಭೂಮಂಡಲದಲ್ಲಿ ನಿರಂತರವಾಗಿರುವುದನ್ನು ನನಗೆ ತೋರಿಸಲಾಯಿತು. ಸೃಷ್ಟಿಕಾರ್ಯದಲ್ಲಿ ಭೂಮಿಗೆ ತಳಹದಿ ಹಾಕುವಾಗ ಸೃಷ್ಟಿಕರ್ತನ ಕೆಲಸವನ್ನು ದೇವಕುಮಾರರು ಮೆಚ್ಚಿಕೆಯಿಂದ ವೀಕ್ಷಿಸುತ್ತಿದರು. ಮತ್ತು ಪರಲೋಕಗಣಗಳು ಸಂತೋಷದಿಂದ ಉಧ್ಘರಿಸಿದರು. ಆಗಲೇ ಸಬ್ಬತ್ತಿಗೂ

ತಳಹದಿ ಹಾಕಲಾಯಿತು ಆರು ದಿನಗಳ ಸೃಷ್ಟಿಕಾರ್ಯವು ಅಂತ್ಯಗೊಂಡಾಗ ತನ್ನೆಲ್ಲಾ ಕೆಲಸದಿಂದ ಏಳನೆಯ ದಿನ ದೇವರು ವಿಶ್ರಮಿಸಿಕೊಂಡನು; ಅತನು ಏಳನೆಯ ದಿನವನ್ನು ಆಶೀರ್ವದಿಸಿ ಪರಿಶುದ್ಧಗೊಳಿಸಿದನು, ಏಕೆಂದರೆ ಅದು ಅತನ ವಿಶ್ರಾಂತಿ ದಿನವಾಗಿದೆ. ಮಾನವನ ಬೀಳುವಿಕೆಗೆ ಮೊದಲೇ ಏದೆನ್ ತೋಟದಲ್ಲಿ ಸಬ್ಬತ್ತಿನ ಉದಯವಾಯಿತು, ಆದಾಮ ಹವ್ವಳು ಮೊದಲ್ಗೊಂಡು ಎಲ್ಲಾ ಪರಲೋಕಗಣಗಳು ಅದನ್ನು ಕೈಗೊಂಡವು. ದೇವರು ಏಳನೆಯ ದಿನದಲ್ಲಿ ವಿಶ್ರಾಂತಿ ಪಡೆದು, ಆಶೀರ್ವದಿಸಿ, ಪವಿತ್ರಗೊಳಿಸಿದನು; ಈ ಸಬ್ಬತ್ ಎಂದಿಗೂ ಬಿದ್ದು ಹೋಗದು ಎಂಬುದನು ನಾನು ಕಂಡೆನು; ಆದರೆ ಎಲ್ಲಾ ವಿಮೋಚನೆಗೊಂಡ ಸಂತರೂ, ಪರಲೋಕ ಗಣಗಳೂ, ಅನಂತ ಮಹಾಸೃಷ್ಟಿಕರ್ತನಿಗೆ ಘನಮಾನ ಸಲ್ಲಿಸಲು ಸಬ್ಬತ್ತನ್ನು ಎಂದೆಂದಿಗೂ ಆಚರಿಸುವರು.

ಓದಿ: ದಾನಿಯೇಲನು ಅಧ್ಯಾಯ 7; 2ಥೆಸಲೋನಿಕ ಅಧ್ಯಾಯ 2

ಅಧ್ಯಾಯ 19. ಮರಣ, ನಿರಂತರ ದುರವಸ್ಥೆಯ ಜೀವಿತವಲ್ಲ

ಸೈತಾನನು ತನ್ನ ವಂಚನೆಯ ಕಾರ್ಯವನ್ನು ಏದೆನಿನಲ್ಲಿ ಪ್ರಾರಂಭಿಸಿದನು. ಅವನು ಹವ್ವಳಿಗೆ, ನೀನು ಹೇಗೂ ಸಾಯುವುದಿಲ್ಲ ಎಂದನು. ಇದು ಆತ್ಮದ ಅಮರತ್ವದ ಬಗೆಗೆ ಸೈತಾನನ ಮೊದಲ ಪಾಠವಾಗಿದೆ; ಅಂದಿನಿಂದ ಇಂದಿನವರೆಗೂ ಮುಂದುವರಿಸಿಕೊಂಡು ಬಂದಿರುತ್ತಾನಲ್ಲದೆ ದೇವರ ಮಕ್ಕಳ ಬಂಧನದಿಂದ ಮುಕ್ತರಾಗುವವರೆಗೂ ಮುಂದುವರಿಸುತ್ತಾನೆ. ಏದೆನಿನಲ್ಲಿದ್ದ ಆದಾಮನು ಹವ್ವಳ ಕಡೆಗೆ, ಬೊಟ್ಟು ಮಾಡಿ ನನಗೆ ತೋರಿಸಲಾಯಿತು. ಅವರು ನಿಷೇಧಿಸಲ್ಪಟ್ಟಿದ್ದ ಮರದ ಫಲದಲ್ಲಿ ಪಾಲ್ಗೊಂಡರು, ಜೀವವೃಕ್ಷದ ಸುತ್ತಲೂ ಧಗಧಗನೆ ಪ್ರಜ್ವಲಿಸುತ್ತಾ ಸುತ್ತುವ ಕತ್ತಿಯನ್ನು ಇರಿಸಲಾಯಿತು, ನಂತರ ತೋಟದಿಂದ ಅವರನ್ನು ಬಹಿಷ್ಕರಿಸಲಾಯಿತು, ಏಕೆಂದರೆ ಅವರು ಜೀವವೃಕ್ಷದ ಹಣ್ಣನ್ನು ತಿಂದು ಅಮರ ಪಾಪಿಗಳಾಗುತ್ತಿದ್ದರು. ಜೀವವೃಕ್ಷವು ಅಮರತ್ವವನ್ನು ನಿರಂರತಗೊಳಿಸುತ್ತಿತ್ತು. ಒಬ್ಬ ದೂತನು - ಆದಾಮನ ಸಂತತಿಯಲ್ಲಿ ಯಾರಾದರು ಪ್ರಜ್ವಲಿಸುವ ಕತ್ತಿಯಿಂದ ಪಾರಾಗಿ ಬಂದು ಜೀವವೃಕ್ಷದ ಫಲದಲ್ಲಿ ಪಾಲುಗೊಂಡಿದ್ದಾನೋ ಎಂದು ಪ್ರಶ್ನಿಸುವುದನ್ನು ನಾನು ಕೇಳಿದೆನು, ಆಗ ಇನ್ನೊರ್ವ ದೂತನು – ಆದಾಮನ ಕುಂಟುಂಬದ ಯಾರೊಬ್ಬನೂ ಪ್ರಜ್ವಲಿಸುವ ಕತ್ತಿಯನ್ನು ದಾಟಿಹೋಗಿ ಜೀವವೃಕ್ಷದ ಫಲದಲ್ಲಿ ಪಾಲ್ಗೊಂಡಿಲ್ಲ ಎಂದು ಉತ್ತರ ಕೊಟ್ಟನು. ಆದ್ದರಿಂದ ಯಾವ ಒಬ್ಬ ಅಮರ ಪಾಪಿಯು ಇಲ್ಲ. ಪಾಪಮಾಡಿದ ಆತ್ಮವು ನಿತ್ಯಮರಣ ಹೊಂದುವುದು; ಪುನರುತ್ಥಾನದ ನಿರೀಕ್ಷೆಯಿಲ್ಲದ ನಿತ್ಯಮರಣಕ್ಕೆ ಈಡಾಗುವುದು; ಬಳಿಕ ದೇವರ ಕೋಪವು ಶಾಂತಗೊಳ್ಳುತ್ತದೆ.

ಪಾಪಕ್ಕೊಳಗಾದ ಆತ್ಮವು ಸತ್ತೇಸಾಯುವುದು ಎಂಬ ದೇವರ ಮಾತಿನ ಅರ್ಥವು, ಅದು ಸಾಯುವುದಿಲ್ಲ ಸಂಕಟದಲ್ಲಿ ನಿತ್ಯಜೀವಿಸುವುದು ಎಂದು ಜನರು ನಂಬುವಂತೆ ಮಾಡಿ ಸೈತಾನನು ಗೆದ್ದುಕೊಂಡುದ್ದು ನನಗೆ ಆಶ್ಚರ್ಯವನ್ನು ತಂದಿತು. ಆಗ ದೇವದೂತರು ಹೇಳಿದ್ದೇನೆಂದರೆ – ಜೀವನ

ಜೀವನವೇ, ಅದು ಯಾತನೆ ಅಥವಾ ಆನಂದದಿಂದಲಾದರೂ ಸರಿ ಆದರೆ ಮರಣವು ನೋವಿಲ್ಲದ್ದು, ಹರ್ಷವಿಲ್ಲದ್ದು, ಹಗೆಯಿಲ್ಲದ್ದು.

ನೀವು ಹೇಗೂ ಸಾಯುವುದಿಲ್ಲ ಎಂದು ಆದಾಮ ಹವ್ವಳೊಂದಿಗೆ ಹೇಳಿದ ಸುಳ್ಳನ್ನು ಹಾಗೂ ವಂಚನೆಯನ್ನು ಹರಡಲು ವಿಶೇಷ ಪ್ರಯತ್ನ ಮಾಡಬೇಕೆಂದು ಸೈತಾನನು ಆತನ ದೂತರಿಗೆ ಆಜ್ಞಾಪಿಸಿದನು. ಈ ತಪ್ಪು ತಿಳುವಳಿಕೆಯನ್ನು ಜನರು ಅಂಗೀಕರಿಸುತ್ತಾ ಬರಲು ಸೈತಾನನು ಅವರನ್ನು ಮತ್ತೊಂದು ಗ್ರಹಿಕೆಗೆ ಎಳೆದು ಪಾಪಿಯ ನಿತ್ಯ ಯಾತನೆಯಲ್ಲಿ ಜೀವಿಸುವನೆಂದು ನಂಬಿಸಿದನು. ಇದರಿಂದ ಸೈತಾನನ ಪ್ರತಿನಿಧಿಗಳ ಮೂಲಕ ಕೆಲಸ ಮಾಡಲು ಹಾಗೂ ದೇವರು ಸೇಡು ತೀರಿಸಿಕೊಳ್ಳುವ ಕ್ರೂರಿಎಂಬ ಭಾವವನ್ನು ಜನರ ಮನಸ್ಸಿನಲ್ಲಿ ಬಿತ್ತುವ ಮಾರ್ಗವು ಸಿದ್ಧವಾಯಿತು. ಯಾರು ದೇವರನ್ನು ಮೆಚ್ಚಿಸುವುದಿಲ್ಲವೊ ಅವರನ್ನು ನರಕಕ್ಕೆ ತಳ್ಳುವನು, ಮತ್ತು ಆತನ ಕೋಪವನ್ನು ಸದಾ ಅನುಭವಿಸುವಂತೆ ಮಾಡುವನು; ಆಗ ಅವರು ಹೇಳಿಕೊಳ್ಳಲಾಗದ ಯಾತನೆಯಲ್ಲಿ ಒದ್ದಾಡುವರು; ಶಾಶ್ವತ ಬೆಂಕಿಯಲ್ಲಿ ಭಯಂಕರ ಕಷ್ಟಪಡುತ್ತಾ ವಿಲವಿಲನೆ ಒದ್ದಾಡುವುದನ್ನು ನೋಡಿ ದೇವರು ತೃಪ್ತಿಹೊಂದುವನು. ಹೀಗೆ ಸೈತಾನನು ಸೃಷ್ಟಿಸಿದ ಸುಳ್ಳನ್ನು ಅಂಗೀಕರಿಸಿದಲ್ಲಿ ದೇವರು ಪ್ರೀತಿಯನು ಮೆಚ್ಚಿಕೆಗೆ ಪಾತ್ರನೆಂಬುದನ್ನು ಬಹು ಜನರು ತಳ್ಳಿಹಾಕಿ ಮನಸ್ಸಿನಲ್ಲಿ ದ್ವೇಷಿಸಿ ಅತಿಭಯಂಕರನೆಂದು ಭಾವಿಸ ಬೇಕಾಗುವುದು ಎಂದು ಅವನು ತಿಳಿದಿದ್ದನು; ಆ ನಂತರ ದೇವರ ವಾಕ್ಯದ ಬೆದರಿಕೆಯು ಅಕ್ಷರಶಃ ನೆರವೇರುವುದಿಲ್ಲ ಎಂದು ಅನೇಕರು ನಂಬುವಂತಾಗುವುದು; ಏಕೆಂದರೆ ದೇವರು ಸುಗುಣಗಳಾದ ಪ್ರೀತಿ,ದಯೆ, ತಾನೇ ಸೃಷ್ಟಿಸಿದವರನ್ನು ನಿತ್ಯ ಚಿತ್ರಹಿಂಸೆಗೆ ತಳ್ಳುವುದಕ್ಕೆ ವಿರುದ್ಧವಾದದ್ದಾಗಿದೆ. ಸೈತಾನನು, ದೇವರ ನ್ಯಾಯವನ್ನೂ, ವಾಕ್ಯದ ಬೆದರಿಕೆಯನ್ನು ಜನರು ಪರಿಪೂರ್ಣ ಅಲಕ್ಷಿಸುವಂತೆ ಮಾಡಲು, ಒಬ್ಬನಾದರೂ ನಾಶವಾಗದೆ ಎಲ್ಲರೂ ರಕ್ಷಿಸಲ್ಪಡುವರು ಎಂಬ ಮಾತಿನಂತೆ ಸಂತರೂ ಪಾಪಿಗಳೆಲ್ಲರೂ ಆತನ ರಾಜ್ಯದಲ್ಲಿ ರಕ್ಷಿಸಲ್ಪಡುವುದು ಎಂಬ ಮಾತೊಂದು ಪರಮಾವಧಿಗೆ ಸೆಳೆದನು ಆತ್ಮದ ಅಮರತ್ವ, ನಿತ್ಯಯಾತನೆ ಎಂಬ ಜನಪ್ರಿಯ ಸುಳ್ಳು ಪರಿಣಾಮಕಾರಿಯಗಿ ಆಗುವಾಗ ಮತ್ತೊಂದು

ವರ್ಗದವರ ಬಲಹೀನತೆಯನ್ನು ಬಳಸಿ ಸತ್ಯವೇದವು ಸ್ಫೂರ್ತಿಶೂನ್ಯವಾದದ್ದೆಂದು ಪರಿಗಣಿಸುವಂತೆ ಮಾಡಿದನು .ಅವರ ,ಸತ್ಯವೇದವು ಹಲವಾರು ಒಳಿಯದನ್ನು ಭೋಧಿಸುತ್ತೇದೆ; ಆದರೆ ಅದರ ಮೇಲೆ ಆತುಕೊಂಡು ಪ್ರೀತಿಸಲಾಗದಾಯಿತು; ಏಕೆಂದರೆ ಅವರಿಗೆ ನಿತ್ಯಯಾತನೆಯ ತತ್ವವನ್ನು ಮನಸ್ಸಿನಲ್ಲಿ ಗಾಢವಾಗಿ ಪ್ರಭಾವ ಬೀರುವಂತೆ ಭೋಧಿಸಲಾಗಿತ್ತು.

ಸೈತಾನನೂ, ಮತ್ತೊಂದು ವರ್ಗದವರನ್ನು ತನ್ನ ಅನುಕೂಲಕ್ಕೆ ತೆಗೆದುಕೊಳ್ಳುತ್ತಾ ದೇವರ ಅಸ್ತಿತ್ವವನೇ ನಿರಾಕರಿಸುವಂತೆಯೂ ಮಾಡುವನು.ದೇವರು ಮಾನವ ಕುಂಟುಂಬದಲ್ಲಿ ಒಂದು ಭಾಗವನ್ನು ಚಿತ್ರಹಿಂಸೆಗೊಳ್ಳಪಡಿಸಿ, ಬಹುವಾಗಿ ನಿತ್ಯಯಾತನೆಗೆ ಒಪ್ಪಿಸುವುದಾದರೆ ಸತ್ಯವೇದದ ದೇವರ ಗುಣದಲ್ಲಿ ಸ್ಥಿರತೆ ಕಂಡುಬರದು ಎಂದು ಸತ್ಯವೇದವುವನ್ನು ಅದರಲೇಖಕರನ್ನು ತಿರಸ್ಕರಿಸಿ, ಮರನವು ನಿರಂತರ ನಿದ್ದೆಯಾಗಿದೆ ಎಂದು ಅವರು ಭಾವಿಸುವರು.

ಆ ನಂತರ ಸೈತಾನನು ಮತ್ತೊಂದು ವರ್ಗದ ಜನರನ್ನು ಅಂದರೆ ಭಯಪಡುವ ಪುಕ್ಕಲರನ್ನು ಪಾಪಕ್ಕೆಳೆಯುವನು, ಅವರು ಪಾಪಕ್ಕೊಳಗಾದ ನಂತರ, ಪಾಪದ ಸಂಬಳ ಮರಣ, ನಿತ್ಯಚಿತ್ರಹಿಂಸೆಗೊಳಗಾಗುತ್ತಾ ಅಂತ್ಯವೇ ಇಲ್ಲದ ಜೀವನ ಅವರದಾಗುತ್ತದೆ ಎಂಬುದನ್ನು ಎತ್ತಿಹಿಡಿಯುವನು. ಸೈತಾನನು ತನ್ನ ಅವಕಾಶಗಳನ್ನು ವೃದಿಸಿಕೊಳ್ಳುತ್ತಾ, ಅವರು ಬಲಹೀನ ಮನಸ್ಸಿನ ಮೇಲೆ ನಿತ್ಯ ನರಕದ ಭಯಾನಕತೆಯನ್ನು ವಿಜೃಂಭಿಸುವಂತೆ ಮಾಡಿ, ಆಲೋಚನಾ ಶಕ್ತಿಯನ್ನೇ ಕುಗ್ಗಿಸುವನು. ಆಗ ಸೈತಾನನೂ ಆತನ ದೂತರೂ ಉಲ್ಲಾಸದಿಂದ ಸಂಭ್ರಮಿಸುವರು. ಮತ್ತು ದರ್ಮವಿರೋಧಿಗಳೂ ನಾಸ್ತಿಕರೂ ಒಂದುಗೂಡಿ ಕ್ರೈಸ್ತತ್ವನ್ನು ಆಕ್ಷೇಪಿಸುವರು. ಈ ಪ್ರಸಿದ್ಧ ಧರ್ಮವಿರೋದತ್ವದ ದುಷ್ಪರಿಣಾಮವು ಸತ್ಯವೇದ ಹಾಗೂ ಅದರ ಲೇಖಕರನ್ನು ನಂಬಿದುದರ ನೈಜ ಫಲಿತಾಂಶ ಎಂದು ತಿಳಿದುಕೊಳ್ಳುವರು.

ಸೈತಾನನ ಈ ಕೃತ್ಯಗಳ ಮೇಲೆ ಪರಲೋಕಗಣಗಳು ಕ್ರೋಧಗೊಳ್ಳುವುದನ್ನು ನಾನು ಕಂಡೆನು. ದೇವದೂತರು ಮಹಾ ಪರಕ್ರಾಮಿಗಳಾಗಿ ಶತ್ರುವಿನ ಬಲವನ್ನು ಮಟ್ಟಹಾಕಲು ನಿಯೋಜಿತವಾಗಿರುವಲ್ಲಿ, ಸೈತಾನನ ಈ ಭ್ರಮೆಯು ಮನುಷ್ಯನ ಮನಸ್ಸಿನ ಮೇಲೆ ಅಗಾಧ ಪರಿಣಾಮ ಉಂಟುಮಾಡಿ ಏಕೆ ಸಂಕಟ ಪಡಬೇಕು? ಎಂದು ನಾನು ಪ್ರಶ್ನಿಸಿದನು. ಆಗ ನಾನು, ಮನುಷ್ಯನನ್ನು ನಾಶಗೊಳಿಸಲು ಸೈತಾನನು ತನಿಂದಾಗುವ ಎಲ್ಲಾ ಪ್ರಯತ್ನ ಮಾಡುವುದು ದೇವರಿಗೆ ತಿಳಿದಿತ್ತು ಎಂಬುದನ್ನು ಕಂಡೆನು; ಆದ್ದರಿಂದ ಅತನು ತನ್ನ ಮಾತುಗಳನ್ನೆಲ್ಲಾ ಲಿಖಿತಗೊಳಿಸಿ. ಬಲಹೀನ ಮನುಷ್ಯನಾದರು ಪಾಪಮಾಡಭಾರದೆಂದು ತನ್ನ ಯೋಜನೆಗಳನ್ನು ಸರಳಗೊಳಿಸಿದನು. ಅತನು ವಾಕ್ಯವನ್ನು ಕೊಟ್ಟಮೇಲೆ ಅದನ್ನು ಸೈತಾನನೂ ಅವನ ಪ್ರತಿನಿಧಿಗಳು ಯಾವರೀತಿಯಿದಲೂ ನಾಶಮಾಡಭಾರದೆಂದು ಅದನ್ನು ಭದ್ರಪಡಿಸಿ ರಕ್ಷಿಸಿದನು. ಇತರ ಗ್ರಂಥಗಳು ನಾಶವಾಗುವುದು ಆದರೆ ಈ ಪವಿತ್ರ ಗ್ರಂಥವು ನಾಶವಾಗದೆ ಅಮರವಾಗುವುದು, ಅಂತ್ಯಕಾಲವು ಹತ್ತಿರವಾಗುವಾಗ ಸೈತಾನನ ಭ್ರಮೆ ಹೆಚ್ಚು ಹೆಚ್ಚಾಗುತ್ತಾ ಬರಲು ದೈವಗ್ರಂಥದ ಪ್ರತಿಗಳು ಸಹ ಅಸಂಖ್ಯಾತವಾಗುವವು. ದೇವರ ಚಿತ್ತವನ್ನು ತಿಳಿದುಕೊಳ್ಳಲು ಇಚ್ಛಿಸುವ ಪ್ರತಿಯೊಬ್ಬರಿಗೂ ಕೊಡಲ್ಪಡುವುದು. ಸಾಧ್ಯವಾದರೆ ಸೈತಾನನ ಅದ್ಭುತವಾದ ಮಿಥ್ಯೆ ಹಾಗೂ ವಂಚನೆಯನ್ನು ತಡೆಯಲು ತಮ್ಮನ್ನು ವಾಕ್ಯದ ಶಸ್ತ್ರಗಳಿಂದ ರಕ್ಷಿಸಿಕೊಳ್ಳಬಹುದು .

ದೇವರು ಸತ್ಯವೇದವನ್ನು ಬಹು ಭದ್ರವಾಗಿ ಕಾಪಿಡುವುದನ್ನು ನಾನು ಕಂಡೆನು. ಆದರೆ ಅದರ ಕೆಲವು ಪ್ರತಿಗಳು ಮಾತ್ರದೂರಕುವಾಗ ವಿದ್ಯಾವಂತರು ಕೆಲವು ಸಂದರ್ಭದಲ್ಲಿ ಪದಗಳನ್ನು ಸರಳಗೊಳಿಸುವೆವು ಎಂದು ಯೋಚಿಸಿ, ಆಚಾರ ಸಂಸ್ಕಾರಗಳಿಂದ ವ್ಯವಸ್ಥಿತವಾಗಿರುವ ತಮ್ಮ ಅನಿಸಿಕೆಗಳನ್ನು ಸ್ಥಾಪಿಸುತ್ತಾ ಕಣ್ಣಿಗೆ ಮಣ್ಣೆರಚಿದರು. ಆದರೆ ದೇವರ ವಾಕ್ಯವು ಸರಪಳಿಯಂತೆ ಪರಿಪೂರ್ಣವಾಗಿದ್ದು ಒಂದುಭಾಗದ ಬರವು ಮತ್ತೊಂದು ಭಾಗದಲ್ಲಿ ವಿವರಿಸಲಾಗಿದ್ದುದನ್ನು ನಾನು ಕಂಡೆನು. ಸತ್ಯಾನ್ವೇಷಣೆಯಲ್ಲಿರುವವರು ತಪ್ಪು ಮಾರ್ಗದಲ್ಲಿ ಹೋಗಲಾಗದು;

ಏಕೆಂದರೆ ಜೀವನ ಮಾರ್ಗವನ್ನು ಪ್ರಕಟಗೊಳಿಸುವ ದೇವರು ವಾಕ್ಯವು ಸರಳಸುಲಭವಾದದ್ದು ಮಾತ್ರವಲ್ಲದೆ ಆತನ ವಾಕ್ಯದಲ್ಲಿ ಅಡಗಿರುವ ಜೀವನ ವಿಧಾನವನ್ನು ತಿಳಿಸಿಕೊಡಲು ಪವಿತ್ರಾತ್ಮನನ್ನು ಅನುಗ್ರಹಿಸಲಾಯಿತು.

ದೇವದೂತರು ಯಾರ ಚಿತ್ತವನ್ನೂ ತಮ್ಮ ಹಿಡಿತದಲ್ಲಿಟ್ಟುಕೊಳ್ಳುವುದಿಲ್ಲ ವೆಂಬುವುದನ್ನು ನಾನು ಕಂಡೆನು. ದೇವರು ಮನುಷ್ಯರ ಮುಂದೆ ಜೀವ ಮತ್ತು ಮರಣವನ್ನು ಇಟ್ಟಿದ್ದಾನೆ. ಅವರಿಗೆ ಆಯ್ಕೆ ಕೊಡಲ್ಪಟ್ಟಿದೆ, ಬಹುಜನರು ಜೀವವನ್ನು ಇಚ್ಛಿಸುತ್ತಾರಾದರೂ ವಿಸ್ತಾರವಾದ ಮಾರ್ಗದಲ್ಲಿ ನಡೆಯುತ್ತಾರೆ ಏಕೆಂದರೆ ಅವರು ಜೀವವನ್ನು ಆಯ್ಕೆಮಾಡಿರುವುದಿಲ್ಲ .

ಪಾಪದಿಂದ ಕಳಂಕಗೊಂಡ ಮಾನವಾನಿಗಗಿ ತನ್ನ ಮಗನನ್ನೇ ಅರ್ಪಿಸಿದ ದೇವರ ಕರುಣೆ ಸಂತಾಪವನ್ನು ನಾನು ಕಂಡೆನು. ಬಹುಪ್ರೀತಿಯಿಂದ ಕ್ರಯಕ್ಕೆ ಕೊಳ್ಳಲ್ಪಟ್ಟ ರಕ್ಷಣೆಯನ್ನು ಅಂಗೀಕರಿಸದ ಬಹುಜನರು ಶಿಕ್ಷೆಗೆ ಒಳಗಾಗಲೇ ಬೇಕು. ದೇವರ ಸೃಷ್ಟಿಗಳೇ ಆದವರು ಆತನ ಅಧಿಪತ್ಯಕ್ಕೆ ವಿರುದ್ಧವಾಗಿ ದಂಗೆ ಎಂದರು ; ಆದರೆ ದೇವರು ಅವರನ್ನು ನಿತ್ಯಯಾತನೆ ಅನುಭವಿಸಲು ತಳ್ಳಿಬಿಡಲಿಲ್ಲ ಎಂಬುದನ್ನು ನಾನು ಕಂಡೆನು. ಅವರನ್ನು ಪರಲೋಕಕ್ಕೂ ಕರೆದು ಕೊಂಡು ಹೋಗಲು ಸಾದ್ಯವಿಲ್ಲ; ಏಕೆಂದರೆ ಪರಿಶುದ್ಧರೂ, ಪವಿತ್ರರೂ ವಾಸವಗಿರುವಲ್ಲಿ ಅವರೂ ಇದ್ದರೆ ಪರಿಪೂರ್ಣ ತಲ್ಲಣಕ್ಕೆ ಒಳಗಾಗುವುದು

ದೇವರು ಪರಲೋಕಕ್ಕೂ ಕರೆದುಕೊಂಡು ಹೋಗಲಾರರು ಮತ್ತು ನಿತ್ಯಸಂಕಟಕ್ಕೂ ಬಿಡಲಾರರು. ಅಂತಿಮವಾಗಿ, ಅವರು ಜೀವಿಸಿರಲೇ ಇಲ್ಲವೇನೋ ಎಂಬಂತೆ ನಾಶವಾಗುವರು, ಆಗ ಆತನ ನ್ಯಾಯನೀತಿಗೆ ತೃಪ್ತಿಯಾಗುವುದು. ಆತನು ಮನುಷ್ಯರನ್ನು ಮಣ್ಣಿನಿಂದ ಸೃಷ್ಟಿಸಿದನು. ಅಪವಿತ್ರರೂ ಅವಿಧೇಯರೂ ಬೆಂಕಿಯಿಂದ ಬೂದಿಯಾಗಿ ಹಿಂದಿರುಗುವರು. ಈ ಕಾರ್ಯದಲ್ಲಿ ದೇವರ ಧರ್ಮಶೀಲತೆ ಹಾಗೂ ಅನುಕಂಪವಿದ್ದು

ಎಲ್ಲರೂ ಆತನ ಸದ್ಗುಣಗಳನ್ನು ಮೆಚ್ಚಿಕೊಂಡು ಆರಾಧಿಸುವಂತೆ ಮಾಡಬೇಕೆಂಬುದನ್ನು ನಾನು ಕಂಡೆನು; ನಂತರ ಎಲ್ಲಾ ದುಷ್ಟ ಸಮುಧಾಯವು ಭೂಮಿಯಿಂದ ನಾಶವಾಗುವುದು , ಪರಲೋಕಗಣಗಳೆಲ್ಲಾ, ಆಮೆನ್! ಎಂದು ಉದ್ಘರಿಸುವರು.

ಸೈತಾನನು, ಕ್ರೈಸ್ತರೆಂದು ತಮ್ಮನ್ನು ಕರೆಸಿಕೊಂಡು ತಾನು ಸೃಷ್ಟಿಸಿದ ಭ್ರಮೆಗಳಿಗೆ ಬಹು ಹತ್ತಿರ ಬಂದವರನ್ನು ಸಂತೃಪ್ತಿಯಿಂದ ನೋಡಿದನು. ಮತ್ತೂ ಹೆಚ್ಚಾದ ಹೊಸಭ್ರಮೆಗಳನ್ನು ಹುಟ್ಟಿಸುವುದು ಆತನ ಕೆಲಸವಾಗಿದೆ. ಬಲವೃಧಿಸಿ ಉತ್ತಮ ಕಲಕಾರನಾಗಿ ಅವನು ವೃದ್ಧಿಸುವನ್ನು ತನ್ನ ಪ್ರತಿನಿಧಿಗಳೂ,ಪೋಪರೊ, ಪಾಧ್ರಿಗಳು ತಮ್ಮನ್ನು ತಾವೇ ಅತಿರೇಕಗೊಳಿಸುತ್ತಾ ಹಾಗೂ ಜನರನ್ನು ಉದ್ರೇಕಗೊಳಿಸಿ, ದೇವರನ್ನು ಪ್ರೀತಿಸುತ್ತಾ ಭ್ರಮೆ ಭ್ರಾಂತಿಗಳಿಗೆ ತಲೆಭಾಗದವರನ್ನು ಉಗ್ರವಾಗಿ ಹಿಂಸೆಗೊಳಿಸುವಂತೆ ಮಾಡಿದನು. ಕ್ರಿಸ್ತನ ಭಕ್ತರಾದ ಹಿಂಬಾಲಕರನ್ನು ನಾಶಮಾಡಲು ತನ್ನ ಅನುಯಾಯಿಗಳನ್ನು ಪ್ರಚೋದಿಸಿದನು. ಓಹ! ಅಮ್ಯೂಲ ದೇವಜನರು ತಾಳಿಕೊಳ್ಳಬೇಕಾದ ಕಷ್ಟ ಸಂಕಟಗಳು ವರ್ಣಿಸಲಸಾಧ್ಯವಾದದ್ದು! ದೇವದೂತರು ಅದೆಲ್ಲವನ್ನೂ ನಂಬುಗೆಯ ದಾಖಲೆಗಳನ್ನಾಗಿ ಮಾಡಿದ್ದಾರೆ. ಆದರೆ ಸೈತಾನನೂ ಅವನ ದೂತರು, ವಿಜೃಂಭಿಸಿ ಸತ್ಯಕ್ಕಾಗಿ ಹಿಂಸೆಪಡುತ್ತಿದ್ದವರನ್ನು ಕಾಪಾಡಿ ಬಲಪಡಿಸಿತ್ತಿದ್ದ ದೇವದೂತರಿಗೆ, ಭಕ್ತರನ್ನು ಕೊಂದುಹಾಕಿ ಭೂಲೋಕದ ಮೇಲೆ ನಿಜಕ್ರೈಸ್ತರು ಅಸ್ತಿತ್ವವೇ ಇಲ್ಲದಂತೆ ಮಾಡುವೆವೆಂದು ತಿಳಿಸಿದರು. ದೇವರಸಭೆಯು ಪವಿತ್ರವಾಗಿದುದ್ದನ್ನು ನಾನು ಕಂಡೆನು. ಯಾವ ಕಪಟ ಹೃದಯದವರೂ ದೇವರ ಸಭೆಗೆ ಸೇರುವುದನ್ನು ಆಗ ನಾನು ಕಾಣಲಿಲ್ಲ; ಏಕೆಂದರೆ ಧೈರ್ಯವಾಗಿ ಆತನ ನಂಬಿಕೆಯಲ್ಲಿ ದೃಡವಾಗಿ ನಿಜಕ್ರೈಸ್ತರು ಸೈತಾನನೂ ಆತನ ದುಷ್ಟದೂತರು ಕಂಡುಹಿಡಿದ ಹಾಗೂ ಮನುಷ್ಯನ ಮನಸ್ಸಿನಲ್ಲಿ ತುಂಬಿಸಿದ್ದ ಪ್ರತಿಹಿಂಸೆ, ಕ್ಲೇಶ ಮತ್ತು ಸುಡುಗಂಬದ ಸಾವಿನ ಸಂಗತಿಗಳ ಅಪಾಯದಲ್ಲಿದ್ದರು, ಅವರನ್ನು ಭಯವು ಆವರಿಸಿತ್ತು .

ಓದಿ ; ಆದಿಕಾಂಡ ಅಧ್ಯಾಯ 3; ಪ್ರಸಂಗಿ 9:5,12:7; ಲೂಕ 21:33; ಯೋಹಾನ 3:16 2ತಿಮೋಥಿ 3:16 ಪ್ರಕಟಣೆ 20:14-15, 21:1, 22:12-19

ಅಧ್ಯಾಯ 20. ಸುಧಾರಣೆಯು

ದೈವಭಕ್ತರನ್ನು ತಾಳಿಕೊಳ್ಳಲಾಗದ ಚಿತ್ರಹಿಂಸೆ ಹಾಗೂ ಮರಣಕ್ಕೆ ಒಳಪಡಿಸಿದರೂ ಎಲ್ಲೆಲ್ಲೂ ಸಜೀವ ಸಾಕ್ಷಿಗಳ ಉದ್ಭವವಾಗುತ್ತಿತ್ತು. ದೇವದೂತರು ಅವರ ಭರವಸೆಗೆ ಒಪ್ಪಿಸುತ್ತಿದ್ದ ಕಾರ್ಯವನ್ನು ಮಾಡುತ್ತಿದ್ದರು. ಕತ್ತಲಲ್ಲಿದ್ದಾಗ್ಯೂ ಹೃದಯಾಂತರಾಳದಿಂದ ನಿಷ್ಠರಾಗಿದ್ದವರನ್ನು ಕಡುಕತ್ತಲಿನ ಸ್ಥಳದಿಂದ ಹುಡುಕಿ ತೆಗೆಯುತ್ತಿದ್ದರು. ಅವರೆಲ್ಲರೂ ತಪ್ಪುತಿಳುವಳಿಕೆಯಿಂದ ಕೂಡಿದ್ದರೂ, ದೇವರು ಸೌಲನನ್ನು ಹೆಕ್ಕಿತೆಗೆದಂತೆ ತನ್ನ ಸತ್ಯವನ್ನು ಎತ್ತಿಹಿಡಿಯಲು ಮುಕ್ತಿಪಾತ್ರೆಗಳನ್ನಾಗಿ ಪ್ರಯೋಗಿಸುತ್ತಾ ಹೊರತೋರಿಕೆಯ ಜನರ ಪಾಪವನ್ನು ಒತ್ತಿಹೇಳಲು ತಮ್ಮ ಸ್ವರವನ್ನು ಎತ್ತಿಹಿಡಿಯುವ ಸಲುವಾಗಿ ಆರಿಸಿಕೊಳಲ್ಪಟ್ಟರು, ವಿವಿಧ ಸ್ಥಳಗಳಿಂದ ಮಾರ್ಟಿನ್ ಲೂಥರ್, ಮಲನ್ಕ್ ಥಾನ್, ಮತ್ತು ಇತರರನ್ನು ದೇವರವಾಕ್ಯಕ್ಕಾಗಿ ಬಾಯಾರಿ ಸಜೀವಸಾಕ್ಷಿಗಳಾಗುವಂತೆ ದೇವದೂತರು ಅವರನ್ನು ಪ್ರೇರೇಪಿಸಿದರು. ಸತ್ಯವು ಪ್ರವಾಹದಂತೆ ರಭಸವಾಗಿ ನುಗಿದ್ದಾನೆ ಆತನ ವಿರುದ್ದ ನಮ್ಮ ಮಟ್ಟವನ್ನು ಹೆಚ್ಚಿಸಿಕೊಳ್ಳಬೇಕು. ಬಿರುಗಾಳಿಗೆ ಎದೆಯೊಡ್ಡಲು , ಬಿದ್ದುಹೋದ ಸಭೆಯ ಸಿಟ್ಟಿಗೆ ಎದುರಾಗಿ ನಿಲ್ಲಲು ಹಾಗೂ ತಮ್ಮ ಪವಿತ್ರ ವೃತಿಗೆ ಪ್ರಾಮಾಣಿಕರನ್ನು ಬಲಗೊಳಿಸಲು ದೇವರು ಲೂಥರನನ್ನು ಆರಿಸಿಕೊಂಡನು. ಈತನು ದೇವರಿಗೆ ಎದುರುಬೀಳುವುದಕ್ಕೆ ಸದಾ ಭಯಪಡುವವನಾಗಿದ್ದನು. ತನ್ನ ಕ್ರಿಯಗಳ ಮೂಲಕ ದೇವರ ಮೆಚ್ಚುಗೆ ಪಡೆಯಲು ಪ್ರಯತ್ನಿಸುತ್ತಿದ್ದನು; ಆದರೆ ಪರಲೋಕದಿಂದ ಬೆಳಕಿನ ಕಿರಣವೊಂದು ಬಂದು ಆತನ ಮನಸ್ಸಿನಲ್ಲಿದ್ದ ಕತ್ತಲೆಯನ್ನು ಒಡಿಸಿ, ಕ್ರಿಯೆಯಿಂದಲ್ಲದೆ ಕ್ರಿಸ್ತನ ರಕ್ತದ ಯೋಗ್ಯತೆಯಿಂದ ಮಾತ್ರ ಸತ್ಯದ ಕಡೆಗೆ ನಡೆಸಲ್ಪಡುವವರೆಗೆ ಅವನಿಗೆ ತೃಪ್ತಿಯಾಗಲಿಲ್ಲ; ಪೋಪರಿಂದಗಾಲೀ ಅಥವಾ ಪಾಪನಿವೇದನೆ ಕೇಳುವ ಪಾದ್ರಿಗಳಿಂದಗಲೀ ಬರದೆ, ಯೇಸುಕ್ರಿಸ್ತನ ಮೂಲಕ ಮಾತ್ರ ತಾನಾಗೇ ದೇವರನ್ನರಸುತ್ತಾ ಬರಬೇಕಾಯಿತು. ಲೂಥರನಿಗೆ ಈ ತಿಳುವಳಿಕೆಯು ಎಷ್ಟು ಅಮೂಲ್ಯವಾದ್ದಗಿದೆ! ಅವನ ಕಗ್ಗತ್ತಲ ಜ್ಞಾನದ ಮೇಲೆ ಬಿದ್ದ ಬೆಳಕು ಮೂಢಭಕ್ತಿಯನ್ನು ಹೊಡೆದೋಡಿಸಿದ್ದು, ಪ್ರಾಪಂಚಿಕ ಸಂಪತ್ತಿಗಿಂತಲೂ ಮಿಗಿಲಾದ

ಹೊಸಬೆಳಕು ಅಮೂಲ್ಯವಾದ್ದೆಂದು ಅವನು ಪರಿಗಣಿಸಿದನು, ದೇವರವಾಕ್ಯವು ನೂತನವಾದದ್ದು, ಅದು ಎಲ್ಲವನ್ನು ಮಾರ್ಪಡಿಸಿತು. ಯಾವ ಪುಸ್ತಕದಲ್ಲಿ ರಮ್ಯತೆಯನ್ನು ಕಾಣದೆ ಓದಲು ಭಯಪಡುತ್ತಿದ್ದನೋ ಅದೀಗ ಅವನಿಗೆ ಸಜೀವವಾಗಿತ್ತು. ಅದು ಅವನ ಹರ್ಷ, ಸಂತೈಕೆ ಹಾಗೂ ಧನ್ಯಬೋಧಕನಾಯಿತು, ಅವನ ಅಧ್ಯಾಯವನ್ನು ಯಾವುದೂ ತಡೆಗಟ್ಟಲಾಗಲಿಲ್ಲ .ಅವನ ಮರಣಕ್ಕೆ ಹೆದುರುತ್ತಿದ್ದನು; ಆದರೆ ದೇವವಾಕ್ಯವನ್ನು ಓದುತ್ತಾ ಹೋದಂತೆಲ್ಲಾ ಅವನ ಭಯ ಹರಿದು ಹೋಗಿ ದೇವರನ್ನು ಪ್ರೀತಿಸಿ ಪ್ರಶಂಸಿಸುವವನಾದನು. ತನಗಾಗಿ ದೇವರ ವಾಕ್ಯವನ್ನು ಹುಡುಕಿದನು. ಅದರಲ್ಲಿರುವ ಮಹಾಸಂಪತ್ತನ್ನು ಆಸ್ವಾದಿಸಿದನು, ಅನಂತರ ಸಭೆಯ ವಿಷಯಕ್ಕಾಗಿ ಅದರಲ್ಲಿ ಹುಡುಕಿದನು. ರಕ್ಷಣೆಗಾಗಿ ತಾನು ಆತುಕೊಂಡವರ ಪಾಪಗಳಿಂದ ಅವನಿಗೆ ನಿರಾಶೆಯಾಯಿತು. ಅವನನ್ನು ಸುತ್ತುವರೆದಿದ್ದ ಕತ್ತಲಿಯೇ ಬಹು ಜನರಿಗೆ ಆವರಿಸಿಕೊಂಡಿರುವುದನ್ನು ಕಂಡುಕೊಂಡನು. ಲೋಕದ ಪಾಪವನ್ನು ಪರಿಹಾರಿಸುವ ಕುರಿಮರಿಯನ್ನು ಅವರಿಗೆ ತೋರಿಸಬೇಕೆಂದು ಬಹು ಕಾತುರದಿಂದ ಅವಕಾಶಕ್ಕಾಗಿ ಕಾದುಕೊಂಡನು. ಪೋಪನ ಸಭೆಯ ಪಾಪದೋಶಗಳ ವಿರುದ್ದ ತನ್ನ ಧ್ವನಿಯೆತ್ತಿ ಸಾರುತ್ತಾ, ಕ್ರಿಯೆಯಿಂದಲೇ ರಕ್ಷಣೆ ಎಂದು ನಂಬುತ್ತಿದ್ದ, ಕತ್ತಲೆಯಾವರಿಸಿದ್ದ ಸಾವಿರಾರು ಮಂದಿಯ ಕತ್ತಲೆ ಸರಪಳಿಯನ್ನು ಕಿತ್ತೆಸೆಯಲು ಶ್ರದ್ಧಾಪೂರ್ವವಾಗಿ ಆಶಿಸಿದನು. ದೇವರ ಕೃಪೆಯ ನಿಜಸಂಪತ್ತನ್ನೂ, ಯೇಸುಕ್ರಿಸ್ತನ ಮೂಲಕ ದೊರಕುವ ರಕ್ಷಣೆಯ ಶ್ರೇಷ್ಠತೆಯ ಕಡೆಗೆ ಜನರ ಮನಸ್ಸನ್ನು ತಿರುಗಿಸಲು ಅಪೇಕ್ಷಿಸಿ ತನ್ನ ಉಚ್ಛಧ್ವನಿಯನ್ನೆತ್ತಿ ಪವಿತ್ರಾತ್ಮನ ಶಕ್ತಿಯಿಂದ ಪ್ರಸ್ತುತ ಸಭೆಯ ಹಿರಿಯರ ಪಾಪಗಲ ವಿರುದ್ದ ಸಾರಲಾರಂಭಿಸಿದನು; ಯಾಜಕರಿಂದ ವೈರುದ್ಯತೆಯ ಬಿರುಗಾಳಿ ಎದ್ದಾಗ ಅವನ ಸ್ಥೈರ್ಯ ಕುಸಿಯಲಿಲ್ಲ; ಏಕೆಂದರೆ ಅವನು ದೇವರ ಬಲವಾದ ಹಸ್ತದ ಮೇಲೆ ಆತುಕೊಂಡಿದ್ದು, ಜಯಸಾಧನೆಗೆ ಆತನನ್ನು ನಂಬಿಕೆಯಿಂದ ಆಶ್ರಯಿಸಿದನು. ತನ್ನ ಸಮರವು ಹೆಚ್ಚು ಹತ್ತಿರ ಸರಿಯಲಾರಂಭಿಸಿದಾಗ ಪಾದ್ರಿಗಳ ರೋಷವೇಶವು ಅವನೆಡೆಗೆ ಧಗ್ಗನೆ ಉರಿಯಿತು. ಅವರ ಸುಧಾರಣೆಯನ್ನು ಇಚ್ಚಿಸಲಿಲ್ಲ, ಅವರು

ಸರಾಗವಾಗಿದ್ದು ಚೆಲ್ಲಾಟವಾಡುತ್ತಾ ದುಷ್ಟತನದಲ್ಲಿ ಸಂಭ್ರಮಿಸುವುದನ್ನು ಆಯ್ದುಕೊಂಡರು, ಸಭೆಯನ್ನು ಅಂಧಕಾರದಲ್ಲಿಡುವುದು ಅವರ ಉದ್ದೇಶವಾಗಿತ್ತು.

ಲೂಥರನು ಸತ್ಯದ ಪಕ್ಷವಾದಿಯಾಗಿ ಧೈರ್ಯದಿಂದ ಪಾಪವನ್ನು ಖಂಡಿಸುವುದರಲ್ಲಿ ಬಹು ಹುರುಪಿನಿಂದ ಕೂಡಿ ಛಲವಾದಿಯಾಗಿದ್ದುದನ್ನು ನಾನು ಕಂಡೆನು. ಅವನು ದುಷ್ಟರು ಹಾಗೂ ದ್ವಾವಗಳಿಗೆ ಲಕ್ಷ್ಯಕೊಡಲಿಲ್ಲ ಎಲ್ಲರಿಗಿಂತಲೂ ಬಲಿಷ್ಠನಾದವನು ತನ್ನ ಕಡೆಗಿರುವನೆಂದು ಅವನು ಅರಿತಿದ್ದನು. ಲೂಥರನು ಅಸಕ್ತಿ, ಕಿಚ್ಚು, ಧೈರ್ಯ, ಸ್ಥೈರ್ಯ, ತುಂಬಿದವನಾಗಿ ಕೆಲವು ಸಂಧರ್ಭಗಳಲ್ಲಿ ದುಡುಕಿನಿಂದ ಮಿತಿಮಿರುತ್ತಿದ್ದನ್ನು; ಆದರೆ ದೇವರು ಮೆಲನ್ಕ್ ಥಾನನನ್ನು ಆರಿಸಿಕೊಂಡನು ಈತನು ಲೂಥರನ ಗುಣಾತಿಶಯಗಳಿಗೆ ವಿರುದ್ಧವಾಗಿದ್ದನು. ಸುಧಾರಣೆಕಾರ್ಯದಲ್ಲಿ ಲೂಥರನ ಸಹಾಯಕನಾದನು. ಮೆಲನ್ಕ್ ಥಾನನು ಮೃದು ಸ್ವಭಾವದವನೂ, ಬೀತನೂ ಮುಂಜಾಗ್ರತೆಯುಳ್ಳವನೂ ಮತ್ತು ಮಹಾತಾಳ್ಮೆ ತುಂಬಿದವನಾಗಿ ದೇವರ ಪ್ರಿಯನಾಗಿದ್ದನು. ಶಾಸ್ತ್ರದಲ್ಲಿ ಬಹು ಜ್ಞಾನವುಳವನಾಗಿದ್ದು, ಇವನ ವಿವೇಕವೂ, ತೀರ್ಪುನಿರ್ಣಯವು ಅತ್ಯುನ್ನತವಾದದ್ದಾಗಿತ್ತು ಇವನು ದೇವರ ವಿಷಯದ ಮೇಲಿನ ಪ್ರೀತಿಯಲ್ಲಿ ಲೂಥರನಿಗೆ ಸಮಾನನಾಗಿದ್ದನು. ಈ ಎರಡೂ ಹೃದಯಗಳನ್ನೂ ದೇವರು ಬೆಸೆದರು; ಎಂದೆಂದೂ ಬೇರ್ಪಡಿಸಲಾಗದಂತೆ ಅವರು ಗೆಳೆಯರಾದರು. ಮೆಲೆನ್ಕ್ ಥಾನನು ಭಯಬೀತನ್ನೂ ನಿಧಾನಸ್ಥನಾಗಿ ಅಪಾಯದಲ್ಲಿರುವಾಗ ಲೂಥರನು ಅವರಿಗೆ ಸಹಾಯಕನಾಗಿದ್ದನು. ಲೂಥರನು ದುಡುಕಿನಿಂದ ಕಾರ್ಯಮಾಡುವಾಗ ಮೆಲೆನ್ಕ್ ಥಾನನು ಅವನಿಗೆ ಸಹಾಯಕನಾಗಿದ್ದನು. ಲೂಥರನುಬ್ಬನಿಗೇ ಕಾರ್ಯವಹಿಸಿದಾಗ ದೇವರ ಉದ್ಧೇಶದ ನಿಮಿತ್ತವು ತೊಂದರೆಗೆ ಸಿಲುಕದಂತೆ ಮೆಲೆನ್ಕ್ ಥಾನನ ಮುಂಜಾಗ್ರತೆ ಕೆಲಸಮಾಡುತ್ತಿತ್ತು; ಒಂದುವೇಳೆ ಮೆಲನ್ಕ್ ಥಾನನೊಬ್ಬನಿಗೇ ಕೆಲಸವಹಿಸಿದರೆ ಅವನ ನಿಧಾನತ್ವದಿಂದ ಕಾರ್ಯಮುಂದೆ ಸಾಗದೆ ಜಡವಾಗುತ್ತಿತ್ತು. ಸುಧಾರಣೆಯ

ಕಾರ್ಯನಿರ್ವಹಣೆಗೆ ಈ ಇಬ್ಬರು ವ್ಯಕ್ತಿಗಳನ್ನು ನಿಯೋಜಿಸುವಲ್ಲಿನ ದೇವರ ವಿವೇಕವನ್ನು ನನಗೆ ತೋರಿಸಲಾಯಿತು

ಅನಂತರ ಅಪೋಸ್ತಲರ ಕಾಲಾವಧಿಗೆ ನನ್ನನ್ನು ಕರೆದು ತೋರಿಸಲಾಯಿತು. ದೇವರು ಆಯ್ದುಕೊಂಡ ಸಂಗಡಿಗರಲ್ಲಿ ಹುರುಪು, ಉತ್ಸಾಹ ತುಂಬಿದ ಪೇತ್ರನು, ಸಾಧುತ್ವ, ತಾಳ್ಮೆ ಧೀನಸ್ವಭಾವದ ಯೋಹಾನನನ್ನೂ ನಾನು ಕಂಡೆನು. ಕೆಲವು ಭಾರಿ ಪೇತ್ರನು ಉದ್ರೇಕ ತುಂಬಿದ ಒರಟನಾಗಿದ್ದನು. ಈ ಗುಣಗಳಿಂದ ಮಿತಿಮೀರುವಾಗ ಪ್ರಿಯ ಶಿಷ್ಯನು ಆಗಾಗ್ಗ ಪೇತ್ರನನ್ನು ತಡೆಯುತ್ತಿದ್ದನು. ಆದರೆ ಇದು ಅವನಲ್ಲಿ ಪರಿವರ್ತನೆ ತರಲಿಲ್ಲ. ಪೇತ್ರನು ಕರ್ತನನ್ನು ಬೊಂಕಿದ್ದು – ಪಶ್ಚಾತ್ತಾಪಪಟ್ಟು, ಮನ ಪರಿವರ್ತನೆ ಹೊಂದಿದ ಮೇಲೆ ಅವನಿಗೆ ಬೇಕಾದದ್ದು ಯಾವುದೆಂದರೆ ಅವನ ದುಡುಕನ್ನು ಹುರುಪನ್ನು ತಡೆಹಿಡಿಯಲು ಯೋಹಾನನ ಲಘು ಹಿಡಿತದ ಅವಶ್ಯಕತೆ. ಯೋಹಾನಿಗೆ ಮಾತ್ರ ಕ್ರಿಸ್ತನ ಕಾರ್ಯಸಾಧನೆ ವರಿಸಿದ್ದರೆ ಅದು ಆಗಾಗ್ಗ ಕುಂಠಿತವಾಗುತ್ತಿತ್ತು. ಪೇತ್ರನ ಹುರುಪು ಯೋಹಾನನಿಗೆ ಅವಶ್ಯವಾಗಿತ್ತು. ಅವನ ದಿಟ್ಟತನ ಹಾಗೂ ಶಕ್ತಿಯು ಅವರನ್ನು ತೊಂದರೆಗಳಿಂದ ಬಿಡಿಸುತ್ತಿತ್ತು. ಮತ್ತು ಶತೃಗಳನ್ನು ನಿಷ್ಕ್ರೀಯೆಗೊಳಿಸುತ್ತಿತ್ತು. ಯೋಹಾನನು ತನ್ನ ದೀರ್ಘಶಾಂತಿ ಹಾಗೂ ಆಳವಾದ ಭಕ್ತಿಯಿಂದ ಕ್ರಿಸ್ತನ ನಿಮಿತ್ತಕ್ಕೆ ಬಹು ಜನರನ್ನು ಒಲಿಸುತ್ತಿದ್ದನು. ಅವರ ಸಾಧನೆಯಲ್ಲಿ ಜಯಗಳಿಸುತ್ತಿದ್ದನು.

ಸುಧಾರಣೆಯನ್ನು ಮುದುವರಿಸಲು ದೇವರು ಪೋಪಸಭೆಯ ಪಾಪದೋಷಗಳಿಗೆ ವಿರುದ್ಧ ಜನರನ್ನು ಎಬ್ಬಿಸಿದನು. ಈ ಸಜೀವಸಾಕ್ಷಿಗಳನ್ನು ಮಟ್ಟಹಾಕಲು ಸೈತಾನನು ಯೋಜಿಸಿದನು; ಆದರೆ ದೇವರು ತನ್ನವರ ಸುತ್ತ ತಡೆಗಟ್ಟು ಹಾಕಿದರು. ಕೆಲವರು ತಮ್ಮರಕ್ತಸಾಕ್ಷಿಗಳಾಗಿ ಆತನನು ಮಹಿಮೆಪಡಿಸಲು ಅನುಮತಿಸಲ್ಪಟ್ಟರು; ಆದರೆ ಲೂಥರ್ ಮತ್ತು ಮೆಲನ್ಕ್ ಥಾನರಂಥ ಬಲಶಾಲಿಗಳಾದ ಇತರರು ಪೋಪರ. ಪಾದ್ರಿಗಳ, ಅರಸರ ಪಾಪಗಳ ವಿರುದ್ಧ ಸಜೀವವಾಗಿ ಸಾರುತ್ತಾ

ಅತ್ಯುತ್ತಮ ದೇವರ ನಾಮಕ್ಕೆ ಮಹಿಮೆಯನ್ನು ಉಂಟುಮಾಡಿದರು. ಲೂಥರನ ಧ್ವನಿಗೆ ಅವರು ನಡುಗಿದರು. ಈ ಆಯ್ದುಕೊಂಡ ವ್ಯಕ್ತಿಗಳ ಮೂಲಕ ಬೆಳಕಿನ ಕಿರಣವು ಕತ್ತಲೆಯನ್ನು ಓಡಿಸಲು ಪ್ರಾರಂಭಿಸಿತು, ಬಹು ಜನರು ಬೆಳಕನ್ನು ಸಂತೋಷವಾಗಿ ಸ್ವೀಕರಿಸಿ ಅದರಲ್ಲಿ ಮುನ್ನಡೆಯಲಾರಂಭಿಸಿದರು. ಒಬ್ಬಸಾಕ್ಷಿಯು ಹತನಾದರೆ ಅವನ ಸ್ಥಾನದಲ್ಲಿ ಇಬ್ಬರು ಅಥವಾ ಹಲವರು ಉದ್ಭವಿಸುತ್ತಿದ್ದರು.

ಆದರೆ ಸೈತಾನನು ಅತೃಪ್ತನಾದನು. ಅವನಿಗೆ ಮಾನವರ ಶರೀರದ ಮೇಲೆ ಮಾತ್ರ ಹಕ್ಕು ಇದ್ದಿತು. ವಿಶ್ವಾಸಿಗಳು ತಮ್ಮ ವಿಶ್ವಾಸ ನಿರೀಕ್ಷೆಯನ್ನು ಬಿಟ್ಟುಬಿಡುವಂತೆ ಮಾಡಲು ಅವನಿಗೆ ಅಸಾದ್ಯವಾಯಿತು,ಮರಣಮುಖದಲ್ಲೂ ಸಹ, ನೀತಿವಂತನ ಪುನರುತ್ಥಾನದಲ್ಲಿ ಅಮರರಾಗುವ ಭರವಸೆಯ ನಿರೀಕ್ಷೆ ಪ್ರಕಾಶಿಸಿ ವಿಶ್ವಾಸಿಗಳು ವಿಜೇತರಾದರು. ಸುಧಾರಕರಿಗೆ ಸಾಮಾನ್ಯ ಶರೀರ ಬಲಕ್ಕಿಂತ ಹೆಚ್ಚಾದ ಬಲವಿತ್ತು. ಅವರು ಒಂದು ಕ್ಷಣವೂ ನಿದ್ರಿಸಲು ಯತ್ನಿಸಲಿಲ್ಲ. ರಕ್ಷಿಸುವ ಕ್ರೈಸ್ತೀಯ ಶಸ್ತ್ರಾಸ್ತ್ರಗಳಿಂದ ತಮ್ಮನ್ನು ಅಲಂಕರಿಸಿಕೊಂಡರು. ಅಧ್ಯಾತ್ಮಿಕ ಶತೃಗಳ ವಿರುದ್ಧ ಹೋರಾಡಲು ಸಿದ್ಧರಾದದ್ದು ಮಾತ್ರವಲ್ಲದೆ ವ್ಯಕ್ತಿಗಳ ರೂಪದಲ್ಲಿದ ಸೈತಾನನು – ನಿಮ್ಮ ನಂಬಿಕೆಯನ್ನು ಬಿಟ್ಟುಬಿಡಿರಿ ಇಲ್ಲವಾದರೆ ಮರಣಹೊಂದೀರಿ ಎಂದು ಸತತವಾಗಿ ಉಚ್ಛಕಂಠದಿಂದ ಕೂಗುತ್ತಿದ್ದವರು ವಿರುದ್ಧ ಹೋರಾಡಲು ಸಿದ್ಧರಾದರು. ಈ ಲೋಕದ ಅರ್ಧದಷ್ಟು ಜನರು ಕ್ರಿಸ್ತನ ಹೆಸರನ್ನು ಹೊಂದಿದ್ದವರೂ, ಆತನ ಉದ್ದೇಶಕ್ಕೆ ಹೇಡಿಗಳಾಗಿದ್ದವರಿಗಿಂತ ಕೆಲವು ಕ್ರೈಸ್ತರು ಮಾತ್ರ ನಂಬಿಕೆಯಿಂದ ದೇವರಲ್ಲಿ ಸಶಕ್ತರಾಗಿ ಆತನ ದೃಷ್ಟಿಯಲ್ಲಿ ಅಮೂಲ್ಯರೆನಿಸಿಕೊಂಡರು. ಸಭೆಯು ಚಿತ್ರಹಿಂಸೆಗೊಳಗಾದಾಗ ಅವರ ಪ್ರೀತಿ ಐಕ್ಯತೆಯಲ್ಲಿ ನೆಲೆಗೊಂಡಿದ್ದರು. ದೇವರಲ್ಲಿ ಸದೃಢರಾಗಿದ್ದರು. ಅವರೊಂದಿಗೆ ಪಾಪಿಗಳು ಐಕ್ಯರಾಗಲು ಅನುಮತಿಸಲಿಲ್ಲ; ವಂಚಕರೂ,ವಂಚಿಸಲ್ಪಟ್ಟವರೂ ಅವರೊಂದಿಗಿರಲಿಲ್ಲ. ಕ್ರಿಸ್ತನಿಗಾಗಿ

ಸರ್ವಸ್ವವನ್ನೂ ತ್ಯಾಗಮಾಡುವವರು ಮಾತ್ರ ಆತನ ಶಿಷ್ಯರು. ಅವರು ದೀನರೂ, ಅಲ್ಪರೂ ಆಗಿ ಕ್ರಿಸ್ತನಂತೆಯೇ ಇರಲು ಇಚ್ಛಿಸುವವರಾಗಿದ್ದಾರೆ.

ನೋಡಿ; ಲೂಕ 22:61,62; ಯೋಹಾನ 18:10; ಅಪೋಸ್ತಲರಕೃತ್ಯ ಅಧ್ಯಾಯ 3 ಮತ್ತು 4 ಹೆಚ್ಚಿನ ಅಧ್ಯಯನಕ್ಕಾಗಿ ವಿಶ್ವಕೋಶದಲ್ಲಿನ "the reformation" " ಸುಧಾರಣೆ" ಎಂಬುದನ್ನು ನೋಡಿರಿ

ಅಧ್ಯಾಯ 21. ಸಭೆ ಮತ್ತು ಲೋಕವು ಐಕ್ಯಗೊಂಡದ್ದು

ಸೈತಾನನು ತನ್ನ ದೂತರೊಂದಿಗೆ, ತಾವು ಪಡೆದುಕೊಂಡ ಲಾಭದ ವಿಷಯವಾಗಿ ಪರ್ಯಾಲೋಚಿಸಿದನು. ಅವರು ಕೆಲವು ಮೃದು ಸ್ವಭಾವದ ಪುಕ್ಕಲರು ಸತ್ಯವನ್ನು ಅಪ್ಪಿಕೊಳ್ಳದಂತೆ ಮರಣ ಭಯಹುಟಿಸಿದ್ದು ನಿಜ; ಆದರೆ ಹಲವರು ಅದರಲ್ಲಿ ಅತಂತ್ಯ ಮೃದು ಸ್ವಭಾವದವರು ಸತ್ಯವನ್ನು ಅಂಗೀಕರಿಸಿದರು. ಇಂಥವರು ಸಹೋದರರ ಮರಣಕ್ಕೆ ಸಾಕ್ಷಿಗಳಾದಾಗ ಅವರ ಪುಕ್ಕಲುತನ, ಭಯ ಮಾಯವಾಯಿತು. ಸಹೋದರರ ದೃಢತೆ ಹಾಗೂ ತಾಳ್ಮೆಯನ್ನು ಕಂಡಾಗ, ದೇವರು ಮತ್ತು ದೂತರು ಆ ಸಂಕಟಗಳನ್ನು ತಾಳಿಕೊಳ್ಳಲು ಅವರಿಗೆ ಸಹಕರಿಸಿದ್ದನ್ನು ತಿಳಿದುಕೊಂಡಾಗ, ಪುಕ್ಕಲು ಸ್ವಭಾವದರು ನಿರ್ಭಯರೂ ಧೈರ್ಯಶಾಲಿಗಳೂ ಆದರು. ಇವರು ತಮ್ಮ ಸ್ವಂತ ಜೀವಕ್ಕೆ ಎರವಾಗುವ ಸಮಯ ಬಂದಾಗ ತಮ್ಮ ನಂಬಿಕೆಯಲ್ಲಿ ಸ್ಥಿರವಾಗಿದ್ದು ಸಹನೆ, ದೃಡತೆ ಉಳಿಸಿಕೊಂಡಿದ್ದನ್ನು ಕಂಡು ಕೊಲೆಗಾರರು ಕೂಡ ನಡುಗಿದರು. ಸೈತಾನನು ಮತ್ತು ಅವನ ದೂತರು, ಆತ್ಮಗಳನ್ನು ನಾಶಮಾಡಲು ಮತ್ತೊಂದು ಜಯಶಾಲಿ ಮರ್ಗವನ್ನು ಯೋಚಿಸಿ ಅದರ ಅಂತ್ಯ ದಿಟ್ಟವಾಗಿರಬೇಕೆಂದು ತೀರ್ಮಾನಿಸಿದರು. ಅವರು ಕ್ರೈಸ್ತರನ್ನು ಎಷ್ಟೇ ಹಿಂಸೆ ಪಡಿಸಿದರೂ ದೃಡತೆ, ನಿಚ್ಚಳ ನಿರೀಕ್ಷೆಯು ಅವರನ್ನು ಗೆಲುವಾಗಿರಿಸಿತು. ಬಲಹೀನರನ್ನು ಬಲಿಷ್ಠರನ್ನಾಗಿಸಿತ್ತು. ವಿಚಿತ್ರ ಹಿಂಸೆ ದಳ್ಳುರಿಯು ಅವರನ್ನು ಕಿಂಚಿತ್ತೂ ಹೆದರಿಸದಿರುವುದನ್ನು ಕಂಡರು. ಕೊಲೆಗಾರರ ಮುಂದೆ ಕ್ರಿಸ್ತನ ಉದಾತ್ತ ತಾಳ್ಮೆ ಅನುಕರಿಸಿದರು, ಇವರು ನಿಶ್ಚಲತೆಯನ್ನು ಕಣ್ಣಾರೆ ಕಂಡು ಸತ್ಯವನ್ನು ಮಂದಟ್ಟುಮಾಡಿಕೊಳ್ಳುವಾಗ ದೇವರ ಪ್ರಭಾವವು ಅವರ ಮೇಲೆ ನೆಲೆಗೊಂಡಿತು. ಇದೀಗ ಸೈತಾನನು ಸೌಮ್ಯರೂಪದಿಂದ ಕಾಣಿಸಿಕೊಳ್ಳಲು ತೀರ್ಮಾನಿಸಿ ಸತ್ಯವೇದ ತತ್ವಗಳನ್ನು ಕಲುಷಿತಗೊಳಿಸಿದನು; ಕೋಟ್ಯಾನುಕೋಟಿ ಜನರನ್ನು ನಾಶಪಡಿಸುತ್ತಿದ್ದ ಸಂಪ್ರದಾಯ ಪದ್ಧತಿಗಳು ಬೇರೂರಿಕೊಡವು. ಅವನು ತನ್ನ ಹಗೆಯನ್ನು ತಡೆಹಿಡಿದು ಅಂಥಹ ಚಿತ್ರಹಿಂಸೆಯನ್ನು ಜನರಲ್ಲಿ ಜಾರಿಗೊಳಿಸಭಾರದೆಂದು ತೀರ್ಮಾನಿಸಿದನು; ಆದರೆ ಈಗಾಗಲೇ ಸಂತರಿಗೆ ಕೊಡಲ್ಪಟ್ಟ ನಂಬಿಕೆಯನ್ನು ಬಿಟ್ಟು ವಿವಿಧ

ಇತರ ಪಥತಿಗಳೆಡೆಗೆ ಸಭೆಯನ್ನು ಮುನ್ನಡೆಸಬೇಕೆಂದುಕೊಂಡನು. ತಮಗೆ ಪ್ರಯೋಜನವಾಗುವ ಸುಳ್ಳುಸೋಗಿನಿಂದ ಸಭೆಯು ಈ ಲೋಕದ ಗೌರವ ಮಚ್ಚಿಕೆಯ ಕಡೆಗೆ ಅವನಿಂದ ನಡೆಸಲ್ಪಟ್ಟಾಗ ಅದು ದೇವರ ಮೆಚ್ಚಿಕೆಯಿಂದ ದೂರವಾಯಿತು. ಈ ಲೋಕದ ಗೆಳೆಯರನ್ನೂ, ಸುಖಾನುಭವದಲ್ಲಿ ಆನಂದಿಸುವವರನ್ನು ದೂರವಿಡುವ ಅಪ್ಪಟ ಸತ್ಯ ಪ್ರಕಟಿಸುವುದನ್ನು ತಳ್ಳಿಹಾಕಿದಾಗ ಸಭೆಯು ಬರುಬರುತ್ತಾ ಶಕ್ತಿಯನ್ನು ಕಳೆದುಕೊಂಡಿತ್ತು. ಚಿತ್ರಹಿಂಸೆ, ದಳ್ಳುರಿಗೆ ಗುರಿಯಾಗುತ್ತಿದ್ದಾಗ ಅದು ವಿಶಿಷ್ಠ ಜನರಿಂದಾದ ಸಭೆಯಾಗಿತ್ತು. ಈಗ ಅದೆಲ್ಲವನ್ನೂ ಕಳೆದುಕೊಂಡಿತು.

ಚಿನ್ನವು ಮಂಕಾಗಿದ್ದು ಹೇಗೆ? ಅತ್ಯುತ್ತಮ ಅಪರಂಜಿಯು ಬದಲಾದದ್ದು ಹೇಗೆ? ಒಂದುವೇಳೆ ಸಭೆಯು ತನ್ನ ಪವಿತ್ರ ವಿಶೇಷ ಗುಣಗಳನ್ನು ಉಳಿಸಿಕೊಂಡಿದ್ದ ಪಕ್ಷದಲ್ಲಿ ಶಿಷ್ಯರಿಗೆ ಅನುಗ್ರಹಿಸಲ್ಪಟ್ಟ ಪವಿತ್ರಾತ್ಮ ಬಲವು ಅವಳೊಂದಿಗೂ [ಸಭೆ] ಇರುತ್ತಿತ್ತು ಎಂಬುದನ್ನು ನಾನು ಕಂಡೆನು. ರೋಗಿಗಳು ಗುಣವಾಗುತ್ತಿದ್ದರು, ದೆವ್ವಗಳು ಖಂಡಿಸಲ್ಪಟ್ಟು ಓಡಿಹೋಗುತ್ತಿದ್ದವು ಮತ್ತು ಅವಳು ಶತ್ರುಗಳಿಗೆ ಭಯಂಕರಳೂ ಅಧಿಕ ಬಲಶಾಲಿಯೂ ಆಗಿರುತ್ತಿದ್ದಳು.

ಕ್ರಿಸ್ತನ ಹೆಸರನ್ನು ತಮ್ಮದಾಗಿಸಿಕೊಂಡ ಬಹು ದೊಡ್ಡ ಗುಂಪನ್ನು ನಾನು ನೋಡಿದೆನು, ಆದರೆ ದೇವರು ಅವರನ್ನು ತನ್ನವರೆಂದು ಗುರುತಿಸಲಿಲ್ಲ. ಅವರಲ್ಲಿ ಯಾವ ಸಂತೋಷವನ್ನೂ ಪಡಲಿಲ್ಲ, ಧಾರ್ಮಿಕ ಸ್ವಭಾವವನ್ನು ಹೊಂದಿದವರಂತೆ ಭಾವಿಸಿಕೊಂಡ ಜನರು, ತಾವು ಕ್ರೈಸ್ತರೆಂದು ಕರೆಸಿಕೊಳ್ಳುವುದರಲ್ಲಿ ಸೈತಾನನಿಗೆ ಯಾವ ಅಭ್ಯಂತರವೂ ಇರಲಿಲ್ಲ. ಅವರು ಕ್ರಿಸ್ತನನ್ನು, ಆತನ ಶಿಲುಬೆಯ ಮರಣ ಹಾಗೂ ಪುನರುತ್ಥಾನವನ್ನು ನಂಬುವುದರಲ್ಲಿ ಅವನಿ ಯಾವ ಅಭ್ಯಂತರವು ವಿರಲಿಲ್ಲ. ಸೈತಾನನೂ ಅವನ ದೂತರು ಸಹ ಇವೆಲ್ಲವನ್ನೂ ಪರಿಪೂರ್ಣವಾಗಿ ನಂಬಿದರು, ಮತ್ತು ಕಂಪಿಸಿದರು. ಈ ನಂಬಿಕೆಯು ಒಳೆಯ ಕ್ರಿಯೆಗಳನ್ನು ಪ್ರಚೋದಿಸದೆ, ಕ್ರಿಸ್ತನ ಸ್ವತ್ಯಾಗದ ಜೀವಿತವನ್ನು ಅನುಕರಿಸುವಂತೆ ನಡೆಸದ್ದಿದರೆ ಅವನು

ವಿಚಲಿತವನಾಗುವುದಿಲ್ಲ; ಏಕೆಂದರೆ ಹೆಸರಿಗೆ ಮಾತ್ರ ಅವರು ಕ್ರೈಸ್ತರಾಗಿದ್ದು ಅವರ ಹೃದಯಯು ಪ್ರಾಪಂಚಿಕವಾದದ್ದಾಗಿದೆ; ಇಂಥವರು ತಾವು ಕ್ರೈಸ್ತರೆಂದು ಹೇಳಿಕೊಂಡಾಗ ಸೈತಾನನು ತನ್ನ ಕಾರ್ಯಸಾಧನೆಯಲ್ಲಿ ಉತ್ತಮವಾಗಿ ಅವರನ್ನು ಬಳಸಿ ಕೊಳ್ಳುವಂತಾಯಿತು. ಇವರು ಕ್ರೈಸ್ತರು ಎಂಬ ಹೆಸರಿನಲ್ಲಿ ತಮ್ಮ ಡೊಂಕನ್ನು ಮುಚ್ಚಿಕೊಂಡರು .ಅಪವಿತ್ರ ಸ್ವಭಾವದಿಂದ ನಡೆದರು ಮತ್ತು ದುಷ್ಟ ಮನೋವಿಕಾರಗಳು ನಿಗ್ರಹಕ್ಕೆ ಬಗ್ಗಲಿಲ್ಲ. ಇವು ಅವಿಶ್ವಾಸಿಗಳಿಗೆ ಸಂದರ್ಭ ಒಂದನ್ನು ನೀಡಿ ತಮ್ಮ ಅಪೂರ್ಣತೆಯನ್ನು ಯೇಸುಕ್ರಿಸ್ತನ ಮುಖದ ಮೇಲೆ ಬಿಸಾಡಲು ಆತನನ್ನು ತೆಗೆಳುವಾಗ ಪರಿಶುದ್ಧವೂ ಅಕಳಂಕ ಧರ್ಮವನ್ನು ಹೊಂದಿದವರಿಗೆ ಅಪಕೀರ್ತಿ ತರುವಂತೆ ಮಾಡಿತು .

ಪಾದ್ರಿಗಳು ಲೌಕಿಕ ಪಂಡಿತರಿಗೆ ಮೆಚ್ಚುಗೆಯಾಗುವಂತೆ ನಯವಾಗಿ ಬೋಧಿಸಿದರು. ಇದು ಸೈತಾನನಿಗೆ ತಕ್ಕುದಾಗಿತ್ತು. ಅವರು ಯೇಸು ಮತ್ತು ಶುದ್ಧ ಸತ್ಯವನ್ನು ಬೋಧಿಸಲು ಅದೈರ್ಯಗೊಂಡರು. ಒಂದುವೇಳೆ ಬೋಧಿಸಿದರೂ ಈ ಲೌಕಿಕ ಉಪನ್ಯಸಕರು ಕೇಳುತ್ತಿರಲಿಲ್ಲ. ಇವರೆಲ್ಲಾ ಸೈತಾನ ಹಾಗೂ ಅವನ ದೂತರಿಗೂ ತಕ್ಕವರಂತಿದ್ದರೂ ಬಹು ಧನಿಕರಾಗಿದ್ದುದರಿಂದ ಇವರನ್ನು ಸಭೆಯಲ್ಲಿಯೇ ಹಿಡಿದಿಟ್ಟುಕೊಳ್ಳಬೇಕಾಗುತ್ತಿತ್ತು. ಲೋಕದ ಕಣ್ಣಿನಲ್ಲಿ ಯೇಸುವಿನ ಧರ್ಮವನ್ನು ಪ್ರಸಿದ್ಧ ಹಾಗೂ ಗೌರವಾನ್ವಿತವಾಗಿ ಮಾಡಲಾಯಿತು. ಯಾರು ಈ ಧರ್ಮವನ್ನು ಒಪ್ಪಿಕೊಳ್ಳುತ್ತಾರೋ ಅವರು ಲೋಕದ ಮಾನ್ಯತೆ ಪಡೆಯುವರೆಂದು ಜನರಿಗೆ ಹೇಳಲಾಯಿತು. ಈಬೋಧನೆಯು ಕ್ರಿಸ್ತನ ಬೋಧನೆಗಿಂತ ಅಪಾರ ಬಿನ್ನವಾಗಿತ್ತು. ಆತನ ತತ್ವ ಹಾಗೂ ಈ ಲೋಕವು ಸಮಾದಾನ ದಿಂದಿರಲಾಲಿಲ್ಲ. ಯಾರು ಆತನನ್ನು ಹಿಂಭಾಲಿಸುತ್ತಾರೋ ಅವರು ಲೋಕವನ್ನು ತ್ಯಜಿಸಬೇಕಾಯಿತು. ಈ ನಯಗಾರಿಕೆಯು ಸೈತಾನನು ಮತ್ತು ಅತನ ದೂತರಿಂದ ಉದ್ಭವಿಸಿತು. ಇವರು ಯೋಜನೆ ಹಾಕಿದರೆ ಅದನ್ನು ಮಹೋಪಾಧ್ಯಾಯರು ಜಾರಿಗೆ ತಂದರು. ಕಪಟಿಗಳೂ ಪಾಪಿಗಳೂ ಸಭೆಯೊಂದಿಗೆ ಐಕ್ಯವಾದರು. ಮನಸ್ಸಿಗೆ ಸಂತಸ ತರುವ ಕಟ್ಟುಕತೆಗಳನ್ನು ಬೋಧಿಸಲಾಯಿತು. ಅದು ಒಡೆಯನೇ ಅಂಗೀಕರಿಸಲ್ಪಟ್ಟವು. ಆದರೆ

ಸತ್ಯವನ್ನು ಶುದ್ಧವಾಗಿ ಪ್ರಸಂಗಿಸಿದುದ್ದಾದರೆ ಅದು ಕಪಟಿಗಳನ್ನೂ ಪಾಪಿಗಳನ್ನೂ ಓಡಿಸುತ್ತಿದ್ದತು. ಆದರೆ ಈ ಲೋಕಕ್ಕೂ ಕ್ರಿಸ್ತನ ಹಿಂಬಾಲಕರೆಂದು ತಮ್ಮನ್ನು ಕರೆದುಕೊಂಡವರಿಗೂ ಯಾವುದೇ ವ್ಯತ್ಯಾಸವಿರಲಿಲ್ಲ. ಒಂದುವೇಳೆ ಸುಳ್ಳು ಮುಖವಾಡವು ಸಭಿಕರಿಂದ ಕಿತ್ತುಹಾಕಲ್ಪಟ್ಟರೆ, ಅವರ ಪಾಪಗಳು, ನೀಚತನ ,ಭ್ರಷ್ಟಾಚಾರಗಳು ಪ್ರಕಟಗೊಂಡು ಸಂಕೋಚವುಳ್ಳ ದೇವರ ಮಕ್ಕಳೂ ಸಹ ಯಾವ ಹಿಂಜರಿಕೆಯಿಲ್ಲದೆ, ಇವರು ಆ ತಂದೆ ಸೈತಾನನು ಮಕ್ಕಳೆ ಎಂದು ಘೋಷಿಸುವರು; ಏಕೆಂದರೆ ಆತನ ಕೆಲಸವನೇ ಇವರೂ ಮಾಡುವರು ಎಂಬುದನ್ನು ನಾನು ಕಂಡೆನು. ಈ ದೃಶ್ಯವನ್ನು ಯೇಸು ಮತ್ತು ಪರಲೋಕದ ಗಣಗಳು ಬೇಸರಿಕೆಯಿಂದ ನೋಡಿದರು; ಆದರೂ ಸಭೆಗಾಗಿ ಪವಿತ್ರವೂ ಪ್ರಾಮುಖ್ಯವೂ ಆದ ಸಂದೇಶವು ದೇವರಿಗಿತ್ತು. ಒಂದುವೇಳೆ ಅಂಗೀಕರಿಸಿದ್ದಾದರೆ ಸಭೆಯಲ್ಲಿ ಪರಿಷ್ಕಾರವಾದ ಸುಧಾರಣೆಯನ್ನು ಅದು ತಂದುಕೊಟ್ಟು, ಸಜೀವ ಸಾಕ್ಷಿಗಳನ್ನು ಪುನರುಜ್ಜೀವನಗೊಳಿಸಿ, ಕಪಟಿಗಳನ್ನೂ ಪಾಪಿಗಳನ್ನೂ ತೊಳೆದು ಶುದ್ಧ ಮಾಡುವುದು ಅಲ್ಲದೆ ಸಭೆಯನ್ನು ಮತ್ತೊಮ್ಮೆ ದೇವರ ಮೆಚ್ಚಿಕೆಗೆ ಪುನರ್ ಸ್ಥಾಪಿಸುತ್ತದೆ.

ಓದಿ: ಯೆಶಾಯ ; 30:8-21; ಯಾಕೋಬ 2:19; ಪ್ರಕಟಣೆ ಅಧ್ಯಾಯ 3.

ಅಧ್ಯಾಯ **22.** ವಿಲಿಯಂ ಮಿಲ್ಲರ್

ದೇವರು ತನ್ನ ದೂತನನ್ನು ಸತ್ಯವೇದ ನಂಬಿದ ಒರ್ವ ರೈತನ ಹೃದಯವನ್ನು ಪ್ರೇರೇಪಿಸಲು ಕಳುಹಿಸಿದನು ದೇವರ ಮಕ್ಕಳಿಗೆ ಕಾಣದಂತೆ ಕತ್ತಲೆಯಲ್ಲಿ ಇಡಲ್ಪಟ್ಟಿದ್ದ ಪ್ರವಾದನೆಯನ್ನು ಅರ್ಥೈಸಿಕೊಳ್ಳುವಂತೆ ತಿಳುವಳಿಕೆ ನೀಡಿ, ಬುದ್ದಿಗೆ ಮಾರ್ಗದರ್ಶನ ಮಾಡಲು ದೇವದೂತರು ಈತನನ್ನು ಆಗಾಗ್ಗ ಬೇಟೆಮಾಡುತ್ತಿದ್ದರು. ಸತ್ಯದ ಸರಪಳಿಯ ಆರಂಭವನ್ನು ಅವನಿಗೆ ತೆರೆದು ಕೊಡಾಲಾಯಿತು, ನಂತರ ಒಂದು ಕುಣಿಕೆಯಿಂದ ಮತ್ತೊಂದು ಕುಣಿಕೆಯನ್ನು ಹುಡುಕುತ್ತಾ ದೇವರು ವಾಕ್ಯದ ಅದ್ಭುತವನ್ನು ಕಂಡು ಮೆಚ್ಚುವವನಾಗುವವರೆಗೂ ನಡೆಸಲ್ಪಟ್ಟನು. ಈತನು ಪರಿಪೂರ್ಣಸತ್ಯದ ಸರಪಳಿಯನ್ನು ಕಂಡನು. ಯಾವ ವಾಕ್ಯವು ಪ್ರೇರಿತವಾದುದಲ್ಲವೆಂದುಕೊಂಡನೊ ಅದೀಗ ಬಹು ಸುಂದರವೂ, ಪ್ರಭಾವವುಳ್ಳದ್ದಾಗಿ ಕಂಡು ಬಂತು. ಕ್ರೈಸ್ತವೇದದ ಒಂದುಭಾಗವು ಮತ್ತೊಂದರಲ್ಲಿ ವಿವರಿಸಲ್ಪಟ್ಟಿರುವುದನ್ನು ಕಂಡುಕೊಂಡನು. ಒಂದು ಭಾಗದಲ್ಲಿ ತಿಳುವಳಿಕೆಯು ನಿಂತುಹೋದಾಗ ಮತ್ತೊಂದು ಭಾಗದ ವೇದವಾಕ್ಯದಲ್ಲಿ ಮುಂದುವರೆದಿರುವುದನ್ನು ಹುಡುಕಿ ಕಂಡುಕೊಂಡನು. ಪವಿತ್ರ ದೇವರವಾಕ್ಯವು ಆನಂದಕರವೂ, ಆಶ್ಚರ್ಯಕರವೂ, ಮತ್ತು ಗೌರವನ್ವಿತವಾಗಿದೆ ಎಂದು ಈತನು ಲಕ್ಷ್ಯಕೊಡಲಾರಂಭಿಸಿದನು.

ಇವನು ಪ್ರವಾಧನೆಗಳನ್ನು ಅನುಸರಿಸಿಕೊಳ್ಳುತ್ತಾ ಬರಲು, ಈ ಲೋಕದ ನಿವಾಸಿಗಳು ಇತಿಹಾಸದ ಅಂತಿಮ ದಿನಗಳಲ್ಲಿ ವಾಸಿಸುತ್ತಿದ್ದು ಅದರ ಜ್ಞಾನವಿಲ್ಲದಿರುವುದನ್ನು ಕಂಡುಕೊಂಡನು. ಸಭೆಯಲ್ಲಿರುವ ಭ್ರಷ್ಟಚಾರವೆಲ್ಲಾ ಕಂಡು ಬಂತು. ಅವರ ಪ್ರೀತಿಯು ಯೇಸುವಿನಿಂದ ವಿಮುಖಗೊಂಡು ಲೋಕದೆಡೆಗೆ ನಿಂತಿರುವುದೂ ಹಾಗೂ ಅವರು ದೇವರಿಂದ ದೊರಕುವ ಮಾನ್ಯತೆಗೆ ಬೆಲೆ ಕೊಡದೆ ಲೋಕದ ಮಾನ್ಯತೆಯನ್ನು ಅಪೇಕ್ಷಿಸಿದ್ದನ್ನು ಕಂಡುಕೊಂಡನು; ಐಹಿಕ ಸಂಪತ್ತಿಗೆ ಮಹಾಕಾಂಕ್ಷೆಯಿಂದಿದ್ದು ಪರಲೋಕದ ಸಂಪತ್ತಿನೆಡೆಗೆ ಜನರು ತಿರಸ್ಕಾರ ತೋರಿದರು. ಕಪಟತನ ,ಕತ್ತಲೆ ,ಮರಣ ಎಲೆಡೆ ತುಂಬಿರುವುದನ್ನು ನೋಡಿದನು. ಅವನ ಆತ್ಮವು ಅಲ್ಲೋಲ ಕಲ್ಲೋಲವಾಯಿತು.

ಎಲೀಯನನ್ನು ಹಿಂಬಾಲಿಸಲು ಎಲೀಶನು ತನ್ನ ಎತ್ತು, ಹೊಲವನ್ನು ತೊರೆದು ಬರಲು ದೇವರು ಕರೆದಂತೆ ವಿಲಿಯಂನನ್ನೂ ಸಹ ತನ್ನ ಜಮೀನನ್ನು ತೊರೆದು ಬರಲು ದೇವರು ಕರೆದರು. ವಿಲಿಯಂ ಮಿಲ್ಲರ್ ನಡುಗುತ್ತಾ ಜನರಿಗೆ ದೇವರರಾಜ್ಯದ ರಹಸ್ಯವನ್ನು ಬಿಚ್ಚಿಡಲಾರಂಭಿಸಿದನು. ಪ್ರತಿ ಪ್ರಯತ್ನದಲ್ಲೂ ಆತನ ಬಲ ವೃದ್ಧಿಸುತ್ತಿತ್ತು. ಈತನು ಜನರನ್ನು ಪ್ರವಾದನೆಗಳು ಮೂಲಕ ಕ್ರಿಸ್ತನ ಎರಡನೆ ಬರುವಣಿಕ್ಕೆ ಸೆಳೆಯುತ್ತಿದ್ದನು. ಸ್ನಾನಿಕನಾದ ಯೋಹಾನನು ಯೇಸುವಿನ ಮೊದಲ ಬರುವಣಿವನ್ನು ಘೋಷಿಸುತ್ತಾ ಅದಕ್ಕಾಗಿ ಮಾರ್ಗವನ್ನು ಸಿದ್ಧಮಾಡುತ್ತಿದ್ದಂತೆ ವಿಲಿಯಂಮಿಲ್ಲರ್ ಮತ್ತು ಅನುಚರರು ದೇವಕುಮಾರನ ಎರಡಯ ಬರುವಣಿವನ್ನು ಸಾರಿದರು.

ನನ್ನನ್ನು ಶಿಷ್ಯರಿದ್ದ ಕಾಲಾವಧಿಗೆ ಕರೆದೊಯ್ದು, ಪ್ರಿಯನಾದ ಯೋಹಾನನಿಗೆ ನಿರ್ವಹಿಸಬೇಕಾಗಿದ್ದ ವಿಶೇಷ ಕೆಲಸವು ದೇವರಿಂದ ನಿಯೋಜಿಸಲ್ಪಟ್ಟಿದ್ದನ್ನು ನಾನು ಕಂಡೆನು. ಸೈತಾನನು ಈ ಕೆಲಸಕ್ಕೆ ಅಡೆತಡೆ ಉಂಟುಮಾಡಲು ತೀರ್ಮಾನಿಸಿ ಅವನನ್ನು ನಾಶಮಾಡಲು ತನ್ನ ಸೇವಕರನ್ನು ಕಳುಹಿಸಿದನು. ಆದರೆ ಯೋಹಾನನನ್ನು ದೇವರು ತನ್ನ ದೂತರನ್ನು ಕಳುಹಿಸಿ ಅದ್ಭುತವಾಗಿ ರಕ್ಷಿಸಿದನು. ಯೋಹಾನನ ಬಿಡುಗಡೆಯಲ್ಲಿ ವ್ಯಕ್ತವಾದ ಯೇಸುವಿನ ಮಹಾಶಕ್ತಿಗೆ ಸಾಕ್ಷಿಗಳಾಗಿದ್ದವರು ದಿಗ್ಭ್ರಮೆಗೊಂಡರು , ದೇವರು ಆತನೊಂದಿಗಿದ್ದುದನ್ನು ಮನವರಿಕೆ ಮಾಡಿಕೊಂಡು ಯೇಸುವಿನ ಬಗೆಗಿನ ಅವನ ಸಾಕ್ಷಿಯು ಯಥಾರ್ಥವಾದದ್ದೆಂದುಕೊಂಡರು. ಈತನನ್ನು ನಾಶಪಡಿಸಬೇಕೆಂದಿದ್ದವರು ಮತ್ತೊಮ್ಮೆ ಜೀವತೆಗೆಯುವ ಪ್ರಯತ್ನಕ್ಕೆ ಕೈಹಾಕಲು ಭಯಪಟ್ಟರು, ಯೇಸುವಿಗಾಗಿ ಎಲ್ಲವನ್ನು ಸಹಿಸಿಕೊಳ್ಳಲು ಅವನಿಗೆ ಅನುಮತಿ ನೀಡಲಾಯಿತು. ಆತನ ಶತೃಗಳು ಸುಳ್ಳು ಆಪಾದನೆ ಹೊರಿಸಿದರು , ನಿರ್ಜನವಾದ ದ್ವೀಪವೊಂದಕ್ಕೆ ಕ್ಷಣಮಾತ್ರದಲ್ಲಿ ಬಹಿಷ್ಕರಿಸಲಾಯಿತು. ಅಲ್ಲಿ ತಾನೇ, ದೇವರು, ಈ ಭೂಮಿಯ ಮೇಲೆ ಸಂಭವಿಸಲಿರುವುದನ್ನೆಲ್ಲಾ ತಿಳಿಸಿದನು ಹಾಗೂ ಅಂತ್ಯಕಾಲದವರೆಗೂ ಸಭೆಯ ಸ್ಥಿತಿಗತಿಯನ್ನು , ಅವಳ ಹಿಮ್ಮೆಟ್ಟುವಿಕೆಯನ್ನು ಮತ್ತು ದೇವರ

ಮೆಚ್ಚುಕೆಗೆ ಪಾತ್ರಳಾದಲ್ಲಿ ಸಿಗುವ ಸ್ಥಾನಮಾನ ಮತ್ತು ಕೊನೆಯಲ್ಲಿ ದೊರಕುವ ಜಯದ ಬಗೆಗೆ ಪ್ರಕಟಿಸಲು ಕರ್ತನು ತನ್ನ ದೂತರನ್ನು ಯೋಹಾನನ ಬಳಿಗೆ ಕಳುಹಿಸಿದರು. ಪರಲೋಕದಿಂದ ಯೋಹಾನನ ಕಂಡೆಗೆ ರಾಜಗಾಂಭೀರ್ಯದಿಂದ ದೂತನು ಇಳುದು ಬಂದನು , ಅವನ ಮುಖವು ಪರಲೋಕದ ಮಹಾಪ್ರಕಾಶದಿಂದ ಹೊಳೆಯುತ್ತಿತ್ತು. ದೇವರ ಸಭೆಯ ಮೇಲಿನ ಆಳವಾದ ಪುಳಕಿತಗೊಳ್ಳುವ ಆ ಸಕ್ತಿಯ ವಿಷಯವನ್ನು ಪ್ರಕಟಿಸಿದನು. ಮತ್ತು ಅವರು ಸಹಿಸಿಕೊಳ್ಳಬೇಕಾಂದ ಅಪಾಯಕಾರವಾದ ಸಂಘಟನೆಯ ಸಂಗತಿಗಳನ್ನು ತಿಳಿಸಿದನು, ಯೋಹಾನನು, ತಾವು ಉಗ್ರವಿಚಾರಣೆ ಮೂಲಕ ಹಾದುಹೋಗಿ ಪುಟಕಿಟ್ಟು ಪರಿಶುಭ್ರರಾಗುವುದೂ, ಕೊನೆಯಲ್ಲಿ ಜಯಶಾಲಿಗಳಾಗಿ ದೇವರರಾಜ್ಯದಲ್ಲಿ ಮಹಾಮಹಿಮೆಯಿಂದ ರಕ್ಷಿಸಲ್ಪಡುವುದನ್ನು ದರ್ಶಿಸಿದನು. ದೇವರ ಸಭೆಯು ಅಂತ್ಯದಲ್ಲಿ ಜಯಗೊಳಿಸುವುದನ್ನು ಯೋಹಾನನಿಗೆ ದೂತನು ತೋರಿಸುವಾಗ, ದೂತನಮುಖವು ಪರಮ ಸಂತೋಷದಿಂದ ಉಜ್ವಲವಾಗಿ ಪ್ರಕಾಶಿಸುತ್ತಿತ್ತು . ಸಭೆಯು ಅಂತಿಮ ಬಿಡುಗಡೆಯನ್ನು ದರ್ಶಿಸುತ್ತಿರುವಾಗ ಯೋಹಾನನು ಪರವಶನಾದನು ಆ ದೃಶ್ಯದ ಮಹಾಮಹಿಮೆಯನ್ನು ಕಂಡಾಗ ಬಹು ಭಯಭಕ್ತಿಯಿಂದ, ತೀವ್ರಗೌರವದಿಂದ ದೇವದೂತನ ಪಾದಗಳ ಮೇಲೆ ಬಿದ್ದನು. ಆ ದೂತನು ಅವನನ್ನೆತ್ತಿ, ಮೃದುವಾಗಿ ಖಂಡಿಸುತ್ತಾ ಅವನಿಗೆ- ಮಾಡಬೇಡ ನೋಡು; ನಾನು ನಿನಗೂ ಯೇಸುವಿನ ವಿಷಯವಾದ ಸಾಕ್ಷಿಯನ್ನು ಹೇಳಿರುವ ನಿನ್ನ ಸಹೋದರರಿಗೂ ಜೊತೆಯ ದಾಸನಾಗಿದ್ದೇನೆ; ದೇವರನ್ನು ಆರಾಧಿಸು ಏಕೆಂದರೆ ಯೇಸುವಿನ ವಿಷಯವಾದ ಸಾಕ್ಷಿಯು ಪ್ರವಾದನ ಆತ್ಮವೇ ಅಂದನು. ನಂತರ ದೂತನು ಪರಲೋಕದ ಉಜ್ವಲ ತೇಜಸ್ಸು, ಕಣ್ಣುಕೋರೈಸುವ ವೈಭವವನ್ನು ತೋರಿಸಿದನು. ಯೋಹಾನನು ಈ ಪಟ್ಟಣದ ಮಹಾಪ್ರಕಾಶವನ್ನು ಕಂಡು ಪರವಶನಾದನು. ಈ ಮೊದಲೇ ದೂತನು ನೀಡಿದ ಎಚ್ಚರಿಕೆಯನ್ನು ಮರೆತು ಮತ್ತೊಮ್ಮೆ ಅವನ ಪಾದಕ್ಕೆ ಬೀಳಲು ದೂತನು ಮತ್ತೆ ಮೃದುವಾಗಿ ಖಂಡಿಸುತ್ತಾ - ಮಾಡಬೇಡ ನೋಡು, ನಾನು ನಿನಗೂ ಪ್ರವಾದಿಗಳಾಗಿರುವ ನಿನ್ನ ಸಹೋದರರಿಗೂ ಈ

ಪುಸ್ತಕದಲ್ಲಿ ಬರೆದಿರುವ ಮಾತುಗಳನ್ನು ಕೈಕೊಂಡು ನಡೆಯುವವರಿಗೂ ಜೊತೆಯ ದಾಸನಾಗಿದ್ದೇನೆ, ದೇವರನ್ನು ಆರಾಧಿಸು ಎಂದರು.

ಬೋಧಕರೂ ಮತ್ತು ಇತರ ಜನರು ಪವಿತ್ರಗ್ರಂಥದ ಇತರ ಪುಸ್ತಕಗಳಿಗಿಂತ ಪ್ರಕಟನೆಯು ರಹಸ್ಯವಾದುದ್ದೆಂದೂ ಅದೇನೂ ಅಷ್ಟುಮುಖ್ಯವಾಲವೆಂದು ಭಾವಿಸುತ್ತಾರೆ. ಆದರೆ ಅಂತ್ಯಕಾಲದಲ್ಲಿ ಜೀವಿಸುತ್ತಿರುವವರಿಗೆ ಅವರ ಸ್ಥಿತಿಗತಿಯ ನಿಜ ಪರಿಸ್ಥಿತಿಯನ್ನು ಹಾಗೂ ಜವಾಬ್ದಾರಿಯನ್ನು ನಿಚ್ಚಳವಾಗಿ ತಿಳಿದುಕೊಳ್ಳಲು ಮತ್ತು ವಿಶೇಷ ಸಹಾಯ ಹೊಂದಲು ಈ ಪುಸ್ತಕವು ಪ್ರಸಕ್ತ ಪ್ರಕಟನೆಯಾಗಿದೆ ಎಂಬುದನ್ನು ನಾನು ಕಂಡೆನು. ವಿಲಿಯಂ ಮಿಲ್ಲರನ ಮನಸ್ಸನು ದೇವರು ಪ್ರವಾದನೆಗಳೆಡೆಗೆ ತಿರುಗಿಸಿದರು ಮತ್ತು ಪ್ರಕಟಣೆಯ ಪುಸ್ತಕದ ಮೇಲೆ ಅವನಿಗೆ ಮಹಾಬೆಳಕನ್ನು ನೀಡಿದರು.
ಒಂದುವೇಳೆ ಜನರು ದಾನಿಯೇಲನ ದರ್ಶನವನ್ನು ಅರ್ಥಮಾಡಿಕೊಂಡಿದರೆ ಯೋಹಾನನ ದರ್ಶನವನ್ನು ಅದಕ್ಕಿಂತ ಮಿಗಿಲಾಗಿ ಅರ್ಥಮಾಡಿಕೊಳ್ಳುತ್ತಿದ್ದರು. ಆದರೆ ಸೂಕ್ತವಾದ ಸಮಯದಲ್ಲಿ ದೇವರು, ಆತನ್ನು ಆರಿಸಿಕೊಂಡ ದಾಸನಿಗೆ ತಿಳಿಸಿದನು, ಮಿಲ್ಲರನ್ನು ಪವಿತ್ರಾತ್ಮನ ಬಲದಿಂದ ಬಹು ಸ್ಪಷ್ಟವಾಗಿ ಪ್ರವಾದನೆಗಳನ್ನು ಬಿಚ್ಚಿದನು ಮತ್ತು ದಾನಿಯೇಲನ ಹಾಗೂ ಯೋಹಾನನ ದರ್ಶನದ ಸಾಮರಸ್ಯವನ್ನೂ ಮತ್ತು ಸತ್ಯವೇದದ ಇತರ ಪುಸ್ತಕಗಳನ್ನು ತೆರೆದಿಟ್ಟು, ಪವಿತ್ರ ಹಾಗೂ ಭಯಂಕರ ದೇವರ ಎಚ್ಚರಿಕ್ಕೆಗಳನ್ನು ಮನುಷ್ಯದ ಹೃದಯದಲ್ಲಿ ಮನೆಮಾಡಿಕೊಳ್ಳುವಂತೆ ಅಚ್ಚೊತ್ತಿದನು, ಈತನ ಶ್ರೋತೃಗಳ, ಬೋಧಕರು, ಜನರು, ಪಾಪಿಗಳು ಹಾಗೂ ನಾಸ್ತಿಕರಲ್ಲಿ ನ್ಯಾಯವಿಚಾರಣೆಯ ದಿನದಲ್ಲಿ ದೃಢವಾಗಿ ನಿಲ್ಲಲು ಮಾಡಿಕೊಳ್ಳಬೇಕಾದ ಸಿದ್ಧತೆ ಬಗೆಗೆ ಬಹು ಆಳವಾದ ಭಕ್ತಿಭಾವದ ಮನಗಾಣ್ಕೆ ಕಂಡುಬಂತು.

ದೇವರು ಮತ್ತು ಆತನ ದೂತರು ವಿಲಿಯಂ ಮಿಲ್ಲರ್ ನ ಸುವಾರ್ತಾಸೇವೆಯಲ್ಲಿ ಜೊತೆ ಸೇರಿದರು. ಅವನು ದೃಢನೂ ಎದೆಗುಂದದವನೂ. ಆದನು ಅವನ ಕೈಗೆ ನಂಬಿಕೆಯಿಂದ ವಹಿಸಿದ

ಕಾರ್ಯವನ್ನು ಧೈರ್ಯದಿಂದ ಪ್ರಚಾರಮಾಡಿದನು. ದುಷ್ಟತನದಿಂದ ಕೂಡಿದ್ದ ಈ ಲೋಕದ ಹಾಗೂ ತಣಗಿದ್ದ ಲೌಕಿಕ ಸಭೆಯ ಸ್ಥಿತಿಯು ಮಿಲ್ಲರನಿಗೆ ತನ್ನ ಶಕ್ತಿಯನ್ನು ಕ್ರಿಯಾಶೀಲಗೊಳಿಸುವಂತೆ ತೊಂದರೆಗಳನ್ನು ಅನುಭವಿಸುವಂತೆಯೂ, ಏಕಾಂಗಿತನವನ್ನೂ ಸಂಕಟವನ್ನೂ ಸ್ವಇಚ್ಛೆಯಿಂದ ತಾಳಿಕೊಳ್ಳುವಂತೆ ಮಾಡಿತು. ತೋರಿಕೆಯ ಕ್ರೈಸ್ತರೂ ಮತ್ತು ಈ ಲೋಕವು ವಿರೋಧಿಸಿದರೂ ಮತ್ತು ಸೈತಾನನು ಅವನ ದೂತರು ಪೀಡನೆಯಿಂದ ಅಪ್ಪಳಿಸಿದರೂ ಸಹ ಆತನನ್ನು ಆಹ್ವಾನಿಸಲ್ಪಟ್ಟ ಸ್ಥಳಗಳಲೆಲ್ಲಾ ನಿರಂತರವಾಗಿ ನಿತ್ಯಸುವಾರ್ತೆ ಸಾರುವುದನ್ನು ನಿಲ್ಲಿಸದೆ ಮತ್ತು ದೇವರಿಗೆ ಭಯಪಟ್ಟು, ಆತನಿಗೆ ಘನಪಡಿಸಿರಿ, ಆತನು ನ್ಯಾಯತೀರ್ಪು ಮಾಡುವ ಗಳಿಗೆಯು ಬಂದಿದೆ ಎಂಬ ಸತ್ಯವನ್ನು ಪ್ರಚಾರ ಮಾಡಿದನು .

ಓದಿ: 1 ಅರಸು 19:16-21 ; ದಾನಿಯೇಲ ಅಧ್ಯಾಯ 7-12; ಪ್ರಕಟನೆ ಅಧ್ಯಾಯ 1, 14:7; 19:8-10 22:6-10

ಅಧ್ಯಾಯ 23. ಮೊದಲನೇ ದೂತನ ಸಂದೇಶ

1843ರಲ್ಲಿ ದೇವರು ಸಮಯದ ಘೋಷಣೆಯಲ್ಲಿದ್ದುದನ್ನು ನಾನು ಕಂಡೆನು. ಇದು ಆತನು ಜನರನ್ನು ಎಚ್ಚರಿಸುವ ಮತ್ತು ತೀರ್ಮಾನ ತೆಗೆದುಕೊಳ್ಳುವ ಪರೀಕ್ಷಿಸುವ ಅಂಶಕ್ಕೆ ತರುವ ವಿನ್ಯಾಸವಾಗಿದೆ. ಪ್ರವಾದನಾ ಕಾಲಾವಧಿಯ ಸ್ಪಷ್ಟತೆಯ ಸ್ಥಿತಿಯನ್ನು ಧರ್ಮಬೋಧಕರು ಅರಿತು ಒಪ್ಪಿಕೊಂಡು, ಅವರು ತಮ್ಮ ಸೊಕ್ಕನ್ನು, ಸಂಬಳವನ್ನು ಮತ್ತು ಸಭೆಯನ್ನು ತೊರೆದು ಸಂದೇಶವನ್ನು ಸಾರಲು ಸ್ಥಳದಿಂದ ಸ್ಥಳಕ್ಕೆ ಧಾವಿಸಿದರು. ಕೆಲವು ಕ್ರಿಸ್ತನಬೋಧಕರ ಮನಸ್ಸಿನಲ್ಲಿ ಮಾತ್ರ ಪರಲೋಕದಿಂದ ಬಂದ ಸಂದೇಶವು ಸ್ಥಳ ಪಡೆದುಕೊಂಡಾಗ, ಬೋಧಕರಲ್ಲದ ಬಹುಜನರ ಮೇಲೆ ಕೆಲಸ ವಹಿಸಲ್ಪಟ್ಟಿತು. ಸಂದೇಶಕ್ಕೆಧ್ವನಿಗೊಟ್ಟ ಕೆಲವರು ತಮ್ಮ ಹೊಲವನ್ನು ಬಿಟ್ಟು ಹೊರಟರು. ಕೆಲವ್ರರು ತಮ್ಮ ವ್ಯಾಪಾರ ವ್ಯವಾಹಾರಗಳನ್ನು ನಿಲ್ಲಿಸಿ ಅಂಗಡಿಗಳನ್ನು ಬಿಟ್ಟು ಹೊರಟರು. ಮಾತ್ರವಲ್ಲದೆ ವೃತಿನಿರತ ವ್ಯಕ್ತಿಗಳೂ ಸಹ ಅಷ್ಟೇನೂ ಹೆಸರುವಾಸಿಯಲ್ಲದ ಮೊದಲ ದೂತನ ಸಂದೇಶವನ್ನು ಸಾರಲು ತಮ್ಮ ಕೆಲಸವನ್ನು ಕೈಬಿಡಬೇಕಾಯಿತು, ಧರ್ಮಬೋಧಕರೂ ಸಹ ಪಂಥಾಭಿಮಾನದ ದೃಷ್ಟಿ ಭಾವನೆಗಳಿಗೆ ವಿಮುಖರಾಗಿ ಯೇಸುವಿನ ಎರಡನೇ ಬರುವಣವನ್ನು ಘೋಷಿಸಲು ಒಟ್ಟಾಗಿ ಸೇರಿಕೊಂಡರು. ಜನರು ಎಲ್ಲಾ ಕಡೆ ಚಲಿಸಲು ಸಂದೇಶವು ಎಲ್ಲೆಡೆ ಹರಡಿತು. ಪಾಪಿಗಳು ಪಶ್ಚಾತ್ತಾಪ ಪಟ್ಟರು, ಕ್ಷಮಾಪಣೆಗಾಗಿ ಅತ್ತು ಪ್ರಾರ್ಥಿಸಿದರು ,ಅಪ್ರಾಮಣಿಕರೆನಿಸಿಕೊಂಡವರು ಯಥಾಸ್ಥಿತಿಗೆ ಬರಲು ಉತ್ಸುಕರಾದರು.

ತಂದೆ ತಾಯಿಗಳು ತಮ್ಮ ಮಕ್ಕಳಿಗಾಗಿ ತವಕಪಟ್ಟರು. ಸಂದೇಶ ಪಡೆದುಕೊಂಡವರು, ಪರಿವರ್ತನೆಗೊಳ್ಳದ ತಮ್ಮ ಗೆಳೆಯರು ಬಂಧುಗಳೊಂದಿಗೆ ಅದನ್ನು ಹಂಚಿಕೊಂಡರು ಮತ್ತು ಅವರ ಆತ್ಮಗಳು ಪುನೀತ ಸಂದೇಶ ಭಾರದಿಂದ ತುಂಬಿಕೊಂಡಿದ್ದು, ದೇವಕುಮಾರನ ಬರುವಣಕ್ಕೆ ಸಿದ್ಧಪಡಿಸಿಕೊಳ್ಳಲು ಎಚ್ಚರಿಸುತ್ತಾ ಮೊರೆಯಿಟ್ಟರು.

ಹೃದಯಮುಟ್ಟುವ ಎಚ್ಚರಿಕೆಗಳಿಂದ ತುಂಬಿದ ತೂಕವಾದ ಪುರಾವೆಗಳಿಗೆ ಪ್ರತಿಫಲ ಕೊಡದವರು ಬಹು ಕಠಿಣರಾದರು .

ಆತ್ಮಶುದ್ಧಿ ಕೆಲಸವು ಪ್ರಾಪಂಚಿಕ ವಸ್ತುಗಳ ಮೇಲಿನ ಆಶೆಯಿಂದ ಹಿಂದೆಂದೂ ಅನುಭವ ಕಾಣದ ಸಂಶುದ್ಧಿ ಅಥವಾ ನಿವೇದನೆಗಳೆಡೆಗೆ ತಿರುಗಿಸಿತು. ವಿಲಿಯಂ ಮಿಲ್ಲರ್ ನ ಬೋಧನೆಗೆ ಸಾವಿರಾರು ಜನರು ಸ್ಪಂದಿಸಿ ಸತ್ಯದ ಕಡೆಗೆ ನಡೆಸಲ್ಪಟ್ಟರು. ಸಂದೇಶವನ್ನು ಸಾರಲು ಎಲೀಯನ ಆತ್ಮ ಮತ್ತು ಬಲದೊಂದಿಗೆ ಹಲವರು ದೇವರ ಸೇವಕರು ಎಬ್ಬಿಸಲ್ಪಟ್ಟರು. ಯೇಸುಸ್ವಾಮಿಯ ಅಗ್ರಗಾಮಿ ಸಾನ್ನಿಕನಾದ ಯೋಹಾನನಂತೆ ಈ ಸಂದೇಶವನ್ನು ಬೋಧಿಸಲು ಬಂದವರೆಲ್ಲಾ ಮರದ ಬುಡಕ್ಕೆ ಕೊಡಲಿ ಹಾಕುವಂತೆಯೂ ಹಾಗೂ ಪಶ್ಚಾತ್ತಾಪದಿಂದ ಫಲಕೊಡಲು ಜನರಿಗೆ ಕರೆಕೊಡುವ ಒತ್ತಡ ಅವರಿಗುಂಟಾಯಿತು. ಅವರ ಸಾಕ್ಷಿ ಸಭೆಗಳನ್ನು ಎಬ್ಬಿಸಿ ಬಲವಾಗಿ ಪ್ರಭಾವ ಬೀರಿತು ಮತ್ತು ಸಭೆಯ ನೈಜ ಗುಣವನ್ನು ಎತ್ತಿ ಪ್ರಕಟಿಸುವಂತೆ ಮಾಡಿದವು. ಮುಂಬರುವ ಕೌದ್ರತೆಯಿಂದ ಓಡಿಹೋಗುವ ಗಂಭೀರ ಸಂದೇಶವನ್ನು ಕೊಡುವಾಗ, ಸಭೆಯೊಂದಿಗೆ ಸೇರಿಕೊಂಡ ಬಹು ಜನರಿಗೆ ಗುಣಹೊಂದುವ ಸಂದೇಶಗಳು ಕೊಡಲ್ಪಟ್ಟವು; ಅವರು ತಮ್ಮ ಹಿಮ್ಮೆಟ್ಟುವಿಕೆಯನ್ನು ಮನಗಂಡು ಪಶ್ಚಾತ್ತಾಪದ ಕಣ್ಣೀರಿನಿಂದಲೂ ಆತ್ಮದ ಆಳವಾದ ದುಃಖದಿಂದಲೂ ದೇವರ ಮುಂದೆ ತಗ್ಗಿಸಿಕೊಂಡರು. ದೇವರ ಆತ್ಮವು ಅವರ ಮೇಲೆ ನೆಲೆಗೊಂಡಿತು, ಅವರು ಎತ್ತರದ ಧ್ವನಿಯಿಂದ ದೇವರಿಗೆ ಭಯಪಟ್ಟು ಅತನನ್ನು ಘನಪಡಿಸಿರಿ, ಆತನು ನ್ಯಾಯತೀರ್ಪುಮಾಡುವ ಗಳಿಗೆಯು ಬಂದಿದೆ ಎಂದು ಕೂಗಲಾರಂಭಿಸಿದರು.

ನಿರ್ಧಿಷ್ಟ ಕಾಲದ ಬೋಧನೆ ಎಲ್ಲಾ ವರ್ಗಗಳ ಅಂದರೆ ಧರ್ಮಬೋಧಕರಿಂದ ಹಿಡಿದು ಎಚ್ಚರಗೇಡಿಗಳಾದ ಪರಲೋಕಕ್ಕೆ ಅಂಜದ ಪಾಪಿಗಳವರೆಗೂ ಮಹಾ ವಿರೋದವನ್ನೆಬ್ಬಿಸಿತು. ಕಪಟಿಗಳಾದ ಬೋಧಕರು ಮತ್ತು ಧೈರ್ಯವಾಗಿ ಹಿಯ್ಯಾಳಿಸುವವರು ಆ ದಿನ ಮತ್ತು ಸಮಯವು ಯಾವ ಮನುಷ್ಯನಿಗೂ ತಿಳಿದಿಲ್ಲ ಎಂದರು;ದೇವ ವಚನದ ಮೂಲಕ ಪ್ರವಾದನಕಾಲವು

ಉರುಳಿಹೋಗಿದ್ದು ಕ್ರಿಸ್ತನ ಬರುವಣದ ಚಿಹ್ನೆಗಳು ಬಾಗಿಲ ಹತ್ತಿರದಲ್ಲಿದೆ ಎಂದು ತಿಳಿಸುವ ಸತ್ಯವೇದದ ವಚನಗಳು ಮಾಹಿತಿ ಅಥವಾ ತಿದ್ದುಪಡಿಗೆ ಒಳಪಡಲಿಲ್ಲ. ಯೇಸುಕ್ರಿಸ್ತನ ಪ್ರೀತಿಯು ಹೊರತೋರ್ವಿಕೆಯು ಹಿಂದಿನ ಕುರುಬರು ಕ್ರಿಸ್ತನ ಬರುವಣದ ವಿಷಯದ ಬೋಧನೆಗೆ ತಮ್ಮ ಯಾವ ವಿರೋದವಿಲ್ಲವೆಂದರು ಆದರೆ ನಿರ್ಧಿಷ್ಟ ಕಾಲವಧಿಯ ಬೋಧನೆಗೆ ಮಾತ್ರ ಆಕ್ಷೇಪಿಸಿದರು. ಎಲ್ಲವನ್ನೂ ದೃಷ್ಟಿಸುವ ದೇವರ ಕಣ್ಣುಗಳು ಅವರ ಹೃದಯವನ್ನು ಪರಿಶೀಲಿಸಿತು. ಅಲ್ಲಿ ಯೇಸುವಿಗೆ ಪ್ರೀತಿಯಿರಲಿಲ್ಲ. ಮುಂಬರುವ ಪರೀಕ್ಷೆಯ ಎದುರು ತಮ್ಮ ಅಕ್ರೈಸ್ತ ಜೀವಿತವು ನಿಲ್ಲುವುದಿಲ್ಲ ಎಂಬುದನ್ನು ಅವರು ತಿಳಿದಿದ್ದರು; ಏಕೆಂದರೆ ಅವನು ಸ್ಥಾಪಿಸಿದ ಧೀನಮಾರ್ಗದಲ್ಲಿ ಅವರು ನಡೆಯುತ್ತಿರಲಿಲ್ಲ. ಈ ಸುಳ್ಳು ಕುರುಬರು ದೇವರ ಕೆಲಸದ ಮಾರ್ಗದಲ್ಲಿ ಅಡಚಣೆಯಾದರು. ಅಂಗೀಕಾರದ ಬಲದಿಂದ ಬೋಧಿಸಲ್ಪಟ್ಟ ಸತ್ಯವು, ಆ ಸೆರೆಯುವನಂತೆ ಕಣ್ತೆರೆಸಿದವು. 'ನಾನು ರಕ್ಷಣೆ ಹೊಂದಬೇಕಾದರೆ ಏನು ಮಾಡಬೇಕು', ಎಂದು ಜನರು ಕೇಳಲಾರಂಭಿಸಿದರು. ಆದರೆ ಈ ಸುಳ್ಳು ಕುರುಬರು ಸತ್ಯಕ್ಕೂ ಜನರಿಗೂ ಮಧ್ಯ ಪ್ರವೇಶಿಸಿ ನಯವಾದ ಸಂಗತಿಗಳನ್ನು ಬೋಧಿಸುತ್ತಾ ಸತ್ಯಕ್ಕೆ ದೂರು ಎಳೆದು ಕೊಂಡು ಹೋದರು ಅವರು ಸೈತಾನ ಮತ್ತು ಅವನ ದೂತರೊಂದಿಗೆ ಸೇರಿಕೊಂಡು ಶಾಂತಿ ಇಲ್ಲದೆಡೆಯಲ್ಲಿ ಶಾಂತಿ, ಶಾಂತಿ ಎಂದು ಕೂಗುತ್ತಿದ್ದರು. ದೇವದೂತರೂ ಇವೆಲ್ಲವನ್ನೂ ದಾಖಲಿಸುತ್ತಿದ್ದುದನ್ನೂ, ಅಪವಿತ್ರ ಕುರುಬರ ವಸ್ತ್ರಗಳು ರಕ್ತದಿಂದ ಕೂಡಿರುವುದನ್ನೂ ನಾನು ಕಂಡೆನು . ಯಾರೆಲ್ಲ ನಿಶ್ಚಿಂತರಾಗಿರಬೇಕೆಂದು ಇಚ್ಚಿಸಿ ದೇವರಿಂದ ಬಹು ದೂರವಿರುವುದರಲ್ಲಿ ತೃಪರಾಗಿದ್ದರೋ ಅವರು ತಮ್ಮ ಲೌಕಿಕ ಭದ್ರತೆಯಿಂದ ಎಬ್ಬಿಸಲ್ಪಡುವುದೇ ಇಲ್ಲ.

ಈ ರಕ್ಷಣೆ ತರುವ ಸಂದೇಶವನ್ನು ಬಹು ಜನ ಧರ್ಮೋಪದೇಶಕರೇ ಅಂಗೀಕರಿಸಲಿಲ್ಲ, ಮತ್ತು ಅಂಗೀಕರಿಸಿದವರನ್ನೂ ಅಡ್ಡಿಪಡಿಸಿದರು. ಇಂತಹ ಜನರ ರಕ್ತವು ಅವರ ಮೇಲಿದೆ. ಪರಲೋಕದ ಈ ಸಂದೇಶವನ್ನು ಪ್ರತಿಭಟಿಸಲು ಬೋಧಕರ ಜೊತೆಗೆ ಜನರು ಸೇರಿಕೊಂಡರು. ಅವರು ವಿಲಿಯಂ

ಮಿಲ್ಲರ್ ಹಾಗೂ ಆತನ ಸಂಗಡಿಗರನ್ನೂ ಹಿಂಸಿಸಿದರು, ಈತನ ಪ್ರಭಾವನ್ನು ಛಿದ್ರಗೊಳಿಸಲು ಸುಳ್ಳು ಬೋಧನೆಗಳು ಪ್ರಚಲಿತವಾದವು. ಈತನು ದೇವರ ಆಲೋಚನೆಗಳನ್ನು ಸರಳವಾಗಿ ಪ್ರಕಟಿಸಿ, ಕೇಳುಗರ ಹೃದಯದಲ್ಲಿ ಕಟ್ಟುಸತ್ಯವನ್ನು ಬಿತ್ತುತ್ತಿದ್ದ ವಿವಿಧ ಸಂರ್ಧಭಗಳಲ್ಲಿ ಈತನ ವಿರುದ್ದ ರೌದ್ರುವನ್ನು ಎಬ್ಬಿಸಲಾಯಿತು. ಅದ್ದರಿಂದ ಆ ಸ್ಥಳವನ್ನು ಬಿಟ್ಟು ಹೊರಡುವಾಗ ಜೀವವನ್ನು ತೆಗೆಯಬೇಕೆಂದು ದಾರಿಗೆ ಅಡ್ಡಗಟ್ಟಲಾಯಿತು. ಆದರೆ ಮಿಲ್ಲರನ ಜೀವವನ್ನು ರಕ್ಷಿಸಲು ದೇವದೂತರು ಕಳುಹಿಸಲ್ಪಟ್ಟರು. ಅವರ ಕೋಪ್ರೋದ್ರಿಕ ಜನರ ಗುಂಪಿನಿಂದ ಸುರಕ್ಷಿತವಾಗಿ ಅವನನ್ನು ನಡೆಸಿದರು. ಆತನ ಕೆಲಸವೂ ಇನ್ನೂ ಮುಕ್ತಾಯವಾಗಿರಲಿಲ್ಲ.

ಮಹಾಭಕ್ತರೆಲ್ಲಾ ಆನಂದದಿಂದ ಸಂದೇಶವನ್ನು ಅಂಗೀಕರಿಸಿದರು. ಇದು ದೇವರ ಸಂದೇಶವೆಂದೂ ಯುಕ್ತ ಸಮಯದಲ್ಲಿ ಪ್ರಕಟವಾಗಿದೆ ಎಂದೂ ಅರ್ಥಮಾಡಿಕೊಂಡರು. ಈ ಪರಲೋಕ ಸಂದೇಶದ ಪ್ರತಿಫಲವನ್ನು ದೇವದೂತರು ತೀವ್ರ ಆಸಕ್ತಿಯಿಂದ ಎದುರು ನೋಡುತ್ತಿದ್ದರು. ಆದರೆ ಸಭೆಗಳು ಅದನ್ನು ತಿರಸ್ಕರಿಸಿ ವಿಮುಖವಾಗಲು ಅವರು ಅಸಂತೋಷದಿಂದ ಯೇಸುವಿನ ಸಲಹೆ ಕೇಳಿದರು. ಆತನು ಸಭೆಗಳಿಂದ ತನ್ನ ನೋಟವನ್ನು ಸರಿಸಿ, ಸಾಕ್ಷಿಗಳನ್ನು ತಿರಸ್ಕರಿಸಿದ ಅಮೂಲ್ಯರನ್ನು ಪ್ರಾಮಾಣಿಕತೆಯಿಂದ ಗಮನಿಸಿರಿ ಏಕೆಂದರೆ ಮತ್ತೊಂದು ಬೆಳಕು ಅವರ ಮೇಲೆ ಪ್ರಕಾಶಿಸಲಿದೆ ಎಂದು ದೂತರಿಗೆ ಹೇಳಿದನು.

ಒಂದುವೇಳೆ ತೋರಿಕೆಯ ಕ್ರೈಸ್ತರು ರಕ್ಷಕನ ಬರುವಣವನ್ನು ಪ್ರೀತಿಸಿದ್ದರೆ, ಆತನ ಮೇಲೆ ಪ್ರೀತಿಯನ್ನಿಟ್ಟಿದ್ದರೆ, ಆತನೊಂದಿಗೆ ಹೋಲಿಸಲಾಗುವಂಥವರು ಯಾರು ಭೂಮಿಯಲಿಲ್ಲವೆಂದು ನಂಬಿದ್ದರೆ, ಆತನ ಬರುವಣ ಮೊದಲ ಪರಿಚಯದಲ್ಲೇ ಗೆಲುವಿನಿಂದ ಜಯಕಾರ ಮಾಡಿತ್ತಿದ್ದರು ಎಂಬುದನ್ನು ನಾನು ಕಂಡೆನು. ಆದರೆ ಕರ್ತನ ಬರುವಣದ ಬಗ್ಗೆ ತಿಳಿದಾಗ ಅವರು ಅಸಮ್ಮತಿಯನ್ನು ತೋರಿಸಿದ್ದರಲ್ಲಿ, ಆತನನ್ನು ಪ್ರೀತಿಸಲಿಲ್ಲ ಎಂಬ ಎಂಬ ಕಟುತೀರ್ಮಾನಕ್ಕೆ ಪುರವೆಯಾಗಿದೆ. ಇದೀಗ ಸೈತಾನನೂ ಆತನ ದೂತರು ವಿಜಯೋತ್ಸಾಹದಿಂದ ಕ್ರಿಸ್ತನಿಗೂ ಆತನ ದೂತರಿಗೂ ಸಮ್ಮುಖದಲ್ಲೇ ತೋರಿಕೆಯ ಕ್ರೈಸ್ತರಿಗೆ ಯೇಸುವಿನ ಮೇಲೆ

ಕಿಂಚಿತ್ತೂ ಪ್ರೀತಿ ಇಲ್ಲವಾದ್ದರಿಂದ ಆತನ ಎರಡನೆಯ ಬರುವಣಿವನ್ನೂ ಅಪೇಕ್ಷಿಸುತ್ತಿಲ್ಲವೆಂದು ಮುಖದ ಮೇಲೆ ಹೊಡೆದಂತೆ ತಿಳಿಸಿದರು.

ದೇವಜನರು ಕರ್ತನನ್ನು ನೋಡಲು ಅತ್ಯಾನಂದವ ಅಪೇಕ್ಷೆಯಿಂದಿರುವುದನ್ನು ನಾನು ಕಂಡೆನು. ಆದರೆ ದೇವರು ಅವರಿಗೆ ರುಜುವಾತು ಮಾಡಿಕೊಡಲು ಯೋಚಿಸಿದನು. ಪ್ರವಾದನೆಯ ಕಾಲಾವಧಿಯ ಎಣಿಕೆಯಲ್ಲಿನ ತಪ್ಪನ್ನು ಕರ್ತನ ಕರಗಳು ಮುಚ್ಚಿಬಿಟ್ಟವು. ಕರ್ತನಿಗಾಗಿ ಕಾಯುತ್ತಿದ್ದವರೂ ಅದನ್ನು ಸರಿಯಾಗಿ ಕಂಡುಕೊಳ್ಳಲಿಲ್ಲ, ಆಕಾಲವನ್ನು ಪ್ರತಿಭಟಿಸುತ್ತಿದ್ದ ವಿದ್ಯಾವಂತರೂ ಸರಿಯಾಗಿ ಅರ್ಥಮಾಡಿಕೊಳ್ಳುವುದರಲ್ಲಿ ಸೋತರು. ದೇವರೇ, ಈ ಜನರು ನಿರಾಶೆಹೊಂದಲೆಂದು ಉದ್ದೇಶಿಸಿದರು ಸಮಯವೂ ಕಳೆದಾಗ ಆತನು ಬರವಣಿವನ್ನು ಎದುರುನೋಡುತ್ತಿದ್ದವರು ದುಃಖದಿಂದ ಮನಗುಂದಿದರು, ಆದರೆ ಯೇಸುವಿನ ಬರುವಣಿವನ್ನು ಇಷ್ಟಪಡದೆ ಭಯದಿಂದ ಸಂದೇಶವನ್ನು ಅಂಗೀಕರಿಸಿದವರಿಗೆ, ಎದುರುನೋಡುತ್ತಿದ್ದ ಸಮಯಕ್ಕೆ ಆತನು ಬರಲಿಲ್ಲವೆಂದು ಬಹು ಸಂತೋಷವಾಯಿತು. ಅವರು ಕಂಠೋಕ್ತವಾಗಿ ಹೇಳಿಕೊಂಡರೂ ಅದೊ ಹೃದಯದ ಮೇಲೆ ಯಾವ ಪರಿಣಾಮವನ್ನೂ ಮಾಡಲಿಲ್ಲ ಮತ್ತು ಜೀವವನ್ನು ಶುದ್ಧಮಾಡಲೂ ಇಲ್ಲ. ಇಂತಹ ಜನರ ಹೃದಯವನ್ನು ಬಹಿರಂಗಪಡಿಸಲು ಕಾಲಾವಧಿಯ ಮುಂದೂಡುವಿಕೆ ಸರಿಯಾಗಿಯೇ ಆಗಿತ್ತು. ಮೊಟ್ಟಮೊದಲನೆಯದಾಗಿ ಇವರೆಲ್ಲಾ ರಕ್ಷಕನ ಬರುವಣಿವನ್ನು ನಿಜವಾಗಿ ಪ್ರೀತಿಸಿದ್ದು ದುಃಖಪಟ್ಟು ನಿರಾಶೆಹೊಂದಿದವರ ನ್ನು ಹಿಯ್ಯಾಳಿಸಿದರು. ದೇವರು ಸಂಕಟಕಾಲದಲ್ಲಿ ಕುಂದಿಹೋಗಿ ಹಿಮ್ಮೆಟ್ಟುವವರನ್ನು ಕಂಡುಕೊಳ್ಳಲು ಅನ್ವೇಷಣೆಯ ಪರೀಕ್ಷೆಯೊಂದನ್ನು ನೀಡಿ ತನ್ನ ಜನರಿಗೆ ಪ್ರಮಾಣಪೂರ್ವಕವಾಗಿ ತೋರಿಸಿದುದನ್ನು ನಾನು ಕಂಡೆನು.

ದೇವರನ್ನು ನೋಡಬೇಕೆಂದು ಬಹು ಪ್ರೀತಿಯಿಂದ ಆಶಿಸಿ ಮನಃಪೂರ್ವಕವಾಗಿ ಕಾದುಕೊಂಡಿದ್ದವರನ್ನು ಯೇಸು ಮತ್ತು ಪರಲೋಕಗಣಗಳು ಪ್ರೀತಿಯಿಂದಲೂ ಮತ್ತು ಅನುಕಂಪದಿಂದಲೂ ದೃಷ್ಟಿಸಿದರು ಸಂಕಟಕಾಲದಲ್ಲಿ ಇವರನ್ನು ಕಾಪಾಡಲು ದೇವದೂತರು ಸುತ್ತಲು

ಹಾರಾಡುತ್ತಿದ್ದರು. ಪರಲೋಕ ಸಂದೇಶವನ್ನು ಅಲಕ್ಷ್ಯಮಾಡಿದವರು ಕತ್ತಲಲ್ಲೀ ಇಡಲ್ಪಟ್ಟರು. ಅವರ ಮೇಲೆ ದೇವರ ಕೋಪವು ಭಗ್ಗನೆ ಹೊತ್ತಿಕೊಂಡಿತು. ಏಕೆಂದರೆ ಆತನು ಪರಲೋಕದಿಂದ ಅನುಗ್ರಹಿಸಿದ ಬೆಳಕನ್ನು ಅವರು ಅಂಗೀಕರಿಸಲಿಲ್ಲ. ಆದರೆ ಕರ್ತನು ಏಕೆ ಬರಲಿಲ್ಲ ಎಂದು ಚಿಂತಿಸುತ್ತಾ ನಿರಾಶೆ ಹೊಂದಿದ್ದ ನಂಬಿಗಸ್ಥರನ್ನು ದೇವರು ಅಂಧಕಾರದಲ್ಲಿ ಇಡಲಿಲ್ಲ. ಮತ್ತೆ ಅವರು ಪ್ರವಾದನ ಕಾಲವನ್ನು ಸರಿಯಾಗಿ ಹುಡುಕಿಕೊಳ್ಳಲು ಸತ್ಯವೇದದ ಕಡೆಗೆ ಸೆಳೆಯಲ್ಪಟ್ಟರು. ಸಂಖ್ಯೆಗಳ ಮೇಲಿಂದ ದೇವರ ಹಸ್ತವು ಸರಿಸಲ್ಪಟ್ಟು ತಪ್ಪುಗ್ರಹಿಕೆಯನ್ನು ವಿವರಿಸಿತು. ಅವರು ಪವಾದನಾ ಕಾಲಾವಧಿ 1844ಕ್ಕೆಬಂದು ಸೇರಿದ್ದನ್ನು ಕಂಡುಕೊಂಡರು. ಇದೇ ಕುರುಹನೇ ಅವರು ಮೊದಲು 1843ಕ್ಕೆ ಪ್ರವಾದನಾ ಕಾಲವು ಕೊನೆಗೊಳ್ಳುತ್ತದೆಂದು ಮಂಡಿಸಿದ್ದರು, ಅದು 1844ಕ್ಕೆ ಅಂತ್ಯಗೊಳ್ಳುವುದೆಂದು ಈಗ ಸಾಬೀತಾಯಿತು. ಅವರ ಸ್ಥಿತಿಗೆ ದೇವರ ವಾಕ್ಯದ ಬೆಳಕು ಹರಿಸಲ್ಪಟ್ಟು ತಡವಾಗುತ್ತಿದ್ದ ಕಾಲವನ್ನು ಅನ್ವೇಷಿಸಿದರು – ಒಂದುವೇಳೆ ದರ್ಶನವು ತಡವಾದರೆ, ಕಾದುಕೊಂಡಿರಿ. ಯೇಸುವಿನ ತತ್ ಕ್ಷಣದ ಬರುವಣದಲ್ಲಿ ಅಕಾಂಕ್ಷೆಯಿಂದ ಕಾದುಕೊಂಡಿದ್ದರಿಂದ ತಡವಾದ ಕಾಲದ ದರ್ಶನವನ್ನು ಉಪೇಕ್ಷೆ ಮಾಡಿದರು ಅದು ನಿಜವಾಗಿ ಕಾಯುತ್ತಿದ್ದವರನ್ನು ಬೆಳಕಿಗೆ ತಂದು ಪ್ರಕಟಿಸಲು ಲೆಕ್ಕಾಚಾರಮಾಡಿದುದಾಗಿತ್ತು. ಮತ್ತೆ ಅವರಿಗೆ ಕಾಲಾವಧಿಯ ಅಂಶವೊಂದು ಕೊಡಲ್ಪಟ್ಟಿತು. ಆದರೆ ಬಹು ಜನರು ನಿರಾಶೆಯ ಆಳದಿಂದ ಎಚ್ಚೆತ್ತು 1843 ರಲ್ಲಿಟ್ಟಿದ್ದ ನಂಬಿಕೆಯ ಮೇಲಿನ ಉತ್ಸುಕತೆ ಮತ್ತು ಶಕ್ತಿಯ ಮಟ್ಟವನ್ನು ಹೊಂದಿಕೊಳ್ಳಲಾಗಲಿಲ್ಲ.

ಸಂದೇಶವನ್ನು ಅಂಗೀಕರಿಸದವರು, ಅವರಂದುಕೊಂಡಂತೆ ಈ ಭ್ರಮೆಯನ್ನು ಅಂಗೀಕರಿಸದವರು ಮಾಡಿದ ತಮ್ಮ ವೈಚಾರಿಕತೆ ಮತ್ತು ವಿವೇಕದ ಬಗೆಗೆ ತಮ್ಮತಮ್ಮೊಳಗೆ ಅಭಿನಂದಿಸಿಕೊಂಡಾಗ ಸೈತಾನನೂ ಮತ್ತು ಆತನ ದೂತರು ಸಂಭ್ರಮ ಪಟ್ಟರು. ಅವರು ದೇವರ ಸಲಹೆಯನ್ನು ಅಲಕ್ಷಿಸುತ್ತಿರುವೆವೆಂದು ತಿಳಿದುಕೊಳ್ಳಲಿಲ್ಲ. ಪರಲೋಕದುದ್ಭವ ಸಂದೇಶಕ್ಕೆ ಅನುಸಾರವಾಗಿ

ಜೀವಿಸುತ್ತಿದ್ದ ದೇವಜನರನ್ನು ಕಳವಳಗೊಳಿಸುವುದರಲ್ಲಿ, ಅವರು ಸೈತಾನನೂ ಅವನ ದೂತರೊಂದಿಗೆ ಐಕ್ಯಗೊಡರು.

ಈ ಸಂದೇಶದಲ್ಲಿ ನಂಬಿಕೆಯಿಟ್ಟ ವಿಶ್ವಾಸಿಗಳು ಸಭೆಯಲ್ಲಿ ತುಳಿತಕ್ಕೆ ಒಳಗಾದರು. ಅವರ ಹೃದಯದ ಮನೋಭಾವಕ್ಕನುಸಾರವಾಗಿ ನಡೆಯಲಿಲ್ಲವಲ್ಲ ಎಂದು ಸ್ವಲ್ಪಕಾಲ ಭಯವಾವರಿಸಿತು. ಆದರೆ ಸಮಯದ ಮುಂದೂಡುವಿಕೆ ಅವರ ನಿಜಭಾವನೆಯನ್ನು ಪ್ರಕಟಿಸಿತು. ಪ್ರವಾದನ ಕಾಲವು 1844ರ ವರೆಗೆ ಮುಂದುವರೆದಿರುವುದನ್ನು ಕಂಡುಕೊಂಡ ವಿಶ್ವಾಸಿಗಳ ಸಾಕ್ಷಿಯನ್ನು ಮೌನವಾಗಿರಿಸಲು ಅವರು ಒತ್ತಡ ಹೇರಿದರು. ಆದರೂ ಅವರು ಸ್ಪಷ್ಟವಾಗಿ ಎಲ್ಲಿ ತಪ್ಪಿದ್ದೇವೆಂದು ತಿಳಿಸುವವರಾದರು ಮತ್ತು 1844ರಲ್ಲಿ ಕರ್ತನಿಗಾಗಿ ಏಕೆ ಕಾದುಕೊಂಡಿರಬೇಕು ಎಂಬುದಕ್ಕೆ ಕಾರಣವನ್ನೂ ನೀಡಿದರು. ಇವರು ನೀಡಿದ ಪ್ರಬಲ ಕಾರಣಕ್ಕೆ ಎದುರಾಗಿ ವಿರೋಧಿಗಳು ಯಾವ ವಾದವನ್ನು ಮಾಡಲಾಗಲಿಲ್ಲ. ಸಭೆಗಳ ಕೋಪ ಅವರ ಮೇಲೆ ಉರಿಯಿತು, ಯಾವ ಪುರಾವೆಗಳನ್ನೂ ಕೇಳಿಸಿಕೊಳ್ಳಬಾರದೆಂದು ನಿರ್ಧರಿಸಿ ಇತರರು ಕೇಳಿಸಿಕೊಳ್ಳಲಾಗದಂತೆ ಇವರು ಸಾಕ್ಷಿಯನ್ನು ಮುಚ್ಚಿಹಾಕಲು ತೀರ್ಮಾನಿದರು .ಯಾರು ತಮಗೆ ದೇವರಿಂದ ಬಂದ ಬೆಳಕನ್ನು ಮುಚ್ಚಿಡದೆ ಹೋದರೋ ಅವರನ್ನು ಸಭೆಯಿಂದ ಬಹಿಷ್ಕರಿಸಲಾಯಿತು; ಆದರೆ ಯೇಸುವು ಅವರೊಂದಿಗಿದ್ದ ಕಾರಣ ಆತನ ಸ್ವರೂಪದ ಬೆಳಕಿನಲ್ಲಿ ಆನಂದತುಂದಿಲರಾದರು ಅವರ ದೂತರು ಎರಡನೆಯ ಸಂದೇಶವನ್ನು ಅಂಗೀಕರಿಸಲು ಸಿದ್ಧರಾದರು.

ಓದಿ: ದಾನಿಯೇಲ 8:14; ಹಬಕ್ಕೂಕ 2:1-4; ಮಲಾಕಿಯ ಅಧ್ಯಾಯ 3 ಮತ್ತು 4; ಮತ್ತಾಯ 24:36; ಪ್ರಕಟನೆ 14:6-7

ಅಧ್ಯಾಯ 24. ಎರಡನೇ ದೂತನ ಸಂದೇಶ

ದೇವರ ಮೆಚ್ಚುಗೆಯಿಂದ ಬೀಳುತ್ತಿದ್ದ ಪರಲೋಕದ ಬೆಳಕನ್ನು ನಿರಾಕರಿಸಿದ ಕಾರಣ ಮೊದಲ ದೂತನ ಸಂದೇಶವನ್ನು ಸಭೆಗಳು ಅಂಗೀಕರಿಸಲಿಲ್ಲ. ಅವರು ತಮ್ಮ ಬಲವನ್ನೇ ಆಧಾರವಾಗಿಟ್ಟುಕೊಂಡು ಮೊದಲನೇಸಂದೇಶಕ್ಕೆ ವಿರುದ್ಧ ಪಕ್ಷವಾದ ಕಾರಣ ಎರಡನೇ ದೂತನ ಸಂದೇಶದ ಬೆಳಕನ್ನು ನೋಡಲಾಗಲಿಲ್ಲ. ಆದರೆ ತುಳಿತಕೊಳ್ಳಗಾದ ದೇವರ ಮಕ್ಕಳು ಬಾಬೇಲು ಬಿದ್ದಿತು, ಎಂಬ ಸಂದೇಶಕ್ಕೆ ಉತ್ತರಕೊಟ್ಟು ಬಿದ್ದ ಸಭೆಗಳನ್ನು ತೊರೆದುಹೋದರು.

ಎರಡನೇದೂತನ ಸಂದೇಶದ ಅಂತ್ಯದಲ್ಲಿ ದೇವರ ಮಹಾ ಬೆಳಕು ಪರಲೋಕದಿಂದ ದೇವರಮಕ್ಕಳ ಮೇಲೆ ಥಳಥಳನೆ ಹೊಳೆಯುತ್ತಿದ್ದುದನ್ನು ನಾನು ಕಂಡೆನು. ಇದು ಸೂರ್ಯನಂತೆ ಬಹು ಪ್ರಕಾಶಮಾನವಾಗಿ ಹೊಳೆಯುತ್ತಿದ್ದ ಬೆಳಕಿನ ಕಿರಣವಾಗಿತ್ತು. ದೇವದೂತರು – ಇಗೋ ಮದಲಿಂಗನು, ಅವನನ್ನು ಎದುರುಗೊಳ್ಳುವುದಕ್ಕೆ ಹೊರಡಿರಿ ಎನ್ನುವ ಕೂಗನ್ನು ನಾನು ಕೇಳಿದೆನು.

ಈ ಅರ್ಧರಾತ್ರಿಯ ಕೂಗು ಎರಡನೆಯ ಸಂದೇಶಕ್ಕೆ ಬಲಕೊಡುವ ಕೂಗಾಗಿತ್ತು . ನಿರಾಶೆಗೊಂಡಿದ್ದ ಭಕ್ತರನ್ನೆಲ್ಲಾ ಎಬ್ಬಿಸಲು ಮತ್ತು ಅವರ ಮುಂದಿನ ಕಾರ್ಯವನ್ನು ಸಿದ್ಧಪಡಿಸಲು ಪರಲೋಕದಿಂದ ದೂತರನ್ನು ಕಳುಹಿಸಲಾಯಿತು ಬಹು ಪ್ರತಿಭೆಯುಳ್ಳ ಈ ವ್ಯಕ್ತಿಗಳು ಈ ಸಂದೇಶವನ್ನು ಅಂಗೀಕರಿಸುವುದರಲ್ಲಿ ಮೊದಲನೆಯವರಾಗಲಿಲ್ಲ. ದೇವದೂತರನ್ನು, ಧೀನವ್ಯಕ್ತಿಗಳು ಹಾಗೂ ಭಕ್ತರ ಬಳಿಗೂ ಕಳುಹಿಸಲ್ಪಟ್ಟು, ಅವರು ಇಗೋ ಮದಲಿಂಗನು ಬರುತ್ತಾನೆ, ಅವನನ್ನು ಎದುರುಗೊಳ್ಳುವುದಕ್ಕೆ ಹೊರಡಿರಿ ಎಂಬ ಕೂಗುನ್ನು ಹತ್ತಿಕ್ಕಲಾರದೆ ಹೋದರು. ಈ ಕೂಗನ್ನು ಹೊಂದಿದವರು ಆತುರದಿಂದ ಪವಿತ್ರಾತ್ಮನ ಬಲದಿಂದ ಹಬ್ಬಿಸಿದರು ಮತ್ತು ನಿರಾಶೆಹೊಂದಿದ ಸಹೋದರರನ್ನು ಎಬ್ಬಿಸಿದರು. ಈ ಕೂಗು ಮಾನವನ ತಿಳುವಳಿಕೆ ಮತ್ತು ವಿವೇಕದ ಮೇಲೆ ಆತುಕೊಳ್ಳದೆ ದೈವಬಲದ ಮೇಲೆ ಆತುಕೊಂಡಿತು, ಕೂಗನ್ನು ಕೇಳಿದ ಆತನು ಭಕ್ತರು ಇನ್ನು ತಾಳಿಕೊಳ್ಳಲಾಲಿಲ್ಲ. ಬಹು

ಭಕ್ತಿಯಿಂದಿದ್ದವರು ಈ ಸಂದೇಶವನ್ನು ಮೊದಲು ಅಂಗೀಕರಿಸಿದರು ಮತ್ತು ಈ ಮೊದಲೇ ಕಾರ್ಯೋನ್ಮುಖರಾದವರು ಕೊನೆಯವರಾಗಿದ್ದು ಇಗೋ ಮದಲಿಂಗನು, ಅವನನ್ನು ಎದುರುಗೊಳ್ಳಲು ಹೊರಡಿರಿ ಎಂದು ಆರ್ಭಟಿಸುವುದರಲ್ಲಿ ಸಹಾಯಕರಾದರು.
ಪ್ರದೇಶದ ಪ್ರತಿಭಾಗದಲ್ಲೂ ಎರಡನೇ ದೂತನ ಸಂದೇಶದ ಮೇಲಿ ಬೆಳಕು ಬೀರಲಾಯಿತು. ಈ ಕೂಗು ಸಾವಿರಾರು ಜನರನ್ನು ಕರಗಿಸಿತು. ದೇವರಿಗಾಗಿ ಕಾದುಕೊಡಿದ್ದ ಜನರೆಲ್ಲಾ ಎಚ್ಚೆತ್ತುಕೊಳ್ಳಲು ಈ ಸಂದೇಶವು ನಗರದಿಂದ ನಗರಕ್ಕೆ, ಹಳ್ಳಿಯಿಂದ ಹಳ್ಳಿಗೆ ಹಬ್ಬುತ್ತಾ ಬಂತು.

ಈ ಸಂದೇಶವು ಸಭೆಯನ್ನು ಮುಟ್ಟಬಾರದೆಂದು ಅನೇಕರು ಅಡ್ಡಗಟ್ಟಿದರು ಆದರೆ ಸಭೆಯಲ್ಲಿ ಅಗಾಧ ಸಂಖ್ಯೆಯಲ್ಲಿದ್ದ ಸಜೀವಸಾಕ್ಷಿಗಳು ಬಿದ್ದುಹೋದ ಸಭೆಗಳನ್ನು ತೊರೆದರು. ಈ ಅರ್ಧರಾತ್ರಿಯ ಕೂಗಿನಿಂದ ಅವರು ಘನವಾದ ಕಾರ್ಯವನ್ನು ಸಾಧಿಸಿದರು. ಈ ಸಂದೇಶವು ಹೃದಯ ಪರೀಕ್ಷೆಹುಟ್ಟಿಸಿ ವಿಶ್ವಾಸಿಗಳನ್ನು ತಾವಾಗಿಯೇ ಸ್ವತಃ ಸಜೀವ ಅನುಭವವನ್ನು ಪಡೆದುಕೊಳ್ಳಲು ನಡೆಯಿಸಿತು. ಅವರು ಒಬ್ಬರಿನ್ನೊಬ್ಬರ ಮೇಲೆ ಆತುಕೊಳ್ಳಬಾರದೆಂದು ಅವರಿಗೆ ತಿಳಿದಿತ್ತು. ಭಕ್ತರ ಉಪವಾಸದಿಂದಿದ್ದು ಎಚ್ಚರಿಕೆಯಿಂದ ಬಹು ಮಟ್ಟಿಗೆ ಸತತವಾಗಿ ಪ್ರಾರ್ಥನೆ ಮಾಡುತ್ತಾ, ಕರ್ತನಿಗಾಗಿ ಕಾತುರದಿಂದ ಕಾದ್ದಿದರು. ಕೆಲವು ಪಾಪಿಗಳೂ ಸಹ ಬರುವಣದ ಗಳಿಗೆಯನ್ನು ಭಯದಿಂದ ಕಾಯುತ್ತಿದ್ದರು ಈ ಸಂದೇಶದಿಂದ ಮಹಾಸಮೂಹವು ಗಲಬಿಲಿಗೊಡಂತಾಗಿ ಸೈತಾನನ ಆತ್ಮವು ಪ್ರಕಟಿಸಿತು. ಅವರು ಎಲ್ಲಾ ಕಡೆಗೆ ಕೇಳಿಸುವಂತೆ ಅವಹೇಳನಮಾಡುತ್ತಾ, ಹಿಯ್ಯಾಳಿಸುತ್ತಾ, ಆ ದಿನದ ವಿಷಯವೂ ಆ ಗಳಿಗೆಯ ವಿಷಯವೂ ಯಾವ ಮನುಷ್ಯನಿಗೂ ತಿಳಿದಿಲ್ಲ ಎನ್ನುತ್ತಿದ್ದರು. ದುಷ್ಟದೂತರು ಅವರ ಸುತ್ತಲೂ ವಿಜೃಂಭಿಸಿದರು ಮತ್ತು ಪರಲೋಕದಿಂದ ಬರುವ ಪ್ರತಿ ಕಿರಣವನ್ನು ತಿರಸ್ಕರಿಸಲು ಅವರು ಹೃದಯಗಳನ್ನು ಕಠಿಣಮಾಡಿಕೊಳ್ಳುವಂತೆ ಒತ್ತಾಯಿಸಿದರು. ಜನರನ್ನು ತಮ್ಮಬಲೆಯಲ್ಲಿ ಬಂದಿಸಬಹುದೆಂದು ಭಾವಿಸಿದರು. ಕರ್ತನಿಗಾಗಿ ಎದುರುನೋಡುತ್ತಿದ್ದೇವೆ ಎನ್ನುತ್ತಿದ್ದ

ತೋರ್ಪಿಕೆಯ ಕ್ರೈಸ್ತರು ಈ ವಿಷಯದಲ್ಲಿ ಇತ್ತ ಕಡೆಗೂ ಅಲ್ಲದೆ ಅತ್ತ ಕಡೆಗೂ ಅಲ್ಲದೆ ನಿಂತಿದ್ದರು. ಇವರು ದೇವರ ಮಹಿಮೆಗೆ ಸಾಕ್ಷಿಗಳಾಗಿದ್ದರು, ಕಾದಿದ್ದವರ ಸಾಧುತ್ವ, ಆಳವಾದ ಭಕ್ತಿಮತ್ತು ತುಂಬಿತುಳುಕುತ್ತಿದ್ದ ಪುರಾವೆಗಳ ಪ್ರಮಾಣವು ಅವರಿಗೆ ಸತ್ಯವನ್ನು ಅಂಗೀಕರಿಸಲು ಸಹಾಯಮಾಡಿತ್ತಾದರೂ ಮನಃಪರಿವರ್ತನೆ ಹೊಂದಲಿಲ್ಲ; ಅವರು ಸಿದ್ದರಾಗಿರಲಿಲ್ಲ. ಭಕ್ತರು ಎಲ್ಲಾಕಡೆಗಳಲ್ಲಿ ಗಂಭೀರ ಮತ್ತು ಮನಃಪೂರ್ವಕವಾಗಿ ಪ್ರಾರ್ಥನಾ ಆತ್ಮವನ್ನು ಸ್ಪರ್ಶಿಸಿದರು. ಪವಿತ್ರಗಂಭೀರತೆ ಅವರ ಮೇಲೆ ನೆಲೆಗೊಂಡಿತು. ದೇವದೂತರು ಬಹು ಆಸಕ್ತಿಯಿಂದ ಫಲಿತಾಂಶವನ್ನು ಎದುರು ನೋಡುತ್ತಿದ್ದರು ಪರಲೋಕ ಸಂದೇಶ ಅಂಗೀಕರಿಸಿದವರನ್ನು ಎತ್ತಿ ಹಿಡಿಯುತ್ತಿದ್ದರು. ಮಾತ್ರವಲ್ಲದೆ ರಕ್ಷಣೆಯ ಚಿಲುಮೆಯಿಂದ ಮಹಾ ಸರಾಬರಾಜು ಪಡೆಯಲು ಐಹಿಕ ವಿಷಯಗಳಿಂದ ಅವರನ್ನು ತಮ್ಮಡೆಗೆ ಸೆಳೆದುಕೊಳ್ಳುತ್ತಿದ್ದರು. ಆತನೊಂದಿಗೆ ದೇವರ ಮಕ್ಕಳೂ ಅಂಗೀಕರಿಸಲ್ಪಟ್ಟರು. ಯೇಸುವು ಅವರನ್ನು ಬಹು ಮೆಚ್ಚಿಕೆಯಿಂದ ದೃಷ್ಟಿಸಿದನು. ಅವರಲ್ಲಿ ಆತನ ಬಿಂಬವು ಪ್ರತಿಫಲನಗೊಂಡಿತು .ಅವರು ಸಂಪೂರ್ಣ ತ್ಯಾಗಮಾಡಿ, ಪರಿಪೂರ್ಣ ಶುದ್ಧಿಹೊಂದಿ ಅಮರತ್ವ ಹೊಂದಿಕೊಳ್ಳುವ ಸಲುವಾಗಿ ಮಾರ್ಪಡಲು ಅಪೇಕ್ಷಿಸಿದರು. ಆದರೆ ಅವರು ಮತ್ತೆ ಬಹು ದುಃಖದಿಂದ ನಿರಾಶೆಗೊಳಗಾಗುವಂತೆ ಗೊತ್ತುಮಾಡಲ್ಪಟ್ಟಿತು ಅವರು ಬಿಟ್ಟ ಕಣ್ಣಿನಿಂದ ಕಾಯುತ್ತಿದ್ದ ಬಿಡುಗಡೆಯ ಗಳಿಗೆಯು ಕಳೆದುಹೋಯಿತು. ಅವರು ಇನ್ನೂ ಭೂಮಿಯ ಮೇಲೆ ಇದ್ದರು. ಶಾಪದ ಪರಿಣಾಮ ಸರಿಯಾಗಿ ಪ್ರತ್ಯಕ್ಷವಾಗದಂತಾಯಿತು .ಅವರು ಪರಲೋಕದ ಮೇಲೆ ಬಹು ಒಲವನ್ನು ಇಟ್ಟಿದ್ದರು, ಮತ್ತು ನಿರಂತರ ಬಿಡುಗಡೆಯನ್ನು ಅನುಭವಿಸುವ ಮಧುರ ನಿರೀಕ್ಷೆಯಲ್ಲಿದ್ದರು; ಆದರೆ ಅವರ ನಿರೀಕ್ಷೆಯು ಕೈಗೂಡಲಿಲ್ಲ.

ಬಹುಜನರ ಮೇಲೆ ಎರಗಿದ ಭಯವು ತತ್ ಕ್ಷಣಕ್ಕೆ ಮಾಯವಾಗಲಿಲ್ಲ. ಅವರು ನಿರಾಶೆಗೊಂಡವರ ಮೇಲೆ ಜಯಸಾಧಿಸಲಾಗಲಿಲ್ಲ. ದೇವರ ಕ್ರೋಧದ ಅನುಭವ ಅವರಿಗಾಗದಿದ್ದಾಗ, ಅವರಲ್ಲಡಗಿದ್ದ ಭಯವು ಹೊರಟುಹೋಯಿತು. ಆದ್ದರಿಂದ ಅವರ ಅವಹೇಳನ, ಹೀಯ್ಯಾಳಿಕೆ,

ಹಂಗಿಸುವಿಕೆಯ ಪ್ರಾರಂಭವಾಯಿತು, ದೇವರ ಮಕ್ಕಳೂ ಪುನಃಪರೀಕ್ಷೆಗೊಳಗಾಗಿ ಪ್ರಮಾಣೀಕರಿಸಲ್ಪಟ್ಟರು. ಲೋಕವು ಅವರನ್ನು ಹಂಗಿಸಿ, ಖಂಡಿಸಿ , ಅಟ್ಟಹಾಸದಿಂದ ನಕ್ಕಿತು ಆದರೆ ಯಾವುದೇ ಅನುಮಾನವಿಲ್ಲದೆ ಯೇಸುವು ಬರುವನು, ಸತ್ತವರನ್ನು ಎಬ್ಬಿಸಿ, ಬದುಕಿರುವ ಭಕ್ತರನ್ನು ಮಾರ್ಪಡಿಸಿ ಪರಲೋಕಕ್ಕೆ ಕರೆದು ಕೊಂಡು ಹೋಗಿ ನಿರಂತರವಾಗಿ ನೆಲೆಸುವೆವೆಂದು ನಂಬಿಕೊಂಡ ಕ್ರಿಸ್ತನ ಶಿಷ್ಯರಂತೆ ಅವರು ನನ್ನ ಸ್ವಾಮಿಯನ್ನು ಎತ್ತಿಕೊಂಡು ಹೋಗಿದ್ದಾರೆ .; ಎಲ್ಲಿಟ್ಟಿದ್ದಾರೋ ತಿಳಿಯದು ಎಂದು ಭಾವಿಸಿಕೊಂಡರು.

ಓದಿ: ಮತ್ತಾಯ 24:36, 25:6; ಯೋಹಾನ 20:13; ಪ್ರಕಟನೆ 14:8

ಅಧ್ಯಾಯ **25.** ಪುನರಾಗಮನದ ಚಳುವಳಿ ಸ್ಪಷ್ಟಪಡಿಸಿದ್ದು

ಒಂದೇ ಪಾಶದಿಂದ ಕಟ್ಟಲ್ಪಟ್ಟಿರುವ ಅಸಂಖ್ಯಾತ ತಂಡಗಳನ್ನು ನಾನು ಕಂಡೆನು. ಇವುಗಳಲ್ಲಿ ಬಹು ತಂಡಗಳು ಪರಿಪೂರ್ಣ ಕತ್ತಲಿನಲ್ಲಿತ್ತು ಅವರ ಕಣ್ಣುಗಳು ಭೂಲೋಕದ ಕಡೆಗೆ ನೋಡುತ್ತಿದ್ದವು. ಅವರಿಗೂ ಯೇಸುವಿಗೂ ಯವುದೇ ಸಂಬಂಧವಿಲ್ಲದಿರುವಂತೆ ಕಂಡಿತು. ಈ ತಂಡದಲ್ಲಿದ್ದ ಚದುರಿಹೋಗಿರುವ ಜನರ ಮುಖವು ಬಾಡಿಹೋಗಿದ್ದು ಅವರ ಕಣ್ಣುಗಳು ಪರಲೋಕದ ಕಡೆಗೆ ದೃಷ್ಟಿಸುತ್ತಿದ್ದುದನ್ನು ನಾನು ಕಂಡೆನು. ಸೂರ್ಯನ ಕಿರಣಗಳಂತಿರುವ ಬೆಳಕು ಯೇಸುವಿನಿಂದ ಬಂದ ಜೋತಿಷ್ಕಿರಣವಾಗಿ ಅವರಿಗೆ ಕೊಡಲ್ಪಟ್ಟಿತು. ಒರ್ವ ದೂತನು, ಅವರೆಡೆಗೆ ಗಮನವಿಟ್ಟು ನೋಡು ಎಂದು ನನಗೆ ಹೇಳಿದನು. ಬೆಳಕಿನ ಕಿರಣಗಳನ್ನು ಬೀರುತ್ತಿದ್ದ ಒಬ್ಬೊಬ್ಬರ ಮುಖವನ್ನು ದೂತನು ಗಮನಿಸುತ್ತಿರುವುದನ್ನು ನಾನು ಕಂಡೆನು, ಕತ್ತಲಲ್ಲಿದ್ದವರನ್ನು ದುಷ್ಟ ದೂತರು ಸುತ್ತುವರಿದಿದ್ದರು. ಒರ್ವ ದೂತನು - ನೀವೆಲ್ಲರೂ ಭಯಪಟ್ಟು ಆತನನ್ನು ಘನಪಡಿಸಿರಿ, ಆತನು ನ್ಯಾಯತೀರ್ಪು ಮಾಡುವ ಗಳಿಗೆಯು ಬಂದಿದೆ ಎಂದು ಕೂಗುವುದನ್ನು ಕೇಳಿದೆನು.

ಮಹಾಪ್ರಭೆಯಿಂದ ಕೂಡಿದ ಬೆಳಕು ಎಲ್ಲಾ ತಂಡಗಳ ಮೇಲೂ ನೆಲೆಗೊಂಡು ಅಂಗೀಕರಿಸಿದವರಿಗೆ ಜ್ಞಾನೋದಯ ಉಂಟುಮಾಡಲು ಹರಿಯಿತು. ಕತ್ತಲಲ್ಲಿದ್ದ ಕೆಲವರು ಈ ಬೆಳಕನ್ನು ಅಂಗೀಕರಿಸಿ ಹರ್ಷಗೊಂಡರು; ಮತ್ತೆ ಕೆಲವರು ಅಂಗೀಕರಿಸದೆ, ಇದು ತಮ್ಮನ್ನು ದಾರಿತಪ್ಪಿಸುವ ವಂಚನೆ ಎಂದು ಹೇಳಿದರು. ಬೆಳಕು ಅವರನ್ನು ಹಾದುಹೋಯಿತು ಹಾಗೂ ಕತ್ತಲೆಯು ಅವರಲ್ಲಿ ನೆಲೆಗೊಂಡಿತು. ಯೇಸುವಿನಿಂದ ಬೆಳಕನ್ನು ಸ್ವೀಕರಿಸಿಕೊಂಡವರು, ಅವರ ಮೇಲೆ ಪಸರಿಸಿದ ಅಮೂಲ್ಯ ಬೆಳಕಿನಲ್ಲಿ ಉಲ್ಲಾಸಗೊಂಡರು. ಅವರ ಮುಖ ಪ್ರಜ್ವಲಿಸಿತು ಗಾಢವಾದ ಆಸಕ್ತಿಯಿಂದ ಯೇಸುವಿನ ಮೇಲೆ ದೃಷ್ಟಿ ನೆಟ್ಟಾಗ ಪವಿತ್ರಾನಂದದಿಂದ ಬೆಳಗುತ್ತಾ ಆ ದೂತನ ಕೂಗಿನೊಂದಿಗೆ ಧ್ವನಿಸೇರಿಸುತ್ತಾ – ನೀವೆಲ್ಲರೂ ಭಯಪಟ್ಟು ಆತನನ್ನು ಘನಪಡಿಸಿರಿ ಆತನು ನ್ಯಾಯತೀರ್ಪು ಮಾಡುವ ಗಳಿಗೆಯು ಬಂದಿದೆ ಎಂದರು, ಇವರು

ಉಚ್ಛಕಂಠದಿಂದ ಕೂಗುತ್ತಿರುವಾಗ ಕತ್ತಲೆಯಲ್ಲಿದ್ದವರು ತಮ್ಮ ಭುಜಗಳಿಂದ ಒತ್ತರಿಸುತ್ತಾ ತಳ್ಳುತ್ತಿದ್ದರು. ಬಳಿಕ ಪರಿಶುದ್ಧ ಬೆಳಕನ್ನು ಆದರಿಸಿದವರು ತಂಡದವರೊಂದಿಗೆ ತಮ್ಮನು ಕಟ್ಟಲ್ಪಟ್ಟಿದ್ದ ಪಾಶವನ್ನು ಕಿತ್ತೆಸೆದು ಅವರಿಂದ ಬೇರ್ಪಟ್ಟು ನಿಂತರು. ಹೀಗೆ ತಮ್ಮ ಕಟ್ಟುಗಳನ್ನು ಕಿತ್ತೆಸೆದಾಗ ಬೇರೆ ಬೇರೆಗುಂಪಿನಲ್ಲಿದ್ದ ಗೌರವಿಸಲ್ಪಡುತ್ತಿದ್ದವರಲ್ಲಿ ಕೆಲವರು, ಇವರ ಮದ್ಯೆ ಹಾದುಹೋಗುವಾಗ ಮೆಚ್ಚಿಗೆಯ ಮಾತುಗಳನ್ನಾಡಿದರು. ಮತ್ತೆ ಕೆಲವರು ಕೋಪದಿಂದ ದಿಟ್ಟಿಸುತ್ತಾ ಬೆಧರಿಕೆಯ ಚಲನವಲನವನ್ನು ತೋರಿದರು. ಬಲಹೀನವಾದ ಕಟ್ಟುಗಳನ್ನು ಬಿಗಿಗೊಳಿಸುತ್ತಿದ್ದು, ದೇವರು ನಮ್ಮೊಂದಿಗಿದ್ದಾನೆ ನಾವು ಬೆಳಕಿನಲ್ಲಿದ್ದೇವೆ ನಮ್ಮಲ್ಲಿ ಸತ್ಯವಿದೆ ಎನ್ನುತ್ತಿದ್ದರು ಇವೆರೆಲ್ಲಾ ಯಾರು ಎಂದು ನಾನು ಕೇಳಿದಾಗ, ಅವರೆಲ್ಲಾ ಧರ್ಮಬೋಧಕರು, ನಾಯಕರು, ಬೆಳಕನ್ನು ತಾವಾಗಿಯೇ ತಿರಸ್ಕರಿಸಿದವರು ಮತ್ತು ಇತರರೂ ಬೆಳಕನ್ನು ಹೊಂದಲು ಇಚ್ಛಿಸದವರೆಂದು ನನಗೆ ವಿವರಿಸಲಾಯಿತು. ಯಾರೆಲ್ಲಾ ಬೆಳಕಿನಲ್ಲಿ ನೆಲೆನಿಂತಿದ್ದರೋ ಅವರು ಅತೀವ ಆಸಕ್ತಿ ಮತ್ತು ಆಕಾಂಕ್ಷೆಯಿಂದ ಮೇಲೆ ನೋಡುತ್ತಾ, ಯೇಸುವು ಬಂದು ತಮ್ಮನ್ನು ಆತನ ಜೊತೆಗೆ ಕರೆದುಕೊಂಡು ಹೋಗುವನೆಂದುಕೊಂಡರು. ಕೂಡಲೆ ಆನಂದಭರಿತರಾಗಿ ಕಾದಿದ್ದವರ ಮೇಲೆ ಮೋಡದ ತೆರೆ ಮುಸುಕಿತು, ಅವರು ದುಃಖಿತರಾದರು. ಈ ಮೋಡದ ಕಾರಣವೇನು? ಎಂದು ನಾನು ಕೇಳಿದೆನು. ಇದು ಅವರಿಗಾದ ನಿರಾಶೆ ಎಂದು ನನಗೆ ತೋರಿಸಲಾಯಿತು. ಅವರು ಯಾವ ಸಮಯದಲ್ಲಿ ಯೇಸು ಬರುವನೆಂದುಕೊಂಡರೋ ಆ ಸಮಯ ಸರಿದು ಹೋಯಿತು. ನಿರಾಶೆ ಅವರನ್ನು ಮುಸುಕಿತು. ಈ ಮೊದಲೇ ನಾನು ಕಂಡಿದ ಧರ್ಮಬೋದಕರೂ ನಾಯಕರು ಹಿಗ್ಗಿದರು, ಬೆಳಕನ್ನು ತಿರಸ್ಕರಿಸಿದವರು ಬಹುವಾಗಿ ವಿಜಯೋತ್ಸಾಹಗೊಂಡರು ಸೈತಾನನು ಅವನ ದೂತರೂ ಅವರೊಂದಿಗೆ ಸೇರಿ ಉತ್ಸಾಹಗೊಂಡರು.

ಆ ಬಳಿಕ ನಾನು ಮತ್ತೊಬ್ಬ ದೂತನ ಕೂಗನ್ನು ಕೇಳಿದೆನು, ಅವನು – ಬಿದ್ದಳು, ಬಿದ್ದಳು ಬಾಬೆಲೆಂಬ ಮಹಾನಗರಿಯು ಬಿದ್ದಳು ಎಂದು

ಹೇಳಿದಾಗ ಮಂಕಾಗಿ ವಿಷಣ್ಣವದನರಾಗಿದ್ದವರ ಮುಖಗಳು ಕಳೆಗೊಂಡವು. ಆತನ ಬರುವಣದಲ್ಲಿ ಉಜ್ವಲ ಅಪೇಕ್ಷೆಯಿದ್ದವರು ಯೇಸುವಿನ ಮೇಲೆ ಮತ್ತೆ ನೋಟವನ್ನು ನೆಟ್ಟರು. ಅನಂತರ ಈ ಎರಡನೆಯ ದೂತನೊಂದಿಗೆ ಅಸಂಖ್ಯಾತ ದೂತರು ಸಂಭಾಷಿಸುವುದನ್ನು ನಾನು ಕಂಡೆನು. ಅವರೂ ಸಹ ಬಿದ್ದಳು, ಬಿದ್ದಳು ಬಾಬೆಲೆಂಬ ಮಹಾನಗರಿಯು ಬಿದ್ದಳೆಂದು ಆತನೊಂದಿಗೆ ಧ್ವನಿಗೂಡಿಸಿದರು. ಇಗೋ, ಮದಲಿಂಗನು, ಅವನನ್ನು ಎದುರುಗೊಳ್ಳುವುದಕ್ಕೆ ಹೊರಡಿರಿ! ಎಂದು ಕೂಗುವಾಗ, ಅವರ ಮಧುರ ಸಂಗೀತ ಧ್ವನಿಯು ಎಲ್ಲಾಕಡೆ ಪಸರಿಸಿತು. ಬೆಳಕಿನ ಅನುಗ್ರಹವಾಗಿ ಯಾರಾರು ಅಂಗೀಕರಿಸಿದರೋ ಅವರ ಸುತ್ತಲೂ ಉಜ್ವಲ ಪ್ರಭೆಯಿಂದ ತುಂಬಿದ್ದ ಬೆಳಕು ಆವರಿಸಿತು ಇವರು ಸಹ ತಮ್ಮ ಮಹಾ ಪ್ರಭೆ ತುಂಬಿದ ಮುಖದಿಂದ ದೂತರೊಂದಿಗೆ ಸೇರಿ - ಇಗೋ ಮದಲಿಂಗನು ಅವನನ್ನು ಎದುರುಗೊಳ್ಳುವುದಕ್ಕೆ ಹೊರಡಿರಿ ಎಂದು ಅಬ್ಬರಿಸಿದರು. ವಿವಿದ ತಂಡಗಳ ಮದ್ಯೆ ಇವರು ಕೂಗುತ್ತಿದ್ದಾಗ ಬೆಳಕನ್ನು ನಿರ್ಲಕ್ಷಿಸಿದವರು,ಅವರನ್ನು ಕೋಪದಿಂದ ತಳ್ಳುತ್ತಾ ಕುಚೋದ್ಯವಾಡುತ್ತಾ ಧಿಕ್ಕರಿಸಿದರು. ಆದರೆ ದೇವದೂತರು ಹಿಂಸೆಗೊಳಗಾದವರ ಮೇಲೆ ತಮ್ಮ ರೆಕ್ಕೆಗಳನ್ನು ಹರಡಿ ಹಗುರವಾಗಿ ಸಾಗಿಸಿದರು, ಸೈತಾನನು ಮತ್ತು ದೂತರು ಇವರ ಸುತ್ತಲೂ ತಮ್ಮ ಅಂಧಕಾರವನ್ನು ಹೊದಿಸಿ ಪರಲೋಕದಿಂದ ಬರುವ ಬೆಳಕನ್ನು ನಿರಾಕರಿಸುವ ಒತ್ತಡ ಹೇರಲು ಪ್ರಯತ್ನಿಸಿದರು .

ಈ ಕುಚೋದ್ಯಗೊಳಿಸಲ್ಪಟ್ಟು ಒತ್ತರಿಸಿದವರಿಗೆ, ಅವರಿಂದ ಹೊರಗೆ ಬನ್ನಿರಿ, ಅಶುದ್ಧವಾದದನ್ನು ಸ್ಪರ್ಶಿಸಬೇಡಿರಿ ಎನ್ನುವ ಧ್ವನಿ ನನಗೆ ಕೇಳಿಸಿತು. ಅಸಂಖ್ಯಾತ ಜನರು ಅವರನ್ನು ಬಂಧಿಸಿದ್ದ ಪಾಶಗಳನ್ನು ಕಿತ್ತೊಗೆದು, ಧ್ವನಿ ಓಗೊಟ್ಟು, ಕತ್ತಲೆಯಲ್ಲಿದ್ದವರನ್ನು ಬಿಟ್ಟು, ಈಗಾಗಲೇ ಬಂಧನದಿಂದ ಮುಕ್ತರಾದವರ ಜೊತೆಗೆ ಸೇರಿ ಅವರೊಂದಿಗೆ ತಮ್ಮ ಧ್ವನಿಗೂಡಿಸಿದರು. ಅಂಧಕಾರದ ಗೊಂಪಿನವರಲ್ಲಿ ಇನ್ನೂ ಇದ್ದು ಅಕ್ಕರೆಯಿಂದ ಯಾತನೆಯ ಪ್ರಾರ್ಥನೆಮಾಡುತ್ತಿದ್ದವರ ಧ್ವನಿಯನ್ನು ಕೇಳಿದೆನು. ಈ ವಿವಿದ ಗುಂಪುಗಳ ನಡುವೆ ಧರ್ಮಬೋದಕರು ಮತ್ತು ನಾಯಕರು ಓಡಾಡುತ್ತಾ ತಮ್ಮ

ಪಾಶವನ್ನು ಬಿಗಿಮಾಡುತ್ತಿದ್ದರು ಆದರೂ ಅಕ್ಕರೆಯಿಂದ ಪ್ರಾರ್ಥಿಸುತ್ತಿದ್ದವರ ಸ್ವರಗಳನ್ನು ನಾನು ಕೇಳಿದೆನು. ಇವರು ತಮ್ಮ ಕೈಗಳನ್ನು ಚಾಚಿ ಈಗಾಗಲೇ ದೇವರಲ್ಲಿ ಉಲ್ಲಾಸಿಸುತ್ತಾ ಸ್ವತಂತ್ರರಾಗಿದ್ದವರೊಂದಿಗೆ ಸೇರಿಕೊಳ್ಳಲು ಸಹಾಯ ಬೇಡುತ್ತಿದ್ದರೂ ಶ್ರದ್ಧೆಯಿಂದ ಆಕಾಶದ ಕಡೆಗೆ ದೃಷ್ಟಿಸುತ್ತಿದ್ದವರಿಗೆ – ಅವರಿಂದ ಹೊರಗೆ ಬನ್ನಿರಿ, ಬೇರ್ಪಡಿರಿ ಎಂಬ ಉತ್ತರವು ಸಿಕ್ಕಿತು, ಜನರು ಸ್ವತಂತ್ರರಾಗಲು ಒದ್ದಾಡುತ್ತಿದ್ದುದನ್ನು ನಾನು ಕಂಡೆನು. ಮತ್ತು ಕೊನೆಗೆ ಕಟ್ಟಲ್ಪಟ್ಟಿದ್ದ ಬಂಧನವನ್ನು ಹರಿದು ಅವರು ಹೊರಬಂದರು, ಬಂಧುಪಾಶವನ್ನು ಬಿಗಿಮಾಡುವ ಶ್ರಮದ ವಿರುದ್ಧ ತಿರುಗಿ ಬಿದ್ದರು, ದೇವರು ನಮ್ಮೊಂದಿಗಿದ್ದಾನೆ, ನಮ್ಮಲ್ಲಿ ಸತ್ಯವಿದೆ ಎಂದು ಪದೇ ಪದೇ ಉಸಿರಿತ್ತಿದ್ದ ಅವರ ಹೇಳಿಕೆಗೆ ಯಾವ ಮಾನ್ಯತೆ ನೀಡಲಿಲ್ಲ. ಕತ್ತಲಗುಂಪಿನಿಂದ ಜನರು ಸತತವಾಗಿ ಹೊರಬರಲಾರಂಭಿಸಿದರು, ಅವರು ಭೂಲೋಕದಿಂದ ಎತ್ತರದಲ್ಲಿದ್ದು, ಮುಕ್ತ ನೆಲದಲ್ಲಿದ್ದವರಂತೆ ಕಾಣುತ್ತಿದ್ದ ಪ್ರತ್ಯೇಕಿಸಲ್ಪಟ್ಟವರನ್ನು ಸೇರಿಕೊಂಡರು. ಅವರ ನೋಟವು ಮೇಲಿನದಾಗಿತ್ತು, ಮತ್ತು ದೇವರ ಪ್ರಭಾವವು ಅವರ ಮೇಲಿತ್ತು. ಅವರು ದೇವರಿಗೆ ಘನಮಾನವನ್ನು ಘೋಷಿಸುತ್ತಿದ್ದರು. ಅವರೆಲ್ಲಾ ಐಕ್ಯವಾಗಿ ಪರಲೋಕದ ಪ್ರಭೆಯಿಂದ ಆವರಿಸಲ್ಪಟ್ಟಂತೆ ಕಾಣುತ್ತಿದ್ದರು ಆ ಗುಂಪಿನ ಸುತ್ತಲೂ ಬೆಳಕಿನ ಪ್ರಭಾವದೊಳಗೆ ಸೇರಿದ್ದವರಿದ್ದರು, ಆದರೆ ಗುಂಪಿನವರೊಂದಿಗೆ ಅವರು ವಿಶೇಷವಾಗಿ ಸಂಯೋಜಿಸಿದವರಲ್ಲ. ಯಾರ ಮೇಲೆಲ್ಲಾ ಬೆಳಕು ಪ್ರಸರಿಸಿತೊ ಅವರೆಲ್ಲ ಬಹು ಆಸಕ್ತಿಯಿಂದ ಮೇಲೆ ನೋಡುತ್ತಿದ್ದರು. ಯೇಸುವು ಅವರನ್ನು ಬಹು ಮೆಚ್ಚಿಗೆಯಿಂದ ದೃಷ್ಟಿಸಿದನು. ಅವರು ಯೇಸು ಬರುವನೆಂದು ನಿರೀಕ್ಷಿಸಿದರು. ಆತನ ಬರುವಣಿಕ್ಕೆ ಕಾತುರಗೊಂಡರು. ಅವರು ಭೂಮಿಯ ಕಡೆಗೆ ಒಂದೇಬಂದು ಹುಡುಕುವ ನೋಟವನ್ನಿಡಲಿಲ್ಲ ಮತ್ತೆ ಮೋಡ ವೊಂದು ಕಾದುಕೊಂಡಿದ್ದವರ ಮೇಲೆ ನೆಲೆನಿಂತದ್ದನ್ನು ನಾನು ಕಂಡೆನು, ಆಗ ತಮ್ಮ ಆಯಾಸಗೊಂಡ ದೃಷ್ಟಿಯನ್ನು ಕೆಳಗೆ ತಿರುಗಿಸಿದ್ದನ್ನೂ ನಾನು ಕಂಡೆನು. ಈ

ಬದಲಾವಣೆಗೆ ಕಾರಣವನ್ನು ನಾನು ಪ್ರಶ್ನಿಸಿದೆನು. ಆಗ ನನ್ನ ಸಂಗಡಿಗ ದೂತನು, ಅವರು ತಮ್ಮ ನಿರೀಕ್ಷಣೆಯಲ್ಲಿ ಮತ್ತೆ ನಿರಾಶೆಹೊಂದಿದರೆಂದು ಹೇಳಿದನು. ಯೇಸುವು ಇನ್ನೂ ಭೂಮಿಗೆ ಬರಲಿಲ್ಲ. ಇವರು ಯೇಸುವಿಗಾಗಿ ಇನ್ನೂ ಬಹು ಸಂಕಟವನ್ನೂ, ಹಿಂಸೆಯನ್ನೂ ಅನುಭವಿಸಬೇಕಾಗಿದೆ, ಮನುಷ್ಯರಿಂದ ಕಲಿತ ಸಂಪ್ರದಾಯ, ತಪ್ಪಾದ ವಿಧಿವಿಧಾನಗಳನ್ನು ಬಿಟ್ಟುಕೊಟ್ಟು ದೇವರಿಗೂ ಆತನ ವಾಕ್ಯಕ್ಕೂ ಸಂಪೂರ್ಣವಾಗಿ ಹಿಂತಿರುಗಬೇಕಾಗಿದೆ. ಇವರು ಪರಿಶುದ್ಧಿಸಲ್ಪಟ್ಟು ಪುಟಕ್ಕೆ ಹಾಕಿ ಶುಭ್ರರಾಗಬೇಕಾಗಿದೆ. ಈ ಕಟ್ಟುವಾದ ಶೋಧನೆ ಸಂಕಟವನ್ನು ತಾಳಿಕೊಂಡವರು ಮಾತ್ರ ನಿತ್ಯಜಯವನ್ನು ಹೊಂದುವರು.

ಕಾದುಕೊಂಡಿದ್ದ ಆನಂದಭರಿತ ಗುಂಪು ತಿಳಿದುಕೊಂಡಂತೆ ದೇವದರ್ಶನ ಗುಡಾರವನ್ನು ಶುದ್ಧಿಕರಿಸಿ ಬೆಂಕಿಯಿಂದ ಭೂಮಿಯನ್ನು ಪರಿಶುದ್ಧಗೊಳಿಸಲು ಯೇಸುವು ಬರಲಿಲ್ಲ. ಅವರು ಪ್ರವಾದನಾ ಕಾಲವನ್ನು ಎಣಿಕೆಮಾಡಿದುದರಲ್ಲಿ ಸರಿಯಾಗಿದ್ದರು 1844ರಲ್ಲಿ ಪ್ರವಾದನಾ ಕಾಲವು ಅಂತ್ಯಗೊಂಡಿತು. ಗುಡಾರ ಹಾಗೂ ಅದರ ಶುದ್ದೀಕರಣೆಯ ವಿಧಾನ ಎಂದರೇನೆಂಬುದನ್ನು ಅರ್ಥಮಾಡಿಕೊಳ್ಳುವುದರಲ್ಲಿ ಅವರು ತಪ್ಪು ಮಾಡಿದ್ದರು. ಅಂತ್ಯಕಾಲದಲ್ಲಿ ಗುಡಾರವನ್ನು ಶುದ್ದೀಕರಿಸಲು ಯೇಸುವು ಮಹಾಪರಿಶುದ್ಧ ಸ್ಥಳವನ್ನು ಪ್ರವೇಶಿಸಿದನು, ನಾನು ಮತ್ತೆ, ನಿರಾಶೆಗೊಂಡು ಕಾಯುತ್ತಿದ್ದ ಗುಂಪನ್ನು ನೋಡಿದೆನು. ಅವರು ದುಃಖದಿಂದದ್ದರು. ಅವರು ತಮ್ಮ ನಂಬುಗೆಯ ಗುರುತನ್ನು ಬಹು ಗಮನವಿಟ್ಟು ಪರೀಕ್ಷಿಸಿದರು, ಪ್ರವಾದನಾ ಕಾಲದ ಎಣಿಕೆಯನ್ನು ಮತ್ತೆ ಪರಿಶೀಲಿಸಿದರು, ಆದರೆ ಯಾವ ತಪ್ಪು ಕಂಡುಬರಲಿಲ್ಲ ಕಾಲವು ಪರಿಪೂರ್ಣವಾಗಿದೆ, ಆದರೆ ರಕ್ಷಕನು ಬರಲಿಲ್ಲ ? ಅವರು ಆತನನ್ನು ಕಳೆದುಕೊಂಡರು .
ಆಗ ನನಗೆ ಸಮಾಧಿಸ್ಥಳಕ್ಕೆ ಬಂದು ಯೇಸುವಿನ ಶರೀರವನ್ನು ಕಾಣದೆ ನಿರಾಸೆಗೊಂಡ ಶಿಷ್ಯರನ್ನು ತೋರಿಸಲಾಯಿತು. ಮರಿಯಳು, ಅವರು ನನ್ನ ಸ್ವಾಮಿಯನ್ನು ತೆಗೆದುಕೊಂಡುಹೋಗಿದ್ದಾರೆ ಅವನನ್ನೆಲ್ಲಿಟ್ಟಿದ್ದಾರೋ ನನಗೆ ತಿಳಿಯದು ಎಂದಳು, ದುಃಖಭರಿತರಾಗಿದ್ದ ಶಿಷ್ಯರಿಗೆ ದೂತನು, ಕರ್ತನು

ಜೀವಿತನಾಗಿ ಎದ್ದಿದ್ದಾನೆ, ಆತನು ನಮ್ಮ ಮುಂದೆ ಗಲಿಲಾಯಕ್ಕೆ ಹೋಗುತ್ತಾನೆ ಎಂದರು – ಯೇಸುವು ನಿರಾಶೆಗೊಂಡವರನ್ನು ಅನುಕಂಪದಿಂದ ನೋಡಿದನು. ತನ್ನ ದೂತರನ್ನು ಕಳುಹಿಸಿ ಆತನಿರುವೆಡೆಗೆ ಹಿಂಬಾಲಿಸಿ ಕಂಡುಕೊಳ್ಳಲು ಮಾರ್ಗದರ್ಶನ ನೀಡಿದನ್ನು ನಾನು ಕಂಡೆನು; ಯಾಕೆಂದರೆ ಈ ಲೋಕವು ದೇವದರ್ಶನ ಗುಡಾರವಲ್ಲ ಎಂದು ಜನರು ಅರ್ಥಮಾಡಿಕೊಳ್ಳಲಿಲ್ಲ; ಹಾಗೂ ಆತನು ಪರಲೋಕದ ಮಹಾಪರಿಶುದ್ಧ ಸ್ಥಳಕ್ಕೆ ಪ್ರವೇಶಿಸಿ ಶುದ್ಧಮಾಡಬೇಕು ಇಸ್ರಾಯೇಲ್ಯರಿಗಾಗಿ ವಿಶೇಷ ಶುದ್ಧೀಕರಣೆ ಮಾಡಿ ತಂದೆಯ ರಾಜ್ಯಕ್ಕೆ ಬಾಧ್ಯನಾಗಿ, ಈ ಈ ಭೂಮಿಗೆ ಬಂದು ತನ್ನೊಂದಿಗೆ ವಾಸಮಾಡಲು ಕರೆದುಕೊಂಡು ಹೋಗುವನು. ಶಿಷ್ಯರ ನಿರಾಶೆಯು, 1844ರಲ್ಲಿ ನಿರಾಶೆಗೊಂಡವರನ್ನು ಪ್ರತಿನಿಧಿಸುತ್ತದೆ ಕ್ರಿಸ್ತನು ಜಯಘೋಷದಿಂದ ಯೆರುಸಲೇಮಿಗೆ ಪ್ರವೇಶಿಸಿದ ಸಮಯಕ್ಕೆ ನನ್ನನ್ನು ಕರೆದೊಯ್ಯಲಾಯಿತು. ಆಗ ಹರ್ಷಗೊಂಡ ಶಿಷ್ಯರು ಆತನು ಈ ರಾಜ್ಯವನ್ನು ಪಡೆದುಕೊಂಡು ಇಹಲೋಕರಾಜನಾಗಿ ಆಳುವನೆಂದುಕೊಂಡರು. ಬಹು ನಿರೀಕ್ಷೆಯಿಂದ ತಮ್ಮ ರಾಜನನ್ನು ಹಿಂಬಾಲಿಸಿದರು. ಅವರು ಈಚಲು ಚಿಗುರನ್ನು ಕಿತ್ತರು, ತಮ್ಮ ಹೊರವಸ್ತ್ರಗಳನ್ನು ತೆಗೆದು ಬಹು ಉತ್ಸುಕರಾಗಿ ಮಾರ್ಗದಲ್ಲಿ ಹರಡಿದರು; ಕೆಲವರು ಆತನ ಮುಂದೆ ಹೊಂದರೆ ಮತ್ತೆ ಕೆಲವರು ಹಿಂಬಾಲಿಸಿ ದಾವೀದಕುಮಾರನಿಗೆ ಜಯ! ಕರ್ತನ ಹೆಸರಿನಲ್ಲಿ ಬರುವವನಿಗೆ ಆಶೀರ್ವಾದ! ಮೇಲಣಲೋಕದಲ್ಲಿ ಜಯ! ಎಂದರು. ಈ ಉದ್ಘೋಷವು ಪರಿಸಾಯರನ್ನು ಗಲಬಿಲಿಗೊಳಿಸಿತು ಯೇಸುವು ಶಿಷ್ಯರನ್ನು ಗದರಿಸುವನು ಎಂದು ಅವರು ಇಚ್ಛಿಸಿದರು, ಆದರೆ ಯೇಸು ಅವರಿಗೆ – ಇವರು ಸುಮ್ಮನಾದರೆ ಈ ಕಲ್ಲುಗಳೇ ಕೂಗುವವು ಎಂದನು – ಜಕರ್ಯ 9:9 ರ ಪ್ರವಾದನೆ ನೆರವೇರಬೇಕು, ಆದರು ಶಿಷ್ಯರು ಗಾಢವಾದ ನಿರಾಶೆಗೊಳಗಾದುದನ್ನು ನಾನು ಕಂಡೆನು,- ಕೆಲವೇ ದಿನಗಳಲ್ಲಿ ಅವರು ಕಲ್ವಾರಿಗೆ ಯೇಸುವನ್ನು ಹಿಂಬಾಲಿಸಿದರು, ಆತನ ರಕ್ತಸುರಿಸುತ್ತಾ ಶಿಲುಬೆಯಲ್ಲಿ ವಿರೂಪಗೊಂಡದ್ದನ್ನು ಕಂಡರು. ಆತನ ಯಾತನೆಯ ಮರಣಕ್ಕೆ ಸಾಕ್ಷಿಗಳಾದರು, ಮತ್ತು ಸಮಾಧಿಯಲ್ಲಿ ಮಲಗಿಸಿದರು. ಅವರ

ಹೃದಯ ವೇದನೆಯಲ್ಲಿ ಮುಳುಗಿತು. ಅವರ ಅಪೇಕ್ಷೆ ಒಂದಾದರೂ ನೆರವೇರಲಿಲ್ಲ. ಯೇಸುವಿನ ಜೊತೆಯಲ್ಲಿಯೇ ಅವರ ನಿರೀಕ್ಷೆಯು ಸತ್ತಿತು. ಆದರೆ ಆತನು ಸತ್ತವರೊಳಗಿಂದ ಎದ್ದು ಬಂದು, ದುಃಖಭರಿತ ಶಿಷ್ಯರಿಗೆ ಕಾಣಿಸಿಕೊಳ್ಳಲು, ಅವರ ನಿರೀಕ್ಷೆಯು ಪುನಃ ಉದ್ಭವಿಸಿತು. ಅವರು ರಕ್ಷಕನನ್ನು ಕಳೆದುಕೊಂಡಿದ್ದರು; ಆದರೆ ಮತ್ತೆ ಕಂಡುಕೊಂಡರು. 1844ರಲ್ಲಿ ಕರ್ತನ ಬರುವಣವನ್ನು ನಂಬಿದ್ದವರ ನಿರಾಶೆಯು ಶಿಷ್ಯರ ನಿರಾಶೆಗೆ ಹೊಂದಾಣಿಕೆಯಲ್ಲ ಎಂಬುವುದನ್ನು ನಾನು ಕಂಡೆನು. ಮೊದಲ ಮತ್ತು ಎರಡನೆಯ ದೂತರ ಸಂದೇಶವು ನೆರವೇರುವುದಲ್ಲಿ ಪ್ರವಾದನೆಯು ನೆರವೇರಿತು, ಅವು ಸರಿಯಾದ ಕಾಲದಲ್ಲಿ ಕೊಡಲ್ಪಟ್ಟು ದೇವರಿಂದ ನಿಯೋಜಿಸಲ್ಪಟ್ಟ ಕಾರ್ಯವನ್ನು ಸಾಧಿಸಿಕೊಂಡವು.

ಓದಿ: ದಾನಿಯೇಲ 8:14; ಮತ್ತಾಯ 21:4-16; 25:6; ಮಾರ್ಕ 16:6-7; ಲೂಕ 19:35-40; ಯೋಹಾನ 14:1-3; 20:13; 2ಕೊರಿಂಥ;6:17; ಪ್ರಕಟಣೆ 10:8-11, 14:7-8

ಅಧ್ಯಾಯ 26. ಮತ್ತೊಂದು ದೃಷ್ಟಾಂತ

ಈ ಭೂಲೋಕದಲ್ಲಿ ನಡೆಯುತ್ತಿದ್ದ ಕೆಲಸಕಾರ್ಯಗಳಲ್ಲಿ ಇಡೀ ಪರಲೋಕವೇ ಆಸಕ್ತವಾಗಿದುದ್ದನ್ನು ನನಗೆ ತೋರಿಸಲಾಯಿತು. ಯೇಸುವಿನ ಎರಡನೇ ಬರುವಣಿಕ್ಕೆ ಸಿದ್ಧರಾಗಬೇಕೆಂದೂ, ಭೂನಿವಾಸಿಗಳನ್ನು ಎಚ್ಚರಿಸಬೇಕೆಂದು ಪರಲೋಕದಲ್ಲಿ ಯೇಸುವಿನ ಸಮ್ಮುಖದಿಂದ ಒರ್ವ ಬಲಿಷ್ಟದೇವದೂತನು ಇಳಿದುಬಂದನು. ಆ ಭಲಾಢ್ಯ ದೂತನನ್ನು ನಾನು ಕಂಡೆನು. ಅವನ ಮುಂದೆ ಮಿತಿಮೀರಿದ ಪ್ರಕಾಶ ಹಾಗೂ ಶೋಭಾಯಮಾನವಾದ ಬೆಳಕು ಸರಿದು ಹೋಯಿತು ಇವನ ಕೆಲಸ ಭೂಮಿಯನ್ನು ತನ್ನ ಮಹಿಮೆಯಿಂದ ಬೆಳಗಿಸುವುದು ಮತ್ತು ಮುಂಬರುವ ರೌದ್ರತೆಯ ಬಗ್ಗೆ ಎಚ್ಚರಿಸುವುದಾಗಿದೆ ಎಂದು ನನಗೆ ಹೇಳಲಾಯಿತು. ಜನಸಮೂಹವು ಬೆಳಕನ್ನು ಅಂಗೀಕರಿಸಿತು ಕೆಲವರು. ಗಂಭೀರರಾದರು ಅದೇ ಸಮಯದಲ್ಲಿ ಇತರರು ಮಹಾದನದಿಂದ ಪರವಶರಾದರು. ಎಲ್ಲರ ಮೇಲೂ ಬೆಳಕು ಪ್ರಕಾಶಿಸಿತಾದರೂ ಕೆಲವರು ಬರೀ ಅದರ ಪ್ರಭಾವಕ್ಕೆ ಒಳಗಾದರು, ಆದರೆ ಹೃದಯ ಪೂರ್ತಿಯಾಗಿ ಅಂಗೀಕರಿಸಲಿಲ್ಲ. ಯಾರೆಲ್ಲ ಅಂಗೀಕರಿಸಿದರೋ ಅವರು ತಮ್ಮ ಮುಖವನ್ನು ಮೇಲೆ ಪರಲೋಕದೆಡೆಗೆ ಎತ್ತಿ, ದೇವರನ್ನು ಮಹಿಮೆಪಡಿಸಿದರು. ಬಹು ಜನರು ಕೋಪೋದ್ರಿಕ್ತರಾದರು. ಭಲಾಢ್ಯ ದೂತನಿಂದ ಬೀರಲ್ಪಟ್ಟ ಬೆಳಕನ್ನು ಅಲಕ್ಷಿಸಿದ ಧರ್ಮಬೋಧಕರೂ ಹಾಗೂ ಕೆಚ್ಚೆದೆಯ ದುಷ್ಟ ದೂತರೊಂದಿಗೆ ಜನರು ಸೇರಿಕೊಂಡರು. ಆದರೆ ಅಂಗೀಕಸಿದವರೆಲ್ಲಾ ಈ ಲೋಕದಿಂದ ತಮ್ಮನ್ನು ಬಿಡಿಸಿಕೊಂಡು ಒಂದಾಗಿ ಒಟ್ಟುಗೂಡಿದರು.

ಸಾಧ್ಯವಾದಷ್ಟು ಈ ಬೆಳಕಿನಿಂದ ಹಿಂದಿಸೆಳೆದುಕೊಳಲು ಸೈತಾನನೂ ಮತ್ತು ಅವನ ದೂತರೂ ಬಹಳ ಕಾರ್ಯಮಗ್ನರಾದರು. ಅಲಕ್ಷಿಸಿದ ಕೆಲವರು ಅಂಧಕಾರದಲ್ಲಿ ಇಡಲ್ಪಟ್ಟರು. ಪರಲೋಕಜನಿತ ಸಂದೇಶವು ಪರಿಚಯಿಸಲ್ಪಟ್ಟಾಗ ತೋರಿಕೆಯ ದೇವರ ಮಕ್ಕಳ ಕಡೆಗೆ ದೇವದೂತನು ತೀವ್ರ ಆಸಕ್ತಿಯಿಂದ ನೋಡುತ್ತಾ ಅವರು ಬೆಳೆಸಿಕೊಂಡ ಗುಣಸ್ವಾಭವವನ್ನು ದಾಖಲಿಸುತ್ತಿರುವುದನ್ನು ನನಗೆ ತೋರಿಸಲಾಯಿತು. ಯೇಸುವಿನ ಮೇಲೆ ಕಪಟ ಪ್ರೀತಿಯನ್ನು ನಟಿಸುತ್ತಿದ್ದವರು ದ್ವೇಷ,ಕೊಚೋದ್ಯದ ಧಿಕ್ಕಾರದಿಂದ

ಪರಲೋಕ ಸಂದೇಶಕ್ಕೆ ವಿಮುಖರಾದರು. ಚರ್ಮದ ಕಾಗದವನ್ನು ಹಿಡಿದು ದೂತನು ಈ ನಾಚಿಕೆಯ ವಿಷಯಗಳನ್ನೆಲ್ಲಾ ದಾಖಲು ಮಾಡಿಕೊಂಡನು. ತೋರ್ವಿಕೆಯ ಅನುಯಾಯಿಗಳು ಯೇಸುವನ್ನು ಹಗುರಾಗಿ ಕಂಡ ಕಾರಣದಿಂದ ಇಡೀ ಪರಲೋಕವೇ ಇವರ ದುರ್ನಡತೆಗೆ ರೋಷಗೊಂಡಿತು.

ವಿಶ್ವಾಸಗಳ ನಿರಾಶೆಯನ್ನು ನಾನು ಕಂಡೆನು. ಅವರು ಎದುರು ನೋಡುತ್ತಿದ್ದ ಕಾಲಾವಧಿಗೆ ಅನುಗುಣವಾಗಿ ಕರ್ತನನ್ನು ಕಾಣಲಿಲ್ಲ. ಭವಿಷ್ಯವನ್ನು ಮುಚ್ಚಿಟ್ಟು ತನ್ನ ಜನರನ್ನು ನಿರ್ಧಾರದತುದಿಗೆ ತರಬೇಕೆಂಬುದು ದೇವರ ಉದ್ದೇಶವಾಗಿತ್ತು. ಕಾಲವು ಪರಿಪೂರ್ಣವಾಗದ ಹೊರತು ದೇವರು ನಿಶ್ಚಯಿಸಿದ ಕಾರ್ಯವನ್ನು ಸಾಧಿಸಲಾಗುತ್ತಿರಲಿಲ್ಲ. ಭವಿಷ್ಯದಲ್ಲಿ ಬಹುದೂರ ಮನಸ್ಸನ್ನು ತೊಡಗಿಸುವಂತೆ ಬಹು ಜನರನ್ನು ಸೈತಾನನು ನಡೆಸಿದನು. ಕ್ರಿಸ್ತನ ಬರುವಣಕ್ಕಾಗಿ ಪ್ರಕಟಿಸಲ್ಪಟ್ಟ ಕಾಲಾವಧಿಯಲ್ಲಿ ಅಕ್ಕರೆಯಿಂದ ಸಿದ್ಧತೆಮಾಡಿಕೊಳ್ಳಲು ಮನಸ್ಸುಮಾಡಿಕೊಳ್ಳಬೇಕಾಯಿತು. ಹಾಗೆಯೇ ಕಾಲವು ಮುನ್ನಾಗುತ್ತಾ ಬರಲು ದೇವದೂತನು ಬೆಳಕನ್ನು ಪರಿಪೂರ್ಣವಾಗಿ ಅಂಗೀಕರಿಸಿಕೊಳ್ಳದವರು ಪರಲೋಕ ಸಂದೇಶವನ್ನು ಉಪೇಕ್ಷಿಸಿದವರೊಂದಿಗೆ ಸೇರಿಕೊಂಡು ನಿರಾಶೆಗೊಂಡವರನ್ನು ಹಿಯ್ಯಾಳಿಸಲು ಪ್ರಾರಂಭಿಸಿದರು. ದೂತರು ಯೇಸುವಿನ ಸಲಹೆ ಕೇಳುತ್ತಿದ್ದುದನ್ನು ನಾನು ನೋಡಿದೆನು. ಈ ದೂತರು ಕ್ರಿಸ್ತನ ತೋರ್ವಿಕೆಯ ಹಿಂಬಾಲಕರ ಸ್ಥಿತಿಯನ್ನು ಗುರುತಿಸಿಕೊಂಡಿರುವುದನ್ನೂ ನಾನು ಕಂಡನು. ನಿರ್ಧಿಷ್ಟ ಸಮಯವು ತಡೆಹಿಡಿಯಲ್ಪಟ್ಟು ಜನರು ಪರೀಕ್ಷೆಗೆ ಒಳಗಾಗಿ ತೀರ್ಮಾನಿಸಲ್ಪಟ್ಟರು ಮತ್ತು ಬಹು ಜನರು ತಕ್ಕಡಿಯಲ್ಲಿ ತೂಗಲ್ಪಟ್ಟು ಕಡಿಮೆಯಾಗಿ ಕಂಡುಬಂದರು. ಅವರೆಲ್ಲಾ, ತಾವು ಕ್ರೈಸ್ತರೆಂದು ಎತ್ತರದ ಧ್ವನಿಯಲ್ಲಿ ಕೂಗಿದವರು, ಆದರೆ ಪ್ರತಿಸೂಕ್ಷ್ಮ ವಿಷಯದಲ್ಲೂ ಕ್ರಿಸ್ತನನ್ನು ಹಿಂಬಾಲಿಸುವಲ್ಲಿ ಸೋತವರಾಗಿದ್ದರು. ಈ ತೋರ್ವಿಕೆಯ ಕ್ರೈಸ್ತರ ಸ್ಥಿತಿಗೆ ಸೈತಾನನು ವಿಜೃಂಭಿಸಿದನು. ಇವನ ಬಲೆಯಲ್ಲಿ ಅವರಿದ್ದರು. ಬಹುಸಂಖ್ಯೆಯಲ್ಲಿ ಜನರು ನೇರಮಾರ್ಗವನ್ನು ಬಿಟ್ಟು ಹೋಗುವಂತೆ ಅವನು ಮಾಡಿದನ್ನು ಮತ್ತು ಅವರು ಇತರ ಮಾರ್ಗಗಳಿಂದ ಪರಲೋಕಕ್ಕೆ

ಹೋಗಲು ಪ್ರಯತ್ನಿಸಿದರು. ಚಿಯೋನಿನಲ್ಲಿ ಪವಿತ್ರರೂ, ಪರಿಶುದ್ಧರೂ ಲೋಕವನ್ನು ಪ್ರೀತಿಸುತ್ತಿದ್ದ ಕಪಟಿಗಳು,ಪಾಪಿಗಳು ಎಲ್ಲರು ಮಿಶ್ರವಾಗಿ ಇದ್ದುದನ್ನು ದೂತರು ಕಂಡರು. ಯೇಸುವನ್ನು ನಿಜವಾಗಿ ಪ್ರೀತಿಸುತ್ತಿದ್ದವರನ್ನು ಅವರು ಗಮನಿಸುತ್ತಿದ್ದರು; ಈ ಭ್ರಷ್ಟರು ಪರಿಶುದ್ಧರನ್ನು ಬಾಧಿಸುತ್ತಿದ್ದರು.

ಯೇಸುವನ್ನು ನೋಡಬೇಕೆಂದು ಹೃದಯಾಂತರಾಳದಿಂದ ಕಾಯುತ್ತಿದ್ದವರನ್ನು ಆತನ ಬಗೆಗೆ ಮಾತನಾಡಬಾರದೆಂದು ತೋರ್ಪಿಕೆಯ ಕ್ರೈಸ್ತರು ನಿಷೇಧಿಸಿದರು. ಯೇಸುವಿನ ಪ್ರತ್ಯಕ್ಷತೆಯನ್ನು ಆಶಿಸುತ್ತಿದ್ದ ಉಳಿದ ಜನರ ಮೇಲೆ ಅನುಕಂಪ ಸುರಿಸುತ್ತಾ ದೇವದೂತರು ಇಡೀ ದೃಶ್ಯವನ್ನು ವೀಕ್ಷಿಸುತ್ತಿದ್ದರು. ಮತ್ತೊಬ್ಬ ಪ್ರಭಲ ದೇವದೂತನಿಗೆ ಭೂಲೋಕಕ್ಕೆ ಇಳಿದುಹೋಗಬೇಕೆಂದು ಆದೇಶಿಸಲಾಯಿತು. ಯೇಸುವು ಅವನ ಕೈಗೆ ಒಂದು ಓಲೆಯನ್ನು ಇತ್ತನು. ಅವನು ಇಳಿದು ಬರುತ್ತಾ ಬಿದ್ದಳು! ಬಿದ್ದಳು! ಬಾಬೆಲೋನ್ ಬಿದ್ದಳು ಎಂದು ಕೂಗುದನು. ಅನಂತರ ನಿರಾಶೆಗೊಂಡವರು ಮತ್ತೆ ಉತ್ಸುಕರಾಗಿ ಪರಲೋಕದ ಕಡೆಗೆ ತಲೆ ಎತ್ತಿ ನಂಬಿಕೆ ಮತ್ತು ನಿರೀಕ್ಷೆಯಿಂದ ಅವರು ಕರ್ತನ ಪ್ರತ್ಯಕ್ಷತೆಯನ್ನು ನೋಡಲೆಳಸಿದುವನ್ನು ನಾನು ಕಂಡೆನು. ಆದರೆ ಬಹು ಜನರು ನಿದ್ರೆಯ ಮೂರ್ಖಸ್ಥಿತಿಯಲ್ಲಿ ಇರುವಂತೆ ಕಂಡಬಂದರು. ಅವರ ಮುಖದ ಮೇಲೆ ಅತೀವ ದುಃಖ ತುಂಬಿದ್ದುದನ್ನು ನಾನು ಕಂಡೆನು. ನಿರಾಶೆಗೊಂಡವರು ಸತ್ಯವೇದದ ಮೂಲಕ ತಾವಿನ್ನೂ ನಿರೀಕ್ಷಣೆಯ ಕಾಲದಲ್ಲಿದ್ದು ಬಹುತಾಳ್ಮೆಯಿಂದ ದರ್ಶನವು ಪರಿಪೂರ್ಣವಾಗಲೂ ಕಾಯ್ದುಕೊಂಡಿರಬೇಕು ಎಂಬುದನ್ನು ಮನಗಂಡರು.1843ರಲ್ಲಿ ಕರ್ತನಿಗಾಗಿ ಎದುರುನೋಡಬೇಕೆಂದಿದ್ದು ಅದೇ ಸೂಚನೆ 1844ಕ್ಕೆ ಆತನನ್ನು ಎದುರು ನೋಡುವಂತೆ ನಡೆಸಿತು. 1843ರಲ್ಲಿ ಬಹು ಜನರಲ್ಲಿ ನೆಲೆಸಿದ್ದು ನಂಬಿಕೆಯ ಶಕ್ತಿಯ ಅದೇ ಪ್ರಮಾಣವು ಅವರಲಿಲ್ಲ ನೆಲೆಗೊಡಿರಲಿಲ್ಲ ವೆಂಬುವುದು ನಾನು ಕಂಡುಕೊಂಡೆನು. ಅವರ ನಿರಾಶೆಯು ನಂಬಿಕೆಯನ್ನು ಕುಂದಿಸಿತು.ಆದರೆ ನಿರಾಶೆಗೊಂಡವರು ಎರಡನೇ ದೂತನ ಕೂಗಿನೊಂದಿಗೆ ಧ್ವನಿಸೇರಿಸಿದ್ದನ್ನು ಪರಲೋಕದ ಗಣಗಳು

ಆಸಕ್ತಿಯಿಂದ ಗಮನಿಸುತ್ತಾ ಸಂದೇಶದ ಪ್ರಭಾವವನ್ನು ಗುರುತಿಸಿಕೊಂಡರು.ಕ್ರೈಸ್ತರನಿಸಿಕೊಂಡವರು ನಿರಾಶೆಗೊಂಡವರನ್ನು ಧಿಕ್ಕರಿಸುತ್ತಾ ಕುಚೋದ್ಯವಾಡುತ್ತಿದ್ದುದನ್ನು ಅವರು ಗಮನಿಸಿದರು. ಅಪಹಾಸ್ಯಗಾರರ ತುಟಿಗಳಿಂದ, ನೀವಿನ್ನು ಮೇಲಣ ಲೋಕಕ್ಕ ಹೋಗಲಿಲ್ಲ! ಎಂಬ ಮಾತುಗಳು ಹೊರಬಿದ್ದಾಗ ಒಬ್ಬ ದೂತನು ಬರೆಯುತ್ತಾ ಅವರು ದೇವರನ್ನು ಅಪಹಾಸ್ಯ ಮಾಡಿದರು ಎಂದು ದಾಖಲಿಸಿದನು.

ಎಲೀಯನು ಸ್ವರ್ಗಾರೋಹಣವಾದ ಕಾಲಘಟ್ಟವನ್ನು ನನಗೆ ತೋರಿಸಲಾಯಿತು. ಅವನು ಕಂಬಳಿಯು ಎಲೀಷನ ಮೇಲೆ ಬಿತ್ತು. ದುಷ್ಟ ಹುಡುಗರು ಹಿಂಬಾಲಿಸಿಕೊಂಡು ಹೋಗುತ್ತಾ - ಬೋಳುಮಂಡೆಯವನೇ ,ಏರು; ಬೋಳುಮಂಡೆಯವನೇ, ಏರು ಎಂದು ಪರಿಹಾಸ್ಯ ಮಾಡಿದರು! ಅವರು ದೇವರನ್ನು ಪರಿಹಾಸ್ಯ ಮಾಡಿದರು ಮತ್ತು ಅದಕ್ಕೆ ತಕ್ಕುದಾದ ಶಿಕ್ಷೆಯನ್ನು ಅನುಭವಿಸಿದರು. ಈ ಮಕ್ಕಳು ತಮ್ಮ ತಂದೆತಾಯಿಯರಿಂದ ಈ ನಡೆವಳಿಕೆಯನ್ನು ಕಲಿತಿದ್ದರು. ದೇವಭಕ್ತರು ಏರಿಹೋಗಲು ವಿಷವನ್ನು ಜರಿದು ಗೇಲಿ ಮಾಡಿದವರು ದೇವರ ಉಪದ್ರುವಗಳನ್ನು ಸಂಧಿಸುವರು ಆದರೆ ಅಪಹಾಸ್ಯ ಮಾಡುವುದು ಸಣ್ಣ ವಿಷಯವಲ್ಲ ಎಂಬ ಅರಿವು ಅವರಿಗಾಗುವುದು.

ಯೇಸುವು ತನ್ನ ಜನರ ಕುಂದುತ್ತಿರುವ ನಂಬಿಕೆಯನ್ನು ಬಲಗೊಳ್ಳಿಸಿ ಪುನಶ್ಚೇತನಗೊಳಿಸಲು ತ್ವರೆಯಾಗಿ ಅವರ ಬಳಿಗೆ ದೂತರನ್ನು ಕಳುಹಿಸಿ ಎರಡನೇ ದೂತನ ಸಂದೇಶವನ್ನು ಅರ್ಥಮಾಡಿಕೊಳ್ಳುವಂತೆ ಅವರನ್ನು ಸಿದ್ಧಪಡಿಸಲು ಹಾಗೂ ಪರಲೋಕದಲ್ಲಿ ಆಗುವ ಮುಖ್ಯವಾದ ಚಲನೆಯ ಬಗೆಗೆ ತಿಳಿಸಬೇಕೆಂದು ಆದೇಶ ನೀಡಿದರು. ಈ ದೂತರು ಯೇಸುವಿನಿಂದ ಮಹಾಶಕ್ತಿಯಬೆಳಕನ್ನು ಪಡೆದುಕೊಂಡು ಭೂಮಿಗೆ ಶೀಘ್ರವಾಗಿ ಹಾರುತ್ತಾ ಹೋಗಿ ಆದೇಶವನ್ನು ನೆರವೇರಿಸಲು ಮತ್ತು ಎರಡನೆಯ ದೂತನ ಕಾರ್ಯದಲ್ಲಿ ಸಹಾಯಕರಾಗಲು ಇಳಿದು ಬಂದುದನ್ನು ಕಂಡೆನು. ಈ ದೂತರು ಇಗೋ, ಮದಲಿಂಗನು; ಅವವನನ್ನು ಎದುರುಗೊಳ್ಳುವುದಕ್ಕೆ ಹೊರಡಿರಿ ಎಂದು ಕೂಗುವಾಗ ದೇವರ ಮಕ್ಕಳ ಮುಖದ ಮೇಲೆ

ಮಹಾಪ್ರಕಾಶವು ನೆಲೆಸಿತು. ಆ ಬಳಿಕ ನಿರಾಶೆಗೊಂಡಿದ್ದ ಭಕ್ತರು ಎದ್ದು ಎರಡನೆಯ ದೂತನೊಂದಿಗೆ ಸೇರಿಕೊಂಡು ಇದೋ; ಮದಲಿಂಗನು; ಅವನನ್ನು ಎದುರುಗೊಳ್ಳುವುದಕ್ಕೆ ಹೊರಡಿರಿ ಎಂದು ಪ್ರಕಟಿಸಿದುದನ್ನೂ ನಾನು ಕಂಡೆನು. ದೂತರಿಂದ ಹೊರಟ ಬೆಳಕು ಎಲ್ಲೆಲ್ಲೂ ನೆಲೆಸಿದ್ದ ಕತ್ತಲೆಯೊಳಗೆ ತೂರಿಹೋಯಿತು. ಆದರೆ ಸೈತಾನನು ಮತ್ತು ದೂತರು, ಈ ಬೆಳಕು ಪಸರಿಸಿದಂತೆ ಅದರ ನಿಯಾಮಿತ ಪ್ರಭಾವವನ್ನು ಅಡ್ಡಿಪಡಿಸಿದರು. ಅವರು ದೇವದೂತರೊಂದಿಗೆ, ದೇವರು ಆತನ ಜನರನ್ನು ವಂಚಿಸಿದ್ದಾರೆ, ಆದ್ದರಿಂದ ನಿಮ್ಮಶಕ್ತಿ ಮತ್ತು ಬೆಳಕಿನಿಂದ ಜನರು ಯೇಸು ಬರುವನೆಂಬುವುದುನ್ನು ನಂಬಿಸಲಾಗಿಲ್ಲ ಎಂದು ಹೇಳಿ ಕಾದಾಡಿದರು. ಸೈತಾನನು ಮತ್ತು ದೂತರು ಜನರ ಮನಸ್ಸನ್ನು ಬೆಳಕಿನಿಂದ ಸೆಳೆದು ದೂತರ ಮಾರ್ಗಕ್ಕೆ ಬೇಲಿ ಹಾಕಿದಾಗ್ಯೂ ದೇವದೂತರು ತಮ್ಮ ಕೆಲಸವನ್ನು ಮುಂದುವರಿಸಿದರು. ಯಾರು ಯಾರು ಅಂಗೀಕರಿಸಿದರೋ ಅವರು ಸಂತೋಷ ಪಟ್ಟರು. ಅವರು ತಮ್ಮ ಕಣ್ಣುಗಳನ್ನು ಮೇಲಕ್ಕೆತ್ತಿ ಯೇಸುವಿನ ಬರುವಣವನ್ನು ಕಾಣಲು ಕಾತುರಗೊಂಡರು. ಕೆಲವರು ಬಹುಮನಗುಂದಿದವರಾಗಿ ಅಲುತ್ತಾ ಪ್ರಾರ್ಥಿಸುತ್ತಿದ್ದರು. ಅವರ ಕಣ್ಣುಗಳು ತಮ್ಮನೇ ಕೇಂದ್ರಿಕರಿಸಿದಂತೆ ಕಾಣುತ್ತಿತ್ತು ಮತ್ತು ಮೇಲೆ ನೋಡಲು ಅವರಿಗೆ ಧೈರ್ಯಬರಲಿಲ್ಲ .

ತಮ್ಮೊಳಗೆ ನಿರಾಶೆಯಿದಿದ್ದವರ ಮೇಲೆ ಪರಲೋಕದ ಅಮೂಲ್ಯವಾದ ಬೆಳಕು ಹರಿದು ಅವರು ಮತ್ತು ಅವರ ಕಣ್ಣುಗಳಲ್ಲಿದ್ದ ಕತ್ತಲೆಯನ್ನು ಓಡಿಸಿತು, ಆಗ ಅವರ ಮೇಲೆಕ್ಕೆ ನೋಡಿದಾಗ ಧನ್ಯತೆಯು ಪವಿತ್ರಾನಂದವೂ ಅವರ ದೇಹಾಕಾರದಲ್ಲಿ ವ್ಯಕ್ತವಾಯಿತು ಯೇಸು ಮತ್ತು ದೂತಗಣಗಳು ಬಹು ಮೆಚ್ಚಿಗೆಯಿಂದ ಕಾದ್ದುಕೊಂಡಿದ್ದ ನಂಬಿಗಸ್ತರನ್ನು ದೃಷ್ಟಿಸಿದರು.

ಮೊದಲ ದೂತನ ಸಂದೇಶವನ್ನು ದಿಕ್ಕರಿಸಿ ವಿರೋಧಿಸಿದವರು ಎರಡನೆಯ ದೂತನ ಬೆಳಿಕನ್ನೂ ಕಳೆದುಕೊಂಡರು, ಮತ್ತು ಇಗೋ ಮದಲಿಂಗನು ಎಂಬ ಸಂದೇಶವನ್ನು ಸಾರುತ್ತಿದ್ದವರ ಶಕ್ತಿಪ್ರಭಾವದಿಂದಲೂ ಲಾಭವನ್ನು ಪಡೆಯಲಿಲ್ಲ. ಯೇಸು ಅಸಂತುಷ್ಟಿಯಿಂದ ಅವರೆಡೆಗೆ ವಿಮುಖನಾದನು.

ಅವರೋ, ಯೇಸುವನ್ನು ಹಗುರವಾಗಿ ಕಂಡು ತಿರಸ್ಕರಿಸಿದರು. ಸಂದೇಶವನ್ನು ಅಂಗೀಕರಿಸಿದವರು ಮಹಾಪ್ರಭೆಯ ಮೋಡದಿಂದ ಸುತ್ತುವರೆಯಲ್ಪಟ್ಟರು. ಅವರು ದೇವರು ಚಿತ್ತವನ್ನು ತಿಳಿಯಲು ಕಾದುಕೊಂಡು ಎಚ್ಚರಿಕೆಯಿಂದ ಪ್ರಾರ್ಥಿಸುತ್ತಿದ್ದವರು. ಯೇಸುವನ್ನು ನೋಯಿಸಲು ಭಯಪಟ್ಟವರು. ದೇವರ ಮಕ್ಕಳಿಂದ ಈ ದಿವ್ಯಪ್ರಭೆಯನ್ನು ನಂದಿಸಬೇಕೆಂದು ನೋಡುತ್ತಿದ್ದ ಸೈತಾನನನ್ನೂ ಅವನ ದೂತರನ್ನೂ ನಾನು ಕಂಡೆನು; ಆದರೆ ಬೆಳಕನ್ನು ಹೊಂದಿದ್ದವರು ಎಷ್ಟುರವರೆಗೆ ಅದನ್ನು ಪಾಲನೆಮಾಡಿಕೊಂಡು ಈ ಲೋಕದಿಂದ ತಮ್ಮ ದೃಷ್ಟಿಯನ್ನು ತಿರುಗಿಸಿ ಮೇಲಿಕ್ಕೆ ಯೇಸುವಿನಲ್ಲಿ ನೆಲೆಗೊಳಿಸಿದ್ದರೋ ಅವರ ಮೇಲೆ ಸೈತಾನನು ತನ್ನ ಶಕ್ತಿಯನ್ನು ಪ್ರಯೋಗಿಸಿ ಆ ಬೆಳಕಿನಿಂದ ಅವರನ್ನು ಅಪಹರಿಸಲಾಗಲಿಲ್ಲ, ಪರಲೋಕದಿಂದ ಬಂದು ಸಂದೇಶವು; ಸೈತಾನ ಹಾಗೂ ದೂತರೂ ಯೇಸುವನ್ನು ಪ್ರೀತಿಸುತ್ತೇವೆಂದು ಹೇಳಿಕೊಳ್ಳುತ್ತಾ ತೋರುವಿಕೆಯಿಂದದ್ದವರು ಮತ್ತು ಆತನ ಬರುವಣವನ್ನು ಕಡೆಗಣಿಸಿ, ನಂಬಿಗಸ್ತರನ್ನು ಕುಚೋದ್ಯಮಾಡುತ್ತಾ ಗೇಲಿಮಾಡುತ್ತಿದ್ದವರನ್ನು ರೊಚ್ಚಿಗೆಬ್ಬಿಸಿತು. ಬಂದು ಪ್ರತಿ ಕುಚೋದ್ಯ, ಅಪಹಾಸ್ಯ ,ಹೀಯ್ಯಾಳಿಕೆ ಮತ್ತು ಬೈಗುಳನ್ನು ಒರ್ವದೂತನು ಗುರುತುಮಾಡಿಕೊಂಡನು. ಬಹುಜನರು ಇಗೋ ಮದಲಿಂಗನು ಬರುತ್ತಾನೆ ಎಂಬ ವಾರ್ತೆಯನ್ನು ಉಚ್ಛಕಂಠದಿಂದ ಕೂಗುತ್ತಿದ್ದವರು ಯೇಸುವಿನ ಬರುವಣವನ್ನು ಪ್ರೀತಿಸದೆ ಇರುವವರನ್ನು ಮತ್ತು ಆತನು ಎರಡನೆ ಬರುವಣವನ್ನು ನೆಲೆಗೊಂಡಿರಬಾರದೆಂದು ತಡೆಹಿಡಿದವರನ್ನು ತಳ್ಳಿಬಿಟ್ಟರು ಯೇಸುವು, ಆತನ ಬರುವಣವನ್ನು ಅಲಕ್ಷಿಸಿದವರಿಂದ ಮುಖವನ್ನು ತಿರುಗಿಸಿಕೊಂಡನು. ಮತ್ತು ಈ ಅಶುದ್ಧರಿಂದ ಕಳಂಕಿತರಾಗಬಾರದೆಂದು ತನ್ನ ಜನರನ್ನು ಬೇರ್ಪಡಿಸಿ ಹೊರಗೆ ಕರೆದು ತರಲು ದೂತರನ್ನು ಕಳುಹಿಸಿದನು. ಸಂದೇಶಕ್ಕೆ ವಿಧೇಯರಾದವರು ಸ್ವತಂತ್ರರಾಗಿ ಎದ್ದು ಐಕ್ಯತೆಯಿಂದ ನಿಂತುಕೊಂಡರು. ಪವಿತ್ರವಾದ ಮಹೋನ್ನತ ಕಾಂತಿ ಅವರ ಮೇಲೆ ಹೊಳೆಯಿತು, ಅವರು ಲೋಕವನ್ನು ತ್ಯಜಿಸಿ, ಅದರ ವ್ಯಾಮೋಹವನ್ನು ಹರಿದುಕೊಂಡು, ಎಲ್ಲಾ ಐಹಿಕ ಆಸಕ್ತಿಯನ್ನು ತ್ಯಾಗಮಾಡಿದರು. ಲೋಕದ ಸಂಪತ್ತನ್ನು ತೊರೆದರು ಮತ್ತು

ಅವರ ಪ್ರೀತಿಮಯ ವಿಮೋಚಕನನ್ನು ಕಾಣಲು ಆಕಾಶದ ಕಡೆಗೆ ದೃಷ್ಟಿಸಲು ತೊಡಗಿದರು ಪವಿತ್ರಾನಂದವು ಅವರ ಮುಖದಲ್ಲಿ ತುಂಬಿಕೊಂಡು ಅವರೊಳಗೆ ಸಮಾಧಾನ ಶಾಂತಿ ತುಂಬಿ ನೆಲೆಸಿತು ಅವರ ಶೋಧನೆಯ ಕಾಲವು ಮುಂದುವರೆಯುವುದರಿಂದ ಅವರನ್ನು ಬಲಗೊಳಿಸಲು ಯೇಸು ದೂತರನ್ನು ಕಳುಹಿಸಿದನು. ಈ ಕಾದುಕೊಂಡಿದವರು ಇನ್ನೂ ಸಾಕಷ್ಟು ಪುಟ್ಟಿಕ್ಕೆ ಹಾಕಲ್ಪಡಲಿಲ್ಲ ಎಂಬುದನ್ನು ನಾನು ಕಂಡೆನು. ಅವರಿನ್ನೂ ತಪ್ಪುದೋಷಗಳಿಂದ ಮುಕ್ತರಾಗಿರಲಿಲ್ಲ. ಅನ್ಯಜನರಿಂದಲೂ ಪೋಪರಿಂದಲೂ ತಮಗೆ ಹಸ್ತಾಂತರಿಸಲ್ಪಟ್ಟ ತಪ್ಪು ದೋಷಗಳಿಂದ ಕಳಚಿಕೊಳ್ಳಲು ದೇವರ ಕರುಣೆ ಶುಭವೂ ಭೂಲೋಕದವರಿಗೆ ಎಚ್ಚರಿಕೆಯನ್ನು ಕಳುಹಿಸುವುದರಲ್ಲಿ ಹಾಗೂ ಕಾಲಾವಧಿಗೆ ಕರೆತರಲು ಕೊಟ್ಟ ಪುನರಾವರ್ತಿತ ಸಂದೇಶಗಳಿಂದ ಅವರು ತಮ್ಮನ್ನೇ ಪರೀಕ್ಷಿಸಿಕೊಳ್ಳಲು ನಡೆಸಿದುದನ್ನು ನಾನು ಕಂಡೆನು, ದೇವರು ಅವರಿಗಾಗಿ ಮಹಾಬಲದಿಂದ ಕಾರ್ಯಮಾಡಲು ಹಾಗೂ ಅವರು ದೇವರ ಎಲ್ಲಾ ಆಜ್ಞೆಗಳನ್ನು ಕೈಕೊಳ್ಳುವಂತೆ ಮಾಡಲು ತನ್ನ ಸಂದೇಶಗಳ ಮೂಲಕ ತನ್ನ ಜನರನ್ನು ಆರಿಸಿ ಹೊರೆತಂದನು ತನ್ನ ಮಹಾಬಲದಿಂದ ಅವರೆಲ್ಲ ಆತನ ಕಟ್ಟಳೆಗಳನ್ನು ಪಾಲಿಸಲಾಗುವಂತೆ ಕಾರ್ಯಮಾಡಿದನು.

ನೋಡಿ: 2ಅರಸು 2:11-25 ; ದಾನಿಯೇಲ 8:14; ಹಬಕ್ಕೂಕ 2:1-4; ಮತ್ತಾಯ 25:6; ಪ್ರಕಟನೆ 14:8;18:1-5

ಅಧ್ಯಾಯ 27. ದೇವದರ್ಶನ ಗುಡಾರ

ಆ ನಂತರ ನನಗೆ ದೇವಜನರ ತೀವ್ರ ನಿರಶೆಯನ್ನು ತೋರಿಸಲಾಯಿತು. ಅವರು ನಿರೀಕ್ಷಿಸಿದ ಸಮಯಕ್ಕೆ ಯೇಸು ಬರಲಿಲ್ಲ. ಅವರು ರಕ್ಷಕನು ಏಕೆ ಬರಲಿಲ್ಲವೆಂದೂ ತಿಲಿಯಲಿಲ್ಲ, ಪ್ರವಾದನಾ ಕಾಲ ಏಕೆ ಕೊನೆಗೊಳ್ಳಲಿಲ್ಲ ಎಂಬುದಕ್ಕೆ ಯಾವ ಗುರುತೂ ಕಾಣಲಿಲ್ಲ. ಆಗ ದೂತನು ಬಂದು ,ಎಂದಾದರೂ ದೇವರು ಮಾತುಗಳು ಸುಳ್ಳಾಯಿತೇ? ದೇವರು ತನ್ನ ವಾಗ್ದಾನವನ್ನು ನೆರವೇರಿಸುವುದಲ್ಲಿ ತಪ್ಪಿದ್ದಾರೋ? ಎಂದು ಕೇಳಿದನು. ಇಲ್ಲ ;ಅತನು ತನ್ನ ಎಲ್ಲಾ ವಾಗ್ದಾನಗಳನ್ನು ನೆರವೇರಿಸಿದ್ದಾನೆ. ಯೇಸುವು ಮರಣದಿಂದ ಎದ್ದು ಪರಲೋಕದ ದೇವದರ್ಶನ ಗುಡಾರದ ಪರಿಶುದ್ದ ಸ್ಥಳದಲ್ಲಿನ ಬಾಗಿಲನ್ನು ಮುಚ್ಚಿದನು, ಮಹಾಪರಿಶುದ್ಧ ಸ್ಥಳದ ಬಾಗಿಲನ್ನು ತೆರೆದನು ಮತ್ತು ಪರ್ಣಶಾಲೆಯನ್ನು ಶುದ್ದಮಾಡಲು ಪ್ರವೇಸಿದ್ದಾನೆ. ಯಾರಲ್ಲ ತಾಳ್ಮೆಯಿಂದ ಕಾದಿರುವರೋ ಅವರು ಈ ರಹಸ್ಯವನ್ನು ಅರ್ಥಮಾಡಿಕೊಳ್ಳುವರು, ಎಂದು ದೂತನು ಹೇಳಿದನು. ಮಾನವನು ತಪ್ಪು ಮಾಡಿದ್ದಾನೆ; ಆದರೆ ದೇವರ ಕಡೆ ಎಂದೂ ತಪ್ಪಿರುವುದಿಲ್ಲ. ದೇವರು ವಾಗ್ದಾನಮಾಡಿದ್ದೆಲ್ಲವೂ ನೆರವೇರಿದೆ; ಆದರೆ ಮಾನವನು, ಭೂಮಿಯನ್ನೇ ಪರ್ಣಶಾಲೆ ಎಂದು ತಪ್ಪಾಗಿ ನೋಡಿ, ಪ್ರವಾದನಾ ಕಾಲದ ಅಂತ್ಯದಲ್ಲಿ ಇದು ಶುದ್ಧಗೊಳಿಸಲ್ಪಡುವುದು ಎಂದು ಭಾವಿಸಿದನು .ಮಾನವನ ನಿರೀಕ್ಷೆಯು ಸುಳ್ಳಾಯಿತು; ದೇವರ ವಾಗ್ದಾನವಲ್ಲ. ನಿರಾಶೆಗೊಂಡವರನ್ನು ಸರಿಯಾದ ಮಾರ್ಗದಲ್ಲಿ ನಡೆಸಿ, ಯೇಸುವು ಪರ್ಣಶಾಲೆಯ ಶುದ್ದೀಕರಣೆಗಾಗಿ ಮಹಾಪರಿಶುದ್ಧ ಸ್ಥಳಕ್ಕೆ ಪ್ರವೇಶಿಸಿ ಇಸ್ರಾಯೇಲ್ಯರಿಗಾಗಿ ವಿಶೇಷ ಪ್ರಾಯಶ್ಚಿತ್ತ ಮಾಡುವನೆಂದು ಗ್ರಹಿಸಿಕೊಡುವಂತೆ ಯೇಸು ದೇವದೂತನನ್ನು ಕಳುಹಿಸಿದನು. ಯೇಸುವು ಆತನ ದೂತರಿಗೆ, ಯಾರು ಆತನನ್ನು ಕಂಡುಕೊಂಡರೋ ಅವರೆಲ್ಲಾ ಆತನ ಕಾರ್ಯವನ್ನು ಅರ್ಥೈಸಿಕೊಳ್ಳುವರೆಂದು ತಿಳಿಸಿದನು. ಯೇಸುವು ಮಹಾಪರಿಶುದ್ದ ಸ್ಥಳದಲ್ಲಿ ಇರುವಾಗ ಆತನು ಹೊಸ ಯೆರುಸಲೇಮಿನೊಂದಿಗೆ ವಿವಾಹವಾಗಿ, ಮಹಾಪರಿಶುದ್ಧ ಸ್ಥಳದ ಕೆಲಸವನ್ನು ಮುಗಿಸಿಕೊಂಡು, ರಾಜಾಧಿರಾಜನಂತೆ ಪ್ರಬಲನಾಗಿ ಭೂಮಿಗೆ

ಇಳಿದು ಬಂದು, ಆತನ ಬರುವಣಿಕ್ಕಾಗಿ ಸಮಾದಾನದಿಂದ ಕಾಯುತ್ತಿರುವ ಅಮೂಲ್ಯರನ್ನು ತನಗಾಗಿ ಕರೆದುಕೊಂಡು ಹೋಗಲು ಬರುವನು.

1844 ರಲ್ಲಿ ಪ್ರವಾದನಾ ಕಾಲವಧಿಯು ಕೊನೆಗೊಳ್ಳುತ್ತಿದಂತೆ ಪರಲೋಕದಲ್ಲಿ ಸಂಭವಿಸಿದ್ದೇನೆಂದು ನನಗೆ ತೋರಿಸಲಾಯಿತು. ಪರಿಶುದ್ಧ ಸ್ಥಳದಲ್ಲಿ ಯೇಸುವಿನ ಸೇವೆ ಮುಗಿಯಲು ಆತನು ಆ ಕೋಣೆಯ ಬಾಗಿಲನ್ನು ಮುಚ್ಚಿದನು. ಕ್ರಿಸ್ತನ ಪುನರಾಗಮನ ಸಂದೇಶವನ್ನು ಕೇಳಿ ಅದನ್ನು ತಿರಸ್ಕರಿಸಿದವರ ಮೇಲೆ ಮಹಾಕತ್ತಲೆಯು ಆವರಿಸಿತು, ಅತನನ್ನು ಅವರು ಕಾಣದಾದರು ಎಂಬುದನ್ನು ನನಗೆ ತೋರಿಸಲಾಯಿತು. ಅನಂತರ ಯೇಸುವು ತನ್ನ ಅಮೂಲ್ಯವಸ್ತ್ರವನ್ನು ಧರಿಸಿಕೊಂಡನು ಆ ವಸ್ತ್ರದ ತಳಭಾಗದಲ್ಲಿ ಗೆಜ್ಜೆ ಮತ್ತು ದಾಳಿಂಬೆಹಣ್ಣಿನಂತ ಚಂಡುಗಳು ಅಂಚಿನ ಸುತ್ತಲೂ ಕಂಡು ಬಂದವು. ಆತನ ಭುಜದಿಂದ ಕುತೂಹಲ ಕಾರ್ಯವೆಂಬ ಎದೆಕವಚವು ತೂಗುತ್ತಿತ್ತು. ಆತನು ಅತ್ತಿಂದಿದಿತ್ತ ನಡೆದಾಡುವಾಗ ಅದು ವಜ್ರದಂತೆ ಹೊಳೆದು, ಕವಚದ ಮೇಲೆ ಹೆಸರು ಬರೆದಿಂತಿರುವುದೋ ಅಥವಾ ಕೆತ್ತಲ್ಪಟ್ಟಿರುವಂತೆ ಅಕ್ಷರಗಳು ಸ್ಪಷ್ಟವಾಗಿ ಕಂಡವು. ಆತನು ಪರಿಪೂರ್ಣವಾಗಿ ಉಡುಗೆತೊಡುಗೆಯಿಂದ ಸುಸಜ್ಜಿತನಾದ ಮೇಲೆ ಕಿರೀಟದಂತೆರುವ ಒಂದನ್ನು ಶಿರದಲ್ಲಿ ಇಡಲಾಯಿತು. ದೇವದೂತರು ಆತನ ಸುತ್ತಲೂ ಕೊಡಿಬಂದರು, ಜ್ವಲಿಸುತ್ತಿರುವ ರಥವನ್ನೇರಿ ಆತನು ಎರಡನೆ ಪರದೆಯ ಒಳಗೆ ಹೋದನು. ಆಗ ನನಗೆ ಪರ್ಣಶಾಲೆ ಅಥವಾ ದೇವದರ್ಶನ ಗುಡಾರದ ಎರಡನೆ ಭಾಗವನ್ನು ಗಮನಿಸಲು ಹೇಳಿದರು. ಪರದೆಯು ತೆರೆಯಲ್ಪಟ್ಟಿತು, ನಾನು ಒಳಗೆ ಪ್ರವೇಶಿಸಿದೆನು, ಮೊದಲನೇ ಭಾಗದಲ್ಲಿ [ಪರಿಶುದ್ಧ ಸ್ಥಳ] ಏಳುದೀಪಗಳನ್ನೊಳಗೊಂಡ ದೀಪಸ್ಥಂಭವು ಇದು, ಬಹು ಸಂಪದ್ಭರಿತವಾಗಿಯೂ ಅಲಂಕಾರಿಕಾವಾಗಿಯೂ ಇತ್ತು; ಒಂದು ಮೇಜು ಅದರ ಮೇಲೆ ಸಮರ್ಪಿಸಿದ ರೊಟ್ಟಿ, ದೊಪಾರತ್ತಿ, ದೊಪಸ್ಥಂಭ ಇದ್ದವು ಈ ಭಾಗದ ಎಲ್ಲಾ ಪೀಠೋಪಕರಣಗಳು ಶುದ್ಧ ಚಿನ್ನದಿಂದ ಮಾಡಲ್ಪಟ್ಟು ಆ ಭಾಗಕ್ಕೆ ಪ್ರವೇಶಿಸಿದವರನ್ನು ಪ್ರತಿಬಿಂಬಿಸುತ್ತಿತ್ತು. ಈ ಎರಡು ಭಾಗವನ್ನು ಬೇರ್ಪಡಿಸಿದ್ದ ತೆರೆಯು ಶೋಭಾಯಮಾನವಾಗಿ ಕಂಡುಬಂತು. ಅದು ವಿವಿದ ವರ್ಣಗಳಿಂದಲೂ ನೇಯ್ದ ವಸ್ತುವಿನಿಂದ ಮಾಡಲ್ಪಟ್ಟಿದು

ಸುಂದರವಾದ ಅಂಚಿನಿಂದ ಕೂಡಿತ್ತು. ದೂತರನ್ನು ಹೋಲುವ ಕಾಸೂತಿಯನ್ನು ಚಿನ್ನದ ದಾರದಿಂದ ಹೊಲಿಯಲಾಗಿತ್ತು. ತೆರೆಯ ಮೇಲೆ ಎತ್ತಲ್ಪಟ್ಟು ನಾನು ಎರಡನೆ ಭಾಗವನ್ನು ಕಂಡನು. ಒಳಗೆ ಮಂಜೂಷವಿದ್ದು ಅದು ಶುದ್ಧ ಚಿನ್ನದಿಂದ ಮಾಡಿರುವುದನ್ನು ಕಂಡೆನು. ಅದರ ಮೇಲೆ ಕಿರೀಟವನ್ನು ಪ್ರತಿನಿಧಿಸುವ ಗೋಟುಗಳಿದ್ದು ಬಹು ಅಲಂಕಾರಿಕವಾಗಿ ಮಾಡಲ್ಪಟ್ಟಿತು. ಅದು ಸಹ ಶುದ್ಧ ಬಂಗಾರದ್ದೇ. ಮಂಜೂಷದ ಒಳಗೆ ಹತ್ತು ಕಟ್ಟಳೆಗಳನ್ನು ಬರೆದ್ದಿದ ಕಲ್ಲಿನ ಹಲಗೆಗಳಿದ್ದವು. ಮಂಜೂಷದ ಎರಡೂ ಕಡೆ ಸುಂದರವಾದ ಕೆರೂಬಿಯರು ತಮ್ಮ ರೆಕ್ಕೆಗಳನ್ನು ಆದರ ಮೇಲೆ ಹರಡಿಕೊಂಡಿದ್ದರು. ಯೇಸುವು ಮಂಜೂಷದ ಪಕ್ಕದಲ್ಲಿ ನಿಲ್ಲಲು ಅವರ ಎರಡೂ ರೆಕ್ಕೆಗಳು ಮೇಲೆ ಎತ್ತಲ್ಪಟ್ಟು ಒಂದಕ್ಕೊಂದು ತಾಗಿಕೊಂಡಿದ್ದು ಆತನ ತಲೆಯ ಮೇಲೆ ಆಚ್ಛಾದಿಸಿಕೊಂಡವು ಅವರ ಮುಖಗಳು ಎದುರುಬದುರಾಗಿದ್ದು ಮಂಜೂಷದ ಕಡೆಗೆ ಕೆಳಗೆ ನೋಡುತ್ತಿದ್ದರು ಇದು ದೇವರ ಆಜ್ಞೆಗಳನ್ನು ಬಹು ಆಸಕ್ತಿಯಿಂದಲೂ ಭಕ್ತಿಭಾವದಿಂದಲೂ ನೋಡುತ್ತಿರುವ ಪರಲೋಕದಗಣಗಳನ್ನು ಪ್ರತಿನಿಧಿಸುತ್ತಿತ್ತು. ಇಬ್ಬರು ಕೆರೂಬಿಯರ ನಡುವೆ ಚಿನ್ನದ ದೂಪಾರತಿ ಇತ್ತು. ಭಕ್ತರ ನಂಬುಗೆಯ ಪ್ರಾರ್ಥನೆಗಳು ಯೇಸುವಿನೆಡೆಗೆ ಬರಲು, ಆತನು ಆದನ್ನು ತಂದೆಗೆ ಅರ್ಪಿಸಿದನು, ದೂಪಾರತಿಯಿಂದ ಸುವಾಸನೆ ಹೊರಡಿತು ಅದು ಬಹು ವರ್ಣಗಳಿಂದ ಕೂಡಿದ ಹೊಗೆಯೋಪಾಧಿಯಲ್ಲಿ ಕಂಡು ಬಂದಿತು. ಮಂಜೂಷದ ಮುಂದೆ ಯೇಸುವು ನಿಂತಿದ್ದ ಸ್ಥಳದ ಮೇಲೆ ಪ್ರಜ್ವಲಿಸುವ ಮಹಾಪ್ರಭೆಯು ಕಂಡುಬಂತು. ಆದರೆ ಅದನ್ನು ನಾನು ನೋಡಲಾಗಲಿಲ್ಲ ಅದು ದೇವರು ಕುಳಿತಿರುವ ಸಿಂಹಾಸನದಂತೆ ಕಂಡಿತು. ಧೂಪದ ಹೊಗೆ ತಂದೆಯ ಬಳಿಗೆ ಏರಿಹೋಗಲು ಅದ್ಭುತವಾದ ಮಹಾಪ್ರಭೆ ತಂದೆಯ ಸಿಂಹಾಸನದಿಂದ ಯೇಸುವಿನ ಮೇಲೆ ಇಳಿದು ಬಂತು, ಮತ್ತು ಯೇಸುವಿನ ಮೂಲಕ ಬಕ್ತರ ಪ್ರಾರ್ಥನೆಗಳು ಸುವಾಸುತ ಧೂಪದಂತೆ ಏರಿತೋ ಅವರ ಮೇಲೆ ಇಳಿದು ಬಂತು. ಯೇಸುವಿನ ಮೇಲೆ ಉಜ್ವಲ ಬೆಳಕು ಹಾಗೂ ಪ್ರಭೆಯು ಬಹು ಶೋಭಾಯಮಾನವಾಗಿ ಸುರಿಸಲ್ಪಟ್ಟು ಕೃಪಾಸನದ ಮೇಲೆ ಆಚ್ಛಾದಿಸಿತು, ಆನಂತರ ಪ್ರಭೆಯು ಹಂತಹಂತವಾಗಿ

ದೇವಾಲಾಯದಲ್ಲೆಲ್ಲಾ ತುಂಬಿಕೊಂಡಿತು. ಈ ಪ್ರಕಾಶವನ್ನು ಹೆಚ್ಚುಹೊತ್ತು ನಾನು ನೋಡಲಾಗಲಿಲ್ಲ. ಯಾವ ಭಾಷೆಯೂ ಬೆಳಕಿನ ತೀವ್ರತೆಯನ್ನು ವರ್ಣಿಸಲಾಗದು. ನಾನು ಹಿಗ್ಗಿನಿಂದ ತುಂಬಿದವಳಾಗಿ ಈ ದೃಶ್ಯದ ಮಹಾಪ್ರಭೆ ಹಾಗೂ ಘನತೆಯಿಂದ ವಿಮುಖಳಾದೆನು.

ಭೂಲೋಕದ ಪರ್ಣಶಾಲೆ ಎರಡು ಭಾಗಗಳನ್ನು ನನಗೆ ತೋರಿಸಲಾಯಿತು ಪರಲೋಕದಲ್ಲಿದ್ದಂತೆಯೇ ಇತ್ತು. ಇದು ಪರಲೋಕದ ಗುಡಾರವನ್ನು ಪ್ರತಿನಿಧಿಸುವ ಭೂಲೋಕದ ಗುಡಾರ ಎಂದು ನನಗೆ ತಿಳಿಸಲಾಯಿತು. ಮೊದಲ ಭಾಗದ ಪೀಠೋಪಕರಣಗಳು ಪರಲೋಕದ ಪರ್ಣಶಾಲೆಯ ಮೊದಲ ಭಾಗದಲ್ಲಿದ್ದಂತೆಯೇ ಯಥಾವತ್ತಾಗಿತ್ತು ತೆರೆಯು ಮೇಲೆತ್ತಲ್ಪಡಲು ನಾನು ಮಹಾಪರಿಶುದ್ಧಸ್ಥಳವನ್ನು ಕಂಡೆನು, ಅದೂ ಸಹ ಪರಲೋಕದ ಮಹಾಪರಿಶುದ್ಧಸ್ಥಳದಲ್ಲಿಂತಹ ಪೀಠೋಪಕರಣಗಳೇ ಆಗಿದ್ದವು ಯಾಜಕರು ಭೂಲೋಕದ ಎರಡೂ ಭಾಗಗಳಲ್ಲಿ ಸೇವೆ ಮಾಡುತ್ತಿದ್ದರು. ಮೊದಲ ಭಾಗದಲ್ಲಿ ವರ್ಷದ ಪ್ರತಿದಿನವೂ ಸೇವೆಸಲ್ಲಿಸುತ್ತಿದ್ದರೆ ವರ್ಷಕ್ಕೆ ಒಂದಾವರ್ತಿ ಮಾತ್ರ ಮಹಾಪರಿಶುದ್ಧ ಸ್ಥಳದ ಸೇವೆ ನಡೆಯುತ್ತಿತು. ವರ್ಷವೆಲ್ಲಾ ಅರಕೆ ಮಾಡಲ್ಪಟ್ಟ ಪಾಪಗಳು ಶುದ್ಧೀಕರಣೆ ಇಲ್ಲಿ ನಡೆಯುತ್ತಿತ್ತು ಯೇಸು ಪರಲೋಕದ ಪರ್ಣಶಾಲೆಯ ಎರಡೂ ಭಾಗದಲ್ಲಿ ಸೇವೆಸಲ್ಲಿಸುತ್ತಿದ್ದುದನ್ನು ನಾನು ಕಂಡೆನು - ಆತನು ತನ್ನ ರಕ್ತದಾರೆ ಎರೆದು ಪರಲೋಕದ ಪರ್ಣಶಾಲೆಗೆ ಪ್ರವೇಶಿಸಿದನು ಭೂಲೋಕದ ಯಾಜಕರೆಲ್ಲ ಸತ್ತುಹೋಗುತ್ತಿದ್ದುದರಿಂದ ಬಹುಕಾಲದವರೆಗೆ ಅವರು ಸೇವೆಮಾಡಲಾಗುತ್ತಿರಲಿಲ್ಲ; ಆದರೆ ಯೇಸು ನಿರಂತರ ಮಹಾಯಾಜಕನಾಗಿರುವುದನ್ನು ನಾನು ಕಂಡೆನು. ಇಸ್ರಾಯೇಲರು ಭೂಲೋಕದ ಪರ್ಣಶಾಲೆಗೆ ತಮ್ಮ ಬಲಿ ಮತ್ತು ಕಾಣಿಕೆ ತರುವುದರ ಮೂಲಕ ಬರಲಿರುವ ರಕ್ಷಕನ ಶ್ರೇಷ್ಟತೆಯನ್ನು ಎತ್ತಿಹಿಡಿಯುತ್ತಿದ್ದರು ದೇವರ ವಿವೇಕದಲ್ಲಿ, ಈ ಮಹಾಕಾರ್ಯದ ಎಲ್ಲಾ ಸೂಕ್ಷ್ಮವಿಚಾರಗಳು ತಿಳಿಸಲ್ಪಟ್ಟಿದ್ದು ನಾವು ಪರಲೋಕದ ಪರ್ಣಶಾಲೆಯಲ್ಲಿನ ಯೇಸುವಿನ ಸೇವೆಯನ್ನು ಅರ್ಥಮಾಡಿಕೊಳ್ಳಲು ಸಾಧ್ಯವಾಗುತ್ತದೆ.

ಕ್ರೂಜಾಮರಣದ ಸಂದರ್ಭದಲ್ಲಿ, ಯೇಸುವು ಕಲ್ವಾರಿಯಲ್ಲಿ ಮರನಿಸುವಾಗ 'ಎಲ್ಲಾ ತೀರಿತು' ಎಂದು ಕೂಗಿದನು ದೇವಲಾಯದ ತೆರೆ ಮೇಲಿನಿಂದ ಕೆಳಗೆ ಇಬ್ಭಾಗವಾಯಿತು. ಇದು ಭೂಲೋಕದ ದೇವದರ್ಶನ ಗುಡಾರದ ಸೇವಾಕಾರ್ಯ ನಿರಂತರವಾಗಿ ಅಂತ್ಯವಾಯಿತೆಂದು ಸೂಚಿಸುತ್ತದೆ. ಇನ್ನೂ ಮುಂದೆ ದೇವರು ಬಹು ಜನರನ್ನು ಭೂಲೋಕದ ಪರ್ಣಶಾಲೆಯಲ್ಲಿ ಬೇಟಿಮಾಡುವುದಿಲ್ಲ ಮತ್ತು ಬಲಿಯನ್ನು ಅಂಗೀಕರಿಸುವುದಿಲ್ಲ ಎಂದು ತೋರಿಸಿತು. ಆಗ ಯೇಸುವಿನ ರಕ್ತವು ಸುರಿಸಲ್ಪಟ್ಟಿತು. ಪರಲೋಕಪರ್ಣಶಾಲೆಯಲ್ಲಿ ಆತನೇ ಸೇವೆಸಲ್ಲಿಸುವ ಯಾಜಕನೆಂದು ತ್ರಿಳಿಸುತ್ತದೆ. ವರ್ಷಕೊಂದಾವರ್ತಿ ಮಹಾಯಾಜಕನು ಮಹಾಪರಿಶುದ್ದಸ್ಥಳಕ್ಕೆ ಶುದ್ಧೀಕಾರಣಕ್ಕಾಗಿ ದಾನಿಯೇಲ 8ನೇ ಅಧ್ಯಾಯದ 2300 ವರ್ಷಗಳ ಅಂತ್ಯದಲ್ಲಿ ಅಂದರೆ 1844ರಲ್ಲಿ ಯೇಸುವು ಪರಲೋಕದ ಮಹಾಪರಿಶುದ್ದ ಸ್ಥಳಕ್ಕೆ ಪ್ರವೇಶಿಸಿ ಮದ್ಯೆಸ್ಥಿಕೆಯಿಂದ ಎಲ್ಲರ ಒಳಿತಿಗಾಗಿ ಹಾಗೂ ಪರ್ಣಶಾಲೆಯನ್ನು ಶುದ್ಧೀಕರಿಸಲು ಪ್ರವೇಶಿಸಿದನು.

ಓದಿ: ವಿಮೋಚನಕಾಂಡ ಅಧ್ಯಾಯ 25-28; ಯಾಜಕಕಾಂಡ ಅಧ್ಯಾಯ 16; 2 ಅರಸು 2:11; ದಾನಿಯೇಲ8:14; ಮತ್ತಾಯ27:50-51; ಇಬ್ರಿಯರಿಗೆ 9; ಪ್ರಕಟನೆ ಅಧ್ಯಾಯ 21

ಅಧ್ಯಾಯ 28. ಮೂರನೆ ದೂತನ ಸಂದೇಶ

ಪರಿಶುದ್ಧ ಸ್ಥಳದಲ್ಲಿ ಯೇಸುವಿನ ಯಾಜಕಸೇವೆ ಮುಗಿದ ನಂತರ ಮಹಾಪರಿಶುದ್ಧ ಸ್ಥಳಕ್ಕೆ ಹೋಗಿ ಆಜ್ಞಾಶಾಸನಗಳಿದ್ದ ಮಂಜೂಷದ ಮುಂದೆ ನಿಂತನು. ಆತನು ಪ್ರಬಲನಾದ ಓರ್ವದೂತನ ಕೈಯಲ್ಲಿ ಮೂರನೆ ಸಂದೇಶವಿದ್ದ ಚರ್ಮದ ಸುರುಳಿಯನ್ನು ಕೊಟ್ಟು ಭೂಲೋಕಕ್ಕೆ ಕಳುಹಿಸಲು ಅವನು ಗಾಂಭೀರ್ಯದಿಂದಲೂ ಅಧಿಕಾರದಿಂದಲೂ ಇಳಿದು ಬಂದು ಭಯಂಕರವಾದ ಎಚ್ಚರಿಕೆಯನ್ನು ಪ್ರಕಟಿಸಿದನು. ಅದು ಇವರೆಗೂ ಬಂದಿರದ ಸಂದೇಶವಾಗಿತ್ತು. ಈ ಸಂದೇಶವು ,ದೇವರಮಕ್ಕಳನ್ನು ತಮ್ಮ ಕಾವಲಿನಲ್ಲಿ ಇಟ್ಟುಕೊಂಡು ಅವರ ಮುಂದಿರುವ ಶೋಧನಾ ಕಾಲವನ್ನು ಮತ್ತು ಯಾತನೆಯನ್ನು ತೋರಿಸಲು ವಿನ್ಯಾಸಗೊಳಿಸಲ್ಪಟ್ಟಿದೆ. ಅವರು ಮೃಗಕ್ಕೂ ಅತನ ವಿಗ್ರಹಕ್ಕೂ ಎದುರುಬದುರಾಗಿ ಹೋರಾಡಬೇಕಾಗುತ್ತದೆ, ಅವರ ಜೀವವು ಪಣಕ್ಕೆ ಒಡ್ಡಿದಾಗ್ಯೂ ಸತ್ಯವನ್ನು ಬಿಡದೆ ಹಿಡಿದುಕೊಂಡಿರಬೇಕಾಗುತ್ತದೆ. ದೃಡವಾಗಿ ನಿಲ್ಲುವುದು ನಿತ್ಯಜೀವದ ಒಂದೇ ನಿರೀಕ್ಷೆಯಾಗಿದೆ ಎಂಬುದರಲ್ಲಿ ಮೂರನೆಯ ದೂತನ ವರ್ತಮಾನ ಕೊನೆಗೊಳ್ಳುತದೆ; ಇದರಲ್ಲಿ ದೇವರ ಆಜ್ಞೆಗಳನ್ನೂ ಯೇಸುವಿನ ಮೇಲನ ನಂಬಿಕೆಯನ್ನು ಕೈಗೊಂಡು ನಡೆಯುತ್ತಿರುವ ದೇವ ಜನರ ತಾಳ್ಮೆಯು ತೋರಿಬರುತ್ತದೆ ಈ ಮಾತುಗಳನ್ನು ಹೇಳುತಲೇ ಪರಲೋಕದ ಪರ್ಣಶಾಲೆ ಕಡೆಗೆ ದೂತನು ನನ್ನ ಗಮನವನ್ನು ಸೆಳೆದನು. ಈ ಸಂದೇಶವನ್ನು ಸ್ವೀಕರಿಸಿಕೊಂಡುವರ ಮನಸ್ಸನ್ನು ಮಂಜೂಷದ ಮುಂದೆ ನಿಂತಿರುವ ಮಹಾಪರಿಶುದ್ಧ ಸ್ಥಳದ ಕಡೆಗೆ ನಿರ್ದೇಶಿಸಲಾಯಿತು. ಅಲ್ಲಿ ಯಾರ ಯಾರ ಮೇಲೆ ಇನ್ನೂ ಕೃಪೆಯು ನೆಲೆನಿಂತಿದೆಯೋ ಅಲ್ಲದೆ ಅರಿವಿಲ್ಲದೆ ದೇವರ ಆಜ್ಞೆಗಳನ್ನು ಉಲ್ಲಂಘಿಸಿದ್ದಾರೋ ಅವರಿಗೋಸ್ಕರ ಯೇಸು ಅಂತಿಮ ಮದ್ಯಸ್ಥಿಕೆ ಮಾಡುತ್ತಿದ್ದನು. ಈ ಪ್ರಾಯಶ್ಚಿತ್ತವನ್ನು ಸತ್ತಿರುವವರಿಗೆ ಮಾತ್ರವಲ್ಲದೆ ಜೀವಂತ ನೀತಿವಂತರಿಗಾಗಿಯೂ, ಅಜ್ಞಾನಿಗಳಾಗಿ ಪಾಪಮಾಡಿದವರಿಗಾಗಿಯೂ ಯೇಸು ಮಾಡುವನು.

ಯೇಸುವು ಮಹಾಪರಿಶುದ್ಧ ಸ್ಥಳದ ಕದವನ್ನು ತೆರೆದು ನಂತರ ಸಬ್ಬತ್ತಿನ ಬೆಳಕು ಕಾಣಿಸಿತು. ಪೂರ್ವದಲ್ಲಿ ಹೇಗೆ ಇಸ್ರಾಯೇಲರು ಆಜ್ಞೆಗಳನ್ನು ಕೈಕೊಂಡು ನಡೆಯುವರೋ ಅಥವಾ ಇಲ್ಲವೋ ಎಂದು ಪರೀಕ್ಷಿಸಲ್ಪಟ್ಟು ಪ್ರಮಾಣೀಕರಿಸಿಕೊಂಡ ಹಾಗೇಯೆ ದೇವರ ಮಕ್ಕಳು ಪರೀಕ್ಷೆಗೆ ಒಳಗಾಗಿ ಸಾಬೀತು ಪಡಿಸಿಕೊಳ್ಳಬೇಕು. ಮೂರನೆಯ ದೂತನು ನಿರಾಶೆಗೊಂಡವರಿಗೂ ಮಹಾಪರಿಶುದ್ಧಸ್ಥಳವನ್ನು ತೋರಿಸಲು ಅಂತ್ಯರಿಕ್ಷದೆಡೆಗೆ ಭೊಟ್ಟುಮಾಡಿದನು. ಅವರು ನಂಬಿಕೆಯಿಂದ ಅಲ್ಲಿ ಹೋಗಿ ಯೇಸುವನ್ನು ಕಂಡಾಗ ಅವರ ಆನಂದ ನಿರೀಕ್ಷೆಗಳು ಪುಟಿದೆದ್ದವು. ಹಿಂದೆ ಏನೆಲ್ಲಾ ನಡೆಯಿತೆಂದ ಪುನರ್ವಿಮರ್ಶೆಮಾಡಿಕೊಂಡು ಯೇಸುವಿನ ಎರಡನೆಯ ಬರುವಣದ ಪ್ರಕಟಣೆಯಿಂದ ಹಿಡಿದು 1844ರ ವರೆಗೂ ಅವರ ಪ್ರಮಾಣವು ಮುಂದುವರೆದ ಪರಿಯನ್ನು ಪರಿಶೀಲನೆ ಮಾಡಿದ್ದನ್ನು ನಾನು ಕಂಡೆನು .ಇವರ ನಿರಾಶೆಯ ವಿವರಣೆ ತಿಳಿದಾಗ ಆನಂದ, ನಿಸ್ಸಂದೇಹವಾದ ನಂಬಿಕೆ ನನ್ನಲ್ಲಿ ಚೇತನಗೊಂಡಿತು. ಮೂರನೆಯ ದೂತನು ಭೂತ, ವರ್ತಮಾನ, ಭವಿಷ್ಯಕ್ಕೆ ಬೆಳಕನ್ನು ಬೀರಿದಾಗ ದೇವರು ತಮ್ಮನ್ನು ಎಷ್ಟು ರಹಸ್ಯವಾಗಿ ಅದ್ಭುತವಾಗಿ ಮುನ್ನೆಚ್ಚರಿಕೆಯಿಂದ ನಡೆಸಿದ್ದಾನೆಂದು ಅವರು ಅರ್ಥಮಾಡಿಕೊಂಡರು.

ಉಳಿದವರು ಮಹಾಪರಶುದ್ಧ ಸ್ಥಳಕ್ಕೆ ಯೇಸುವನ್ನು ಹಿಂಬಾಲಿಸಿ ಅಲ್ಲಿದ್ದ ಮಂಜೂಷವನ್ನೂ ಮತ್ತು ಕೃಪಾಸನವನ್ನೂ ಕಂಡು ಅದರ ಉಜ್ವಲ ಮಹಾಪ್ರಭೆಗೆ ಮಾರುಹೋದುದನ್ನು ನನಗೆ ತೋರಿಸಲಾಯಿತು. ಯೇಸುವು ಮಂಜೂಷದ ಮೇಲಿನ ಹೊದಿಕೆಯನ್ನು ತೆಗೆದುನು. ಅಗೋ! ಹತ್ತು ಆಜ್ಞೆಗಳು ಲಿಖಿತಗೊಂಡ ಶಾಸನ! ಸಜೀವ ದಿವ್ಯೋಕ್ತಿಯನ್ನು ಅವರು ಗುರುತಿಸಿದರು; ಅದರಲ್ಲಿ ಒಂಬತ್ತು ಆಜ್ಞೆಗಳನ್ನು ಬಿಟ್ಟು ಸಜೀವ ನಾಲ್ಕನೆಯ ಆಜ್ಞೆಯ ಮೇಲಿ ಮಹಿಮೆಯ ಪ್ರಭಾವಳಿ ಸುತ್ತುವರಿದು ಪ್ರಜ್ವಲಸುತ್ತಿದ್ದುದ್ದನ್ನು ಕಂಡು ದಿಗ್ಭ್ರಮೆಗೊಂಡು ಕಂಪಿಸುತ್ತಾ ಹಿಮ್ಮೆಟ್ಟಿದರು. ಸಬ್ಬತ್ ದಿನವು ರದ್ದುಮಾಡಲ್ಪಟ್ಟು ವಾರದ ಮೊದಲನೆಯ ದಿನಕ್ಕೆ ಅದನ್ನು ವರ್ಗಾಯಿಸಲ್ಪಟ್ಟಿದೆ ಎಂಬ ಯಾವ ಸಂಗತಿಯೂ ಅಲ್ಲಿರಲಿಲ್ಲ. ಸಿನಾಯಿ ಬೆಟ್ಟದ ಮೇಲಿ ಗಂಭೀರವಾಗಿ ದಿಗ್ಭ್ರಮೆಯ ಸಂಭ್ರಮದಿಂದ ದೇವರ

ಬಾಯಿಂದ ಬಂದ ಮಾತುಗಳ ಹಾಗೆಯೇ ಕಲ್ಲಿನ ಹಲಗೆಯ ಮೇಲೆ ದೇವರು ತನ್ನ ಕೈಯಿಂದ ಬರೆಯುವಾಗ ಉರುಳುತ್ತಿರುವ ಗುಡುಗು, ಹೊಳೆಯುತ್ತಿದ್ದ ಮಿಂಚಿನ ಹಾಗೆಯೇ "ಆರು ದಿವಸಗಳಲ್ಲಿ ನೀನು ದುಡಿದು ನಿನ್ನ ಕೆಲಸವನ್ನೆಲ್ಲಾ ಮಾಡಬೇಕು, ಏಳನೆಯ ದಿನವು ನಿನ್ನ ದೇವರಾದ ಕರ್ತನಿಗೆ ಮೀಸಲಾದದ್ದು" ಎಂದಿತ್ತು. ಹತ್ತು ಆಜ್ಞೆಗಳು ಕೊಟ್ಟಿರುವ ಪ್ರಾಶಸ್ತ್ಯವನ್ನು ಕಂಡು ಮೂಕ ವಿಸ್ಮಿತರಾದರು. ಅದು ಯೆಹೋವನ ಬಹು ಹತ್ತಿರ ಇಡಲ್ಪಟ್ಟಿದು ಆತನ ಪಾವಿತ್ರತೆಯು ಅದರ ಮೇಲೆ ಪಸರಿಸಿತ್ತು. ಯಹೋವನಿಂದ ಆಶೀರ್ವಾದಿಸಲ್ಪಟ್ಟ ಹತ್ತು ಆಜ್ಞೆಗಳನ್ನು ಅವರು ಉಲಂಘಿಸಿ ಅನ್ಯಜನರಿಂದಲೂ, ಪೋಪರಿಂದಲೂ ಕೊಡಲ್ಪಟ್ಟಿದ್ದ ದಿನವನ್ನು ಆಚರಿಸುತ್ತಿದ್ದುದನ್ನು ನೆನೆಪಿಸಿಕೊಳ್ಳುತ್ತಾ ಪೂರ್ವದ ತಮ್ಮ ಅತಿಕ್ರಣಕ್ಕಾಗಿ ಗೋಳಾಡುತ್ತಾ ದೇವರ ಮುಂದೆ ತಗ್ಗಿಸಿಕೊಂಡರು.
ಯೇಸುವು ಇವರ ಅರಿಕೆಯನ್ನು, ಪ್ರಾರ್ಥನೆಯನ್ನೂ ತಂದೆಗೆ ಅರ್ಪಿಸುವಾಗ ದೂಪಾರತಿಯಿಂದ ದೂಪದ ಹೊಗೆ ಏಳುವುದನ್ನು ನಾನು ಕಂಡೆನು. ಆ ಹೊಗೆ ಮೇಲೇರುವಾಗ ಪ್ರಕಾಶಮಾನವಾದ ಬೆಳಕು ಯೇಸುವಿನ ಮತ್ತು ಕೃಪಾಸನದ ಮೇಲೆ ಆಜ್ಞೆಗಳನ್ನು, ಉಲಂಘಿದೆವಲ್ಲಾ ಎಂದು ನೊಂದು ಧೀನರಾಗಿ ಪ್ರಾರ್ಥಿಸಿದ್ದವರು ಹಾಗೂ ಆಶೀರ್ವದಿಸಲ್ಪಟ್ಟವರ ಮೇಲೆ ಬಿದ್ದು ಅವರೆಲ್ಲರ ಮುಖದಲ್ಲಿ ನಿರೀಕ್ಷೆ ಆನಂದವು ನೆಲೆಗೊಂಡವು. ಮೂರನೆಯ ದೂತನೊಂದಿಗೆ ಸೇರಿಕೊಂಡು ಎಚ್ಚರಿಕೆಯನ್ನು ಪ್ರಕಟಿಸಲು ಧ್ವನಿಯನ್ನು ಉತ್ತುಂಗಕ್ಕೇರಿಸಿದರು. ಮೊದಮೊದಲು ಕೆಲವೇ ಜನರು ಸಂದೇಶವನ್ನು ಅಂಗೀಕರಿಸಿದರು. ಆನಂತರ ನಾನು ಕಂಡದೇನೆಂದರೆ ಬಹು ಜನರು ಸಂದೇಶವನ್ನು ಅಂಗೀಕರಿಸಿ ಅಲ್ಪಸಂಖ್ಯಾತರೊಂದಿಗೆ ಸೇರಿ ಪರಿಶುದ್ಧ ವಿಶ್ರಾಂತಿದಿನವನ್ನು ಆಚರಿಸುವುದರ ಮುಖಂತರ ದೇವರನ್ನು ಘನಪಡಿಸಿದರು.

ಮೊರನೆಯ ಸಂದೇಶದ ಅನುಭವ ಪಡೆದವರಲ್ಲಿ ಬಹು ಜನರು ಮೊದಲ ಎರಡು ಸಂದೇಶದಲ್ಲಿ ಪಾಲ್ಗೊಂಡವರಾಗಿರಲಿಲ್ಲ. ಇದನ್ನು ಸೈತಾನನು ಅರ್ಥಮಾಡಿಕೊಂಡಿದ್ದನು. ಅವರನ್ನು ಬೀಳಿಸಲು ತನ್ನ ದುಷ್ಟ

ದೃಷ್ಟಿಯನ್ನಿಟ್ಟನು. ಆದರೆ ಮೂರನೆಯ ದೂತನು ಮಹಾಪರಿಶುದ್ಧಸ್ಥಳದ ಕಡೆಗೆ ತೋರಿಸಿದಾಗ ಮೊದಲ ಎರಡು ಸಂದೇಶಗಳಿಗೆ ಸ್ಪಂದಿಸಿದವರು ಅವರಿಗೆ ಪರಲೋಕದ ಪರ್ಣಶಾಲೆಯ ಮಾರ್ಗ ತೋರಿಸಿದರು. ದೇವದೂತರ ಸಂದೇಶಗಳಿದ್ದ ಸತ್ಯದ ಸಂಪೂರ್ಣ ಸರಪಣಿಯನ್ನು ಕಂಡು ಆನಂದದಿಂದ ಅಂಗೀಕರಿಸಿ, ಒಂದು ಕ್ರಮದಲ್ಲಿ ಒಪ್ಪಿಕೊಂಡು ನಂಬಿಕೆಯಿಂದ ಪರ್ಣಶಾಲೆಗೆ ಯೇಸುವನ್ನು ಹಿಂಬಾಲಿಸಿದರು ಈ ಸಂದೇಶಗಳು ಶರೀರವನ್ನು ಹಿಡಿದಿರುವ ಲಂಗರಿನ ಹಾಗೆ ನನಗೆ ತೋರಿಸಲಾಯಿತು. ಜನರು ಸಂದೇಶವನ್ನು ಅರ್ಥಮಾಡಿಕೊಂಡು ಅಂಗೀಕರಿಸುತ್ತಿರುವಾಗ ಸೈತಾನನ ವಂಚನೆಗೆ ಬೀಳದ ಹಾಗೆ ಕಾಪಿಡಲ್ಪಟ್ಟರು.

1844ರಲ್ಲಿ ನಿರಾಶೆಯ ನಂತರ ಸೈತಾನನೂ ಮತ್ತು ಅವನ ದೂತರ ನಂಬಿಕೆಯನ್ನು ಅಲುಗಾಡಿಸಲು ಬಲೆಹರಡುವುದಲ್ಲಿ ಗಡಿಬಿಡಿಯಿಂದ ಕಾರ್ಯೋನ್ಮುಖರಾದರು, ವೈಯಕ್ತಿಕ ಅನುಭವ ಹೊಂದಿದವರ ಮನಸ್ಸನ್ನು ಕೆಡಿಸಲರಾಂಭಿಸಿದರು ಬಹು ದೈನ್ಯಭಾವವನ್ನು ಪ್ರದರ್ಶಿಸುತ್ತಾ ಮೊದಲನೆ ಮತ್ತು ಎರಡನೆಯ ಸಂದೇಶವನ್ನು ಬದಲಾಯಿಸಿ ಅದು ಮುಂದೆ ನೆರವೇರಲಾಗುತ್ತದೆ ಎಂದು ಹೇಳಿದರು. ಅದೇ ವೇಳೆ ಕಲವರು ಈಗಾಗಲೇ ನೆರವೇರಿದೆ ಎಂದರು. ಅನುಭವಗಳ ಮನಸ್ಸನ್ನು ಸೆಳೆದು ನಂಬಿಕೆಯನ್ನು ಚಂಚಲಗೊಳ್ಳಿಸಿ ಗಲಿಬಿಲಿ ಉಂಟುಮಾಡಿದರು. ಕೆಲಜನರು ಸತ್ಯವೇದವನ್ನು ಹುಡುಕುತ್ತಾ ತಮ್ಮದೇ ನಂಬಿಕೆಯನ್ನು ಸ್ಥಿರಪಡಿಸಲು ಪ್ರಯತ್ನಿಸಿದರು ಇವೆಲ್ಲಾ ಸಂಗತಿಗಳು ಸೈತಾನನನ್ನು ಉಲ್ಲಾಸಗೊಳಿಸಿತು; ಏಕೆಂದರೆ ದೃಡವಾದ ಲಂಗರಿನಿಂದ ಯಾರೆಲ್ಲಾ ಸಡಿಲಗೊಳ್ಳುತ್ತಾರೋ ಅವರನ್ನು ತಪ್ಪಭಿಪ್ರಾಯ, ತತ್ವಗಳನ್ನು ಹುಟ್ಟುಹಾಕಿ ಅಲ್ಲಾಡಿಸಬಹುದು ಎಂದುಕೊಂಡನು. ಮೊದಲನೇ ಹಾಗೂ ಎರಡನೇ ಸಂದೇಶದಲ್ಲಿ ನಡೆಸಲ್ಪಟ್ಟವರು ಇವರನ್ನು ಅಲ್ಲಗಳೆಯಲು ಅವರಲ್ಲಿ ವಿಭಾಗಗಳುಂಟಾಗಿ ಚದುರಿಹೋಗಲು ಪ್ರಾರಂಭಿಸಿದರು. ಆನಂತರ ನಾನು ವಿಲಿಯಂ ಮಿಲ್ಲರ್ ನನ್ನು ಕಂಡೆನು ಈ ಜನರಿಗಾಗಿ ವಿಲಿಯಂ ದುಃಖ ನಿರಾಶೆಯಿಂದ ಬಾಗಿ ಗಲಿಬಿಲಿಗೊಂಡಂತಿದ್ದನು. 1844ರಲ್ಲಿ ಕ್ರಾಂತಿಯಲ್ಲಿ ಪ್ರೀತಿಯಿಂದ ಒಗ್ಗಟ್ಟಾಗಿದ್ದವರು ತಮ್ಮಲ್ಲೇ ವಿರೋಧ ಹೊಂದಿ ಪ್ರೀತಿಯನ್ನು ಕಳಕೊಂಡ

ಗುಂಪನು ಕಂಡೆನು. ಯಾತನೆ ಅವನ ಬಲವನ್ನು ಕುಗ್ಗಿಸಿತ್ತು. ಕೆಲವು ನಾಯಕರು ವಿಲಿಯಂ ಮಿಲ್ಲರನನ್ನು ಭಯದಿಂದ ದೃಷ್ಟಿಸುತ್ತಾ ಎಲ್ಲಿ ಈತನು ಮೊರನೆಯ ದೂತನಸಂದೇಶವನ್ನು ಮತ್ತು ಅಜ್ಞೆಗಳನ್ನು ಅಂಗೀಕರಿಸುವನೋ ಎಂದು ಕೊಂಡದ್ದನ್ನು ನಾನು ಕಂಡೆನು. ಹಾಗೊಂದುವೇಳೆ ಪರಲೋಕದ ಬೆಳಕನ್ನು ಅಂಗೀಕರಿಸಿ ಆತುಕೊಂಡರೆ ಆತನ ಮನಸ್ಸನ್ನು ಸೆಳೆದುಕೊಳ್ಳಲು ಯೋಜನೆ ಹಾಕುತ್ತಿದ್ದರು. ಇವನ ಮನಸ್ಸನ್ನು ಅಂಧಕಾರದಲ್ಲಿಟ್ಟು ತಮ್ಮ ಪ್ರಭಾವವನ್ನು ಉಳಿಸಿಕೊಳ್ಳಲು ಮಾನವ ಶಕ್ತಿಯ ಒತ್ತಡ ಹೇರಲ್ಪಟ್ಟಿದ್ದನ್ನೂ ನಾನು ಕಂಡೆನು. ಬಹಳ ಕಾಲದ ವರೆಗೂ ವಿಲಿಯಂ ಮಿಲ್ಲರ್ ಪರಲೋಕದ ಬೆಳಕಿಗೆ ವಿರೋಧವಾಗಿ ತನ್ನ ಧ್ವನಿಯನ್ನು ಎತ್ತಿದನು. ಅವನ ನಿರಾಶೆಗೆ ಪರಿಪೂರ್ಣವಿವರಣೆ ಕೊಡುವ, ಪೂರ್ವಪ್ರಭಾವದ ಮೇಲೆ ಬೆಳಕು ಹರಿಸುವ, ಆತನ ನಿಸ್ಸಾರ ಶಕ್ತಿಯನ್ನು ಪುನಃಶ್ಚೇತನಗೊಳಿಸುವ, ನಿರೀಕ್ಷೆಯನ್ನು ಬೆಳಗಿಸುವ ಹಾಗೂ ದೇವರನ್ನು ಘನಪಡಿಸುವಂತೆ ಮಾಡುವ ಸಂದೇಶವನ್ನು ಅಂಗೀಕರಿಸುವುದರಲ್ಲಿ ಸೋತನು. ದೇವರ ವಿವೇಕದ ಮೇಲೆ ಆತುಕೊಳ್ಳುವ ಬದಲು ಮಾನವ ಜ್ಞಾನದ ಮೇಲೆ ಆತುಕೊಂಡನು.ತನ ಯಾಜಮಾನನ ನಿಮಿತ್ತ ಪ್ರಯಾಸಕರು ಶ್ರಮದಿಂದ ಹತಾಶನಾಗಿ ವಯಸ್ಸಾದಂತೆ ಇವನನ್ನು ಸತ್ಯದಿಂದ ಹೊರಗೆಳೆದರು. ಅವರೇ ಈತನ ಪಾಪಕ್ಕೆ ಹೊಣೆಗಾರರಾದಷ್ಟು ವಿಲಿಯಂ ಹೊಣೆಯಾಗಲಿಲ್ಲ. ಒಂದುವೇಳೆ ವಿಲಿಯಂ ಮೂರನೇ ದೂತನ ಸಂದೇಶದ ಬೆಳಕನ್ನು ಕಂಡಿದ್ದರೆ ಅವನಿಗೆ ರಹಸ್ಯವಾಗಿಯು ,ಕತ್ತಲಾಗಿಯೂ ಕಂಡ ಸಂದೇಶಗಳು ವಿಷದವಾಗಿ ವಿವರಿಸಲ್ಪಡುತ್ತಿದ್ದವು. ಸಹೋದರು ಇವನೆಡೆಗೆ ತೋರಿದ ಆಳವಾದ ಪ್ರೀತಿ, ಆಸಕ್ತಿಯನ್ನು ಕಂಡು ಬೇರ್ಪಡಿಸಲು ಅಸಾದ್ಯವಾಯಿತು; ಅವನ ಹೃದಯವಾದರೋ ಸತ್ಯಾನ್ವೇಕ್ಷಣೆಗೆ ವಾಲುತ್ತಿತ್ತು; ಯೇಸುವಿನ ಬರುವಣದ ಪ್ರಕಟಣೆಯಲ್ಲಿ ತನ್ನೊಂದಿಗೆ ಭಾಗಿಗಳಾಗಿ ಭುಜಕೊಟ್ಟವರನ್ನು ಅಗಲಿ ಹೋಗುವುದು ಹೇಗೆ? ಅವರು ನಿಜವಾಗಿ ದಾರಿ ತಪ್ಪುವುದಿಲ್ಲ ಎಂದು ದೃಡವಾಗಿ ನಂಬಿದನು.

ದೇವರು, ಅವನನ್ನು ಸೈತಾನನಿಗೆ ಒಪ್ಪಿಸಿ, ಮರಣವು ಜಯಸಾಧಿಸಲು ಅನುಮತಿಸಿದನು ಸತ್ಯವನ್ನು ವಿರೋಧಿಸಿ ಈತನನ್ನು ಸತತವಾಗಿ ತನ್ನಿಂದ

ಬೇರ್ಪಡಿಸುತ್ತಿದ್ದವರಿಂದ ದೂರವಾಗಿ ವಿಲಿಯಂನನ್ನು ಸಮಾಧಿಯಲ್ಲಿ ಬಚ್ಚಿಟ್ಟನು ವಾಗಾತ್ತದೇಶಕ್ಕೆ ಹತ್ತಿರವಾಗುತ್ತಿದ್ದಾಗ ಮೋಶೆ ತಪ್ಪುಮಾಡಿದನು, ಹಾಗೆಯೆ ಸತ್ಯಕ್ಕೆ ವಿರುದ್ದವಾಗಿ ಪ್ರಭಾವಕ್ಕೆ ಒಳಪಡುವುದರಲ್ಲಿ ಪರಲೋಕ ಕಾನಾನಿಗೆ ಪ್ರವೇಶಿಸಲಾಗದಂತೆ ವಿಲಿಯಂ ತಪ್ಪುಮಾಡಿದುದನ್ನು ನಾನು ಕಂಡೆನು. ಇತರರು ಈತನನ್ನು ತಪ್ಪುದಾರಿಗೆಳೆದರಾದ್ದರಿಂದ ಅವರೇ ಇದಕ್ಕೆ ಹೊಣೆಗಾರರಾಗುವರು ದೇವದೂತರು ದೇವತದಾಸನ ಅಮೂಲ್ಯವಾದ ದೂಳನ್ನು ಗಮನಿಸುತ್ತಿದ್ದಾರೆ ಕೊನೆಯ ತುತ್ತೂರಿಯು ಧ್ವನಿಸಿದಾಗ ವಿಲಿಯಂ ಎದ್ದುಬರುವನು.

ಓದಿ: ವಿಮೋಚನಕಾಂಡ 20:1-17, 31:18,; 1 ಥೆಸಲೋನಿಕ 4:16; ಪ್ರಕಟನೆ 14:9-12

ಅಧ್ಯಾಯ 29. ಒಂದು ದೃಢವಾದ ವೇದಿಕೆ

ತಮ್ಮನ್ನು ಜಾಗರೂಕತೆಯಿಂದ ರಕ್ಷಿಸಿಕೊಂಡ ಸ್ಥಿರವಾಗಿ ನಿಂತಿದ್ದ ಜನರನ್ನು ನಾನು ಕಂಡೆನು. ಇವರು ಅಸ್ಥಿರವಾದವರೆಡೆಗೆ ಮುಖಗೊಡದೆ ಒಟ್ಟುಮೊತ್ತದ ನಂಬಿಕೆಯಲ್ಲಿ ದೃಡವಾಗಿದ್ದುದರಿಂದ ದೇವರು ಇವರನ್ನು ಮೆಚ್ಚಿಗೆಯಿಂದ ದೃಷ್ಟಿಸಿದನು. ನನಗೆ ಮೂರು ಮೆಟ್ಟಿಲುಗಳನ್ನು ತೋರಿಸಲಾಯಿತು. ಅದೇ ಮೂರುದೂತರ ಸಂದೇಶಗಳು. ಈ ಸಂದೇಶದಿಂದ ಒಂದು ತುಣುಕನ್ನೂ ಅಥವಾ ಸೂಜಿಯಷ್ಟನ್ನೊ ಕದಲಿಸಿದವನ ಸ್ಥಿತಿ ಅಯ್ಯೋ! ಎನ್ನುವಂತಾಗುವುದು ಎಂದು ದೂತನು ಹೇಳಿದನು. ಈ ಸಂದೇಶಗಳನ್ನು ಸರಿಯಾಗಿ ಅರ್ಥಮಾಡಿಕೊಳ್ಳುವುದು ಅತಿಮುಖ್ಯ. ಇವುಗಳನ್ನು ಅಂಗೀಕರಿಸದ ರೀತಿಯ ಮೇಲೆ ಆತ್ಮದ ಅಂತ್ಯವು ನೆಲೆಗೊಂಡಿದೆ. ನನ್ನನ್ನು ಈ ಸಂದೇಶಗಳ ಮುಖಾಂತರ ಕರೆದೊಯ್ಯಲಾಯಿತು. ದೇವರ ಮಕ್ಕಳು ಬಹು ಕಷ್ಟಸಂಕಟ ಹೋರಾಟದಿಂದ ಅಪ್ಯಾಯಮಾನವಾದ ಅನುಭವಗಳನ್ನು ಪಡೆದುಕೊಂಡರು ಎಂಬುವುದನ್ನು ನಾನು ಕಂಡೆನು. ದೇವರು ಹಂತ ಹಂತವಾಗಿ ಇವರನ್ನು ಅಚಲವೇಧಿಕೆಯ ಮೇಲೆ ನಿಲ್ಲುವವರೆವಿಗೂ ನಡೆಸಿದರು .ಅನಂತರ ನಾನು ಕಂಡಿದ್ದೇನೆಂದರೆ, ಕೆಲವು ಜನರು ವೇದಿಕೆಯವರೆಗೂ ಬಂದು ಹತ್ತುವ ಮೊದಲೇ ತಳಹದಿಯನ್ನು ಪರೀಕ್ಷಿಸಲಾರಂಭಿಸಿದರು. ವೇದಿಕೆಯ ತಳಹದಿಯ ನೆಲೆಗಟ್ಟಲ್ಲಿ ತಪ್ಪುಹುಡುಕಿ, ಅದನ್ನು ಉತ್ತಮಗೊಳಿಸಿದ್ದಾದರೆ ಜನರು ಸಂತೋಷಿಸುವರೆಂದು ಆಶಿಸಿದರು. ಕೆಲವರು ಉಲ್ಲಾಸದಿಂದ ತಟ್ಟನೆ ಹತ್ತಿಕೊಂಡರು. ಮತ್ತೆ ಕೆಲವು ಹತ್ತಿದ ಜನರು ಇಳಿದಿ ಪರೀಕ್ಷಿಸಿ ದೋಷವನ್ನು ಕಂಡವರಂತೆ ಸರಿಯಾಗಿ ವೇದಿಕೆಯು ನೆಲೆಗೊಂಡಿಲ್ಲ ಎಂದು ಪ್ರಕಟಿಸಿದರು. ಆದರೆ ಈಗಾಗಲೇ ಮೇಲಿದ್ದವರು ದೂರುತ್ತಿದವರಿಗೆ ಬಹು ಆಸಕ್ತಿಯಿಂದ ದೇವರೇ ಈ ವೇದಿಕೆಯ ಮುಖ್ಯ ವಾಸ್ತುಶಿಲ್ಪಿ ಆತನ ವಿರುದ್ಧ ವಿನಾಕಾರಣ ಯುದ್ಧಮಾಡುತ್ತಿದ್ದೀರಿ ಎಂದು ಎಚ್ಚರಿಸುತ್ತಿದ್ದುದ್ದನ್ನು ನಾನು ಕಂಡೆನು. ಅವರು ಗಟ್ಟಿ ಬುನಾದಿಯ ಮೇಲೆ ನಿಲ್ಲಿಸಿದ ದೇವರ ಅದ್ಭುತ ಕಾರ್ಯವನ್ನು ಸವಿಸ್ತಾರವಾಗಿ ವರ್ಣಿಸುತ್ತಾ ಒಗ್ಗಟ್ಟಾಗಿ ತಮ್ಮ ಕಣ್ಣುಗಳನ್ನು ಪರಲೋಕದ ಕಡೆಗೆತ್ತಿ ಮಹಾಧ್ವನಿಯಿಂದ ದೇವರಿಗೆ ಸ್ತೋತ್ರ

ಸಲ್ಲಿಸಿದರು. ಈ ಕಾರ್ಯವು ಕೆಳಗಿಳಿದು ದೂರುತ್ತಿದ್ದವರ ಮೇಲೆ ದಟ್ಟ ಪ್ರಭಾವ ಬೀರಿತಾದ್ದರಿಂದ ದೀನಾ ದೃಷ್ಟಿಯಿಂದ ಮತ್ತೆ ಮೇಲೆ ಹತ್ತಿಕೊಂಡರು.

ಕ್ರಿಸ್ತನ ಮೊದಲನೇ ಬರುವಣದ ಘೋಷಣೆಯ ಕಾಲವನ್ನು ನನಗೆ ತೋರಿಸಿದರು. ಯೇಸುವಿನ ಮಾರ್ಗವನ್ನು ಸಿದ್ಧಪಡಿಸಲು, ಎಲೀಯನ ಉತ್ಸಾಹ ಮತ್ತು ಬಲದಿಂದ ಯೋಹಾನನನ್ನು ಕಳುಹಿಸಲಾಯಿತು. ಈತನ ಸಾಕ್ಷಿಯನ್ನು ನಿರ್ಲಕ್ಷಿಸಿದವರು ಯೇಸುವಿನ ಪ್ರಭೋಧನೆಯ ಯಾವ ಲಾಭವನ್ನೂ ಪಡೆಯಲಿಲ್ಲ. ಈತನು ಮೊದಲನೆ ಬರುವಣದ ಘೋಷಣೆಯನ್ನು ವಿರೋದಿಸಿದವರು ಮೆಸ್ಸೀಯನು ಈತನೇ ಎಂಬ ದೃಡವಾದ ಗುರುತನ್ನೂ ಅಂಗೀಕರಿಸದ ಸ್ಥಿತಿಯಲ್ಲಿದ್ದರು. ಯೋಹನನ ಸಂದೇಶವನ್ನು ನಿರಾಕಾರಿಸಿದವರು ಯೇಸುವನ್ನು ನಿರಾಕರಿಸಿ ಕ್ರೂಜೆಗೆ ಹಾಕುವಂತೆ ಸೈತಾನನು ನಡೆಸಿದನು. ಹೀಗೆ ಮಾಡಿದ್ದರಿಂದ, ಪರಲೋಕದ ದೇವದರ್ಶನ ಗುಡಾರದ ಮಾರ್ಗವನ್ನು ತೋರಿಸುವ ಪಂಚಾಶತಮ ದಿನದಲ್ಲಿ ಬಂದು ಆಶೀರ್ವಾದವನ್ನೂ ಕಳೆದುಕೊಂಡರು.ದೇವಾಲಯದ ಹರಿದುಹೋದ ತೆರೆಯು ಯಹೋದ್ಯರ ಬಲಿ. ಆಚೆರಣೆಗಳನ್ನು ಇನ್ನೂ ಮುಂದೆ ಅಂಗೀಕರಿಸಲಾಗದು ಎಂಬುದರ ಸಂಕೇತವನ್ನು ಹೇಳಿತು. ಮಹಾಬಲಿಯು ಕ್ರೂಜೆಯ ಮೇಲೆ ಮುಗಿದು ಅಂಗೀಕರಿಸಲ್ಪಟ್ಟಿತು. ಮತ್ತು ಪರಶುದ್ಧಾತ್ಮವು ಪಂಚಾಶತ್ತಮ ದಿನದಂದು ಇಳಿದು ಬಂದು ಶಿಷ್ಯರ ಮನಸ್ಸು ಭೂಲೋಕದ ಪರ್ಣಶಾಲೆಯಿಂದ ಪರಲೋಕದ ಪರ್ಣಶಾಲೆಗೆ ಕರೆದುಕೊಂಡು ಹೋಯಿತು. ಅಲ್ಲಿ ಯೇಸು ತನ್ನ ರಕ್ತದಿಂದ ಪ್ರವೇಶಿಸಿ, ಸಮಾಧಾನದ ಫಲವನ್ನು ಶಿಷ್ಯರ ಮೇಲೆ ಪ್ರಸಾದಿಸಿದನು. ಆದರೆ ಇದನ್ನು ನಂಬದಂತೆ ಯಹೂದ್ಯರನ್ನು ಪರಿಪೂರ್ಣವಾಗಿ ವಂಚಿಸಿ ಅಂಧಕಾರದಲ್ಲಿ ಇಡಲಾಯಿತು. ಇವರು ಇನ್ನೂ ನಿರುಪಯುಕ್ತ ಬಲಿ, ಕಾಣಿಕೆಗಳನ್ನು ಸಲ್ಲಿಸುತ್ತಾ ರಕ್ಷಣಾ ಯೋಜನೆಯ ಬೆಳಕನ್ನು ಕಳೆದುಕೊಂಡರು. ಪರಿಶುದ್ಧ ಸ್ಥಳದಲ್ಲಿ ನಡೆಯುವ ಯೇಸುವಿನ ಮದ್ಯಸ್ಥಿಕೆಯಿಂದ ಇವರು ಯಾವ ಲಾಭವನ್ನೂ ಪಡೆಯಲಿಲ್ಲ. ಪರಲೋಕದ ಪರ್ಣಶಾಲೆಯು ಭೂಲೋಕದ

ಪರ್ಣಶಾಲೆಯ ಸ್ಥಳವನ್ನು ತೆಗೆದುಕೊಂಡಿತು.ಆದರೂ ಪರಲೋಕದ ಮಾರ್ಗವನ್ನು ಯಹೂದ್ಯರು ತಿಳಿದುಕೊಳ್ಳಲಿಲ್ಲ. ಯಹೂದ್ಯರು ಯೇಸುವನ್ನು ನಿರಾಕರಿಸಿ ಕ್ರೂಜೆಗೆ ಹಾಕಿದ ವೃತ್ತಾಂತ, ಆತನನು ಲಜ್ಜೆಗೆಟ್ಟು ನುಡಿದ ಬೈಗುಳಗಳ ಚರಿತ್ರೆಯನ್ನು ಬಹು ಜನರು ಓದುವಾಗ ಅವರು ಪೇತ್ರನಂತೆ ಬೊಂಕುವುದೋ ಅಥವಾ ಯಹೂದ್ಯರಂತೆ ತಾವು ಕ್ರೂಜೆಗೆ ಹಾಕುವುದಿಲ್ಲ ಕ್ರಿಸ್ತನನ್ನು ಪ್ರೀತಿಸುವೆವೆಂದು ಮನಗಂಡರು. ಆದರೆ ದೇವರು, ತನ್ನ ಮಗನ ಮೇಲೆ ಈ ಜನರು ಹೊಂದಿರುವೆವೆಂದುಕೊಂಡು ಪ್ರೀತಿ ಅನುಕಂಪವನ್ನು ಪರೀಕ್ಷೆಗೊಳಪಡಿಸಿ ಸಿದ್ಧಾಂತಪಡಿಸುವನು.

ಸಂದೇಶದ ಅಂಗೀಕರಣೆಯನ್ನು ಇಡೀಪರಲೋಕದ ಗಣವು ಬಹು ಆಸಕ್ತಿಯಿಂದ ವೀಕ್ಷಿಸಿತು. ಯಾರು ಯೇಸುವನ್ನು ಪ್ರೀತಿಸುತ್ತೆವೆಂದು ಹೇಳುತ್ತಾ ಆತನ ಕ್ರೂಜೆಯ ಕಥೆಯನ್ನು ಓದುವಾಗ ಕಣ್ಣೀರು ಸುರಿಸಿದರೋ ಅವರು ಸಂತೋಷದಿಂದ ಸಂದೇಶವನ್ನು ಸ್ವೀಕರಿಸದೆ ಸಿಟ್ಟಿನಿಂದ ಉರಿದದ್ದು ಯೇಸುವಿನ ಬರುವಣವನ್ನು ಅಪಹಾಸ್ಯಮಾಡಿ ಅದು ಒಂದು ಭ್ರಮೆ ಎಂದು ತೀರ್ಮಾನಿಸಿದರು. ಆತನನ್ನು ನಿಜವಾಗಿ ಪ್ರೀತಿಸಿದವರೊಂದಿಗೆ ಒಡನಾಡದೆ ಹಗೆಮಾಡಿ ಸಭೆಯಿಂದ ಅವರನ್ನು ಓಡಿಸಿದರು.

ಮೊದಲನೆಯ ಸಂದೇಶವನ್ನು ಅಂಗೀಕರಿಸದಿದ್ದವರು ಎರಡೆನಯ ಸಂದೇಶದ ಲಾಭವನ್ನೂ ಪಡೆಯುವುದಿಲ್ಲ. ಮಧ್ಯರಾತ್ರಿಯ ಕೂಗು ಅವರನ್ನು ಯೇಸುವಿನೊಂದಿಗೆ ಪರ್ಣಶಾಲೆಯ ಮಹಾಪರಿಶುದ್ಧ ಸ್ಥಳಕ್ಕೆ ಕರೆದುಕೊಂಡು ಹೋಗುವ ಫಲವು ಅವರಿಗೆ ಸಿಗದು. ಮೊದಲನೆಯ ಎರಡೂ ಸಂದೇಶಕ್ಕೆ ವಿಮುಖರಾದವರಿಗೆ ಮೂರನೆಯ ದೂತನ ಸಂದೇಶದ ಬೆಳಕು ಕಾಣುವುದಿಲ್ಲ. ಯಹೂದ್ಯರು ಯೇಸುವನ್ನು ಕ್ರೂಜೆಗೇರಿಸಿದಂತೆ ವಾಸ್ತವವಲ್ಲದ ಸಭೆಗಳು ಆತನ ಸಂದೇಶವನ್ನು ಕ್ರೂಜೆಗೇರಿಸಿದರು. ಹಾಗೂ ಪರಲೋಕದಲ್ಲಾದ ಸಂಚಲನೆ ಅಂದರೆ ಮಹಾಪರಿಶುದ್ಧ ಸ್ಥಳದ ಮಾರ್ಗದ ತಿಳುವಳಿಕೆ ಅವರಿಗಿಲ್ಲವಾಯಿತು ಯೇಸುವಿನ ಮಧ್ಯಸ್ಥಿಕೆಯಿಂದ ಯಾವ ಪ್ರಯೋಜನವು ಇವರಿಗಿಲ್ಲ. ಯಹೂದ್ಯರು ಉಪಯುಕ್ತವಲ್ಲದ

ಬಲಿಯನ್ನು ಅರ್ಪಿಸದಂತೆ ಇಂದಿನ ಜನರು ಪ್ರಾರ್ಥನೆಗಳು ಯೇಸುವು ಬಿಟ್ಟುಹೋದ [ಪರಿಶುದ್ಧ ಸ್ಥಳ] ವಿಭಾಗಕ್ಕೆ ತಲುಪುತ್ತದೆ. ತೋರ್ಪಿಕೆಯ ಕ್ರೈಸ್ತರಿಗಾದ ಈ ಮೋಸದಿಂದ ಸೈತಾನನು ಸಂತುಷ್ಟನಾಗಿ ಅವರನ್ನು ತನ್ನ ಬಲೆಯಲ್ಲಿ ಬಂಧಿಸಿ, ಧಾರ್ಮಿಕ ಭಾವವನ್ನು ಧರಿಸಿಕೊಂಡು ಅವರಮನಸ್ಸುಗಳನ್ನು ತನ್ನೆಡೆಗೆ ಸೆಳೆದು,ತನ್ನ ಶಕ್ತಿಯಿಂದ ಸೂಚನೆ ಅದ್ಭುತಗಳಿಂದ ಕಾರ್ಯತತ್ಪರರಾಗುವಂತೆ ಮಾಡುವನು. ಒಬ್ಬೊಬ್ಬನ್ನು ಒಂದೊಂದು ವಿಧವಾಗಿ ವಂಚಿಸಿ ವಿವಿಧ ಮನಸ್ಸುಗಳನ್ನು ವಿವಿಧ ಪ್ರಭಾವಕ್ಕೆ ಒಳಗಾಗಿಸುವ ಭ್ರಮೆ ಅವನಿಗಿದೆ.ಒಂದು ವಂಚನೆಯನ್ನು ಗಾಬರಿಯಿಂದ ನೋಡುವವರು ಮತ್ತೊಂದು ವಂಚನೆಯನ್ನು ಅಂಗೀಕರಿಸುವರು ಕೆಲವರನ್ನು ಪ್ರೇತಾತ್ಮತ್ವಗಳ ಮೂಲಕ ಮೋಸಗೊಳಿಸುವನು. ಆತನು ಪ್ರಕಾಶಮಾನವಾದ ದೂತನಂತೆ ಬಂದು ಪ್ರಭಾವ ಬೀರುವನು.

ಎಲ್ಲಾ ಕಡೆಯು ಸುಧಾರಣೆಗಳಾಗುವುದನ್ನು ನಾನು ಕಂಡೆನು. ಬೇರೆ ಆತ್ಮವು ಕೆಲಸಮಾಡುವಗ ಸಭೆಗಳು ಉತೇಜನಗೊಂಡು ತಮಗಾಗಿ ದೇವರು ಅದ್ಭುತವಾಗಿ ಕೆಲಸಮಾಡುತ್ತಿರುವನೆಂದು ಭ್ರಮೆಗೊಳ್ಳುವರು. ಇದು ಬಹುಬೇಗ ಮರಣಿಸಿ ಸಭೆಗಳನ್ನೂ ಲೋಕವನ್ನು ಮೊದಲಿಗಿಂತ ಹೆಚ್ಚಾದ ದಃಸ್ಥಿತಿಗೆ ತಳ್ಳುತ್ತದೆ.

ಹೆಸರಿಗೆ ಮಾತ್ರ ಕ್ರೈಸ್ತರಾದವರ ಮಧ್ಯದಲ್ಲಿ, ಬಿದ್ದುಹೋದ ಸಭೆಗಳಲ್ಲಿ ದೇವರಿಗೆ ಪ್ರಾಮಾಣಿಕರಾಗಿರುವ ಜನರನ್ನು ನಾನು ಕಂಡನು. ಉಪದ್ರವಗಳು ಸಂಭವಿಸುವ ಮೊದಲೇ ಸಭೆಗಳಿಂದ ಜನರನ್ನೂ ಧರ್ಮಬೋಧಕರನ್ನು ಹೊರತರಲಾಗುವುದು.ಅವರು ಸಂತೋಷದಿಂದ ಸತ್ಯವನ್ನು ಎತ್ತಿಹಿಡಿಯುವರು. ಸೈತಾನನಿಗೆ ಇದರ ಅರಿವಿದೆ ಆದ್ದರಿಂದ ಮೂರನೇ ದೂತನ ಮಹಾಧ್ವನಿಗೆ ಮೊದಲೆ ಧಾರ್ಮಿಕ ಕೂಟದಲ್ಲಿ ಉದ್ರೇಕವನ್ನುಂಟುಮಾಡಿ ಸತ್ಯವನ್ನು ಅಲ್ಲಗಳೆದವರಲ್ಲಿ ತಮ್ಮೊಂದಿಗೆ ದೇವರಿದ್ದಾರೆಂಬ ಹುಸಿನಂಬಿಕೆ ಹುಟ್ಟಿಸುವನು. ನಂಬಿಗಸ್ಥರನ್ನು ಮೋಸಗೊಳಿಸಿ ದೇವರು ಇನ್ನೂ ಸಭೆಗಳಲ್ಲಿ ಕೆಲಸಮಾಡುತ್ತಿರುವನೆಂದು ಯೋಚಿಸುವುದನ್ನು ನಿರೀಕ್ಷಿಸುತ್ತಾನೆ. ಆದರೆ ಸತ್ಯದ ಬೆಳಕು ಪ್ರಕಾಶಿಸುವುದು,

ಪ್ರತಿ ನಿಷ್ಠಾವಂತರು ಬಿದ್ದುಹೋದ ಸಭೆಗಳಿಂದ ಹೊರಬಿದ್ದು ಉಳಿದ ಸಭೆ ಅಥವಾ ಜನಸಮೂಹದವರೊಂದಿಗೆ ಸೇರಿಕೊಳ್ಳುವರು.

ಓದಿ: ಮತ್ತಾಯ 3; ಅಪೋಸ್ತಲರ ಕೃತ್ಯ ಅಧ್ಯಾಯ 2; 2ಕೊರಿಂಥ 11:11; 2ಥೆಸಲೋನಿಕ 2:9-12; ಪ್ರಕಟನೆ 14:6-12

ಅಧ್ಯಾಯ 30. ಪ್ರೇತಾತ್ಮತ್ವ

ಲೋಕವನ್ನು ಸುತ್ತುವರಿದಿರುವ ಮಾಯೆಯನ್ನು ನಾನು ನೋಡಿದೆನು. ಅದೇನೆಂದರೆ ಯೇಸುವಿನಲ್ಲಿ ನಿದ್ರಿಸುತ್ತಿರುವ ನಮ್ಮ ಬಂಧುಗಳು ಹಾಗೂ ಸ್ನೇಹಿತರು ರೂಪ ಮತ್ತು ವೇಷವನ್ನು ಧರಿಸಿಕೊಡು ಬಂದು ಅವರು ಜೀವದಿಂದ್ದಾರೋ ಎಂಬಂತೆ ಪ್ರತ್ಯಕ್ಷವಾಗುವುದು, ಜೀವಿತರಾಗಿದ್ದಾಗ ಆಡಿದ ಪರಿಚಿತ ಮಾತುಗಳನ್ನಾಡುವುದೂ, ಅವರದೇ ಧ್ವನಿಯನ್ನು ಅನುಕರಿಸುವ ಶಕ್ತಿಯು ಸೈತಾನನಿಗಿದೆ ಈ ಎಲ್ಲಾ ಕಾರ್ಯಗಳಿಂದ ಲೋಕವನ್ನು ಮೋಸಗೊಳಿಸಿ, ಈ ಮಾಯೆಯಲ್ಲಿ ಜನರು ನಂಬಿಕೆಯಿಡುವರು ಹಾಗೆ ಮಾಡುವುದರ ಮೂಲಕ ತನ್ನ ಬಲೆಗೆ ಕೆಡವುಕೊಳ್ಳುವನು. ವೇದದ ಆಧಾರದ ಮೇಲೆ ಸತ್ಯದ ತಿಳುವಳಿಕೆಯನ್ನು ದೇವಜನರು ಉಳಿಸಿಕೊಳ್ಳಬೇಕು ಎಂಬುದನ್ನು ನಾನು ಕಂಡೆನು. ಸತ್ತವರ ಸ್ಥಿತಿಯ ಬಗ್ಗೆ ತಿಳುವಳಿಕೆ ಖಂಡಿತ ಪಡೆದಿರಬೇಕು; ಏಕೆಂದರೆ ಪ್ರೇತಾತ್ಮಗಳು ಎಂದುರು ಬಂದು ಗೆಳೆಯರು ಬಂಧುಗಳಂತೆ ಕಾಣಿಸಿಕೊಳ್ಳುವುದು ಮಾತ್ರವಲ್ಲದೆ ಸತ್ಯವೇದದಲ್ಲಿ ಇರದ ತತ್ವಗಳನ್ನು ಪ್ರತಿಪಾಧಿಸುವರು. ಈ ಪ್ರತಿಪಾದನೆಗಳನ್ನು ಪುಷ್ಟೀಕರಿಸಲು ತಮ್ಮ ಬಲದಿಂದಲೇ ಅದ್ಭುತಕಾರ್ಯಗನ್ನು ನಡಿಸಿ ಅನುಕಂಪವನ್ನು ಗಿಟ್ಟಿಸಿಕೊಳ್ಳುವರು. ದೇವಜನರಾದವರು 'ಸತ್ತವರಿಗೂ ಯಾವ ತಿಳುವಳಿಕೆಯು ಇಲ್ಲ' ಎಂಬ ವೇದದ ಸತ್ಯವನ್ನು ದೃಡವಾಗಿ ಅರಿತು, ಅವು ಪ್ರೇತಾತ್ಮಗಳೇ ಎಂಬುದನ್ನು ಗುರುತಿಸಿ ದೃಢಪಡಿಸಿಕೊಳ್ಳಬೇಕು.

ನಾವು ನಮ್ಮ ನಿರೀಕ್ಷಿಯ ತಳಹದಿಯನ್ನು ಪರೀಕ್ಷಿಸಿಕೊಳ್ಳಬೇಕಾಗಿದೆ. ಎಂಬುದನ್ನು ನಾನು ಕಂಡೆನು. ಏಕೆಂದರೆ ಎಲ್ಲಾವನ್ನು ಸತ್ಯವೇದದ ಆಧಾರದ ಮೇಲೆ ಸಮರ್ಥಿಸಿಕೊಳ್ಳಬೇಕು; ಈ ಭ್ರಮೆಯು ಹರಡುತ್ತಾ ಬಂದು ನಾವು ಅದರೊಂದಿಗೆ ಮುಖಾಮುಖಿ ಕಾದಾಡಬೇಕಾಗುತ್ತದೆ. ಒಂದುವೇಳೆ ಸಿದ್ಧರಗಿದಲ್ಲಿ ಬಲೆಗೆ ಸಿಕ್ಕಿಕೊಳ್ಳುತ್ತೇವೆ. ನಮ್ಮಮುಂದಿರುವ ಹೋರಾಟವನ್ನು ನಮಗೆ ಸಾದ್ಯವಾದಷ್ಟು ಎದುರಿಸಿದರೆ ಉಳಿದ ಭಾಗವನ್ನು ದೇವರು ನಿರ್ವಹಿಸುತ್ತಾರೆ. ಆತನು ಶೀರ್ಘವಾಗಿ ದೂತರನ್ನು ಕಳುಹಿಸಿ

ಸೈತಾನನಿಂದ ನಡೆಸಲ್ಪಡುವ ಸೂಚಕಕಾರ್ಯಗಳಿಗೆ ಸೆಳೆಯಲ್ಪಟ್ಟು ವಂಚನೆಗೆ ಒಳಗಾಗದಂತೆ ನಂಬಿಗಸ್ಥರ ಸುತ್ತಲೂ ಬೇಲಿಯನ್ನು ಹಾಕುವುದಲ್ಲದೆ ಆತನ ಸರ್ವಸಕ್ತ ಕರಗಳು ನಮ್ಮನು ರಕ್ಷಿಸುತ್ತವೆ.

ಈ ಮಾಯೆಯು ಹರಡುತ್ತಿರುವ ತೀವ್ರ ವೇಗವನ್ನು ನಾನು ಕಂಡೆನು. ಬಂಡಿಗಳ ಸರಣಿಯೊಂದು ನನಗೆ ಮಿಂಚಿನಂತೆ ವೇಗವಾಗಿ ಸಾಗುತ್ತಿತ್ತು, ಇದನ್ನು ಗಮನವಿಟ್ಟು ನೋಡಬೇಕೆಂದು ದೂತನು ಹೇಳಿದನು ಆಗ ಬಂಡಿಯ ಮೇಲೆ ದೃಷ್ಟಿಯನ್ನಿಟ್ಟೆನು. ಇಡೀ ಲೋಕವೇ ಬಂಡಿಯೊಳಗಿರುವಂತೆ ಕಾಣಿಸಿತು. ನಂತರ ಬಂಡಿಯ ನಿರ್ವಹಕನನ್ನು ತೋರಿಸಿದನು. ಅವನು ಘನವಾದ ಸುಂದರ ಪುರುಷನಾಗಿದ್ದನು. ಪ್ರಯಾಣಿಕರೆಲ್ಲಾ ಭಯಭೀತಿಯಿಂದ ಅವನನ್ನು ನೋಡುತ್ತಿದ್ದರು. ನಾನು ಗಲಿಬಿಲಿಯಿಂದ ಸಂಗಡಿಗ ದೂತನನ್ನು, ಅವನಾರು? ಎಂದೆನು ಅವನು ಸೈತಾನನು, ಬೆಳಕಿನ ದೂತನ ಹಾಗಿರುವ ನಿರ್ವಾಹಕನು. ಲೋಕವನ್ನೆಲ್ಲಾ ಸೆರೆಹಿಡಿದ್ದಾನೆ. ಜನರೆಲ್ಲಾ ದಟ್ಟವಾದ ಭ್ರಮೆಗೆ ಒಳಗಾಗಿ ಶಾಪಗ್ರಸ್ತರಾಗುವಂತೆ ಅಸತ್ಯವನ್ನು ನಂಬಿದ್ದಾರೆ ಆತನ ಕಾರ್ಯಭಾರಗಳಲ್ಲಿ ಕೆಳಗಿನವನು ಅಭಿಯಂತನು [Engineer] ತನಗೆ ಬೇಕಾದಂತೆ ಅವರು ಕಾರ್ಯನಿರ್ವಹಿಸಲು ನಿಯೋಜಿತರಾಗಿದ್ದಾರೆ. ಎಲ್ಲರು ಸೇರಿ ಮಿಂಚಿನ ವೇಗದಿಂದ ಅಧಃಪತನದೆಡೆಗೆ ಸಾಗುತ್ತಿದ್ದಾರೆ ಎಂದನು. ಯಾರಾದರೂ ಈ ಗುಂಪಿನಿಂದ ಬಿಡಲ್ಪಟ್ಟವರಿದ್ದಾರೋ? ಎಂದು ಪಶ್ನಿಸಿದೆನು. ದೂತನ, ವಿರುದ್ಧ ದಿಕ್ಕಿನೆಡೆಗೆ ನೋಡು ಎಂದನು. ಇಕ್ಕಟ್ಟಾದ ದಾರಿಯಲ್ಲಿ ನಡೆಯುತ್ತಿರುವ ಚಿಕ್ಕಗುಂಪನ್ನು ಕಂಡೆನು. ಅವರೆಲ್ಲಾ ಸತ್ಯದ ಒಟ್ಟಾಗಿ ಕಟ್ಟಲ್ಪಟ್ಟು ದೃಡವಾಗಿರುವುದು ಕಂಡುಬಂತು.

ಆ ಚಿಕ್ಕ ಜನಸಮೂಹವು ತೀವ್ರವಾದ ಶೋಧನೆ ಹೋರಾಟದಲ್ಲಿ ಸಿಲುಕಿ ಸೊರಗಿದವರಂತೆ ಕಂಡುಬಂದರು. ಆ ಸಮಯದಲ್ಲಿ ಅದೇತಾನೇ ಮೋಡಗಳ ಮರೆಯಿಂದ ಎಂದುಬಂದ ಸೂರ್ಯನ ಕಿರಣಗಳ ಪ್ರಭೆ ಅವರ ಮೇಲೆ ಕಂಡುಬಂದು ಇನ್ನೇನು ವಿಜಯ ಪಡೆದವರಂತೆ ಉತ್ಸಾಹ ಭರಿತರಾಗಿದ್ದರು.

ಕರ್ತನು ಲೋಕಕ್ಕೆ, ಈ ಬಲೆಯನ್ನು ಗುರುತಿಸುವ ಅವಕಾಶ ನೀಡಿರುವುದನ್ನು ನಾನು ಕಂಡೆನು. ಈ ಬಂದು ವಿಷಯ ಕ್ರೈಸ್ತರಿಗೆ ತಿಳಿಯಲೇಬೇಕಾದ

ಸಿದ್ಧಾಂತವಾಗಿದೆ ಅಮೂಲ್ಯರಿಗೂ ನೀಚರಿಗೂ ಯಾವ ಬೇಧವಿಲ್ಲದಂತೆ ಅರಿತುಕೊಳ್ಳುವ ಅವಕಾಶ ಕೊಂದಲ್ಪಟ್ಟಿದೆ.

ಥಾಮಸ್ ಪೇಯ್ನ್ ಎಂಭಾತನು ಸತ್ತು ಮಣ್ಣಾಗಿದ್ದಾನೆ. ಈತನು ಸಾವಿರ ವರ್ಷಗಳ ನಂತರ ಬರುವ ಎರಡನೆಯ ಪುನರುತ್ಥಾನದಲ್ಲಿ ಪ್ರತಿಫಲ ಹೊಂದಲು ಎಬ್ಬಿಸಲ್ಪಟ್ಟು ಮತ್ತೆ ಎರಡನೆ ಮರಣವನ್ನು ಅನುಭವಿಸಬೇಕಾದ ವ್ಯಕ್ತಿ. ಇಂಥವನನ್ನು ಸೈತಾನನು, ಪರಲೋಕದಲ್ಲಿ ಪೇಯ್ನ್ ಈಗಾಗಲೇ ಘನಮಾನ ಹೊಂದುತ್ತಾ ಇದ್ದಾನೆ ಎಂಬ ಅಭಿಪ್ರಾಯ ಜನರಲ್ಲಿ ಹುಟ್ಟಿಸಿದನು ಥಾಮಸ ಪೇಯ್ನ್ ಭೂಮಿಯ ಮೇಲಿ ಜೀವಂತವಾಗಿರುವವರೆವಿಗೂ ಸೈತಾನನು ತನ್ನ ಕೆಲಸಕ್ಕೆ ಉಪಯೋಗಿಸಿಕೊಂಡನು. ಇವನು ಭೂಲೋಕದಲ್ಲಿದ್ದಾಗ ಹೇಗೆ ಉಪದೇಶಿಸಿದನೋ ಹಾಗೆಯೇ ಪರಲೋಕದಲ್ಲಿ ಮುಂದುವರಿಸುತ್ತಿರುವ ಹಾಗೆ ಕಾಣುವಂತೆ ಮಾಡುತ್ತಾನೆ ಪೇಯ್ನ್ ಉನ್ನತಕ್ಕೇರಿಸಲ್ಪಟ್ಟು ಬಹು ಮಾನ್ಯ ಹೊಂದುತ್ತಿರುವನೆಂಬ ಸೋಗುಹಾಕಿ ಕಾರ್ಯವನ್ನು ಬಣ್ಣಗಟ್ಟಿ ವಿವರಿಸುತ್ತಾನೆ. ಆದರೆ ಥಾಮಸ ನ ಜೀವಿತ ಹಾಗೂ ಮರಣವನ್ನು ಕಂಡು ಭಯಪಟ್ಟ ಕೆಲವರು, ಅವನು ಮಾಡಿದ ಭ್ರಷ್ಟ ಬೋಧನೆಗಳು ನೀಚನಾಗಿ ದೇವರನ್ನು ಆತನ ಆಜ್ಞೆಗಳನ್ನೂ ನಿರ್ಲಕ್ಷಿಸಿದಾತನ ಉಪದೇಶಕ್ಕೆ ಈಗ ಅಧೀನರಾಗುವಷ್ಟು ಮರಳಾಗುವರು.

ಸುಳ್ಳಿನ ತಂದೆಯಾದವನು ಲೋಕವನ್ನು ಅಂಧಕಾರದಲ್ಲಿಟ್ಟು ವಂಚಿಸಲು ತನ್ನ ದೂತರನ್ನು ಕಳುಹಿಸುವನು. ಅವರು ಪವಿತ್ರಾತ್ಮಭರಿತರಾಗಿ ಬರೆದಿರುವ ಬರವಣಿಗೆಯಲ್ಲ ಪ್ರತಿರೋಧವಾಗಿ ಕಾಣುವಂತೆ ಮಾಡುವರು. ಈ ಸುಳ್ಳನ್ನಾಡುವ ದೂತರು, ತಮ್ಮ ಬೋಧನೆಗಳು ಕಳಂಕಿತವಾಗಿವೆ ಎಂದು ಅಪೋಸ್ತಲರು ತಾವೇ ಹೇಳುವಂತೆ ಮಾಡಿತ್ತಾರೆ; ಹೆಸರಿಗೆ ಮಾತ್ರ ಕ್ರೈಸ್ತರಾಗಿದ್ದು ವಾಸ್ತವಾದಲ್ಲಿ ಸತ್ತವರನ್ನು ಲೋಕಕ್ಕೆ ಕಳುಹಿಸಿ ದೇವರ ವಾಕ್ಯವನ್ನು ಚಂಚಳಗೊಳ್ಳಿಸುವನು ಮತ್ತು ಆತನ ಮಾರ್ಗಗಳನ್ನು ಕಡಿದು ಹಾಕುತ್ತಾ, ಯೋಜನೆಗಳಿಗೆ ಅಡ್ಡಿಯಾಗಿ ನಿಲ್ಲುವಂತೆ ನೆಡೆಸುವನು. ಇದರಿಂದ ಸತ್ಯವೇದದ ದಿವ್ಯಮೂಲವೇ ಸಂಶಯಕೊಳ್ಳಗಾಗುತ್ತದೆ. ಹೀಗಾಗಿ ಕ್ರಿಸ್ತವಿರೋಧಿಯಾಗಿ ಸತ್ತ ಥಾಮಸ್ ಪೇಯ್ನ್ ಗೆ ಪರಲೋಕದಲ್ಲಿ ಹಾರ್ದಿಕ

ಸ್ವಾಗತ ಸಿಕ್ಕಿದೆ ಎಂದು ಜನರನ್ನು ನಂಬಿಸುತ್ತಾನೆ ಅಲ್ಲದೇ ಅವರು ಈ ಲೋಕದಲ್ಲಿದ್ದಾಗ ದ್ವೇಷಿಸುತ್ತಿದ್ದ ಅದೇ ಶಿಷ್ಯರೊಡಗೊಡಿ ಪ್ರಬೋಧಿಸುತ್ತಾನೆ ಎಂಬಂತೆ ಸೈತಾನನು ತೋರ್ಪಡಿಸುತ್ತಾನೆ.

ಸೈತಾನನು ತನ್ನ ಪ್ರತಿದೂತರಿಗೂ ಅವರದೇ ಆದ ಕೆಲಸವನ್ನು ನಿರ್ವಹಿಸಲು ಹಚ್ಚುತ್ತಾನೆ ಅವರು ಕೃತ್ರಿಮರೂ, ತಂತ್ರಗಾರರೂ ಆಗಿದ್ದು, ಕೆಲವರನ್ನು ಶಿಷ್ಯರ ಪಾತ್ರವಹಿಸಿ ಪರವಾಗಿ ಮಾತನಾಡುವಂತೆ ಬೋಧಿಸುತ್ತಾನೆ ಮತ್ತೆ ಕ್ರಿಸ್ತವಿರೋಧಿಗಳಾಗಿದ್ದು ದುಷ್ಟರಾಗಿ ದೇವರನ್ನು ಶಪಿಸುತ್ತಾ ಸತ್ತ ಕೆಲವರನ್ನು ಇದೀಗ ಬಹು ಭಕ್ತರಾಗಿ ವರ್ತಿಸುವಂತೆ ಪಾತ್ರವಹಿಸಲು ಹಚ್ಚುತ್ತಾನೆ. ಪರಿಶುದ್ಧ ಶಿಷ್ಯರಿಗೂ ಮತ್ತು ನೀಚರಿಗೂ ಬೇಧ ಕಾಣದಾಗುತ್ತದೆ. ಇಬ್ಬರೂ ಒಂದೇ ವಿಷಯವನ್ನು ಬೋಧಿಸುತ್ತಾರೆ. ಸೈತಾನನು ಯಾರು ಮಾತಾಡಿದರೇನು? ಅವನ ಗುರಿ ಮುಟ್ಟಿದ್ದರೆ ಸಾಕು, ಪೇಯ್ನ್ ಜೀವಿತನಾಗಿದ್ದಾಗ ಆತ್ಮೀಯನಾಗಿ ಸಹಾಯ ಮಾಡುತ್ತಿದ್ದನು. ಅವನು ಆಡುತ್ತಿದ್ದ ಪ್ರತಿಪದವು ಸೈತಾನನಿಗೆ ತಿಳಿದಿತ್ತು ಬಹು ನಂಬಿಕೆಯಿಂದ ಸೇವಿಸುತ್ತಿದ್ದ ತನ್ನ ಭಕ್ತನ ಕೈ ಬರವಣಿಗೆಯನ್ನು ತನ್ನ ಅಂಕಿತದಲ್ಲಿಟ್ಟುಕೊಂಡು ಪರಿಪೂಣವಾಗಿ ತನ್ನ ಗಿರಿ ಸಾಧಿಸಿಕೊಂಡನು. ಸೈತಾನನು ಆತನ ವಿಷಯಗಳನೇ ಬರೆಯಿಸಿದನು ದೂತರ ಮೂಲಕ ತನ್ನ ಭಾವನೆಗಳನ್ನು ಪ್ರಕಟಪಡಿಸುವುದು ಅವನಿಗೆ ಸುಲಭವಾಗಿದೆ. ಅಲ್ಲದೇ ಜೀವಿಸುತ್ತಿದ್ದಾಗ ತನ್ನ ಭಕ್ತನಾಗಿದ್ದ ಪೇಯ್ನ್ ಬರವಣಿಗೆ ಇದೆಂದು ಕಾಣುವಂತೆ ನಂಬಿಸುತ್ತಾನೆ. ಇದು ಸೈತಾನನ ಕೌಶಲ್ಯವಾಗಿದೆ. ಈ ಬೋಧನೆಗಳೆಲ್ಲಾ ಸತ್ತಿರುವ ಅಪೋಸ್ತಲರೂ, ಭಕ್ತರು ಹಾಗೂ ದುಷ್ಟರ ಉಪದೇಶಗಳಾಗಿದ್ದು ಸೈತಾನನ ಆಜ್ಞಾಧಾರದಿಂದ ಬಂದುದಾಗಿದೆ.

ಪ್ರತಿ ಅಂಧಕಾರ ತುಂಬಿದ ಮನಸ್ಸಿನಿಂದ ತೆರೆಯನ್ನು ಸರಿಸಿ ಸೈತಾನನ ಕಾರ್ಯಗಳು, ಸೂಚಕಗಳನ್ನು ಕಂಡುಕೊಳ್ಳಲು ಇವು ಸಾಕಾಗಿದೆ – ದೇವರನ್ನು ಪರಿಪರ್ಣವಾಗಿ ದ್ವೇಷಿಸುತ್ತಾ ಆತನ ಶುದ್ಧ ಅಪೋಸ್ತಲರನ್ನು, ಮಹಿಮೆಯಲ್ಲಿರುವ ದೂತರುನ್ನು ಹಗೆ ಮಾಡುತ್ತಾ ಸೈತಾನಿಂದ ಪ್ರೀತಿಸಲ್ಪಡುತ್ತಿದ್ದ ವ್ಯಕ್ತಿಯ ಮುಖಂತರ ಲೋಕಕ್ಕೆ ಮತ್ತು ಕ್ರೈಸ್ತ

ವಿರೋಧಿಗಳಿಗೆ ತಿಳಿಸುವುದೇನೆಂದರೆ, ನೀವು ಎಷ್ಟು ದುಷ್ಟರಾಗಿದರೂ ಸರಿ; ನೀವು ಸತ್ಯವೇದವನ್ನೂ ದೇವರನ್ನೂ ಪ್ರೀತಿಸದ್ದರೂ ನಂಬಿದಿದ್ದರೂ ಸರಿ; ನಿಮ್ಮಿಷ್ಟದಂತೆ ಜೀವಿಸಿರಿ; ಪರಲೋಕವು ನಿಮ್ಮ ಮನೆಯಾಗಿದೆ; ಏಕೆಂದರೆ ಒಂದುವೇಳೆ ಥಾಮಸ್ ಪೇಯ್ನ್ ನಂಥವನ್ನೂ ಪರಲೋಕದಲ್ಲಿ ಘನಗೌರವವದಿಂದ ಇರುವುದಾದಲ್ಲಿ ನಾವೂ ಸಹ ನಿಶ್ಚಯವಾಗಿ ಅಲ್ಲಿರವೆವು ಎಂಬ ನಂಬಿಕೆ ದೃಢವಾಗುತ್ತದೆ ಮಸುಕಾಗಿರುವ ಈ ವಿದ್ಯೆಯನ್ನು ಮನಸ್ಸಿದ್ದರೆ ಕಂಡುಕೊಳ್ಳಬಹುದು. ಸೈತಾನನು ತಾನು ಭೂಮಿಗೆ ಬಿದ್ದ ಕಾಲದಿಂದ ಏನು ಮಾಡಬೇಕೆಂದಿದ್ದನೋ ಅದನ್ನು ಥಾಮಸ ಪೇಯ್ನ್ ನಂಥಹ ಮಾನವರ ಮೂಲಕ ಸಾಧಿಸಿಕೊಳ್ಳುತ್ತಿದ್ದಾನೆ ಅವನು ತನ್ನ ಬಲಶಕ್ತಿಯಿಂದ ಕಪಟ ಅದ್ಭುತಗಳಿಂದ ಕ್ರೈಸ್ತರ ನಿರೀಕ್ಷೆಯ ಬುನಾದಿಯನ್ನು ಕೆಡವುತ್ತಿದ್ದಾನೆ. ಪರಲೋಕಕ್ಕೆ ನಡೆಸುವ ಇಕ್ಕಟ್ಟಾದ ಮಾರ್ಗದಲ್ಲಿನ ಸೂರ್ಯನಬೆಳಕನ್ನು ಆರಿಸುತ್ತಿದ್ದಾನೆ. ಸತ್ಯವೇದವು ಒಂದು ಕಥಾಪುಸ್ತಕವೇ ಹೊರೆತು ಮಿಗಿಲಾದುದಲ್ಲ ಎಂದು ಪ್ರಮಾಣೀಕರಿಸುತ್ತಾ ಅದರ ಜಾಗದಲ್ಲಿ ಮತ್ತೊಂದನ್ನು ಪ್ರತಿಷ್ಠಾಪಿಸಿದ್ದಾನೆ. ಅದುವೇ ಆತ್ಮಿಕ ಪ್ರಕಟಣೆಗಳು ಸೈತಾನಿಗೆ ಕಾರ್ಯನಿರ್ವಹಿಸುವ ವಹನ ಸಾಧನವಾಗಿ ಹಿಡಿತದಲ್ಲಿದ್ದು ಅವನು ಬಯಸಿದ ಹಾಗೆ ಲೋಕವು ನಂಬುವಂತೆ ಮಾಡುವನ್ನು ಅವನನ್ನೂ ಅವನ ದೂತರನ್ನೂ ವಿಚಾರಣೆಗೊಳಪಡಿಸುವ ಪುಸ್ತಕವನ್ನು ತನ್ನ ಇಷ್ಟಾನುಸಾರ ಕತ್ತಲಿನ ಮೂಲೆಗೆ ಒತ್ತರಿಸಿದ್ದಾನೆ. ಈಲೋಕದ ರಕ್ಷಕನನ್ನು ಒಬ್ಬ ಸಮಾನ್ಯ ವ್ಯಕ್ತಿಯಾಗಿ ಮಾಡುವನು; ಯೇಸುವಿನ ಸಮಾಧಿಯನ್ನು ಕಾಯುತ್ತಿದ್ದ ರೋಮನ್ ಕಾವಲುಗಾರನನ್ನು ಮಹಾಯಾಜಕರು, ಹಿರಿಯರು ಪ್ರಲೋಭನೆಗೊಳಗಾಗಿಸಿ ಅಸತ್ಯವನ್ನು ಜಾಹೀರುಗೊಳಿಸಿದಂತೆ ಈ ಆತ್ಮೀಕ ಪ್ರಕಟಣೆ [Manifestation] ಯಶಿಷ್ಯರಾದ ವಂಚಕರು ನಮ್ಮ ರಕ್ಷಕನ ಜನನ, ಮರಣ ಮತ್ತು ಪುನರುತ್ಥಾನದಲ್ಲಿ ಯಾವ ಅದ್ಭುತವೂ ಅಡಕವಾಗಿಲ್ಲ ಎಂದು ತೋರ್ಪಡಿಸುವ ಕಾರ್ಯ ಮಾಡುತ್ತಾರೆ. ಜನರು ಯೇಸುಮತ್ತು ಸತ್ಯವೇದವನ್ನು ತಮಗೆ ಬೇಕಾದಂತೆ ಕತ್ತಲೆಗೆ ದೂಡಿ, ಲೋಕವು ತಮ್ಮ ಸುಳ್ಳು ಅದ್ಭುತಕಾರ್ಯ, ಸೂಚಕಕಾರ್ಯಗಳನ್ನು ದೃಷ್ಟಿಸುವಂತೆ

ಮಾಡುತ್ತಾರೆ, ಅವು ಕ್ರಿಸ್ತನ ಕಾರ್ಯಗಳಿಗಿಂತ ಮಿಗಿಲಾದುದೆಂದು ಹೇಳುತ್ತಾರೆ, ಹೀಗೆ ಲೋಕವು ಪಾಶಕ್ಕೆ ಸಿಲುಕಿಸಲ್ಪಟ್ಟು ಮಂಕಾಗುತ್ತದೆ; ಅವರು ಕೊನೆಯ ಏಳು ಉಪದ್ರವಗಳು ಮುಗಿಯುವರೆವಿಗೂ ವಂಚನೆಯು ಬಯಲಾಗದ ಹಾಗೆ ತಟಸ್ಥಗೊಳಿಸುವರು ಇಡೀ ಪ್ರಪಂಚವೇ ತನ್ನ ಬಲೆಗೆ ಸಿಲುಕಿದ್ದು ಯೋಜನೆಗಳೆಲ್ಲಾ ಸಮರ್ಥವಾಗಿ ಫಲನೀಡುವಂತಾಗುವುದನ್ನು ಕಂಡು ಅವನು ನಗುವನು.

ಓದಿ: ಪ್ರಸಂಗಿ 9:5; ಯೋಹಾನ 11:1-45; 2ಥೆಸಲೋನಿಕ; 2:9-12; ಪ್ರಕಟನೆ 13:3-14

ಅಧ್ಯಾಯ 31. ದುರಾಶೆ

ಸೈತಾನನು ಅವನ ದೂತರು ಸಮಾಲೋಚಿಸುವುದನ್ನು ನಾನು ಕಂಡೆನು. ಅವನು ದೂತರಿಗೆ ಯೇಸುವಿನ ಎರಡನೇ ಬರುವಣಕ್ಕಾಗಿ ಎದುರುನೋಡುತ್ತಾ ,ದೇವರ ಎಲ್ಲಾ ಆಜ್ಞೆಗಳಿಗೆ ಬದ್ಧರಾಗಿರುವವರ ಮೇಲೆ ವಿಶೇಷವಾಗಿ ಬಲೆಬೀಸಬೇಕು ಎಂದನು. ಇತರ ಸಭೆಗಳು ಗಾಢನಿದ್ರೆಯಲ್ಲಿವೆ, ನಾವು ಶಕ್ತಿಯನ್ನು ಸೂಚಕ ಕಾರ್ಯಗಳನ್ನೂ ಹೆಚ್ಚಿಸಿ ಹಿಡಿತದಲ್ಲಿಟ್ಟುಕೊಳ್ಳಬಹುದು ಆದರೆ ಸಬ್ಬತ್ ಆಚಾರಕರು ನಮಗೆ ವಿರುದ್ಧವಾಗಿ ಕೆಲಸ ಮಾಡುತ್ತಾ ನಮ್ಮ ಪ್ರಜೆಗಳನ್ನು ಸೆಳೆದುಕೊಳ್ಳುತ್ತಾ, ನಾವುದ್ವೇಷಿಸುವ ಆ ದೇವರ ಆಜ್ಞೆಗಳನ್ನು ಆಚರಿಸುವಂತೆ ಮಾಡುತ್ತಿದ್ದಾರೆ. ಈ ಗುಂಪನ್ನು ಹಗೆಮಾಡುವೆನು ಎಂದನು.

ನೀವು ಎಲ್ಲೆಡೆಹೋಗಿ ಆಸ್ತಿವಂತರೂ ಮತ್ತು ಧನವಂತರನ್ನು ದ್ರವ್ಯಾಶೆಯ ಪ್ರಲೋಭನೆಗೆ ಸಿಲುಕಿಸಿ ಅದನ್ನು ಹೆಚ್ಚಾಗಿ ಆಶಿಸುವಂತೆ ಮಾಡಿದ್ದಾದರೆ ಅವರು ನಮ್ಮ ಹಿಡಿತದಲ್ಲಿ ಇರುವರು. ಅವರ ಹೊರೆ ತೋರ್ಪಿಕೆ ಹೇಗಾದರೂ ಇರಲಿ, ಕ್ರಿಸ್ತನ ರಾಜ್ಯಕ್ಕಿಂತಲೂ ಅಥವ ನಾವು ದ್ವೇಷಿಸುವ ಸತ್ಯವನ್ನು ಹರಡುವುದಕ್ಕಿಂತಲೂ ಹೆಚ್ಚಾಗಿ ಹಣಕ್ಕೆ ಪ್ರಾಧಾನ್ಯತೆ ಕೊಡುವಂತೆ ಮಾಡಿರಿ. ಅವರ ಕಣ್ಣಮುಂದಿರುವ ಲೋಕವು ಪ್ರಜ್ವಲಿಸುವಂತೆ ಆಕರ್ಷಿಸಿ ಅದನ್ನೇ ಪೂಜಿಸುವ ಮೂರ್ತಿಯನ್ನಾಗಿಸಿರಿ. ಅವರ ಸೇವಾಸಾಧನಗಳನ್ನೂ ಆದಷ್ಟು ನಮ್ಮ ಅಧಿಕಾರದಲ್ಲಿ ಇಟ್ಟುಕೊಳ್ಳಬೇಕು.ಏಕೆಂದರೆ ಅವರಲ್ಲಿ ಹೆಚ್ಚು ಸಾಧನಗಳು ಇದ್ದಷ್ಟು ನಮ್ಮ ಪ್ರಜೆಗಳನ್ನು ಹೆಚ್ಚು ತಮ್ಮೆಡೆಗೆ ಸೆಳೆಯುವರಲ್ಲದೆ ನಮ್ಮ ರಾಜ್ಯಕ್ಕೆ ಧಕ್ಕೆ ತರುತ್ತಾರೆ. ಹಲವಾರು ಸ್ಥಳಗಳಲ್ಲಿ ಅವರು ಸಭೆ ಸೇರುವುದಾದರೆ ನಾವು ಅಪಾಯದಲ್ಲಿದ್ದೇವೆ. ನೀವು ಬಹಳ ಎಚ್ಚರಿಕೆಯಿಂದಿದ್ದು, ನಿಮ್ಮ ಕೈಲಾದಷ್ಟು ಮನ ಒಲಿಸಿ ಅವರಲ್ಲಿರುವ ಪ್ರೀತಿಭಾಂಧವ್ಯವನ್ನು ನಾಶಗೊಳಿಸಿರಿ. ಅವರ ಸಿವಾರ್ತೆ ಸೇವಕರನ್ನು ನಿರಾಶೆಗೊಳ್ಳಿಸಿ ಅಧೈರ್ಯಪಡುವಂತೆ ಮಾಡಿರಿ; ಏಕೆಂದರೆ ನಾವು ಅವರನ್ನು ದ್ವೇಷಿಸುತ್ತೇವೆ. ಸೇವಾಸಾಧನಗಳನ್ನು ಹೊಂದಿರುವವರು. ಮನಸ್ಸನ್ನು ಕೆಡಿಸಿ ಅವುಗಳನ್ನು ಸೇವೆಗೆ ಕೊಡದಂತೆ ಸಂಭವನೀಯ ನೆವಗಳನ್ನು ಹುಟ್ಟಿಸಿ ಕೊಡದ ಹಾಗೆ

ಮಾಡಿರಿ. ಸಾಧ್ಯವಾದರೆ ಹಣದ ವಿಚಾರಗಳನ್ನೂ ಹತೋಟಿಯಲ್ಲಿಟ್ಟುಕೊಂಡು ಸುವಾರ್ತಾಸೇವಕರು ಬವಣೆ ಪಡುವಂತೆ ತೊಂದರೆಯುಂಟು ಮಾಡಿರಿ. ಆಗ ಅವರ ಉತ್ಸಾಹ, ಆಸಕ್ತಿ ಕೊಂದಿಹೋಗುತ್ತದೆ. ಪ್ರತಿ ಹೆಜ್ಜೆಹೆಜ್ಜೆಗೂ ಹೋರಾಡಿರಿ. ದುರಾಶೆ ಹಾಗೂ ಇಹಲೋಕ ಸಂಪತ್ತಿನ ಮೇಲಿನ ಪ್ರೀತಿಯು ಅವರ ಗುಣಸ್ವಾಭಾವಗಳಲ್ಲಿ ಹೆಚ್ಚಾಗಿ ಆಳುವ ಸ್ವಭಾವವಾಗುವಂತೆ ಪ್ರೇರೇಪಿಸಿರಿ ಆಗ ರಕ್ಷಣೆ ಹಾಗೂ ಕೃಪೆಯು ಹಿಂದೆಬೀಳುತ್ತದೆ. ನೀವೆಲ್ಲರೂ ಹಿಂಡಾಗಿ ಅವರ ಸುತ್ತಲೂ ನೆರೆದು ಆಕರ್ಷಿಸಿದರೆ ಅವರೆಲ್ಲಾ ನಮ್ಮವರಾಗುತ್ತಾರೆ. ಅಲ್ಲದೆ ಇತರರನ್ನು ದೇವರರಾಜ್ಯಕ್ಕೆ ಸೆಳೆಯುವುದಿಲ್ಲ. ದಾನಿಗಳಿಗೆ ಮನಸ್ಸಿದ್ದರೂ ಕೊಸರಿಕೊಳ್ಳುತ್ತಾ ಸೇವಾಕಾರ್ಯಕ್ಕೆ ಕೈಬಿಗಿ ಹಿಡಿಯುವಂತೆ ಮಾಡಿರಿ ಎಂದನು.

ಸೈತಾನನು, ತನ್ನ ಯೋಜನೆಗಳಲ್ಲಿ ಸಫಲಗೊಂಡುದನ್ನು ನಾನು ಕಂಡೆನು. ದೇವರ ಸೇವಕರು ಸುವಾರ್ತೆಕೂಟ ಏರ್ಪಡಿಸಿದಾಗ ಸೈತಾನನೂ, ದೂತರು ಕರ್ತವ್ಯದಲ್ಲಿ ಎಚ್ಚೆತ್ತುಕೊಂಡು ಅಡ್ಡಿತರುವ ಪ್ರಯತ್ನಮಾಡುತ್ತಾ ದೇವರ ಜನರ ಮನಸ್ಸಿನಲ್ಲಿ ಎಡಬಿಡದ ಸಲಹೆಗಳನ್ನು ತುಂಬಲಾರಂಭಿಸಿದರು. ಒಬ್ಬರನ್ನು ಒಂದುಕಡೆ ಮತ್ತೊಬ್ಬರನ್ನು ಮತ್ತೊಂದು ಕಡೆ ಚದುರಿಸಿ ಸಹೋದರ ಸಹೋದರಿಯರಲ್ಲಿರುವ ದುಷ್ಟತನವನ್ನು ಉಪಯೋಗಿಸಿ, ಪಾಪದ ಹಿಡಿತದಲ್ಲಿರುವ ಸ್ವಾಭಾವಿಕತನವನ್ನು ಉದ್ರೇಕಿಸಿದನು. ಒಂದುವೇಳೆ ಅವರು ಸ್ವಾರ್ಥ., ದುರಾಶೆಯನ್ನು ಹೊರಪಡಿಸಿದರೆ ಸೈತಾನನು ಅವರೊಂದಿಗಿದ್ದು ತನ್ನೆಲ್ಲಾ ಶಕ್ತಿಯಿಂದ ಆಕ್ರಮಣಕಾರಿ ಸ್ವಭಾವವನ್ನು ಪ್ರಯೋಗಿಸುವಂತೆ ಮಾಡುತ್ತಾ ಮೆಚ್ಚಿಕೆಯಿಂದ ದೃಷ್ಟಿಸುವನು. ಒಂದುವೇಳೆ ದೇವರ ಕೃಪೆ, ಸತ್ಯದ ಬೆಳಕು ದುರಾಶೆ ಸ್ವಾರ್ಥತೆಯನ್ನು ಕರಗಿಸಿದರೂ ರಕ್ಷಣೆಯ ಪ್ರಭಾವ ಅವರ ಮೇಲಿರದ ಕಾರಣ ಪೂರ್ಣ ಜಯವನ್ನು ಹೊಂದಲಾರರು. ಇಂತಹ ವ್ಯಕ್ತಿಗಳ ಮದ್ಯೆ ಸೈತಾನನು ಬಂದು ಕೊಡುಗೈ ದಾನಿಗಳ ಉದಾತ್ತ ತತ್ವಗಳನ್ನು ಕುಂದಿಸುವನು ಆಗ ಅವರು ಎಷ್ಟೊಂದು ಕೊಡಬೇಕಾಲ್ಲಾ! ಎನ್ನುವ ಭಾವ ಹೊಂದುರು. ತಮ್ಮ ಇದುವರೆಗಿನ

ಸದ್ವರ್ತನೆಯ ಬಗ್ಗೆ ಆಯಾಸಗೊಂಡು, ಯೇಸು ಅವರಿಗಾಗಿ ತ್ಯಾಗಮಾಡಿ ಹತಾಶಯ ಸಂಕಟದಿಂದ ಬಿಡಿಸಿ ವಿಮೋಚಿಸಿದ್ದನ್ನು ಮರೆತು ಹೋಗುವರು.

ಸೈತಾನನು ಯೂದನ ದುರಾಶೆ ಹಾಗೂ ಸ್ವಾರ್ಥತೆ ಮೇಲೆ ಮೇಲ್ಪ್ರಾಧಿಸಿ, ಮರಿಯಳು ಯೇಸುವಿಗೆ ಅರ್ಪಿಸಿದ ಸುಗಂಧ ತೈಲದ ಬಗೆಗೆ ಗುಣಗುಟ್ಟುವಂತೆ ಮಾಡಿದನು. ಅದನ್ನು ಬಹು ವ್ಯರ್ಥವೆಂದು ನೋಡಿದನು; ಅದನ್ನು ಮಾರಿ ಬಡವರಿಗೆ ಹಂಚಬಹುದಿತ್ತು ಎಂದನು. ಆದರೆ ಅವನಿಗೆ ಬಡವರ ಬಗ್ಗೆ ಯಾವ ಆಸಕ್ತಿಯೂ ಇರಲಿಲ್ಲ. ಆ ಕಾಣಿಕೆಯು ಪೋಲಾಯಿತು ಎಂದು ಕೊಂಡನು. ಕೇವಲ ಕೆಲವು ಬೆಳ್ಳಿ ನಾಣ್ಯಗಳಿಗೆ ಕರ್ತನನ್ನು ಬೆಲೆಗಟ್ಟಿದನು. ಕರ್ತನ ಬರುವಣಕ್ಕಾಗಿ ಕಾದಿರುವ ಕೆಲವರು ಈ ಯೂದನಂತಿರುವುದನ್ನು ನಾನು ಕಂಡೆನು . ಅವರು ಸೈತಾನನ ಹಿಡಿತದಲ್ಲಿದ್ದಾರೆಂದು ಅವರಿಗೇ ತಿಳಿಯದು .ದೇವರು ದುರಾಶೆ, ಸ್ವಾರ್ಥತೆಯ ಒಂದು ಕಣವನ್ನೂ ಮೆಚ್ಚುವುದಿಲ್ಲ, ದ್ವೇಷಿಸುತ್ತಾನೆ. ಈ ಸ್ವಭಾವ ಹೊಂದಿರುವರ ಪ್ರಾರ್ಥನೆ ಪ್ರಬೋಧನೆಯನ್ನು ಉಪೇಕ್ಷಿಸುತ್ತಾನೆ. ಸೈತಾನನು ತನ್ನ ಸಮಯವು ಕ್ಲುಪ್ತವಾಗಿದೆ ಎಂದು ಅರಿತು ಇಂಥವರನ್ನು ಮತ್ತು ಹೆಚ್ಚಾಗಿ ದುರಾಶೆ ದೂಡಿ ಅದರಲ್ಲೇ ಆಳವಾಗಿ ಮುಳುಗಿ ಕಾರ್ಪಣ್ಯದಲ್ಲಿ ನರಳುವಂತೆ ಮಾಡಿ ಉಲ್ಲಾಸಿಸುತ್ತಾನೆ. ಒಂದುವೇಳೆ ಇವರ ಕಣ್ಣುಗಳು ತೆರೆಯಲ್ಪಟ್ಟರೆ ಆತನು ಪೈಶಾಚಿಕ ಜಯೋತ್ಸವದಲ್ಲಿದ್ದು ಆತನ ಸಲಹೆ ಅಂಗೀಕರಿಸಿ ಪಾಶದಲ್ಲಿ ಬಿದ್ದು ಸ್ವಾರ್ಥಿಗಳು ಹೊರಳಾಡುವುದನ್ನು ಕಂಡು ವಿಕಟ ಅಟ್ಟಹಾಸ ಗೈಯುತ್ತಿರುವುದನ್ನು ದರ್ಶಿಸುವರು.

ನಂತರ ಸೈತಾನನು ಅವನ ದೂತರು ಸ್ವಾರ್ಥಿಗಳ ಸಾಧನವಸ್ತುಗಳನ್ನು ದುರಾಶೆಯ ಕಾರ್ಯಗಳನ್ನು ಯೇಸುವಿನ ಹಾಗೂ ಪರಿಶುದ್ಧ ದೂತರ ಮುಂದೆ ಇಡುತ್ತಾ ಇವರೆಲ್ಲಾ ಕ್ರಿಸ್ತನ ಹಿಂಬಾಲಿಕರು! ರೂಪಂತರ ಹೊಂದಲು ಸಿದ್ಧರಾಗಿದ್ದಾರೆ ಎಂದು ಖಂಡನೆಯೊಂದಿಗೆ ಪ್ರತಿಪಾಧಿಸುವನು. ಅವರು ಮಾರ್ಗತಪ್ಪಿದ ಕ್ಷಣವನ್ನು ಗುರುತಿಸಿ ಅದನ್ನು ಸತ್ಯವೇದದೊಂದಿಗೆ ಹೋಲಿಸುತ್ತಾ, ಇಂತಹ ವರ್ತನೆಯನ್ನು ಖಂಡಿಸುವ ವಚನಾಧಾರಗಳನ್ನು

ತೋರಿಸಿ ಪರಲೋಕದ ದೂತರು ಬೇಸರಗೊಳ್ಳುವಂತೆ ಮಾಡುವನು. ಇವರೆಲ್ಲಾ ಕ್ರಿಸ್ತನ ಮತ್ತು ಆತನ ವಾಕ್ಯದ ಹಿಂಬಾಲಕರು! ಆತನ ತ್ಯಾಗ ಮತ್ತು ವಿಮೋಚನೆಯ ಫಲಗಳು! ಎನ್ನುವಾಗ ದೂತರು ನಿರಾಶೆಯಿಂದ ಮುಖ ತಿರುಗಿಸಿಕೊಳ್ಳುವರು. ತನ್ನ ಜನರೆಲ್ಲಾ ಕಾರ್ಯಮಗ್ನರಾಗಬೇಕೆಂದು ದೇವರು ಇಚ್ಛಿಸುತ್ತಾರೆ. ಆದರೆ ಅವರ ದಾನಧರ್ಮಗಳು ಆಯಾಸಗೊಂಡಾಗ ಆತನೂ ಅವರ ಬಗ್ಗೆ ಆಯಾಸಗೊಳ್ಳುವನು.

ಯಾವ ಹೊರತೋರ್ಪಿಕೆಯ ಕ್ರೈಸ್ತರಿಗಾಗಿಯೂ ಯೇಸು ತನ್ನ ಅಮೂಲ್ಯ ಜೀವನವನ್ನು ತ್ಯಾಗಮಾಡುವುದರಲ್ಲಿ ಹಿಂಜರಿಯ ಲಿಲ್ಲವೋ ಅಂಥಹ ಜನರ ಕನಿಷ್ಠ ಸ್ವಾರ್ಥತೆಯ ಪ್ರಧರ್ಶನವನ್ನು ಕಂಡು ದೇವರು ತೀರ್ವವಾಗಿ ಬೇಸರಗೊಂಡದನ್ನು ನಾನು ಕಂಡೆನು. ಪ್ರತಿದುರಾಶೆಯ ಸ್ವಾರ್ಥಿಗಳು ಜಾರಿಬೀಳುವರು ಕರ್ತನನ್ನು ಮಾರಿಕೊಂಡ ಯೂದನಂತೆ ಅವರು ಇಹಲೋಕದ ಕಿಂಚಿತ್ ಲಾಭಕ್ಕಾಗಿ ತಮ್ಮ ಒಳ್ಳೆಯ ತತ್ವಗಳೂ. ಉತ್ತಮ ಧಾರಾಳತನವನ್ನೂ ಮಾರಿಕೊಳ್ಳುವರು .ಇಂಥವರು ದೇವಜನರ ಮಧ್ಯೆದಿಂದ ತೂರಲ್ಪಡುವರು, ಯಾರಿಗೆ ಪರಲೋಕವು ಬೇಕಿದೆಯೋ ಅವರು ತಮ್ಮಲ್ಲಿರುವ ಎಲ್ಲಾ ಶಕ್ತಿಯಿಂದ ಆ ಲೋಕದ ತತ್ವಗಳನ್ನು ಉತ್ತೇಜಿಸಬೇಕು. ತಮ್ಮ ಆತ್ಮವು ಸ್ವಾರ್ಥಸ್ವಭಾವದಿಂದ ಬಾಡಿ ಉದುರಲು ಬಿಡದೆ ದಯಾಪರತೆಯಿಂದ ವಿಸ್ತಾರಗೊಳಿಸಿಕೊಳ್ಳಬೇಕು. ಮತ್ತು ಒಬ್ಬರಿನ್ನೊಬ್ಬರಿಗೆ ಉತ್ತಮವಾದ್ದುದನ್ನೇ ಮಾಡುವ ಅವಕಾಶದಿಂದ ವಂಚಿತರಾಗಭಾರದು. ಪರಲೋಕ ತತ್ವಾನುಸಾರ ಹೆಚ್ಚಾಗಿ ಬೆಳೆದು ಸಂವೃದ್ದಿಗೊಳ್ಳಬೇಕು. ಯೇಸುವೇ ಪರಿಪೂರ್ಣ ಆದರ್ಶವಾಗಿ ನಮ್ಮ ಮುಂದೆ ಇಡಲ್ಪಟ್ಟಿದ್ದಾರೆ. ಆತನ ಜೀವಿತವು ನಿಸ್ವಾರ್ಥತೆಯಿಂದ ತುಂಬಿ ಅಸೀಮಿತ ಧಾರಳತನದಿಂದ ಗುರುತಿಸಲ್ಪಟ್ಟಿದೆ.

ಓದಿ; ಮಾರ್ಕ 14:3-11 ; ಲೂಕ 12:15-40 ; ಕೊಲೊಸ್ಸೆ3:5-16 ; 1ಯೋಹಾನ 2:15-17

ಅಧ್ಯಾಯ **32.** ಸೋಸುವಿಕೆ

ಕೆಲವರು ದೃಢವಿಶ್ವಾಸದಿಂದಿದ್ದು ಯಾತನೆಯ ಕೂಗಿನಿಂದ ದೇವರಲ್ಲಿ ವಿಜ್ಞಾಪಿಸುತ್ತಿದ್ದುದನ್ನು ನಾನ ಕಂಡೆನು. ಅವರು ದೃಢ ಹಾಗೂ ಶ್ರದ್ಧಾಪೂರ್ವಕದಿಂದದ್ದರೂ ಮುಖಗಳು ಬಿಳುಚಿಕೊಂಡು ತೀವ್ರ ಆತಂಕಕ್ಕೊಳಗಾಗಿದ್ದು ಹೃದಯಾಂತರಾಳದಲ್ಲಾಗುತ್ತಿದ್ದ ಹೆಣಗಾಟವನ್ನು ತೋರಿಸುತ್ತಿತ್ತು. ಹಣೆಯ ಮೇಲೆ ದೊಡ್ಡ ದೊಡ್ಡ ಬೇವರಿನ ಹನಿಗಳು ಉರುಳಿ ಬೀಳುತ್ತಿದ್ದವು. ಆಗಾಗ್ಗ ದೇವರ ಅಂಗೀಕಾರದ ಗುರುತಾಗಿ ಚಹರೆಯು ಬೆಳಗುತ್ತಿದ್ದರೂ ಮತ್ತೆ ಗಂಭೀರವಾದ ಒದ್ದಾಟ ಆತಂಕವು ನೆಲೆಸುತ್ತಿತ್ತು.

ದುಷ್ಟದೂತರು ಇವರ ಸುತ್ತಾಲೂ ಮುತ್ತಿಕೊಂಡು ಕತ್ತಲೆಯನ್ನು ಹರಡಿ ವಿಷಪೂರಿತ ವಾತಾರವಣವನ್ನು ಸೃಷ್ಟಿಸಿದರು ದೇವರಲ್ಲಿ ಅಪನಂಬಿಕೆ ಹುಟ್ಟಿ ಗುಣಗುಟ್ಟುವಂತೆ ಮಾಡಲು ಅವರ ದೃಷ್ಟಿಯನ್ನು ಯೇಸುವಿನಿಂದ ಕದಲಿಸಿ ಅಂಧಕಾರದೆಡೆಗೆ ನೆಡುವಂತೆ ಮಾಡಿದರು. ಈ ದೇವಜನರ ಹೊಣೆಯನ್ನು ದೇವದೂತರಿಗೆ ವಹಿಸಿಲಾಗಿದ್ದು ಅವರು ತಮ್ಮ ರೆಕ್ಕೆಗಳನ್ನು ಆತಂಕಗೊಂಡವರ ಮೇಲೆ ಬೀಸುತ್ತಾ ದಟ್ಟೈಸುತ್ತಿದ್ದ ಅಂಧಕಾರವನ್ನು ಚದುರಿಸುತ್ತಿದ್ದರು.

ಕೆಲವರು ಯಾತನೆಯಿಂದ ವಿಜ್ಞಾಪಿಸುವ ಕಾರ್ಯದಲ್ಲಿ ಪಾಲುಗಾರರಾಗದಿರುವುದನ್ನು ನಾನು ಕಂಡೆನು. ಆವರು ಉದಾಸೀನವಾಗಿ ತಟಸ್ಥಭಾವದಿಂದಿದ್ದರು, ಅವರಿಸುತ್ತಿದ್ದ ಅಂಧಕಾರವನ್ನು ತಡೆಯಲಿಲ್ಲ. ಅದು ದಟ್ಟವಾಗಿ ಮುಚ್ಚಿಕೊಂಡಿತು ತಮ್ಮನ್ನು ರಕ್ಷಿಸಿಕೊಳ್ಳುಲು ಯಾವ ಶ್ರಮವನ್ನೂ ಪಡೆದಿರುವವರನ್ನು ತೊರೆದು ಬಿಟ್ಟು ದೇವದೂತರು, ಅಕ್ಕರೆಯಿಂದ ಪ್ರಾರ್ಥಿಸುತ್ತಿದ್ದವರ ಕಡೆ ಹೊರಟರು. ಯಾರೆಲ್ಲಾ ತಮ್ಮ ಬಲಶಕ್ತಿಯಿಂದ ದುಷ್ಟದೂತರನ್ನು ನಿಗ್ರಹಿಸುತ್ತಾ ತಾಳ್ಮೆಯಿಂದ ದೇವರ ಸಹಾಯಕ್ಕಾಗಿ ಬೇಡುತ್ತಿದ್ದರೋ ಅವರ ಸಹಾಯಕ್ಕಾಗಿ ಧಾವಿಸುತ್ತಿದ್ದುದನ್ನು ನಾನು ಕಂಡೆನು. ನಿರ್ಲಿಪ್ತರಾದವರನ್ನು ನಾನು ಮತ್ತೆ ಕಾಣಲಿಲ್ಲ.

ಪ್ರಾರ್ಥನಾ ವಿಜ್ಞಾಪನೆಗಳಲ್ಲಿ ನಿರತರಾಗಿದ್ದವರ ಮೇಲೆ ಆಗಾಗ್ಗ ಯೇಸುವಿನಿಂದ ಬೆಳಕಿನ ಕಿರಣಗಳು ಅವರ ಮೇಲೆ ಬೆಳಗಿ ಉತ್ತೇಜನ ನೀಡುತ್ತಿತ್ತು. ನಾನು ನೋಡಿದ ಈ ಕಂಪನ ಅಥವಾ ಸೋಸುವಿಕೆಯ ಅರ್ಥವೇನೆಂದು ಕೇಳಿದನು. ಲವೋಧಿಕೀಯರಿಗೆ ಸತ್ಯಸಾಕ್ಷಿಯ ಆಲೋಚನೆಯಿಂದ ಬಂದ ದೃಡವಚನವು ಇದನ್ನು ಉಂಟುಮಾಡುವುದೆಂದು ನನಗೆ ತೋರಿಸಲಾಯಿತು. ಈ ಸಾಕ್ಷಿಯನ್ನು ಅಂಗೀಕರಿಸಿದವರ ಹೃದಯದ ಮೇಲೆ ಪ್ರಭಾವ ಬೀರಿ ಅವರು ತಮ್ಮ ಜೀವನ ಮಟ್ಟವನ್ನು ವೃದ್ಧಿಸಿಕೊಂಡು ಅಪ್ಪಟ ಸತ್ಯವನ್ನೇ ಅರುಹುವರು ಇದನ್ನು ಕೆಲವರು ತಡೆದುಕೊಳ್ಳಲಾಗದೆ ವಿರುದ್ಧವಾಗಿ ನಿಂತ ದೇವಜನರೊಳಗೆ ಕಂಪನವನ್ನುಂಟುಮಾಡುವರು.

ನಿಜಸಾಕ್ಷಿಯ ಪ್ರಮಾಣಗಳಿಗೆ ಅರ್ಥದಷ್ಟು ಬೆಲೆಸಿಗಲಿಲ್ಲವೆಂಬುದನ್ನು ನಾನು ಕಂಡೆನು. ಯಾವ ಗಂಭೀರ ಸಾಕ್ಷ್ಯ ಪ್ರಮಾಣದ ಮೇಲೆ ಸಭೆಯ ಅಂತ್ಯವು ನೆಲೆಗೊಂಡಿವೆಯೋ ಅವು ಹಗುರಾಗಿ ಪರಿಗಣಿಸಲ್ಪಟ್ಟದು ಮಾತ್ರವಲ್ಲದೆ ಪರಿಪೂರ್ಣವಾಗಿ ತಿರಸ್ಕರಿಸಲ್ಪಟ್ಟವು. ಈ ಸಾಕ್ಷ್ಯವು ಅಂಗೀಕರಿಸಿದವರಲ್ಲಿ ಆಳವಾದ ಪಶ್ಚಾತ್ತಾಪವನ್ನು ತರುವುದು, ಆಗ ಅವರು ವಿಧೇಯರಾಗಿ ಪರಿಶುದ್ಧಗೊಳಿಸಲ್ಪಡುವರು.

ಪಟ್ಟಿಮಾಡು! ಎನ್ನುವ ದೂತನ ಧ್ವನಿಯನ್ನು ಕೇಳಿದೆನು, ತಕ್ಷಣವೇ ಹಲವಾರು ಸಂಗೀತ ವಾದ್ಯಗಳು ಒಟ್ಟಾಗಿ ಸೇರಿ ಸುಶ್ರಾವ್ಯವಾದ ಒಂದು ಧ್ವನಿಯನ್ನು ಹೊರಡಿಸುವುದನ್ನು ಕೇಳಿದೆನು. ಅದು ನಾನು ಕೇಳಿದ್ದ ಎಲ್ಲಾ ಸಂಗೀತಕ್ಕಿಂತಲೂ ಮಿಗಿಲಾಗಿತ್ತು. ಅದು ಕರುಣೆ, ಅನುಕಂಪ ,ಪವಿತ್ರಾನಂದದಿಂದ ತುಂಬಿತುಳುಕುವಂತೆ ಇದ್ದು ನನ್ನನ್ನು ಪುಳಿಕಿತಗೊಳಿಸಿತು. ದೂತನು, ಇಲ್ಲಿ ನೋಡು! ಎನಲು ನನ್ನ ಗಮನವು ಕಂಪನಕ್ಕೆ ಒಳಗಾಗಿದ್ದ ತಂಡದವರು ಕಡೆಗೆ ತಿರುಗಿತು. ಈ ಮೊದಲು ಆಳಿತ್ತಾ ಯಾತನೆಯಿಂದ ಪ್ರಾರ್ಥಿಸುತ್ತಿದ್ದವರನ್ನು ನನಗೆ ತೋರಿಸಲಾಯಿತು. ಅವರ

ಸುತ್ತಾಲೂ ರಕ್ಷಕ ದೂತರ ಸಂಖ್ಯ ಧ್ವಿಗುಣಗೊಂಡಿದ್ದು ಅವರು ತಲೆಯಿಂದ ಕಾಲಿನವರೆಗೂ ಶಸ್ತ್ರಾಸ್ತ್ರಗಳನ್ನು ಧರಿಸಿದ್ದುದನ್ನು ಕಂಡೆನು. ಒಂದು ನಿಶ್ಚಿತ ಕ್ರಮದಲ್ಲಿ ಯೋಧರ ತಂಡದಂತೆ ದೃಢವಾಗಿ ಚಲಿಸುತ್ತಿದ್ದರು. ಜನರು ಮುಖಭಾವವು ತಾವು ಅನುಭವಿಸಿದ ತೀವ್ರಹೋರಾಟವನ್ನೂ, ದೀರ್ಘಶಾಂತಿಯನ್ನೂ ಬಿಂಬಿಸುತ್ತಿದ್ದವು. ಆದರೂ ಆತಂಕದ ಅಂತರಾಳದಿಂದ ಕೂಡಿದ ಮುಖಭಾವವು ಪರಲೋಕದ ಬೆಳಕು ಹಾಗೂ ಪ್ರಭೆಯಿಂದಾಗಿ ಈಗ ಬಿಂಬಿಸಿದವು. ಪಡೆದುಕೊಂಡ ವಿಜಯದ ಸಾಕ್ಷಿಯಾಗಿ ಅವರಲ್ಲಿ ತೀವ್ರ ಧನ್ಯತಾಭಾವ ಮತ್ತು ಪರಿಶುದ್ಧ ಅನಂದವೂ ನೆಲೆಗೊಂಡಿತು.

ಈತಂಡದ ಸಂಖ್ಯೆಯು ಕಡಿಮೆಯಾಯಿತು. ಕೆಲವರು ಸೋಸುವಿಕೆಗೆ ಒಳಪಟ್ಟು ಹೊರಟುಹೋದರು. ಉದಾಸೀನವಾಗಿ ತಟ್ಟಸ್ಥಭಾವ ಹೊಂದಿದ್ದವರು ಯಾತನೆಗೊಳಗಾಗಿ, ಶಾಂತಿಯಿಂದ ವಿಜ್ಞಾಪಿಸುತ್ತಿದ್ದವರಿಗೆ ಕೊಡಲ್ಪಟ್ಟ ಜಯ ಮತ್ತು ರಕ್ಷಣೆಯಲ್ಲಿ ಪಾಲುಗಾರರಾಗಲಿಲ್ಲ. ಅವರೆಲ್ಲಾ ಕತ್ತಲೆಯಲ್ಲಿ ಬಿಡಲ್ಪಟ್ಟರು. ತತ್ ಕ್ಷಣವೇ ಇವರಿಂದ ಬಿಡಲ್ಪಟ್ಟ ಸ್ಥಳವನ್ನು ಸತ್ಯವನ್ನು ಹಿಡಿದುಕೊಂಡವರು ತುಂಬಿದರು. ಈಗಲೂ ದುಷ್ಟದೂತರು ಸುತ್ತಾಲೂ ಸೇರಿ ಒತ್ತಡ ಹೇರಿದರೂ ಸಹ ಅವರ ಮೇಲೆ ಅಧಿಕಾರ ಸಾಧಿಸಲಾಗಲಿಲ್ಲ .

ಸರ್ವಾಯುಧ ಧರಿಸಿದ್ದವರು ಸತ್ಯವನ್ನು ಅತ್ಯಧಿಕ ಬಲದಿಂದ ಒತ್ತಿಹೇಳುವುದನ್ನು ನಾನು ಕಂಡೆನು. ಅದು ಬಹು ಪರಿಣಾಮಾಕಾರಿಯಾಯಿತು. ಬಂಧನಕ್ಕೆ ಒಳಗಾಗಿದ್ದ ಹಲವರನ್ನು ನಾನು ಕಂಡೆನು.; ಕೆಲವು ಪತ್ನಿಯರು ಪತಿಯಿಂದ ಬಂಧಿತರಾಗಿದ್ದರು; ಕೆಲವು ಮಕ್ಕಳು ತಂದೆತಾಯಿಯರ ನಿರ್ಬಂಧಕ್ಕೆ ಒಳಗಾಗಿದ್ದರು. ಸತ್ಯಕ್ಕೆ ಕಿವಿಗೊಡಬಾರದೆಂದು ತಡೆಹಿಡಿಯಲ್ಪಟ್ಟಿದ್ದ ಕೆಲವು ಪ್ರಾಮಾಣಿಕರು ಈಗ ಆಸಕ್ತಿಯಿಂದ ಸತ್ಯವನ್ನು ಭದ್ರವಾಗಿ ಹಿಡಿದರು. ಬಂಧುಬಾಂಧವರ ಭಯವೆಲ್ಲಾ ಕರಗಿ ಹೋಯಿತು. ಸತ್ಯವೊಂದು ಮಾತ್ರ ಅವರಿಗೆ ಗಾಢವಾಗಿ ತಮ್ಮ ಜೀವಕ್ಕಿಂತ ಹೆಚ್ಚಿನ ಪ್ರೀತಿಯುಳದ್ದೂ ಅಮೂಲದ್ದೂ ಆಯಿತು. ಈ

ಸತ್ಯಕ್ಕಾಗಿ ಅವರು ಬಾಯಾರಿದ್ದರು. ಈ ಮಹಾ ಮಾರ್ಪಟಿಗೆ ಕಾರಣವೇನು? ಎಂದು ನಾನು ಕೇಳಿದೆನು. ಒಬ್ಬ ದೂತನು ಉತ್ತಾರಿಸುತ್ತಾ ಇರು ಹಿಂಗಾರು ಮಳೆ; ಕರ್ತನ ಪ್ರಸನ್ನತೆಯಿಂದಾದ ಚೈತನ್ಯ; ಮೊರನೇ ದೂತನ ಮಹಾ ಧ್ವನಿ ಎಂದನು.

ಈ ಆಯ್ದುಕೊಂಡವರಲ್ಲಿ ಮಹಾಬಲವಿದೆ. ಇಲ್ಲಿ ನೋಡು! ಎಂದು ದೂತನು ಹೇಳಿದಾಗ ನನ್ನ ಗಮನವು ಅವಿಶ್ವಾಸಿಗಳು ಅಥವಾ ದುಷ್ಟರ ಕಡೆಗೆ ತಿರುಗಿತು. ಅವರೆಲ್ಲಾ ಚಟುವಟಿಕೆಯಿಂದಿದ್ದರು. ದೇವರ ಮಕ್ಕಳಲ್ಲಿದ್ದ ಹುರುಪು ಮತ್ತು ಚೈತನ್ಯವು ಅವರ ಕೋಪವನ್ನು ತಟ್ಟಿ ಉದ್ರೇಕಿಸಿತು. ಎಲ್ಲೆಲ್ಲೂ ಗಲಿಬಿಲಿ ತುಂಬಿತು, ದೇವರ ಪ್ರಕಾಶ ಹೊಂದಿದ್ದವರ ವಿರುದ್ಧ ಕ್ರಮ ತೆಗೆದುಕೊಳ್ಳಲ್ಪಟ್ಟುದನ್ನು ನಾನು ಕಂಡೆನು. ಅಂಧಕಾರವು ಅವರ ಸುತ್ತಾಲೂ ದಟ್ಟವಾಗಿದ್ದರೂ ದೇವರಿಂದ ಸಮ್ಮತಿಸಲ್ಪಟ್ಟು ಆತನಲ್ಲಿ ನಂಬಿಕೆಯಿಟ್ಟು ದೃಢವಾಗಿದ್ದರು. ಸ್ವಲ್ಪಕಾಲ ದೇವಜನರು ಕಳವಳಗೊಂಡದ್ದನ್ನು ನಾನು ಕಂಡೆನು. ಆನಂತರ ಅವರು ಭಕ್ತಿಭಾವದಿಂದ ದೇವರಿಗೆ ಮೊರೆಯಿಡುವುದನ್ನು ಕೇಳಿದನು. ಅವರ ವಿಜ್ಞಾಪನ ಹಗಲು ಇರುಳನ್ನದೆ ಮುಂದುವರಿಯಿತು. ಓ ದೇವರೇ, ನಿನ್ನ ಚಿತ್ತವೇ ನೆರವೇರಲ್ಲಿ! ಇದು ನಿನ್ನ ನಾಮ ಮಹಿಮೆ ಪಡಿಸುವುದಾದರೆ ನಿನ್ನ ಜನರಿಗೆ ತಪ್ಪಿಸಿಕೊಳ್ಳುವ ಮಾರ್ಗವನ್ನು ತೋರು! ನಮ್ಮ ಸುತ್ತಲೂ ಇರುವವರಿಂದ ವಿಮೋಚಿಸು! ಅವರು ನಮ್ಮನು ಸಾವಿಗೆ ತಳ್ಳಬೇಕೆಂದಿಂದ್ದಾರೆ; ಆದರೆ ನುನ್ನ ಕೈಗಳು ಕಾಪಾಡಬಲ್ಲವು ಎಂದು ಮೊರೆಯಿಡುತ್ತಿದ್ದುದನ್ನು ಕೇಳಿದೆನು. ಈ ಮಾತುಗಳು ಮಾತ್ರ ನನ್ನ ನೆನಪಿನಲ್ಲಿವೆ. ಅವರಿಗೆ ತಮ್ಮ ಅಯೋಗ್ಯತೆಯ ತಿಳುವಳಿಕೆ ಇತ್ತು. ದೇವರ ಚಿತ್ತಕ್ಕೆ ಒಪ್ಪಿಸಿಕೊಂಡರು, ಒಬ್ಬರೂ ಬಿಡಲ್ಪಡದೆ ಎಲ್ಲರೂ ಯಾಕೋಬನಂತೆ ಭಕ್ತಿಯಿಂದ ಹೋರಾಡುತ್ತಿದ್ದರು.

ಇವರ ಹೃದಯಪೂರ್ವಕ ಅಳಲನ್ನು ಪ್ರಾರಂಭಿಸಿದ ಕೊಡಲೇ ದೇವದೂತರು ಅನುಕಂಪದಿಂದ ಅವರ ರಕ್ಷಣೆಗೆ ಧಾವಿಸಿದರು. ಆದರೆ ಒರ್ವ ಎತ್ತರವಾದ

ಅಧಿಕಾರಯುಕ್ತ ದೂತನು ಅವರನ್ನು ಹೋಗಗೊಡಲಿಲ್ಲ. ದೇವರ ಚಿತ್ತವೂ ಇನ್ನೂ ಪರಿಪೂರ್ಣವಾಗಿಲ್ಲ. ಈ ಪಾತ್ರೆಯಲಿರುವುದನ್ನು ಅವರು ಕುಡಿಯಲೇ ಬೇಕು. ಅವರಿಗೆಲ್ಲಾ, ದೀಕ್ಷಾಸ್ನಾನದಿಂದ ಶುದ್ಧರಾಗಬೇಕೆ6ದು ಹೇಳಿದನು.

ಕೊಡಲೆ ಭೂಮ್ಯಾಕಾಶವನ್ನು ನಡುಗಿಸುವ ದೇವರ ಧ್ವನಿಯನ್ನು ಕೇಳಿದೆನು. ಆಗ ಭಯಂಕರವಾದ ಭೂಕಂಪವಾಯಿತು. ಕಟ್ಟಡಗಳು ನಡುಗಿದವು, ಎಲ್ಲಾ ಕಡೆಯಿಂದ ಉರುಳಿಬಿದ್ದವು. ಆನಂತರ ವಿಜಯೋತ್ಸಾಹದಿಂದ ತುಂಬಿದ ಸ್ಪಷ್ಟವಾದ ಸಂಗೀತವಾದ್ಯಗಳ ಮಹಾಧ್ವನಿಯಿಂದ ಕೇಳಿದೆನು. ಕೆಲವು ಸಮಯದ ಹಿಂದೆ ನಿರ್ಬಧದಲ್ಲಿದ್ದು ನಿರಾಶೆಗೊಂಡ ಭಕ್ತರತ$ಡವನ್ನು ನಾನು ಕಂಡೆನು. ಅವರ ಬಂಧನವು ಕಳಚಿಬಿತ್ತು.ಮಹಾಪ್ರಕಾಶವು ಅವರ ಮೇಲೆ ಬೆಳಗಿತು. ಅವರು ಎಷ್ಟೋ ರಮಣೀಯವಾಗಿ ಕಂಡರು. ನಿರಾಶೆ ,ಅಸ್ಥಿರತೆಯ ಗುರುತು ಅವರಿಂದ ಅಳಿಸಲ್ಪಟ್ಟಿತು. ಪ್ರತಿ ಮುಖಗಳ ಮೇಲೆ ಆರೋಗ್ಯಕಳೆ ತುಂಬಿತು ಅವರ ಶತ್ರುಗಳಾದ ಅನ್ಯರು ಸತ್ತವರಂತೆ ಕೆಳಗೆ ಬಿದ್ದರು. ವಿಮೋಚಿಸಲ್ಪಟ್ಟವರು ಮುಖದ ಉಜ್ವಲ ಪ್ರಕಾಶವನ್ನು ಅವರಿಂದ ತಡೆದುಕೊಳ್ಳಲಾಗಲಿಲ್ಲ. ಮೇಘಗಳಲ್ಲಿ ಯೇಸುವನ್ನು ಕಾಣುವವರೆವಿಗೂ ಈ ಮಹಿಮೆ ಪ್ರಕಾಶವು ನೆಲೆಸಿತ್ತು, ಪುಟಕ್ಕೆ ಹಾಕಲ್ಪಟ್ಟ ವಿಶ್ವಾಸಿಗಳು ಕ್ಷಣಮಾತ್ರದಲ್ಲಿ ಕಣ್ಣುಮುಚ್ಚುವಷ್ಟರೊಳಗೆ ಮಹಿಮೆಯಿಂದ ಮಹಿಮೆಗೆ ಮಾರ್ಪಾಡು ಹೊಂದಿದರು. ಆ ನಂತರ ಸಮಾಧಿಗಳು ತೆರೆಯಲ್ಪಟ್ಟವು, ನಿದ್ರೆಯಲ್ಲಿದ್ದ ಭಕ್ತರು ಎದ್ದು ಬಂದರು. ಅಮರತ್ವವನ್ನು ಧರಿಸಿಕೊಂಡು ಮರಣದ ಹಾಗೂ ಸಮಾಧಿಯ ಮೇಲೆ ಜಯಹೊಂದಿದ್ದನ್ನು ಕೂಗಿ ಹೇಳುತ್ತಾ, ಮಾರ್ಪಾಡು ಹೊಂದಿದ್ದ ಭಕ್ತರೊಡಗೂಡಿ ಅಂತರಿಕ್ಷದಲ್ಲಿ ಕರ್ತನನ್ನು ಎದುರುಗೊಳ್ಳುವುದಕ್ಕಾಗಿ ಹೋದರು; ಆ ಸಮಯದಲ್ಲಿ ಜಯ ಗೀತವು ಪ್ರತಿ ಅಮರರ ನಾಲಿಗೆಯ ಮೇಲೆ ವಿಜೃಂಭಿಸಿ ಪರಿಶುದ್ಧಗೊಳಿಸಲ್ಪಟ್ಟು ಪ್ರತಿತುಟಿಗಳ ಮೂಲಕ ಸುಶ್ರಾವ್ಯವಾಗಿ ಮುಂದುವರೆಯಿತು.

ಓದಿ: ಕೀರ್ತನೆ ಅಧ್ಯಾಯ 86; ಹೋಶೇಯ 6:3; ಹಗ್ಗಾಯ 2:21-23; ಮತ್ತಾಯ 10:35-39, 20:23; ಎಫೆಸದವರಿಗೆ 6:10-18; 1ಥೆಸಲೋನಿಕ 4:14-18; ಪ್ರಕಟನೆ 3:14-22

ಅಧ್ಯಾಯ 33. ಬಾಬಿಲೋನಿನ ಪಾಪಗಳು

ಎರಡನೆಯ ದೂತನು ಪ್ರಕಟಿಸಿದ, ಸಭೆಯ ಬೀಳುವಿಕೆಯ ನಂತರ ಅದರ ಸ್ಥಿತಿಯನ್ನು ನಾನು ಅವಲೋಕಿಸಿದೆನು. ಜನರು ಕ್ರಿಸ್ತನ ಅನುಯಾಯಿಗಳೆಂಬ ಹೆಸರಿದ್ದರೂ ಹೆಚ್ಚೆಚ್ಚಾಗಿ ಭ್ರಷ್ಟರಾಗುತ್ತಿದ್ದರು. ಈ ಲೋಕದಿಂದ ಬೇರೆಯಾದವರಾಗಿ ಅವರನ್ನು ಗುರುತಿಸಲಾಗಲಿಲ್ಲ. ಅವರ ಸುವಾರ್ತಾ ಸೇವಕರು ಸತ್ಯವೇದದಿಂದ ವಚನಗಳನ್ನು ಆರಿಸಿಕೊಂಡರು ಸರಳವಾಗಿ ಅಥವಾ ಮೃದುವಾಗಿ ಬೋಧಿಸುತ್ತಿದ್ದರು. ಇದರಿಂದ ನೈಜಹೃದಯಗಳಿಗೆ ಯಾವ ಆಕ್ಷೇಪಣೆಯೂ ಇರಲಿಲ್ಲ. ಸತ್ಯದ ಆತ್ಮ, ಬಲ ಮತ್ತು ರಕ್ಷಣೆಯ ವಿಷಯಗಳು ಅವರಿಗೆ ಹಗೆತುಂಬಿದವುಗಳಾಗಿದ್ದವು. ಜನಪ್ರಿಯವಾದ ಸುವಾರ್ತಾಸೇವೆಯ ಬೇರಾವ ವಿಷಯವೂ ಸೈತಾನನ ಕೋಪವನ್ನು ಕೆಣಕುತ್ತಿರಲಿಲ್ಲ. ಪಾಪಿಗಳನ್ನು ನಡುಗಿಸಿ ಹೃದಯಕ್ಕೂಆತ್ಮಸಾಕ್ಷಿಗೂ ಅನ್ವಯಿಸಲಿಲ್ಲ. ನಿಜದೈವಭಕ್ತಿಯಿಲ್ಲದ ಯಾವುದೇ ವೇಷವನ್ನು ದುಷ್ಟರು ಸಂತೋಷಿಸುತ್ತಿದ್ದರು, ಅಧರ್ಮಕ್ಕೆ ತಮ್ಮ ಸಹಾಯವನ್ನು ನೀಡುತ್ತಿದ್ದರು. ಅಂಧಕಾರದ ಶಕ್ತಿಯ ಮೇಲೆ ಜಯಸಾಧಿಸಲು ನೀತಿಯುಳ್ಳ ಸರ್ವಾಯುಧಗಳನ್ನು ಬಿಟ್ಟರೆ ಬೇರೆ ಯಾವುದೂ ಸಹಾಯಕ್ಕೆ ಬರದು ಎಂದು ದೂತರು ಹೇಳಿದನು. ಇಡೀ ಸಭೆಗಳನ್ನೆಲ್ಲಾ ಒಂದು ಶರೀರವಾಗಿ ಸೈತಾನನು ತನ್ನ ಹತೋಟಿಯಲ್ಲಿ ಇಟ್ಟುಕೊಂಡಿದ್ದಾನೆ. ದೇವರ ವಾಕ್ಯದ ಸತ್ಯವನ್ನು ಸರಳವಾಗಿ ತಿಳಿಸಿ ಹೇಳುವುದನ್ನು ಬಿಟ್ಟು ಜನರು ಮಿಕ್ಕಲ್ಲಾ ಹೇಳಿಕೆ ಮತ್ತು ಕ್ರಿಯೆಗಳಲ್ಲಿ ನೆಲೆಗೊಂಡಿದ್ದಾರೆ. ಈ ಲೋಕದ ಆತ್ಮಮತ್ತು ಗೆಳೆತನವು ದೇವರಿಗೆ ಶತೃವಾಗಿದೆ ಎಂದು ದೂತನು ನನಗೆ ತಿಳಿಸಿದನು. ವಾಕ್ಯದ ಸತ್ಯವನ್ನು ಪ್ರಬಲತೆಯಿಂದ ಈ ಲೋಕದ ಸ್ವರೂಪಕ್ಕೆ ವಿರುದ್ಧವಾಗಿ ತೆರೆದಿಟ್ಟುದಾದರೆ ಅದು ಹಿಂಸಾಶಕ್ತಿಯ ಚೈತನ್ಯವನ್ನು ತಟ್ಟನೆ ಉದ್ದೀಪನಗೊಳಿಸುತ್ತದೆ. ಕ್ರೈಸ್ತರೆನಿಸಿಕೊಳ್ಳುವ ಬಹುಮಂದಿಗೆ ದೇವರು ಯಾರೆಂಬುದು ಗೊತ್ತಿಲ್ಲ ಆದ್ದರಿಂದ ಅವರ ಗುಣಸ್ವಭಾವಗಳು ಬದಲಾಗಿಲ್ಲ. ಐಹಿಕ ಮನಸ್ಸು ದೇವರ ಶತೃವಾಗಿಯೇ ಉಳಿಯುತ್ತದೆ. ಕ್ರೈಸ್ತರೆಂಬ ಹೆಸರನ್ನು ಧರಿಸಿದರೂ ಸೈತಾನನ ನಿಷ್ಠಾವಂತ ಸೇವಕರಾಗಿ ಉಳಿಯುತ್ತಾರೆ.

ನಾನು ನೋಡಿದ್ದೇನೆಂದರೆ, ಯೇಸು ದೇವದರ್ಶನ ಗುಡಾರದ ಪರಿಶುದ್ಧಸ್ಥಳವನ್ನು ಬಿಟ್ಟು ಎರಡನೆಯ ತೆರೆಯನ್ನು ಸರಿಸಿ ಪ್ರವೇಶಿಸಿದಾಗಲೂ ಯಹೂದ್ಯರ ಸಭೆಗಳು ಹಾಗೆಯೇ ಉಳಿದುಕೊಂಡವು. ಸಭೆಗಳು ಸರ್ವ ಅಶುದ್ಧ ಹಾಗೂ ಅಸಹ್ಯವಾದ ಸಕಲವಿಧವಾದ ಪಕ್ಷಿಗಳ ಆಶ್ರಯವಾಯಿತು [ಪ್ರಕಟನೆ18:2] ಸಭೆಗಳಲ್ಲಿ ಮಹಾಪಾಪವು, ದೂಷಣೆಯೂ, ತುಂಬಿರುವುದನ್ನು ನಾನು ಕಂಡೆನು; ಆದರೂ ಅವರು ತಮನು ಕ್ರೈಸ್ತರೆಂದು ಹೇಳಿಕೊಂಡರು. ಅವರು ವೃತ್ತಿ, ವಿಜ್ಞಾಪನೆ ಮತ್ತು ಪ್ರಬೋಧನೆಗಳು ದೇವರ ದೃಷ್ಟಿಯಲ್ಲಿ ದೂಷಣೆಗಳಾಗಿವೆ. ಇಂಥವರ ಸಭೆಗಳುನ್ನು ದೇವರು ಗಣಿಸುವುದೂ ಇಲ್ಲ ಎಂದು ದೂತನು ಹೇಳಿದನು. ಮನಃಸಾಕ್ಷಿಯನ್ನು ತಿದ್ದಿಕೊಳದೆ ಅವರ ಸ್ವಾರ್ಥ. ಮೋಸ, ವಂಚನೆಗಳಲ್ಲಿ ತೊಡಗಿಕೊಳ್ಳುತ್ತಾರೆ. ಇದಲ್ಲಾಕ್ಕಿಂತ ಹೆಚ್ಚಾಗಿ ತಮ್ಮ ದುಷ್ಟತನದ ಮೇಲೆ ಧರ್ಮ ಹೊದಿಕೆಯನ್ನು ಹರವುತ್ತಾರೆ. ಹೆಸರಿಗೆ ಮಾತ್ರ ಸಭೆ ಎನಿಸಿಕೊಂಡವರ ಅಹಂ ಅಥವಾ ಸೊಕ್ಕನ್ನು ನನಗೆ ತೋರಿಸಲಾಯಿತು. ಅವರ ಮನಸ್ಸಿನಲ್ಲಿ ದೇವರಿಗೆ ಸ್ಥಳವಿರಲಿಲ್ಲ; ತಮ್ಮ ಲೌಕಿಕ ಮನಸ್ಸಿನ ತುಂಬ ಅವರೇ ತುಂಬಿಕೊಂಡಿದ್ದರು. ನಶಿಸಿಹೋಗುವ ತುಚ್ಛ ಶರೀರಗಳನ್ನು ಅಲಂಕಾರಿಸಿಕೊಂಡು ಬಹು ತೃಪ್ತಿ ಮತ್ತು ಸಂಭ್ರಮದಿಂದ ತಮ್ಮನ್ನೇ ನೋಡಿಕೊಳ್ಳುತ್ತಿದ್ದರು.

ಯೇಸು ಮತ್ತು ಆತನು ದೂತರು ಕೋಪದಿಂದ ಇವರನ್ನು ನೋಡಿದರು, ಆಗ ದೂತನು, ಅವು ಪಾಪ ಅಹಂಕಾರಗಳು ಪರಲೋಕವನ್ನು ಮುಟ್ಟಿದೆ, ಅವರಿಗೆ ಸ್ಥಳವು ಸಿದ್ಧವಾಗಿದೆ ಅಲ್ಲದೆ ನ್ಯಾಯ ಮತ್ತು ವಿಚಾರಣೆಗಳು ನಿಧಾನಿಸದೆ ಬಹುಬೇಗ ಎಚ್ಚೆತ್ತುಕೊಳ್ಳುತ್ತದೆ ಎಂದನು. ಮುಯ್ಯಿಗೆ ಮುಯ್ಯಿತೀರಿಸುವುದು ನನ ಕೆಲಸ ನಾನೇ ಪ್ರತಿಫಲವನ್ನು ಕೊಡುವೆನು ಎಂದು ಕರ್ತನು ಹೇಳುತ್ತಾನೆ. ಮೂರನೆಯ ದೂತನ ಭಯಂಕರ ಎಚ್ಚರಿಕೆಯನ್ನು ಅರ್ಥಮಾಡಿಕೊಳ್ಳಬೇಕು, ಅವರು ದೇವರ ಕೋಪವನ್ನು ಕುಡಿಯುವರು. ಇಡೀ ಭೂಮಿಯ ಮೇಲೆ ಅಸಂಖ್ಯಾತ ದುಷ್ಟ ದೂತಗಣಗಳು ಹರಡಿಕೊಂಡಿದ್ದಾರೆ. ಸಭೆಗಳು, ಧಾರ್ಮಿಕ ಕೇಂದ್ರಗಳು ಅವರಿಂದ

ತುಂಬಿಕೊಂಡಿವೆ ಅದನ್ನು ಜಯೋನ್ಮತ್ತರಾಗಿ ಅವರ ದೃಷ್ಟಿಸುತ್ತಾರೆ; ಏಕೆಂದರೆ ಅವರ ಭ್ರಷ್ಟತೆ ಮತ್ತು ಪಾಪಗಳು ಧರ್ಮದ ಮೇಲುಹೊದಿಕೆ ಹೊದ್ದಿವೆ.

ದೇವರ ಕೈ ಸೃಷ್ಟಿಗಳಾದ ಮಾನವ ಜನಾಂಗವು ಆಳವಾದ ಅವನಿತೆಗೆ ಇಳಿಸಲ್ಪಟ್ಟು ತಮ್ಮಸಂಗಡಿಗರಿಂದಲೇ ಉಂಟಾದ ಪಶುಪ್ರಾಯ ಸೃಷ್ಟಿಗೆ ಸಮನಾಗಿರುವುದನ್ನು ಕಂಡು ಇಡೀ ಪರಲೋಕಗಣವು ಕ್ರೋಧಗೊಂಡಿತು. ಮಾನವ ತೀವ್ರ ವ್ಯಥೆ ನೋಡಿ ರಕ್ಷಕ ಅನುಕಂಪವು ಸಂಚಲನಗೊಳ್ಳುತ್ತಿದ್ದರೆ ಈ ತೋರ್ವಿಕೆಯ ಕ್ರೈಸ್ತರು ಜನರನ್ನು ಗುಲಾಮರಂತೆ ನಡೆಸಿಕೊಳ್ಳುತ್ತಾ ಅಪರಿಮಿತ ಮತ್ತು ದುರ್ಭರ ಪಾಪಕಾರ್ಯಗಳಲ್ಲಿ ಹೃದಯಪೂರ್ವಕವಾಗಿ ತೊಡಗಿದ್ದರು. ಇವೆಲ್ಲವನ್ನೂ ದೂತರು ಪುಸ್ತಕದಲ್ಲಿ ದಾಖಲಿಸಿದ್ದಾರೆ. ಧರ್ಮಶ್ರದ್ಧೆಯುಳ್ಳ ಬಂಧಿತ ಸ್ತ್ರೀ ಪುರುಷರ, ತಂದೆ, ತಾಯಿ, ಮಕ್ಕಳು, ಸಹೋದರ - ಸಹೋದರಿಯರ ಕಣ್ಣೀರೆಲ್ಲಾ ಪರಲೋಕದಲ್ಲಿ ಶೇಖರಿಸಲ್ಪಟ್ಟಿವೆ. ಮಾನವರ ಸಂಕಟ, ವ್ಯಥೆಗಳೆಲ್ಲಾ ಸ್ಥಳದಿಂದ ಸ್ಥಳಕ್ಕೆ ಸಾಗಿಸಲ್ಪಟ್ಟು ಕೊಡುಕೊಳುವಿಕೆಗೆ ಒಳಗಾಗಿದೆ ದೇವರು ಕೋಪವನ್ನು ತಡೆಹಿಡಿದಿದ್ದಾರಾದರೂ ಅದು ಅಲ್ಪಕಾಲ ಮಾತ್ರವೇ! ಈತನ ರೌದ್ರವು ಜನಾಂಗಗಳ ವಿರುದ್ಧ ಮುಖ್ಯವಾಗಿ ಈ ಭಯಂಕರ ವ್ಯಾಪಾರದಲ್ಲಿ ತಮ್ಮನ್ನೇ ತೊಡಗಿಸಿಕೊಂಡವರು ಮತ್ತು ನಿಯಮೋಲ್ಲಂಘನೆ ಮಾಡುವ ಧಾರ್ಮಿಕ ವ್ಯಕ್ತಿಸಮೂಹದವರ ಮೇಲೆ ಉರಿದು ಬೀಳುತ್ತದೆ. ಧೀನದಯಾಳುವಾದ ಯೇಸುವಿನ ಅನುಯಾಯಿಗಳೆಂದು ತೋರಿಸಿಕೊಂಡವರು ನಿರ್ದಯತಟಸ್ಥಭಾವದಿಂದ ಇಂತಹ ಅನ್ಯಾಯ ಸಂಕತಕ್ಕೂ ಮತ್ತು ಪೀಡನೆಗೆ ಸಾಕ್ಷಿಗಳಾಗುಗಿರುವರು. ಇವರು ಧೈರ್ಯದಿಂದ ಆರಾಧಿಸುವರು ಇದು ಗಂಭೀರ ಪಿಯ್ಯಾಳಿಕೆಯಾಗಿದೆ. ಸೈತಾನನು ವಿಜೃಂಭಿಸುತ್ತಾ, ಯೇಸು ಮತ್ತು ಆತನ ದೂತರನ್ನು ಅಸಂಬದ್ಧವಾಗಿ ಖಂಡಿಸುತ್ತಾ ಅಧೋಲೋಕದ ಜಯದಿಂದ ಕ್ರಿಸ್ತನ ಹಿಂಬಾಲಕರು ಹೀಗಿದ್ದಾರೆ! ಎಂದು ಹಾಸ್ಯಮಾಡುವರು.

ಈ ತೋರಿಕೆಯ ಕ್ರೈಸ್ತರು, ಧರ್ಮಬಲಿಯಾದರ ಸಂಕಟಗಳು ಬಗೆಗೆ ಓದಿ ತಮ್ಮ ಕಪೋಲಗಳ ಮೇಲೆ ಕಣ್ಣೀರನ್ನು ಹರಿಸಿದವರೇ! ಮನುಷ್ಯರಾದವರು ಇಷ್ಟು ಕಠಿಣ ಹೃದಯಗಳಾಗಿ ತಮ್ಮ ಸಂಗಡಿಗರಿಗೆ ಅಮಾನಿಷ ಕ್ರೂರವರ್ತನೆ ತೋರುವುದು ಸಾಧ್ಯವೇ? ಎಂದು ಆಶ್ಚರ್ಯಪಡುವ ಇವರೇ, ತಮ್ಮ ಜೊತೆಗಿರುವವರನ್ನು ಗುಲಾಮರಾಗಿ ನಡೆಸಿಕೊಳ್ಳುವರು. ಇಷ್ಟು ಮಾತ್ರವಲ್ಲ ದಿನೇದಿನೇ ಕ್ರೂರವಾಗಿ ತುಳಿಯುತ್ತಾ ನೈಜಬಂಧನಗಳನ್ನೆಲ್ಲಾ ಕಿತ್ತುಹಾಕುವರು. ಅಮಾನವೀಯ ಹಿಂಸೆಯ ಭಾರವನ್ನು ಹೇರುವರು. ಅದು ಕ್ರಿಸ್ತನ ಪ್ರಿಯಹಿಂಬಾಲಕರ ಮೇಲೆ ಪೋಪರೂ, ಅನ್ಯರೂ ಪ್ರಯೋಗಿಸಿದ ಹಿಂಸೆಗೆ ಹೋಲಿಕೆಯಾಗುತ್ತದೆ. ಇಂಥವರ ಮೇಲೆ ಬರುವ ನ್ಯಾಯತೀರ್ಪು ಪೋಪರಿಗೂ ಅನ್ಯರಿಗಿಂತ ಅತಿ ಉಗ್ರವಾಗಿರುತ್ತದೆ ಎಂದು ದೂತನು ಹೇಳಿದನು. ಧಮನಕ್ಕೆ ಒಳಗಾದವರ ಸಂಕಟಗಳು ಪರಲೋಕಕ್ಕೆ ಮುಟ್ಟಿವೆ. ದೇವರು ತನ್ನ ಸ್ವರೂಪದಲ್ಲಿ ಉಂಟುಮಾಡಿ ಈ ಜನರು ಒಬ್ಬರು ಮತ್ತೊಬ್ಬರ ಮೇಲೆ ಕರುಣೆಯಿಲ್ಲದೆ ವಿವರಿಸಲಸಾಧ್ಯವಾದ ಹಿಂಸೆ ಸಂಕಟಗಳಿಗೆ ಗುರಿಯಾಗಿಸುವುದನ್ನು ದೂತರು ಕಂಡು ದಿಗ್ಭ್ರಮೆಗೊಳ್ಳುವರು. ಇಂತಹ ಕ್ರೂರಿಗಳ ಹೆಸರುಗಳು ರಕ್ತದಿಂದ ಬರೆಯಲ್ಪಟ್ಟು. ಕೆಂಪುಗಿಟ್ಟುಗಳಿಂದ ಒಡೆದು ಹಾಕಿ, ಹಿಂಸೆಗೊಳಗಾದವರ ಕಣ್ಣೀರ ಪ್ರವಾಹದಿಂದ ಆಳಿಸಲಾಗುವುದು, ಎಂದು ದೂತನು ಹೇಳಿದನು. ದೇವರು ರೌದ್ರವೆಂಬ ಪಾತ್ರೆಯಲ್ಲಿನ ಗಸಿಯನ್ನೂ ಬಿಡದೆ ತನ್ನ ಬೆಳಕಿನ ರಾಜ್ಯವು ಕುಡಿಯುವವರೆಗೂ ಬಿಡುವುದಿಲ್ಲ, ಮತ್ತು ಬಾಬಿಲೋನಿನ ಎರಡರಷ್ಟು ಪ್ರತಿಫಲವನ್ನು ಅದಕ್ಕೆ ಕೊಡದಿರಲಾರನು. ಅವಳು ನಡೆಸಿದ ಕಾರ್ಯಗಳಿಗೆ ಎರಡರಷ್ಟು ಪ್ರತಿಫಲವು ಸಿಗುತ್ತದೆ; ಅವಳೇ ತುಂಬಿದ ಪಾತ್ರೆಯಲ್ಲಿ ಒಂದುಕ್ಕೆ ಎರಡರಷ್ಟು ತುಂಬಿಸಿ ಕೊಡಲಾಗುತ್ತದೆ.

ಗುಲಾಮರ ಯಾಜಮಾನನು ತಾನು ಹಿಡಿತದಲ್ಲಿಟ್ಟುಕೊಂಡು ದಾಸರನ್ನು ಅಜ್ಞಾನದಲ್ಲಿಟ್ಟುದಕ್ಕಾಗಿ ಉತ್ತರಿಸಬೇಕಾಗುತ್ತದೆಂಬುದನ್ನು ನಾನು ಕಂಡೆನು; ಗುಲಾಮರ ಪಾಪಗಳೆಲ್ಲ ಯಜಮಾನನ ಮೇಲೆ ಹೊರೆಸಲ್ಪಡುವುದು. ಅಜ್ಞಾನದಲ್ಲಿದ್ದು ಹೀನೈಸಲ್ಪಟ್ಟವರು ದೇವರನ್ನು

ಮತ್ತು ಸತ್ಯವೇದವನ್ನು ತಿಳಿದುಕೊಳ್ಳಲಾಗದೆ ಯಾಜಮಾನನ ಛಡಿಏಟಿಗೆ ಭಯಪಡುತ್ತಾ ಪಶುಗಳಂತಿದ್ದವರನ್ನು ದೇವರು ಪರಲೋಕಕ್ಕೆ ಕರೆದುಕೊಂಡು ಹೋಗಲಾರನು. ಆದರೆ ದಯಮಾಯಿಯಾಗಿ ತನಗೆ ಉತ್ತಮವಾಗಿ ತೋರಿದಂತೆ ಮಾಡುವನು. ಅವರು ಇದ್ದರೂ ಇಲ್ಲದಂತೆ ಗಣಿಸಲ್ಪಡುತ್ತಾರೆ. ಆದರೆ ಯಾಜಮಾನನು ಕಡೆಯ ಏಳು ಉಪದ್ರವಗಳಿಗೆ ಸಿಲುಕಿ ಸಂಕಟ ಪಡುವನು ಮತ್ತು ಎರಡನೆಯ ಪುನರುತ್ಥಾನದಲ್ಲಿ ಎದ್ದು ಬಂದು ಬಹು ಭಯಂಕರವಾದ ಎರಡನೇ ಮರಣಕ್ಕೆ ತುತ್ತಾಗುವನು .ದೇವರ ಕೋಪವೋ ಶಮನಗೊಳ್ಳುವುದು.

ಓದಿ; ಆಮೋಸ 5:21; ರೋಮಾಯ 12:19; ಪ್ರಕಟನೆ 14 :9-10, 18:6

ಅಧ್ಯಾಯ **34.** ಮಹಾ ಘೋಷಣೆ

ದೇವದೂತರು ಪರಲೋಕದಲ್ಲಿ ಅತ್ತಿಂದಿತ್ತ ಓಡಾಡುತ್ತಿದ್ದುದನ್ನು ನಾನು ಕಂಡೆನು. ಅವರು ಭೂಲೋಕಕ್ಕೆ ಇಳಿಯುವುದೂ ಪರಲೋಕಕ್ಕೆ ಏರುವುದೂ ಮಾಡುತ್ತಾ ಯಾವುದೋ ಮುಖ್ಯಘಟನೆಯ ಪೂರೈಕೆಗಾಗಿ ಸಿದ್ಧಗೊಳಿಸುತ್ತಿದ್ದರು. ಅನಂತರ ಒರ್ವ ಪ್ರಧಾನದೂತನಿಗೆ, ಭೂಲೋಕಕ್ಕೆ ಹೋಗಿ ಮೂರನೆಯ ದೂತನ ಕೂಗಿಗೆ ಜೊತೆಗೂಡಿಸಿ ಸಂದೇಶಕ್ಕೆ ಶಕ್ತಿಮತ್ತು ಪ್ರಭಾವ ತುಂಬಿಬೇಕು ಎಂದು ಆದೇಶ ನೀಡಿದ್ದನ್ನು ನಾನು ನೋಡಿದೆನು. ಮಹಾಬಲ ಪ್ರಭಾವವು ದೂತನಿಗೆ ಅನುಗ್ರಹಿಸಿದ ಕಾರಣ ಭೂಮಿಗೆ ಬಂದಾಗ ಅದು ಪ್ರಕಾಶಗೊಂಡಿತು. ಅವನು ಗಟ್ಟಿಯಾಗಿ – ಬಿದ್ದಳು, ಬಿದ್ದಳು ಬಾಬೆಲೆಂಬ ಮಹಾನಗರಿಯು ಬಿದ್ದಳು; ದೆವ್ವಗಳ ವಾಸಸ್ಥಾನವೂ ಅಶುದ್ಧಾತ್ಮಗಳ ಆಶ್ರಯವೂ, ಅಪವಿತ್ರವಾಗಿಯೂ ಅಸಹ್ಯವಾಗಿಯೂ ಇರುವ ಸಕಲ ವಿಧವಾದ ಪಕ್ಷಿಗಳ ಆಶ್ರಯವೂ ಆದಳು ಎಂದು ಹೇಳುವಾಗ ಪ್ರಕಾಶ ಮಾನವಾದ ಬೆಳಕು ಎಲ್ಲಾಕಡೆಯಲ್ಲೂ ಪಸರಿಸಿತು. ಈ ಎರಡನೆಯ ದೂತನ ಸಂದೇಶವು 1844 ರಿಂದ ಸಭೆಗಳಲ್ಲಿ ಪ್ರವೇಶಿಸಿ ಭ್ರಷ್ಟಾಚಾರವು ತಿಳಿಸಲ್ಪಟ್ಟಿತು. ಈ ಪ್ರಧಾನದೂತನ ಕೆಲಸವು ನಿಗದಿತ ಸಮಯಕ್ಕನುಸಾರವಾಗಿ ಬಂದು ಮೂರನೆಯ ದೂತನ ಕೊನೆಯ ಮಾಹಾ ಕಾರ್ಯದೊಂದಿಗೆ ಸಮ್ಮಿಳಿತವಾಗಿ ಮಹಾಘೋಷಣೆ ಹೊಮ್ಮಿತು. ದೇವಜನರು ಎದುರಿಸಬೇಕಾದ ಶೋಧನಾ ಸಮಯವು ಸಮೀಪಿಸಲು ಎದೆಗೊಟ್ಟು ಅಹರರಾಗಿ ನಿಲ್ಲಲು ಸಿದ್ಧಪಡಿಸಲ್ಪಟ್ಟರು ಅವರ ಮೇಲೆ ಮಹಾ ತೇಜಸ್ಸು ತುಂಬಿರುವುದನ್ನು ನಾನು ಕಂಡೆನು .ಅವರೆಲ್ಲಾ ಒಗ್ಗಟ್ಟಾಗಿ ಮಹಾಬಲದಿಂದ ಮೂರನಯ ದೂತನ ಸಂದೇಶವನ್ನು ಭಯವಿಲ್ಲದೆ ಸಾರಿದರು.

ಪರಲೋಕದೂತನಿಗೆ ಸಹಾಯಕಾರಾಗಿ ದೇವದೂತಗಣಗಳನ್ನು ಕಳುಹಿಸಲಾಯಿತು. ಅವರ ಕೂಗು ಎಲ್ಲಾ ಕಡೆಗಳಿಂದಲೂ ಧ್ವನಿಸುತ್ತಾ – ನನ್ನ ಪ್ರಜೆಗಳೇ, ಅವಳನ್ನು ಬಿಟ್ಟು ಬನ್ನಿರಿ; ನೀವು ಅವಳ ಪಾಪದಲ್ಲಿ

ಪಾಲುಗಾರರಾಗಬಾರದು; ಅವಳಿಗಾಗಿರುವ ಉಪದ್ರುವಗಳಿಗೆ ಗುರಿಯಾಗಬಾರದು. ಅವಳ ಪಾಪಗಳು ಬಂದರೆ ಮೇಲೊಂದು ಸೇರಿ ಆಕಾಶದ ಪರ್ಯಂತರಕ್ಕೂ ಬೆಳೆದವೆ ಎಂದು ಹೇಳುತ್ತಿದ್ದುದು ನನಗೆ ಕೇಳಿಸಿತು. ಈ ಸಂದೇಶವು ಮೂರನೆಯ ಸಂದೇಶಕ್ಕೂ ಪೂರಕವಾಗಿ ಸೇರಿಕೊಂಡತ್ತಿದ್ದು 1844ರಲ್ಲಿನ ದೂತನ ಸಂದೇಶದೊಂದಿಗೆ ಸೇರಿದ 'ಮಹಾಕೂಗಿನಂತೆ' ಇತ್ತು. ಬಹು ತಾಳ್ಮೆಯಿಂದ ಕಾದುಕೊಂಡಿದ್ದ ಭಕ್ತರ ಮೇಲೆ ದೇವರ ಮಹಿಮೆ ನೆಲೆಗೊಂಡಿದ್ದು ನಿರ್ಭಯವಾಗಿ ಗಂಭೀರವಾದ ಎಚ್ಚರಿಕೆಯನ್ನು ನೀಡುತ್ತಾ ಬಾಬಿಲೋನಿನ ನಾಶನವನ್ನು ತಿಳಿಸಿ; ಅವಳನ್ನು ಬಿಟ್ಟು ಬನ್ನಿರಿ; ಅವಳಿಗಾಗುವ ಭಯಂಕರ ಶಿಕ್ಷೆಯಿಂದ ಪಾರಾಗಬಹುದು ಎಂದು ಹೇಳಿದರು.

ತಾಳ್ಮೆಯಿಂದ ಕಾದಿದ್ದವರ ಮೇಲೆ ಬಿದ್ದ ಬೆಳಕು ಎಲ್ಲಾ ಕಡೆಗೂ ತೂರಿಹೋಯಿತು. ಮತ್ತು ಸಭೆಗಳಲ್ಲಿ ಯಾರೆಲ್ಲಾ ಮೂರನಯ ದೂತನ ಸಂದೇಶವನ್ನು ಕೇಳದೆ ತಿರಸ್ಕರಿಸಿದರೋ ಅವರು ಈ ಕರೆಗೆ ಓಗೊಟ್ಟು ಬಿದ್ದುಹೋಗಿದ್ದ ಸಭೆಗಳಿಂದ ಹೊರಗೆ ಬಂದರು. ಬಹುವರ್ಷಗಳಿಂದ ಬಹುಜನರಿಗೆ ಈ ಸಂದೇಶವು ಕೊಡಲ್ಪಟ್ಟು, ಅದಕ್ಕೆ ಹೊಣೆಗಾರರಾಗಿದ್ದೂ ಬೆಳಕು ಅವರ ಮೇಲೆ ಪ್ರಕಾಶಿಸಿ ಜೀವ ಅಥವಾ ಮರಣವನ್ನು ಆಯ್ದುಕೊಳ್ಳುವ ಅವಕಾಶ ಅವರದಾಯಿತು. ಕೆಲವರು ಜೀವವನ್ನು ಆಯ್ಕೆಮಾಡಿಕೊಂಡು ಕರ್ತನಿಗಾಗಿ ಎದುರುನೋಡುತ್ತಿರುವವರ ಜೊತೆ ಸೇರಿಕೊಂಡು ಆತನ ಎಲ್ಲಾ ಆಜ್ಞೆಗಳನ್ನು ಪಾಲಿಸಿದರು. ಮೂರನೆಯ ಸಂದೇಶವು ಕಾರ್ಯರಂಭಮಾಡಿತು; ಇದರ ಆದಾರದ ಮೇಲೆ ಎಲ್ಲರೂ ಪರೀಕ್ಷಿಸಲ್ಪಡಬೇಕು. ಧಾರ್ಮಿಕ ಸಂಘಸಂಸ್ಥೆಗಳಿಂದ ಹೊರಗೆ ಅಮೂಲ್ಯರಾದವರು ಕರೆಯಲ್ಪಡಬೇಕು. ಪ್ರಭಾಲರಾದ ಶಕ್ತಿಯು ಪ್ರಾಮಣಿಕರಾದವರನ್ನು ಸಂಚಲನಗೊಳಿಸುತ್ತದೆ. ಆಗ ದೈವಶಕ್ತಿ ಪ್ರಕಟವಾಗಿ ಬಂಧುಬಾಂಧವರೂ ಗೆಳೆಯರನ್ನು ಭಯ ಮತ್ತು ಹತೋಟಿಯಲ್ಲಿಟ್ಟುಕೊಳ್ಳುವುದು. ತಮ್ಮಲ್ಲಿ ದೇವತ್ಮನ ಕಾರ್ಯಾನುಭವ ಹೊಂದಿದವರನ್ನು ಇವರು ಅಡ್ಡಿಪಡಿಸಲು ಧೈರ್ಯ ಮತ್ತು ಶಕ್ತಿ ಇಲ್ಲದಾಗುವರು. ಈ ಕೊನೆಯ ಕರೆಯು ಬಡದಾಸರಿಗೂ ನೀಡಲ್ಪಟ್ಟಿತು.

ಅವರಲ್ಲಿ ಶ್ರಧಾಭಕ್ತಿಯುಳ್ಳವರು ಧೀನಭಾವದಿಂದ ತಮ್ಮ ವಿಮೋಚನೆಗೆ ಹರ್ಷಗಾನವನ್ನು ಮಾಡುವಾಗ ಅವರ ಯಜಮಾನರು ಅಡ್ಡಿಪಡಿಸಲಾಗಲಿಲ್ಲ; ಏಕೆಂದರೆ ಭಯಾಶ್ಚರ್ಯವು ಅವರನ್ನು ಮೌನವಹಿಸುವಂತೆ ಮಾಡಿತು. ಮಹಾ ಅದ್ಭುತಕಾರ್ಯಗಲು ಸಂಭವಿಸಿತು, ರೋಗಿಗಳು ಗುಣಹೊಂದಿದರು, ವಿಶ್ವಾಸಿಗಳಿಗೆ ಸೂಚಕ - ಅದ್ಭುತಕಾರ್ಯಗಳನ್ನು ಸಂಭವಿಸಿದವು. ದೇವರು ಈ ಕಾರ್ಯನಿರ್ವಹಿಸುತ್ತಿದ್ದು ಪ್ರತಿ ಭಕ್ತನೂ ತನ್ನ ನಿರ್ಭಯ ಆತ್ಮಸಾಕ್ಷಿಯಿಂದ ಮನವರಿಕೆ ಮಾಡಿಕೊಂಡು ಆತನ ಆಜ್ಞೆಗಳಿಗೆ ಬದ್ಧರಾಗಿದ್ದವರ ಜೊತೆಗೂಡಿದರು; ಅವರೂ ಸಹ ಮೂರನೆಯ ಸಂದೇಶಕ್ಕೆ ಧ್ವನಿ ಸೇರಿಸಿ ಎಲ್ಲೆಡೆ ಸಾರಿದರು. ಮಧ್ಯರಾತ್ರಿಯ ಕೂಗಿಗಿಂತ ಮೂರನೆಯ ಸಂದೇಶವು ಮಹಾಬಲದಿಂದ ಅಂತ್ಯಗೊಳ್ಳುವುದನ್ನು ನಾನು ಕಂಡೆನು .

ದೇವರ ಸೇವಕರು ಪರಲೋಕದ ಅಧಿಕಾರ ತುಂಬಿದವರಾಗಿ ತಮ್ಮ ಮುಖವು ಪ್ರಜ್ವಲಿಸಿತ್ತಿರಲು, ಪವಿತ್ರ ಪ್ರತಿಷ್ಠೆಯಿಂದ ಹೊಳೆಯುತ್ತಾ, ಕೆಲಸವನ್ನು ಪೂರೈಸಲು ಮುನ್ನಾಗುತ್ತಾ ,ಸಂದೇಶವನ್ನು ಸಾರಿದರು. ಲೋಟನು ನಾಶನಕ್ಕೊಳಗಾದ ಸೋದೋಮಿನಿಂದ ಹೊರಹೊರಟಂತೆ ಎಲ್ಲಾ ಧಾರ್ಮಿಕ ಸಭೆಗಳಲ್ಲಿ ಚದುರಿಹೋಗಿದ್ದ ಆತ್ಮಗಳು ಕರೆಗೆ ಓಗೊಟ್ಟು ಅಮೂಲ್ಯರೆನಿಸಿದವರು ನಾಶವಾಗುವ ಸಭೆಗಳಿಂದ ವೇಗವಾಗಿ ಹೊರಬಂದರು. ಶೋಧನಾಕಾಲವನ್ನು ಎದುರಿಸಿ ನಿಲ್ಲಲಾಗುವಂತೆ ದೇವರ ಮಕ್ಕಳಿಗೆ ಶಕ್ತಿಯನ್ನು ತುಂಬುತ್ತಾ ಮಹಾಪ್ರಭೆ ಸಂಪದ್ಭರಿತವಾಗಿ ಅವರ ಮೇಲೆ ಪ್ರಸಾದಿಸಲಾಯಿತು. ಆಗ ಎಲ್ಲಾ ಕಡೆಯಿಂದಲೂ ಅಸಂಖ್ಯಾತ ಧ್ವನಿಗಳು ; ಇದರಲ್ಲಿ ದೇವರ ಆಜ್ಞೆಗಳುನ್ನೂ ಯೇಸುವಿನ ಮೇಲಣ ನಂಬಿಕೆಯನ್ನೂ ಕೈಕೊಂಡು ನಡೆಯುತ್ತಿರುವ ದೇವಜನರ ತಾಳ್ಮೆಯು ತೋರಿಬರುತ್ತದೆ ಎಂದು ಹೇಳುವುದನ್ನು ನಾನು ಕೇಳಿದೆನು.

ಓದಿ; ಆದಿಕಾಂಡ ಅಧ್ಯಾಯ 19; ಪ್ರಕಟನೆ 14:12; 18:2-5

ಅಧ್ಯಾಯ **35.** ಮುಕ್ತಾಯವಾದ ಮೂರನೆಯ ಸಂದೇಶವು

ಮೂರನೆಯ ಸಂದೇಶವು ಅಂತ್ಯವಾಗುವ ಕಾಲಾವಧಿಯನ್ನು ನನ್ನ ಗಮನಕ್ಕೆ ತರಲಾಯಿತು. ದೇವಜನರ ಮೇಲೆ ಆತನ ಶಕ್ತಿಯು ನೆಲೆಗೊಂಡು ತಮ್ಮ ಕೆಲಸವನ್ನು ಸಾಧಿಸಿಕೊಂಡು ಮುಂದೆ ಬರುವ ಪರೀಕ್ಷಾಕಾಲಕ್ಕೆ ಅವರು ಸಿದ್ಧರಾಗಿದ್ದರು. ಅವರು ಹಿಂಗಾರು ಮಳೆಯನ್ನು ಅಂಗೀಕರಿಸಿಕೊಂಡು ದೇವರ ಪ್ರಸನ್ನತೆಯಲ್ಲಿ ನವಚೈತನ್ಯಹೊಂದಿದ್ದು, ಸಜೀವಸಾಕ್ಷಿಗಳೆನಿಸಿ ಪುನರುಜ್ಜೀವಹೊಂದಿದ್ದರು. ಈ ಸಂದೇಶಗಳನ್ನು ಅಂಗೀಕರಿಸದಿದ್ದ ಭೂಲೋಕ ನಿವಾಸಿಗಳು ಕೊನೆಯ ಎಚ್ಚರಿಕೆಯ ತ್ತುತ್ತೂರಿಯು ಎಲ್ಲೆಡೆ ಕೇಳಿಸಿದಾಗ ಕೋಪಾವೇಶದಿಂದ ಕೂಗಾಡಿದರು.

ಪರಲೋಕದಲ್ಲಿ ದೇವದೂತರು ಅತ್ತಿತ್ತ ವೇಗವಾಗಿ ಓಡಾಡುವುದನ್ನು ನಾನು ಕಂಡೆನು. ಆಗ ಭೂಲೋಕದದಿಂದ ಲೇಖಕನ ಶಾಯಿಕೊಂಬನ್ನು ಪಕ್ಕದಲ್ಲಿಟ್ಟುಕೊಂಡಿದ್ದ ಒರ್ವ ದೂತನು ಬಂದು ಯೇಸುವಿಗೆ, ನನ್ನ ಕೆಲಸವನ್ನು ಮುಗಿಸಿದ್ದೇನೆ, ಭಕ್ತರನ್ನೆಲ್ಲಾ ಎಣಿಸಿ ಮುದ್ರಿಸಿದ್ದೇನೆ ಎಂದನು. ಆನಂತರ ಹತ್ತು ಕಟ್ಟಳೆಗಳನ್ನೊಳಗೊಂಡ ಮಂಜೂಷದ ಮುಂದೆ ನಿಂತು ಸೇವೆಸಲ್ಲಿಸುತ್ತಿದ್ದ ಯೇಸು, ಧೂಪಾರತಿಯನ್ನು ಕೆಳಗಿಟ್ಟುದನ್ನು ನಾನು ಕಂಡೆನು. ಆತನು ತನ್ನ ಕೈಗಳನ್ನೆತ್ತಿ ಇನ್ನು ತೀರಿತು ಎಂದು ಮಹಾಧ್ವನಿಯಿಂದ ಕೂಗಿದನು. ಯೇಸುವು – ಅನ್ಯಾಯಮಾಡುವವನು ಇನ್ನೂ ಅನ್ಯಾಯಮಾಡಲಿ ; ಮೈಲಿಗೆಯಾದವನು ತನ್ನನ್ನು ಇನ್ನೂ ಮೈಲಿಗೆ ಮಾಡಿಕೊಳ್ಳಲಿ; ನೀತಿವಂತನು ಇನ್ನೂ ನೀತಿಯನ್ನು ಅನುಸರಿಸಲಿ; ಪವಿತ್ರನು ತನ್ನನ್ನು ಇನ್ನೂ ಪವಿತ್ರ ಮಾಡಿಕೊಳ್ಳಲಿ ಎಂದು ಗಂಭೀರವಾಗಿ ಪ್ರಕಟಿಸಿದಾಗ ಇಡೀ ದೂತಗಣಗಳು ತಮ್ಮ ಕಿರೀಟಗಳನ್ನು ತೆಗೆದಿಟ್ಟರು.

ಆಗ ಪ್ರತಿ ಮೊಕದ್ದಮೆಯು ಮರಣಕ್ಕೋ ಅಥವಾ ಜೀವಕ್ಕೋ ಎಂದು ತೀರ್ಮಾನವಾಗುವುದನ್ನು ನಾನು ಕಂಡೆನು. ಯೇಸು ಸಂಗ್ರಹಿಸಿದ್ದ ಆತನ ಜನರ ಪಾಪಗಳು ಅಳಿಸಲ್ಪಟ್ಟವು. ಆತನು ತನ್ನ ರಾಜ್ಯಾಂಗವನ್ನು ವಹಿಸಿಕೊಂಡನು ಆತನ ಪ್ರಜೆಗಳಿಗಾಗಿ ಶುದ್ಧೀಕರಣೆ ಮಾಡಲಾಯಿತು. ಆತನು

ಪರ್ಣಶಾಲೆಯಲ್ಲಿ ಸೇವಾಕಾರ್ಯದಲ್ಲಿರುವಾಗ ಸತ್ತ ನೀತಿವಂತರಿಗೆ ನ್ಯಾಯತೀರ್ಪು ಮುಗಿದು ನಂತರ ಸಜೀವ ನೀತಿವಂತರ ತೀರ್ಪಾಯಿತು. ರಾಜ್ಯದ ಪ್ರಜೆಗಳ ನಿಷ್ಕರ್ಷೆಯಾಯಿತು. ಕುರಿಮರಿಯ ವಿವಾಹವು ಮುಗಿದು ಹೋಯಿತು, ಪರಲೋಕದ ಕೆಳಗಣ ಎಲ್ಲಾ ರಾಜ್ಯಪ್ರಭುತ್ವಗಳೂ ಸಮಸ್ತ ಭೂಮಂಡಲದಲ್ಲಿನ ರಾಜ್ಯಗಳ ಮಹಿಮೆಯೂ ಪರಾತ್ಪರನ ಭಕ್ತಜನರಿಗೆ ಕೊಡೋಣವಾಗುವವು ಆಗ ಯೇಸು ರಾಜಾಧಿರಾಜನೂ ಕರ್ತರ ಕರ್ತನೂ ಆಗಿ ರಾಜ್ಯವಾಳುವನು.

ಯೇಸುವು ಮಹಾಪರಿಶುದ್ಧ ಸ್ಥಳದಿಂದ ಹೊರಗೆ ಬರುವಾಗ ಆತನ ವಸ್ತ್ರದ ಗೆಜ್ಜೆಗಳ ನಾದವನ್ನು ನಾನು ಕೇಳಿದೆನು. ಆಗ ಕಾರ್ಗತ್ತಲ ಮೇಘವು ಭೂನಿವಾಸಿಗಳ ಮೇಲೆ ಆವರಿಸಿತು. ಕಳಂಕಿತ ಮಾನವನಿಗೂ ಮನನೊಂದ ದೇವನಿಗೂ ನಡುವೆ ಮದ್ಯಸ್ಥನಿರಲಿಲ್ಲ. ಯೇಸುವು, ದೇವರಿಗೂ ಪಾಪಿಗಳಾದ ಮನುಷ್ಯನಿಗೂ ನಡುವೆ ನಿಂತಿದ್ದಾಗ ಒಂದು ತಡೆ ಇತ್ತು; ಯಾವಾಗ ಯೇಸು ಅವರ ನಡುವಿನಿಂದ ಹೊರಟನೋ ಆಗ ತಡೆಯು ತೆಗೆದು ಹಾಕಲ್ಪಟ್ಟು ಸೈತಾನನು ಮಾನವರ ಮೇಲಿನ ಅಧಿಕಾರ ಪಡೆದನು. ಕ್ರಿಸ್ತನ ದೇವದರ್ಶನ ಗುಡಾರದಲ್ಲಿ ಸೇವಾಸಕ್ತನಾಗಿರುವವರೆವಿಗೂ ಉಪದ್ರುವಗಳು ಸುರಿಸಲ್ಪಡುಲು ಅಸಾದ್ಯವಾಯಿತು. ಆದರೆ ಆತನ ಕೆಲಸ ಮುಗಿದ ನಂತರ ಮದ್ಯಸ್ಥಿಕೆ ಕಾರ್ಯವು ಅಂತ್ಯಗೊಂಡಿತು, ದೇವರ ರೌದ್ರಕ್ಕೆ ಇನ್ನೂ ತಡೆ ಯಾವುದೂ ಇರಲಿಲ್ಲ. ರಕ್ಷಣೆಯನ್ನು ಹಗುರವಾಗಿ ಕಂಡು ಖಂಡನೆಯನ್ನು ಹಗೆಮಾಡಿದ ಕಳಂಕಿತ ಪಾಪಿಗಳ ನಿರಾಶ್ರಿತ ತಲೆಯ ಮೇಲೆ ಅದು ಉಗ್ರವಾಗಿ ಎಗರಿತು. ಈ ಉಗ್ರಕಾಲವಧಿಯಲ್ಲಿ ಭಕ್ತರು ದೇವರ ಪ್ರಸನ್ನತೆಯಲ್ಲಿ ಜೀವಿಸುವರು. ಪ್ರತಿಮೊಕದ್ದಮೆಗಳ ತೀರ್ಪಾಯಿತು. ದೇವರ ಅಮೂಲ್ಯ ಒಡವೆಗಳು ಲೆಕ್ಕಿಸಲ್ಪಟ್ಟವು ಯೇಸುವು ಪರ್ಣಶಾಲೆಯ ಮೊದಲ ಭಾಗದಲ್ಲಿ ಸ್ವಲ್ಪಕಾಲ ನಿಧಾನಿಸಿದನು; ಆತನು ಮಹಾಪರಿಶುದ್ಧ ಸ್ಥಳದಲ್ಲಿದ್ದಾಗ ಅರಿಕೆ ಮಾಡಲ್ಪಟ್ಟಿದ್ದ ಪಾಪಗಳನ್ನು, ಪಾಪದ ಮೂಲಪಿತೃವಾದ ಪಿಶಾಚನ ಮೇಲೆ ಹೊರಿಸಿದನು; ಎಲ್ಲಾ ಪಾಪಭಾರದ ಶಿಕ್ಷೆಯನ್ನು ಅವನೇ ಅನುಭವಿಸಬೇಕು.

ತದನಂತರ ಯೇಸುವು ಮಹಾಯಾಜಕನ ವಸ್ತ್ರವನ್ನು ಕಳಚಿ ರಾಜೋಚಿತವಾದ ವಸ್ತ್ರವನ್ನು ಧರಿಸಿಕೊಂಡದನ್ನು ನಾನು ಕಂಡೆನು. ಆತನ ತಲೆಯ ಮೇಲೆ ಹಲವಾರು ಒಂದರ ಒಳಗೊಂಡು ಸೇರಿದಂತಿದ್ದ ಕಿರೀಟವು ಅಲಂಕರಿಸಿತು. ಸುತ್ತಾಲೂ ಪರಲೋಕಗಣಗಳು ಸುತ್ತುವರೆದವು. ಆತನು ಪರಲೋಕವನ್ನು ಬಿಟ್ಟು ಹೊರಟನು. ಭೂನಿವಾಸಿಗಳಮೇಲೆ ಉಪದ್ರುವಗಳು ಹೊಯ್ಯಲ್ಪಟ್ಟವು. ಕೆಲವರು ದೇವರನ್ನು ದೂಷಿಸುತ್ತಾ ಶಪಿಸುತ್ತಿದ್ದರು. ಮತ್ತೇ ಕೆಲವರು ದೇವಜನರ ಕಡೆಗೆ ಓಡಿಬರುತ್ತಾ ಆತನ ನ್ಯಾಯತೀರ್ಪಿನಿಂದ ತಪ್ಪಿಸಿಕೊಳ್ಳುವುದು ಹೇಗೆ ಎಂದು ನಮಗೂ ಕಲಿಸಿರಿ ಎಂದು ಕೂಗುತ್ತಿದ್ದರು. ಆದರೆ ಅವರಿಗೆ ಭಕ್ತರಲ್ಲಿ ಏನೂ ಇರಲಿಲ್ಲ. ಪಾಪಿಗಳಗಿ ಕೊನೆಗೆ ಕಣ್ಣೀರು ಹರಿಸಿ, ಸಂಕಟ ತುಂಬಿದ ಪ್ರಾರ್ಥನೆ ಮಾಡಲಾಗಿದ್ದು ಅಂತ್ಯಭಾರವೂ ಹೊತ್ತದ್ದು ಮುಗಿದಿತ್ತು. ಇನ್ನೂ ಮೇಲೆ ಅವರನ್ನು ಸ್ವಾಗತಿಸುವ ಮಧುರ ಕೃಪಾ ಧ್ವನಿ ಕೇಳದಾಯಿತು. ಅವರು ರಕ್ಷಣೆಗಾಗಿ ಕೊನೆಯ ಎಚ್ಚರಿಕೆಕೊಟ್ಟು ಎಲ್ಲಾ ಭಕ್ತರು ಇಡೀ ಪರಲೋಕವೂ ಆಸಕ್ತರಾಗಿದ್ದಾಗ ಅವರಿಗೇ ಆದರ ಬಗ್ಗೆ ಯಾವ ಆಸಕ್ತಿ ಇರಲಿಲ್ಲ. ಜೀವ ಮರಣ ಎರಡೂ ಮುಂದೆ ಇಡಲ್ಪಟ್ಟಿತ್ತು ಬಹಳ ಜನರು ಜೀವವನ್ನು ಅಪೇಕ್ಷಿಸಿದರು; ಆದರೆ ಶ್ರಮಪಡಲಿಲ್ಲ. ಜೀವದ ಆಯ್ಕೆ ಮಾಡದ ಅವರ ಪಾಪವನ್ನು ತೊಳೆಯುವ ಯಾವ ಶುದ್ಧರಕ್ತವೂ ಇಲ್ಲವಾಯಿತು. ಅವರಿಗಾಗಿ ಬೇಡುತ್ತಾ ಇನ್ನೂ ಸ್ವಲ್ಪಕಾಲ ಕಾಯ್ದು ಬಿಟ್ಟುಕೊಡು ಎಂದು ಅಂಗಾಲಾಚುವ ಅನುಕಂಪ ತುಂಬಿದ ರಕ್ಷಕನು ಪಾಲಿಗಿಲ್ಲ. ಇನ್ನು ಮುಗಿಯಿತು; ಇನ್ನು ತೀರಿತು ಎಂಬ ಭಯಂಕರ ವಾರ್ತೆಯು ಉಸುರಲ್ಪಟ್ಟಾಗ. ಪರಲೋಕವೆಲ್ಲಾ ಯೇಸುವನೊಂದಿಗೆ ಒಟ್ಟುಗೂಡಿತು. ರಕ್ಷಣಾಯೋಜನೆಯು ಅಂತ್ಯಗೊಂಡಿತು. ಆದರೆ ಯಾವಾಗ ಕೃಪೆಯ ಮಧುರಸ್ವರ ನಶಿಸಿತೋ ಭಯಂಕರ ಭೀತಿ ಅವರಲ್ಲಿ ತುಂಬಿತು. ಬಹುಸ್ಪಷ್ಟವಾಗಿ, ತಡವಾಯಿತು! ತಡವಾಯಿತು ಎಂಬ ಭಯಂಕರವಾದ ಮಾತು ಅವರಿಗೆ ಕೇಳಿಸಿತು.

ಯಾರೆಲ್ಲಾ ದೇವರಮಾತಿಗೆ ಬೆಲೆಕೊಡಲಿಲ್ಲವೋ ಅವರು ತರಾತುರಿಯಿಂದ ಅತ್ತಿತ್ತ ಓಡಡುತ್ತಿದ್ದರು. ದೇವರ ವಾಕ್ಯವನ್ನು ಹುಡುಕುತ್ತಾ ಸಮುದ್ರದಿಂದ ಸಮುದ್ರದ ಕಡೆಗೆ, ಬಡಗಲಿಂದ ಮುಡಲಕ್ಕೆ ಬಳಳುತ್ತಾ ಅಲೆದಾಡುತ್ತಿದ್ದರು; ಅವರಿಗೆ ಸಿಗುವುದಿಲ್ಲ! ಎಂದು ದೂತನು ಹೇಳಿದನು. ದೇಶಕ್ಕೆ ಕ್ಷಾಮ ಉಂಟಾಗುತ್ತದೆ; ಅದು ಅನ್ನ ಕ್ಷಾಮವಲ್ಲ; ನೀರಿನ ಕ್ಷಾಮವಲ್ಲ, ಯೆಹೋವನ ವಾಕ್ಯವನ್ನು ಕೇಳುವ ಕ್ಷಾಮವೇ! ದೇವರು ಅನುಮತಿಸಿದರೆ ಏನೆಲ್ಲಾ ಕೊಡಬಹುದು! ಅದರೆ ಇಲ್ಲ, ಅವರು ಹಸಿದು ಬಾಯಾರಬೇಕು. ದಿನದಿನವೂ ರಕ್ಷಣೆಯನ್ನು ತಿರಸ್ಕರಿಸುತ್ತಾ ಪರಲೋಕದ ಸಂಪತ್ತಿಗಿಂತಲೂ ಭೂಲೋಕದ ಲೋಲುಪ್ತತೆಗೆ ಹೆಚ್ಚಾಗಿ ಬೆಲೆಕೊಟ್ಟಿದ್ದಾರೆ . ಯೇಸುವನ್ನು ತಿರಸ್ಕರಿಸಿ ಭಕ್ತರನ್ನು ತಳ್ಳಿಬಿಟ್ಟಿದ್ದಾರೆ. ಅಶುದ್ಧರು ಅಶುದ್ಧರಾಗೇ ಉಳಿಯಬೇಕು.

ಬಹು ದೊಡ್ಡ ದುಷ್ಕರಗುಂಪು ರೌದ್ರರಾಗಿದ್ದು ಉಪದ್ರವಗಳ ಪ್ರಭಾವಕ್ಕೆ ಒಳಗಾದರು. ಅದೊಂದು ಭೀತಿಭರಿತ ದೃಶ್ಯವಾಗಿತ್ತು. ತಂದೆ-ತಾಯಿಯರು ಮಕ್ಕಳನ್ನು, ಮಕ್ಕಳ ತಂದೆ-ತಾಯಿಯನ್ನು ಆಕ್ಷೇಪಿಸುತ್ತಿದ್ದರು, ಸಹೋದರ ಸಹೋದರಿಯರನ್ನು ಸಹೋದರಿಯರು ಸಹೋದರರನ್ನು ತೆಗಳುತ್ತಿದರರು. ಪ್ರತಿದಿಕ್ಕಿನಿಂದಲೂ ದೋಳಾದುವ ಶಬ್ದ; ಈ ಗಂಭೀರವಾದ ಸ್ಥಿತಿಯಿಂದ ರಕ್ಷಿಸುವ ಸತ್ಯವಚನಗಳನ್ನು ಕೇಳುಲಾಗದಂತೆ ನೀನೆ ನನ್ನನ್ನು ತಡೆದೆ ಎಂಬ ದೂಷಣೆ ಕೇಳಿಸಿತು. ಜನರು ಹಗೆ ಉಗುಳುತ್ತಾ ಬೋಧಕರನ್ನು, ನೀವು ನಮ್ಮನ್ನು ಎಚ್ಚರಿಸಲಿಲ್ಲ ಎಂದು ಹಲುಬಿದರು ಭಯ ಎಲ್ಲೆಲ್ಲಾ ತುಂಬುಕೊಳ್ಳುತ್ತಿದ್ದಾಗ ಅದನ್ನು ನಂದಿಸಲು ನೀವು ಈ ಲೋಕವು ಮಾರ್ಪಾಡು ಹೊಂದುತ್ತದೆಂದು. ಶಾಂತಿ! ಶಾಂತಿ ಎಂದು ಕೂಗುತ್ತಿದ್ದಿರಿ, ಈ ವೇದಾನಾ ಕಾಲದ ಬಗೆಗೆ ನಮಗೆ ಅರಿವು ಮೂಡಿಸಲಿಲ್ಲ, ಇದರ ಬಗ್ಗೆ ಎಚ್ಚರಿಸಿದವರನ್ನು ಮತಭ್ರಾಂತರೆಂದೂ, ನಮ್ಮನ್ನು ನಾಶಪಡಿಸುವ ದುಷ್ಟಜನರೆಂದೂ ಹೇಳಿದಿರಿ ಎಂದು ದೂಷಿಸಿದರು . ಆದರೆ ಆ ಬೋಧಕರ ದೇವರ ಕೋಪದಿಂದ ತಪ್ಪಿಸಿಕೊಳ್ಳಲಾಗಲಿಲ್ಲ ಎಂಬುದನ್ನು ನಾನು ಕಂಡೆನು, ಅವರಿಗೆ ಇತರರಿಗಿಂತ ಹಿಂಸೆ ಯಾತನೆಗಳು ಹತ್ತು ಪಟ್ಟು ಹೆಚ್ಚಾಗಿದ್ದವು .

ನೋಡಿರಿ; ಯೆಹೆಜ್ಕೆಲ 9:2-11; ದಾನಿಯೇಲ 7:27; ಹಿಶೇಯ 6:3; ಆಮೋಸ 8:11-13 ಪ್ರಕಟನೆ ಅಧ್ಯಾಯ 16, 17:14

ಅಧ್ಯಾಯ 36. ಯಾಕೋಬನ ಹೋರಾಟದ ಸಮಯ

ದೇವಭಕ್ತರು ತಾವು ವಾಸಿಸುತ್ತಿದ್ದ ಹಳ್ಳಿಪಟ್ಟಣಗಳನ್ನು ತೊರೆದು ಬಂದು ಗುಂಪಾಗಿ ಸೇರಿಕೊಂಡು ನಿರ್ಜನ ಪ್ರದೇಶದಲ್ಲಿ ವಾಸಿಸುವುದನ್ನು ನಾನು ಕಂಡೆನು. ದೂತರು ಅವರಿಗೆ ಬೇಕಾದ ಊಟ ನೀರಿನ ವ್ಯವಸ್ಥೆ ಮಾಡಿದರು; ಆದರೆ ದುಷ್ಟರೋ ಬಾಯರಿಕೆ ಹಸಿವೆಯಿಂದ ಸಂಕಂಟ ಪಡುತ್ತಿದ್ದರು. ನಂತರ ಭೂಮಿಯ ನಾಯಕರೆಲ್ಲಾ ಸೇರಿ ಸಮಾಲೋಚಿಸುತ್ತಿರುವುದನ್ನು ನಾನು ಕಂಡೆನು. ಅವರ ಸುತ್ತಲೂ ಸೈತಾನನೂ ಅವನ ದೂತರು ಗಡಬಿಡಿಯಿಂದ ಸುಳಿದಾಡುತ್ತಿದ್ದರು ಇವರಿಂದ ಲಿಖಿತವಾದ ಸುತ್ತೋಲೆ ಹಾಗೂ ಅದರ ಪ್ರತಿಗಳು ದೇಶದ ಕಟ್ಟಕಡೆಗಳಿಗೆಲ್ಲಾ ಹೊರಡಿಸಲ್ಪಟ್ಟು ಆಜ್ಞಾಪಿಸಲಾಯಿತು. ಭಕ್ತರೆಲ್ಲಾ ಸಬ್ಬತ್ತನ್ನು ತೊರೆದು ವಾರದ ಮೊದಲನೆಯ ದಿನದ ಆಚರಣೆಗೆ ಬದ್ಧರಾದರೆ ಸ್ವತಂತ್ರರಾಗಿರಬಹುದು. ಒಂದುವೇಳೆ ತಮ್ಮದೇ ಆದ ವಿಶಿಷ್ಟ ನಂಬಿಕೆಗೆ ಅಂಟಿಕೊಂಡರೆ ಸ್ವಲ್ಪ ಕಾಲಾವಧಿಯ ನಂತರ ಮರಣದಂಡನೆಗೆ ಒಳಗಾಗುವ ಸ್ವಾತಂತ್ರ್ಯ ಅವರಿಗಿದೆ ಎಂಬ ಆಜ್ಞೆ ಹೊರಟಿದ್ದನ್ನು ಕಂಡೆನು. ಈ ಸಮಯದಲ್ಲಿ ಭಕ್ತರೆಲ್ಲಾ ಒಗ್ಗಟ್ಟಾಗಿ ಶಾಂತಿಯಿಂದ ದೇವರಲ್ಲಿ ನಂಬಿಕೆಯಿಟ್ಟು ,ಆತನ ವಾಗ್ದಾನದ ಮೇಲೆ ಆತುಕೊಂಡವರಾಗಿ, ತಮಗಾಗಿ ತಪ್ಪಿಸಿಕೊಳ್ಳುವ ಮಾರ್ಗವು ಸಿದ್ಧವಾಗುತ್ತದೆಂದು ನಂಬಿದರು ಇನ್ನೂ ಕೆಲವೆಡೆ ಲಿಖಿತಗೊಂಡ ಆಜ್ಞಾಶಾಸನವು ಜಾರಿಗೆ ಬರುವ ಮೊದಲೇ ದುಷ್ಟರು ಭಕ್ತರನ್ನು ಕೊಲ್ಲಲು ಮೇಲೆ ಬೀಳುವರು; ಆದರೆ ದೂತರು ಯೋಧರ ಸ್ವರೂಪದಲ್ಲಿ ಬಂದು ಅವರಿಗಾಗಿ ಯುದ್ಧ ಮಾಡುವರು. ಸೈತಾನನು ಮಹೋನ್ನತನ ಭಕ್ತರನ್ನು ನಾಶಗೊಳಿಸುವ ಅವಕಾಶವನ್ನು ಅಪೇಕ್ಷಿಸಿದರೆ ದೇವರು ಅವರನ್ನು ಕಾಯಲು ದೂತರಿಗೆ ಆಜ್ಞಾಪಿಸಿದನು ಏಕೆಂದರೆ ಸುತ್ತಲಿರುವ ಅನ್ಯಜನರು ಮಧ್ಯದಲ್ಲಿ ಆಜ್ಞೆಗಳನ್ನು ಕೈಕೊಂಡವರೊಂದಿಗೆ ಒಡಂಬಡಿಕೆ ಮಾಡಿಕೊಳ್ಳುವುದು ದೇವರಿಗೆ ಗೌರವ ತರುವುದಾಗಿದೆ. ನಂಬಿಗಸ್ಥರಾಗಿ ಬಹು ಕಾಲದಿಂದ ಆತನ್ನನ್ನು ಎದುರುನೋಡುತ್ತಾ ಮರಣವನ್ನು ಕಾಣದೆ

ಜೀವಂತರಾಗಿರುವವರನ್ನು ರೂಪಾಂತರಗೊಳಿಸುವುದರಲ್ಲಿ ಯೇಸುವು ಗೌರವಕ್ಕೆ ಪಾತ್ರನಾಗಿವನು.

ಬಹುಬೇಗನೆ ಭಕ್ತರು ಮಾನಸಿಕ ಆದೋಲನಕ್ಕೆ ಒಳಗಾಗುವುದನ್ನು ನಾನು ಕಂಡೆನು. ಅವರ ದುಷ್ಟಭೂನಿವಾಸಿಗಳಿಂದ ಸುತ್ತುವರಿದಿದ್ದರು .ಹೊರನೋಟಕ್ಕೆ ಪ್ರತಿಯೊಂದೂ ಅವರಿಗೆ ವಿರುದ್ಧವಾಗಿತ್ತು. ಕೊನೆಗೂ ನಾವು ದುಷ್ಟರ ಕೈಯಿಂದ ಹತರಾಗುವುದಕ್ಕೆ ದೇವರು ಬಿಟ್ಟುಕೊಟ್ಟಿದ್ದಾರೆ ಎಂದು ಕೆಲವರು ಭಯಪಡಲಾರಂಭಿಸಿದರು. ಒಂದುವೇಳೆ ಇವರು ಕಣ್ಣುಗಳು ತೆರೆಯಲ್ಪಟ್ಟಿದ್ದರೆ ಅವರ ಸುತ್ತಲೂ ದೇವರ ದೂತರಿರುವುದನ್ನು ಕಂಡುಕೊಳ್ಳುತ್ತಿದ್ದರು. ಅನಂತರ ಕೋಪೋದ್ರಿಕ್ತ ದುಷ್ಟರು ತಂಡೋಪತಂಡವಾಗಿ ಬಂದು ಭಕ್ತರನ್ನು ತುಂಡರಿಸಲು ಕಾತುರಗೊಂಡರು. ಆದರೆ ಅವರು ಸಮೀಪಕ್ಕೆ ಸಾರಿಬರುವ ಮುನ್ನ ಭಕ್ತರ ಸುತ್ತಲಿದ್ದ ಸರ್ವಶಕ್ತನ ದೂತರನ್ನು ಎದುರಿಸಬೇಕು ಅದು ಅಸಾಧ್ಯವಾದದ್ದು! ದೇವದೂತರು ಒತ್ತರಿಸಿಬರಿತ್ತಿದ್ದ ಅವರನ್ನು ಹಿಂಜರಿದು ಬೀಳುವಂತೆ ತಳ್ಳಿದರು. ಈ ಸಮಯವು ಭಕ್ತರಿಗೆ ಭಯಂಕರವೂ ತ್ರಾಸಧಾಯಕವೂ ಆಗಿತ್ತು. ಅವರು ವಿಮೋಚನೆಗಾಗಿ ರಾತ್ರಿಹಗಲು ದೇವರಿಗೆ ಮೊರೆಯಿಟ್ಟರು. ಹೊತನೋಟಕ್ಕೆ ಅವರು ತಪ್ಪಿಸಿಕೊಳ್ಳಲು ಸಾದ್ಯವಾದಂತೆ ತೋರಿತು. ದುಷ್ಟರು ತಮ್ಮ ವಿಜಯೋತ್ಸವವನ್ನು ಆಗಲೇ ಪ್ರಾರಂಭಿಸಿ; ನಮ್ಮ ಕೈಗಳಿಂದ ದೇವರು ನಿಮ್ಮನ್ನೇಕೆ ಬಿಡಿಸಲಿಲ್ಲ? ನೀವೇ ಮೇಲಕ್ಕೆ ಹೋಗಿ ಜೀವ ಉಳಿಸಿಕೊಳ್ಳಬಾರದೋ? ಎಂದು ಕುಚೋದ್ಯವಾಡಿದರು. ಭಕ್ತರು ಅವರ ಮಾತಿಗೆ ಯಾವ ಬೆಲೆಯನ್ನೂ ಕೊಡಲಿಲ್ಲ. ಯಾಕೋಬನಂತೆ ದೇವರೊಂದಿಗೆ ಹೋರಾಡುತ್ತಿದ್ದರು.ದೇವದೂತರು ಅವರನ್ನು ಬಿಡಿಸಲು ಕಾತುರಗೊಂಡರು; ಆದರೆ ಭಕ್ತರು ಇನ್ನೂ ಸ್ವಲ್ಪಕಾಲ ಈ ಪಾತ್ರೆಯಲ್ಲಿ ಕುಡಿಯಬೇಕಾಗಿತ್ತು, ಮತ್ತು ಧೀಕ್ಷೆಹೊಂದಬೇಕಾಗಿತ್ತು. ದೂತರು, ಅವರ ನಂಬಿಕೆಯಲ್ಲಿ ಭರವಸೆಯಿಟ್ಟು ಕಾಯುತ್ತಿದ್ದರು. ದೇವರು ತನ್ನ ಪ್ರಭಲಶಕ್ತಿಯನ್ನು ಪ್ರಕಟಿಸಿ, ಮಹಾಮಹಿಮೆಯಿಂದ ವಿಮೋಚಿಸುವ ಕಾಲ ಹತ್ತಿರವಾಗುತ್ತಿತ್ತು. ಅನ್ಯರ ಮದ್ಯದಲ್ಲಿ ತನ್ನ ಆಪೇಕ್ಷಣೆಗೆ ಸಿಲುಕುವುದನ್ನು

ದೇವರು ಸಹಿಸಲಾರರು. ತನ್ನ ನಾಮ ಮಹಿಮೆಗಾಗಿ ಆತನು ತಾಳ್ಮೆಯಿಂದ ಕಾದಿದ್ದವರನ್ನು ವಿಮೋಚಿಸಿ ಹೆಸರುಗಳನ್ನು ಪುಸ್ತಕದಲ್ಲಿ ಬರೆದಿಡುವನು.

ಪ್ರಾಮಾಣಿಕ ನೋಹನ ಕಾಲವನ್ನು ನನಗೆ ತೋರಿಸಲಾಯಿತು .ಮಳೆ ಸುರಿಯಿತು, ಪ್ರಳಯವಿ ಬಂತು, ನೋಹನು ಆತನ ಕುಂಟುಂಬವೂ ನಾವೆಯಲ್ಲಿ ಸೇರಿಕೊಂಡಿತು. ಅನಂತರ ದೇವರು ಬಾಗಿಲನ್ನು ಮುಚ್ಚಿದನು. ಆ ಕಾಲದ ಜನರು ಅಪಹಾಸ್ಯಮಾಡಿ ಕುಚೋದ್ಯವಾಡಿದಾಗ ನೋಹನು ಬಹು ಪ್ರಮಾಣಿಕನಾಗಿ ಅವರನ್ನು ಎಚ್ಚರಿಸಿದನು ಭೂಮಿಯ ಮೇಲೆ ಮಳೆ ಸುರಿಯುತ್ತಾ ಬರಲು, ಒಬ್ಬರಾದನಂತರ ಒಬ್ಬರು ಮುಳುಗುತ್ತಿರುವಾಗ ತಾವು ಪರಿಹಾಸ್ಯಮಾಡುತ್ತಿದ್ದ ನಾವೆಯು ಪ್ರಾಮಾಣಿಕನಾದ ನೋಹ ಮತ್ತು ಅವನ ಕುಂಟುಂಬವನ್ನು ರಕ್ಷಿಸಿ ಸುರಕ್ಷಿತವಾಗಿ ತೇಲುವುದನ್ನು ಕಂಡರು. ಹಾಗೆಯೇ ಮುಂಬರುವ ದೇವರ ಮಹಾಕೋಪದ ಬಗೆಗೆ ಎಚ್ಚರಿಸುತ್ತಿದ್ದ ದೇವಜನರು ರಕ್ಷಿಸಿಸಲ್ಪಡುವುದನ್ನು ನಾನು ಕಂಡೆನು. ಭೂನಿವಾಸಿಗಳನ್ನು ಅವರು ಯಥಾರ್ಥತೆಯಿಂದ ಎಚ್ಚರಿಸಿದರು, ಮೃಗದ ಆಜ್ಞೆಗೆ ತಳಬಾಗದೆ, ಅದರ ಗುರುತನ್ನು ಅಂಗೀಕರಿಸಿಕೊಳ್ಳದೆ ರೂಪಂತರ ಹೊಂದಲು ಕಾತುರದಿಂದಿರುವವರನ್ನು ದುಷ್ಟರು ನಾಶಪಡಿಸಲು ದೇವರು ಅನುಮತಿಸುವುದಿಲ್ಲ. ಒಂದುವೇಳೆ ಅನುಮತಿ ನೀಡಿದ್ದಾದರೆ ಸೈತಾನನೂ ಆತನ ಕೆಟ್ಟದೂತರೂ, ದೇವರನ್ನು ದೂಷಿಸುವವರೆಲ್ಲಾ ತೃಪ್ತಿಯಿಂದ ತಣಿಯುವರು. ಇಷ್ಟುಕಾಲ ತಾವು ಪ್ರೀತಿಸಿದವನನ್ನು ಕಾಣಲು ಅವಿಶ್ರಾಂತವಾಗಿ ಕಾಯುತ್ತಿದ್ದವರ ಮೇಲೆ ತನ್ನ ಪ್ರಾಬಲ್ಯವನ್ನು ಸಾಧಿಸಿದ ಸೈತಾನನ ಸರ್ವಾಧಿಕಾರಕ್ಕೆ ಆಹ್! ಎಂತಹ ಜಯ! ಭಕ್ತರೆಲ್ಲಾ ಆಕಾಶಕ್ಕೆ ಎತ್ತಲ್ಪಡುವರೆಂಬ ವಿಷಯವನ್ನು ಯಾರೆಲ್ಲಾ ಗೇಲಿಮಾಡಿದರೋ ಅವರು, ದೇವರು ಆತನ ಮಕ್ಕಳಿಗೆ ತೋರಿಸುವ ಸುರಕ್ಷೆ ಮತ್ತು ಮಹಾಪ್ರಭಾವ ತುಂಬಿದ ವಿಮೋಚನೆಯನ್ನು ಕಣ್ಣಾರೆ ಕಾಣುವರು.

ಭಕ್ತರು ಪಟ್ಟಣವನ್ನು ಮತ್ತು ಹಳ್ಳಿಯನ್ನು ಬಿಟ್ಟುಹೋಗುವಾಗ ದುಷ್ಟರು ಬೆಂಬತ್ತಿ ಹೋಗಿ ಅವರನ್ನು ಕತ್ತರಿಸಲು ತಮ್ಮ ಕತ್ತಿಯನ್ನು ಮೇಲೆತ್ತುವಾಗ ಅದು ತುಂಡಾಗುವುದು. ಮತ್ತು ಒಣಹುಲ್ಲಿನಂತೆ ನಿರ್ಬಲವಾಗಿ ಕೆಳಗೆ ಬೀಳುವುದು. ದೇವದೂತರು ಭಕ್ತರನ್ನು

ಭದ್ರಪಡಿಸುವರು . ವಿಮೋಚನೆಗಾಗಿ ಹಗಲು ರಾತ್ರಿ ಮೊರೆಯಿಡುವಾಗ ಅವರ ಕೂಗು ದೇವರ ಸನ್ನಿಧಾನಕ್ಕೆ ತಲುಪುವುದು.

ಓದಿ: ಆದಿಕಾಂಡ ಅಧ್ಯಾಯ 6 ಮತ್ತು 7; 32:24-28; ಕೀರ್ತನೆ 91; ಮತ್ತಾಯ 20: 23; ಪ್ರಕಟಣೆ 13:11-17

ಅಧ್ಯಾಯ 37. ಭಕ್ತರ ವಿಮೋಚನೆ

ದೇವರು ತನ್ನ ಜನರ ವಿಮೋಚನೆಗೆ ಆರಿಸಿಕೊಂಡ ಕಾಲವು ಮದ್ಯರಾತ್ರಿಯಾಗಿತ್ತು. ದುಷ್ಟರು ಇನ್ನೂ ಅಪಹಾಸ್ಯ ಮಾಡುತ್ತಿರುವಾಗಲೇ ಸೂರ್ಯನು ತಟನೆ ಪ್ರಬಲವಾಗಿ ಪ್ರಕಾಶಿಸಿದನು ಮತ್ತು ಚಂದ್ರನು ನಿಶ್ಚಲನಾದನು. ಈ ದೃಶ್ಯವನ್ನು ದುಷ್ಟರು ದಿಗ್ಭ್ರಾಂತರಾಗಿ ವೀಕ್ಷಿಸಿದರು. ಒಂದಾದ ನಂತರ ಒಂದು ಸೂಚಕ ಕಾರ್ಯಗಳೂ, ಅದ್ಭುತಕಾರ್ಯಗಳು ಸಂಭವಿಸಿದವು ಎಲ್ಲವೂ ನೈಜವಲ್ಲದ ರೀತಿ ಸಾಗಿಬರುವಂತ್ತಿತ್ತು. ಭಕ್ತರು ಗಂಭೀರ ಹರ್ಷದಿಂದ ತಮ್ಮ ಬಿಡುಗಡೆಯ ಸಂಕೇತವನ್ನು ಕಂಡರು.
ತೊರೆಗಳು ಹರಿಯುವುದನ್ನು ಬಿಟ್ಟು ತಟಸ್ಥವಾದವು ದಟ್ಟ ಕಾರ್ಮೋಡಗಳು ಎದ್ದು ಒಂದಕ್ಕೊಂದು ಸಂಘಟ್ಟಿಸಿದವು. ಆದರೆ ಸ್ಥಗಿತವಾಗಿ ಪ್ರಭೆಯಿಂದ ಕೂಡಿದ್ದ ಸ್ಥಳವು ಕಂಡುಬಂದು ಅದರೊಳಗಿಂದ ದೇವರ ಧ್ವನಿಯು ಜಲಸಮೂಹದಂತೆ ಹೊರಟು ಭೂಪರಲೋಕವನ್ನು ಕಂಪಿಸುವಂತೆ ಮಾಡಿತು. ಮಹಾಭೂಕಂಪವಾಯಿತು,ಸಮಾಧಿಗಲು ತೆರೆಯಲ್ಪಟ್ಟವು, ಯಾರೆಲ್ಲಾ ಮೂರನೆಯ ದೇವದೂತನ ಸಂದೇಶದಲ್ಲಿ ವಿಶ್ವಾಸವಿಟ್ಟು ಸಬ್ಬತ್ತನ್ನು ಆಚರಿಸಿ ಮರಣಿಸಿದರೋ ಅವರು ತಮ್ಮ ಧೂಳಿನ ಹಾಸಿಗೆಯಿಂದ ಎದ್ದುಬಂದು, ದೇವರ ಆಜ್ಞಾಪಾಲಕರಿಗೆ ಆತನು ಮಾಡುವ ಸಮಾಧಾನದ ವಾಗ್ದಾನವನ್ನು ಕೇಳಿ. ಸ್ತುತಿಸ್ತೋತ್ರ ಮಾಡಿದರು.

ಆಕಾಶವು ತೆರೆದು ಮುಚ್ಚಿಕೊಳ್ಳುತ್ತಾ ಕೋಲಾಹಲವಾಯಿತು. ಗಾಳಿಯಲ್ಲಿನ ಜೊಂಡಿನಂತೆ ಪರ್ವತಗಳು ಕಂಪಿಸಿ. ಒರಟು ಬಂಡೆಗಳನ್ನು ಎಲ್ಲಾ ಕಡೆಗೆ ಎರಚಿತು. ಸಮುದ್ರವು ಕುದಿಯುವ ಪಾತ್ರೆಯಂತಾಗಿ ಕಲ್ಲುಗಳನ್ನು ಭೂಮಿಯ ಮೇಲೆ ತೂರಿದವು. ಮತ್ತು ದೇವರು ಯೇಸುವಿನ ಬರುವಣದ ಸಮಯ ಹಾಗೂ ದಿನವನ್ನು ತಿಳಿಸುವಾಗ, ತನ್ನ ಜನರಿಗೆ ವಿಮೋಚನೆಯ ವಾಗ್ದಾನವನ್ನು ಪ್ರಕಟಿಸುತ್ತಾ ಒಂದು ವಾಕ್ಯವನ್ನು ಹೇಳಿ ತುಸುಕೊತ್ತು ನಿಲ್ಲಿಸಲು ಆ ಮಾತುಗಳು ಭೂಮಿಯ ಮೂಲಕ ಉರುಳುತ್ತಾ ಹೋಯಿತು. ಯೆಹೋವನ ಬಾಯಿಂದ ಮಾತುಗಳು ಹೊರಡಲು ಅದು ಮೋಡಗಳ ಘರ್ಜನೆಯಂತೆ ತೂರಿಕೊಂಡು ಆತನ ಇಸ್ರಾಯೇಲ್ ಜನಾಂಗದವರ

ಕಣ್ಣುಗಳು ಆಕಾಶದ ಸ್ಥಿರವಾಗಿ ನಿಂತವು .ಅದು ಅದ್ಭುತವು ಗಂಭೀರವಾಗಿತ್ತು. ಪ್ರತಿವಾಕ್ಯದ ಕೊನೆಯಲ್ಲಿ ಭಕ್ತರು ಮಹಿಮೆ!! ಹಲ್ಲೆಲುಯಾ!! ಎಂದು ಕೂಗುತ್ತಿದ್ದರು, ಅವರ ಮುಖವು ದಿವ್ಯಪ್ರಭೆಯಿಂದ ಹೊಳೆಯಿತು; ಅದು ಮೋಶೆಯು ಸಿನಾಯಿ ಬೆಟ್ಟದ ಮೇಲಿದ ಬರುವಾಗ ಪ್ರಜ್ವಲಿಸಿದಂತ್ತಿತ್ತು, ಈ ಪ್ರಭೆಯನ್ನು ದುಷ್ಟರು ನೋಡಲಾಗಲಿಲ್ಲ. ಮತ್ತು ದೇವರನ್ನು ಘನಪಡಿಸಿ, ಸಬ್ಬತನ್ನು ಪವಿತ್ರವಾಗಿ ಕೈಗೊಂಡವರ ಮೇಲೆ ನಿರಂತರವಾದ ಆಶೀರ್ವಾದವು ಪ್ರಕಟಗೊಂಡಾಗ, ಮೃಗಕ್ಕೂ ಆತನ ವಿಗ್ರದ ಮೇಲೆ ಜಯಹೊಂದಿದ ಮಹಾ ವಿಜಯೋತ್ಸಹದ ಧ್ವನಿ ಕೇಳಿಸಿತು.

ಆನಂತರ ಜ್ಯೂಬಿಲಿ ಸಂವತ್ಸರವು ಪಾರಂಭವಾಯಿತು. ಈಗ ದೇವರು ವಿಶ್ರಾಂತಿಯಲ್ಲಿರಬೇಕು. ಶ್ರದ್ಧಾಭಕ್ತಿಯಿಂದದ್ದ ದಾಸರು ಜಯಹೊಂದಿ ತಮ್ಮನ್ನು ಬಂಧನದ್ದಲ್ಲಿ ಕಟ್ಟಿದ ಸರಪಣಿಗಳನ್ನು ಕಿತ್ತು ಎದ್ದು ಬರುವುದನು ಕಂಡೆನು. ಆಗ ದುಷ್ಟನಾಯಕನು ಮುಂದೇನು ಮಾಡಲಿ ಎಂದು ಗಲಿಬಿಲಿಗೊಂಡನು; ಏಕೆಂದರೆ ದುಷ್ಟರಿಗೆ ದೇವರ ಮಾತುಗಳು ಅರ್ಥವಾಗಲಿಲ್ಲ ಬೇಗನೆ ಮಹಾಬಿಳಿಯ ಮೇಘವು ಕಾಣಿಸಿಕೊಂಡವು ಅದರ ಮೇಲೆ ಮನುಷ್ಯಕುಮಾರನು ಆಸೀನನಾಗಿದ್ದನು.
ಈ ಮೇಘವು ದೂತರಲ್ಲಿ ಕಂಡಾಗ ಬಹು ಸಣ್ಣದ್ದಾಗಿತ್ತು. ಅದು ಮನುಷ್ಯಕುಮರನ ಸಂಕೇತವೆಂದು ದೂತನು ಹೇಳಿದನು. ಮೇಘವು ಭೂಮಿಯ ಹತ್ತಿರ ಹತ್ತಿರ ಬರುವಾಗ ನಾವು ಮಹಾ ಪ್ರಕಾಶವನ್ನು, ಜಯಶಾಲಿಯಾಗಿ ಬರುವ ಯೇಸುವಿನ ರಾಜ್ಯಗಾಂಭೀರ್ಯವನ್ನು ಕಂಡವು. ದೂತರ ಪರಿಹಾರವು ಹೊಳೆಯುವ ಕಿರೀಟವನ್ನು ಧರಿಸಿಕೊಂಡು ಆತನ ಬೆಂಗಾವಲಾಗಿ ಬರುವರು. ಈ ಬೃಹತ ದೃಶ್ಯದ ವೈಭಾವವನ್ನು ಯಾವ ಭಾಷಯಲ್ಲಿ ಪಾರಿಸ್ಕರವಾಗಿ ವಿವರಿಸಲಾರದು ಪ್ರಭಾವಭರಿತ ಸಜೀವ ಮೇಘಗಳು ಅಸೀಮಿತ ಮಹಿಮೆಯಿಂದ ಹತ್ತಿರ ಬಂದಾಗ ನಮಗೆ ಪ್ರೀತಿಮಯ ಯೇಸುವನ್ನು ನೋಡಲಾಯಿತು. ಆತನು, ಮುಳ್ಳಿನ ಕರೀಟವಲ್ಲ, ಮಹಿಮೆ ತುಂಬಿದ ಕಿರೀಟವು ಪವಿತ್ರ ಲಾಲಟವನ್ನು ಅಲಂಕರಿಸಿತ್ತು. ಆತನ ವಸ್ತ್ರ ಹಾಗೂ ತೊಡೆಯ ಮೇಲೆ **ರಾಜಾಧಿರಾಜನು, ಕರ್ತರ ಕರ್ತನು** ಎಂಬ ಹೆಸರು

ಬರೆಯಾಲಾಗಿತ್ತು .ಆತನ ಕಣ್ಣುಗಳು ಬೆಂಕಿಯ ಉರಿಯಂತೆಯಾ, ಆತನ ಪಾಧಗಳು ಕುಲುಮೆಯಲ್ಲಿ ಕಾಯಿಸಿದ ತಾಮ್ರದಂತೆಯಾ, ಆತನ ಧ್ವನಿಯು ಅಸಂಖ್ಯಾತ ವಾಧ್ಯಗಳು ಒಟ್ಟಿಗೆ ನಾದಹೊರಡಿಸಿದಂತೆಯೂ ಇತ್ತು. ಅತನ ಮುಖಿಯು ಮಧ್ಯಾಹ್ನದಲ್ಲಿ ಪ್ರಕಾಶಿಸುವ ಸೂರ್ಯನಂತಿತ್ತು ಅತನ ಮುಂದೆ ಭೂಲೋಕವು ಕಂಪಿಸಿತು, ಆಕಾಶವು ಸುರುಳಿಯೋಪಾಧಿಯಲ್ಲಿ ಸುತ್ತಲ್ಪಟ್ಟು ಹೋಗಿಬಿಟ್ಟಿತು. ಎಲ್ಲಾ ಬೆಟ್ಟಗಳೂ ಧ್ವೀಪಗಳು ತಮ್ಮ ತಮ್ಮ ಸ್ಥಳಗಳಿಂದ ಚಲಿಸಿದವು. ಎಲ್ಲಾ ಭೂರಾಜರೂ ಪ್ರಭುಗಳು, ಸಹಾಸ್ರಾಧಿಪತಿಗಳೂ, ಐಶ್ವರ್ಯವಂತರೂ, ಪರಾಕ್ರಮ ಶಾಲಿಗಳೂ ,ಎಲ್ಲಾ ದಾಸರೂ, ಸ್ವತಂತ್ರರೂ ಬೆಟ್ಟಗಳ ಗವಿಗಳಿಗೂ ಬಂಡೆಗಳ ಸಂದುಗಳಿಗೂ ಓಡಿಹೋಗಿ ತಮ್ಮನ್ನು ಮರೆಮಾಡಿಕೊಂಡು. ಬೆಟ್ಟಗಳಿಗೂ ಬಂಡೆಗಳಿಗೂ --- ನಮ್ಮ ಮೇಲೆ ಬೀಳಿರಿ, ಸಿಂಹಾಸನದ ಮೇಲೆ ಕೂತಿರುವಾತನ ಮುಖಿಕ್ಕೂ, ಯಜ್ಞದ ಕುರಿಯಾದಾತನ ಕೋಪಕ್ಕೂ, ನಮ್ಮನ್ನು ಮರೆಮಾಡಿರಿ, ಆತನ ಕೋಪವು ಕಾಣೆಸುವ ಮಹಾದಿನವು ಬಂದದೆ ಅದರ ಮುಂದೆ ನಿಲ್ಲುವುದಕ್ಕೆ ಯಾರು ಶಕ್ತರು ಎಂದು ಹೇಳಿದರು.

ಭೂಮಿಯ ಮೇಲಿದ್ದ ದೇವರ ಮಕ್ಕಳನ್ನು ಸ್ವಲ್ಪ ಸಮಯಕ್ಕೆ ಮುಂಚೆ ನಾಶಪಡಿಸಬೇಕೆಂದು ಕಾದಿದ್ದವರು, ಅವರು ಮೇಲೆ ದೇವರ ಮಹಿಮೆ ನೆಲೆಗೊಂಡವರಾಗಿ ಮಹಾಪ್ರಭಾವವುಳ್ಳವರಾಗಿರುವುದನ್ನು ಕಂಡರು. ಈ ಎಲ್ಲಾ ಭಯಂಕರ ಘಟನೆಗಳು ಸಂಭವಿಸುವಾಗ, ಭಕ್ತರ ಆನಂದಭರಿತ ಧ್ವನಿಯು --- ಆಹಾ ಈತನೇ ತನೇ ನಮ್ಮ ದೇವರು, ನಾವು ಈತನಿಗಾಗಿ ನಿರೀಕ್ಷಿಸಿಕೊಂಡಿದ್ದೇವೆ, ಆತನು ನಮ್ಮನು ರಕ್ಷಿಸಲಿ ಎಂದುವನ್ನು ಕೇಳಿದರು. ಸತ್ತು ನಿದ್ರೆಹೋಗುತ್ತಿದ್ದ ಭಕ್ತರನ್ನು ದೇವಕುಮಾರನು ಎಬ್ಬಿಸುವ ಸ್ವರವನ್ನು ಕೇಳುವಾಗ ಭೂಮಿಯು ಗಂಭೀರವಾಗಿ ನಡುಗಿತು. ಅವರು ನಿರ್ಲಯತ್ವದ ವಸ್ತ್ರಗಳನ್ನು ಧರಿಸಿದವರಾಗಿ ಎದ್ದುಬಂದು ಜಯವಾಯಿತು! ಜಯವಾಯಿತು; ಮರಣ ಮತ್ತು ಸಮಾಧಿಯ ಮೇಲೆ ಜಯವಾಯಿತು ಓ ಮರಣವೇ, ನಿನ್ನ ವಿಷದಕೊಂಡಿ ಎಲ್ಲಿ? ಮರಣವೇ, ನಿನ್ನ ಜಯವೆಲ್ಲಿ? ಎಂದು ಕೂಗುವರು. ಆನಂತರ ಅವರು ಸಜೀವದಿಂದಿರುವ ನೀತಿವಂತರೊಂದಿಗೆ

ಸೇರಿ ವಿಜಯೋತ್ಸಹದ ರಾಗವನ್ನು ದೀರ್ಘವಾಗಿ ಪ್ರತಿಧ್ವನಿಸವ ಸ್ವರಗಲನ್ನೆತ್ತಿ ಹಾಡುವರು. ಸಮಾಧಿಗೆ ಸೇರಿದ್ದ ರೋಗಿಷ್ಟ ದೇಹಗಳು ಆರೋಗ್ಯತುಂಬಿ ಅಮರತ್ವದ ಬಲದಿಂದ ಎದ್ದುಬರುವವವು, ಸಜೀವ ನೀತಿವಂತರು ಕಣ್ಣುರೆಪ್ಪೆ ಮುಚ್ಚುವಷ್ಟರೊಳಗೆ ಮಾರ್ಪಟು ಹೊಂದಿ ಪುನರುತ್ಥಾನ ಹೊಂದಿದವರೊಡಗೂಡಿ ಅಂತರಿಕ್ಷದಲ್ಲಿ ಕರ್ತನನ್ನು ಸೇರಿಕೊಳ್ಳುವರು. ಓಹ! ಅದೆಂತಹ ವೈಭವದ ಸಮ್ಮಿಲನ !ಮರಣವು ಬೇರ್ಪಡಿಸಿದ ಗೆಳೆಯರು ಇನ್ನೆಂದಿಗೂ ಬೇರ್ಪಡದ ಹಾಗೆ ಒಂದಾಗುವರು.

ಆ ಮೇಘರಥದ ಎರಡೂಕಡೆರೆಕ್ಕೆಗಳಿದ್ದವು, ಅದರ ಹಿಂದೆ ಸಜಾವ ಚಕ್ರಗಳಿದ್ದವು; ಅದು ಉರುಳುತ್ತಾ ಎತ್ತಲ್ಪಡುವಾಗ ಚಕ್ರಗಳು "ಪರಿಶುದ್ಧನು" ಎಂದು ಕೂಗಿದವು, ರಕ್ಕೆಗಳೂ ಸಹ ಪರಿಶುದ್ಧನೂ ಎಂದವು. ಸುತ್ತುವರೆದಿದ್ದ ಪವಿತ್ರ ದೂತಗಣಗಳೂ ಸಹ ಪರಿಶುದ್ಧನೂ, ಪರಿಶುದ್ಧನೂ, ಸರ್ವಶಕ್ತನಾದ ದೇವರು ಎಂದು ಕೂಗುವರು. ಮೇಘಗಳಲ್ಲಿದ್ದ ಭಕ್ತರೂ ಸಹ ಮಹಿಮೆ, ಹಲ್ಲೆಲೂಯ ಎಂದರು, ಅದು ಪರಲೋಕ ಪಟ್ಟಣದ ಕಡೆಗೆ ಸಾಗಿತು. ಆ ಪಟ್ಟಣವನ್ನು ಪ್ರವೇಶಿಸುವ ಮುನ್ನ ಭಕ್ತರೆಲ್ಲಾ ಪರಿಪೂರ್ಣ ಚಚ್ಚೌಕಾಕಾರದಲ್ಲಿ ನಿಲ್ಲಿಸಲ್ಪಟ್ಟರು. ಯೇಸು ಅವರ ಮದ್ಯದಲ್ಲಿದ್ದನು. ಆತನ ಭುಜಗಳೂ ಶರೀರವೂ ಭಕ್ತರಿಗಿಂತಾ ಎತ್ತರವಾಗಿ ಇದ್ದವು. ಆತನ ಪ್ರೀತಿ ಸೂಸುವ ಮೊಗವೂ ರಾಜಠೀವಿಯು ಚೌಕಾಕಾರದಲ್ಲಿ ನಿಂತವರೆಲ್ಲರೂ ಕಾಣುವಂತೆ ಇತ್ತು.

ಓದಿ: 2ಅರಸು 2:11; ಯೆಶಾಯ 25;9; 1ಕೊರಿಂಥ 15:51-55; 1ಥೆಸಲೋನಿಕ 4;13-17; ಪ್ರಕಟನೆ 1:13-16, 6:14-17 19;16

ಅಧ್ಯಾಯ 38. ಭಕ್ತರ ಪ್ರತಿಫಲ

ಅನಂತರ ವೈಭವಯುತವಾದ ಮುಕುಟಗಳ ಪಟ್ಟಣದಿಂದ ದೇವದೂತರು ಕಿರೀಟಗಳನ್ನು ತರುತ್ತಿದ್ದುದನ್ನು ನಾನು ಕಂಡೆನು. ಪ್ರತಿಯೊಬ್ಬ ಭಕ್ತನಿಗೂ ಅವನ ಹೆಸರು ಬರೆದಿದ್ದ ಒಂದು ಕಿರೀಟವನ್ನು ಯೇಸುವಿನ ಕೈಗೆ ಕೊಂಡಲು, ಪ್ರಿಯ ಯೇಸುವು ತನ್ನ ಬಲಗೈಯಿಂದ ಭಕ್ತರ ತಲೆಗೆ ತೊಡಿಸಿದನು. ಅದೇ ರೀತಿ ದೂತರು ತಂತಿವಾದ್ಯಗಳನ್ನು ಯೇಸುವಿಗೆ ಕೊಡಲು, ಯೇಸು ಅದನ್ನು ಭಕ್ತರಿಗೆ ಕೊಟ್ಟನು, ಮೊದಲ ಪ್ರಧಾನ ದೂತನ ಶೃತಿ ಮಿಟಿದನು, ಅನಂತರ ಪ್ರತಿಯಬ್ಬರೂ ಸುತ್ತಿಸ್ತೋತ್ರನಾದವನ್ನು ಧನ್ಯತೆಯೊಂದಿಗೆ ಹರ್ಷದಿಂದ ಆತನೊಡನೆ ಸೇರಿಸಿದರು, ಪ್ರತಿ ಕೈಗಳು ಕುಶಲತೆಯಿಂದ ತಂತಿಗಳನ್ನು ಮಿಟ್ಟುತಾ ಮಧುರವಾದ ಸಂಗೀತವನ್ನು ಪರಿಪೂರ್ಣ ಶೃತಿಲಯದೊಂದಿಗೆ ಝೇಂಕರಿಸಿದರು. ಅನಂತರ ಈ ವಿಮೋಚಿಸಲ್ಪಟ್ಟ ತಂಡವನ್ನು ಪರಿಶುದ್ಧ ಪಟ್ಟಣದ ಬಾಗಿಲಿನ ಕಂಡೆಗೆ ಯೇಸು ನಡೆಸಿಕೊಂಡು ಹೋಗುವುದನ್ನು ನಾನು ಕಂಡೆನು. ಆತನು ಕದವನ್ನು ಹಿಡಿದು ಹೊಳೆಯುವ ತಿರುಗಣೆಯನ್ನು ತಿರುಗಿಸಿ ಅಗಲವಾಗಿ ತೆರೆದು ಸತ್ಯವನ್ನು ಭದ್ರವಾಗಿ ಹಿಡಿದುದವರನ್ನು ಒಳಹೋಗಲು ಅನುಮತಿಸಿದನು. ಕಣ್ಣುಗಳಿಗೆ ಹಬ್ಬವಾಗುವ ಎಲ್ಲವೂ ಆ ಪಟ್ಟಣದಲ್ಲಿದ್ದವು ,ವೈಭವವು ಎಲ್ಲಾಕಡೆ ತುಳುಕಾಡುತ್ತಿತ್ತು . ವಿಮೋಚನಗೊಂಡ ಭಕ್ತರನ್ನು ಯೇಸು ನೋಡಲು ಅವರ ಮುಖವು ಪಳಪಳನೆ ಹೊಳೆಯುತ್ತಿದ್ದವು; ಆತನ ಪ್ರೀತಿ ಸೂಸುವ ಕಣ್ಣುಗಳು ಅವರ ಮೇಲೆ ನೆಟ್ಟು, ತನ್ನ ಮಧುರ ಧ್ವನಿಯಿಂದ, "ನನ್ನ ಆತ್ಮವು ಅನುಭವಿಸಿದ ಶ್ರಮದ ಪಲಗಲನ್ನು ಕಂಡು ನನಗೆ ತೃಪ್ತಿಯಾಗಿದೆ. ಈ ಮಹಾ ವೈಭವವು ನಿಮ್ಮದೇ, ನೀವು ನಿರಂತರವಾಗಿ ಅನುಭವಿಸಿರಿ. ನಿಮ್ಮ ಸಂಕಟಬಾಧೆಗಳೆಲ್ಲಾ ತೀರಿತು, ಇನ್ನು ಮೇಲೆ ಮರಣವಾಗಲೀ, ಗೋಳಾಟ ಕಣ್ಣೀರಾಗಲೀ, ಯಾವ ನೋವಾಗಲೀ ಇರುವುದಿಲ್ಲ" ಎಂದನು ವಿಮೋಚನೆ ಹೊಂದಿದಗಣವು ತಲೆಬಾಗಿ ತಮ್ಮ ಹೊಳೆಯುವ ಕಿರೀಟಗಳನ್ನು ಆತನ ಪಾದದ ಬಳಿ ಇಡುವುದನ್ನು ನಾನು ಕಂಡೆನು. ಅನಂತರ ಅತನ ಪ್ರಿಯ ಕರಗಳು ಅವರನ್ನು ಎತ್ತಿಹಿಡಿಯಲು, ಅವರು ತಮ್ಮ ಚಿನ್ನದ ತಂತಿವಾಧ್ಯಗಳನ್ನು ನುಡಿಸಿದರು.

ಅವರ ಕುರಿಮರಿಯ ಗಾಯನದ ನಾದವು ಅನುರಣಿಸುತ್ತಾ ಇಡೀ ಪರಲೋಕವೆಲ್ಲಾ ಪಸರಿಸಿತು.

ನಂತರ ಯೇಸುವು ಭಕ್ತರನ್ನು ಜೀವವೃಕ್ಷದ ಬಳಿಗೆ ನಡೆಸುವುದನ್ನು ನಾನು ಕಂಡೆನು. ಇದುವರೆಗೂ ಮರ್ತ್ಯ ಕಿವಿಗಳು ಕೇಳಿಸಿಕೊಂಡಿರದ ಉನ್ನತೋನ್ನತ ಮಂಜುಳನಾದವು ಕೇಳಿಬಂದು, ಈ ಮರದ ಎಲೆಗಳು ಜನಾಂಗದವರನ್ನು ವಾಸಿಮಾಡುವುದಕ್ಕೆ ಯೋಗ್ಯವಾಗಿದೆ ಇದೆನ್ನೆಲ್ಲಾ ತಿನ್ನಿರಿ ಎಂದು ಹೇಳಿತು, ಜೀವವೃಕ್ಷದಲ್ಲಿ ಸುಂದರವಾದ ಫಲಗಳಿದ್ದವು ಭಕ್ತರೆಲ್ಲಾ ತೆಗೆದು ತಿನ್ನಬಹುದು. ಆ ಪಟ್ಟಣದಲ್ಲಿ ಮಹಿಮಾಸಿಂಹಾಸನವಿರುವುದು. ಆದರ ಕೆಳಗಿಂದ ಶುದ್ಧ ಸ್ಪಟಿಕದಂತಿರುವ ಜೀವಜಲದ ನದಿ ಬರುತ್ತಿತ್ತು. ಆ ನದಿಯ ಉಭಯ ಪಾರ್ಶ್ವಗಳಲ್ಲಿ ಜೀವವೃಕ್ಷಗಳಿದ್ದುವು. ಪರಲೋಕದ ಸೌಂದರ್ಯ ವೈಭವವನ್ನು ವರ್ಣಿಸಲು ಭಾಷೆಯು ಕೈಗೆಟುಕದೆ ಸೊರಗುತ್ತದೆ. ಈ ದೃಶ್ಯವು ನನ್ನ ಕಣ್ಣುಮುಂದೆ ಬರಲು ಬೆರಗುಗೊಂಡು ಸ್ತಬ್ಧಳಾದೆನು; ಉಜ್ವಲ ಪ್ರಕಾಶದಲ್ಲಿ ತಲ್ಲೀನಳಾಗಿ ನನ್ನ ಲೇಖನಿಯನ್ನು ಕೆಳಗಿಟ್ಟು, ಓ ಎಂಥಾ ಪ್ರೀತಿ! ಎಂಥಾ ಅಧ್ಭುತ ಪ್ರೀತಿ! ಎಂದು ಉದ್ಗಾರ ಮಾಡಿದೆನು. ಪ್ರಲೋಕ ವೈಭವ, ರಕ್ಷಕನ ಅನುಪಮ ಪ್ರೀತಿಯನ್ನು ಯಾವ ಉನ್ನತಬಾಷೆಯಿಂದಲೂ ವರ್ಣಿಸಲಸಾಧ್ಯವಾಗಿದೆ,

ಓದಿ: ಯೆಶಾಯ 53:11 ; ಪ್ರಕಟನೆ 21:4, 22: 1-2

ಅಧ್ಯಾಯ 39. ಭೂಮಿಯು ಶೂನ್ಯವಾದದ್ದು

ಅನಂತರ ನಾನು ಭೂಮಿಯನ್ನು ನೋಡಿದೆನು. ದುಷ್ಟರೆಲ್ಲಾ ಮರಣಿಸಿದ್ದರು, ಅವರ ದೇಹಗಳೆಲ್ಲಾ ಭೂಮಿಯ ಮೇಲೆ ಬಿದ್ದಿದ್ದವು. ಅವರು ದೇವರ ಕಡೆಯ ಏಳು ಉಪದ್ರವಗಳ ಕೋಪವನ್ನು ಅನುಭವಿಸಿದರು. ನಾಲಿಗೆಯನ್ನು ಕಚ್ಚಿಕೊಳ್ಳುತಾ ನೋವಿನಲ್ಲಿ ದೇವರನ್ನು ಶಪಿಸಿದರು. ಯೆಹೋವನ ಕೋಪಕ್ಕೆ ಪ್ರಮುಖ ಗುರಿಯಾದರು ಸುಳ್ಳು ಕುರುಬರು, ಅವರು ತಮ್ಮ ಕಾಲ ಮೇಲೆ ನಿಂತಾಗ ಕಣ್ಣುಗಳಲ್ಲಿ ಆಳವಾದ ಕುಳಿಗಳಿದ್ದವು, ನಾಲಗೆಯು ಸೇದಿಹೋಗಿತು. ದೇವರ ಧ್ವನಿಯಿಂದ ಭಕ್ತರೆಲ್ಲಾ ರಕ್ಷಿಸಲ್ಪಟ್ಟ ನಂತರ ದುಷ್ಟರ ಕೋಪವು ಅವರ ತಂಡದಲ್ಲೇ ಒಬ್ಬರಿನ್ನೊಬ್ಬರ ಮೇಲೆ ಹರಿಯಿತು. ಇಡೀ ಭೂಮಿಯು ರಕ್ತದ ಸುರಿಮಳೆಯಲ್ಲಿ ತೊಯ್ದಿದ್ದು ಸತ್ತದೇಹಗಳು ಒಂದು ಕಡೆಯಿಂದ ಮತ್ತೊಂದು ಕಡೆಯವರೆಗೆ ಚೆಲ್ಲಾಪಿಲ್ಲಿಯಾಗಿದ್ದವು.

ಭೂಮಿಯು ಶೂನ್ಯಸ್ಥಿತಿಯಲ್ಲಿತು. ಭೂಕಂಪದಿಂದ ಪಟ್ಟಣ ಹಳ್ಳಿಗಳು ಕಂಪಿಸಿ ಗುಡ್ಡೆಯಂತೆ ಬದ್ದಿದ್ದವು. ಪರ್ವತವು ಸ್ಥಳಾಂತರಿಸಲ್ಪಟ್ಟಿದು ದೊಡ್ಡ ಡೊಂಗರಗಳಿದ್ದವು. ಸಮುದ್ರವು ದೊಡ್ಡ ಒರಟ ಕಲ್ಲುಗಳನ್ನು ಎಸೆದಿದ್ದು, ಭೂಮಿಯಿಂದಲೂ ಬಂಡೆಗಳು ಸೀಳಿಬಂದು ಎಲ್ಲಾ ಕಡೆಗೆ ಎರೆಚಲ್ಪಟ್ಟಿದ್ದವು. ಭೂಮಿಯು ಶೂನ್ಯ ಮರುಭೂಮಿಯುಂತ್ತಿತ್ತು. ದೊಡ್ಡ ದೊಡ್ಡ ಮರಗಳು ಬುಡಸಮೇತ ಉರುಳಿಬಿದ್ದು ಹರಡಿಕೊಂಡಿತ್ತು. ಇದೇ ಸೈತಾನನ ಮನೆ, ತನ್ನ ದುಷ್ಟದೂತರೊಂದಿಗೆ ಸಾವಿರ ವರ್ಷ ನೆಲೆಸಬೇಕಾದ ಸ್ಥಳ, ದೇವರ ಆಜ್ಞೆಗಳ ವಿರುದ್ದ ಪ್ರತಿಭಟಿಸಿದುದರ ಪರಿಣಾಮ ನೋಡುತ್ತಾ, ಛಿದ್ರಗೊಂಡ ಭೂಮಿಯ ಮೇಲಷ್ಟೇ ಅತ್ತಿಂದಿತ್ತ ಅವರೋ ಸುತ್ತಾಡುವರು. ಸೈತಾನನು, ಈ ಸಾವಿರ ವರ್ಷಗಳು ತಾನೇ ಮಾಡಿದ ಈ ಶಾಪದ ಪ್ರತಿಫಲವನ್ನು ಅನುಭವಿಸುವನು. ಅವನು ಭೂಮಿಗೆ ಮಾತ್ರ ಸೀಮಿತನಾಗಿದ್ದು ಪಾಪಕ್ಕೆ ಬೀಳದ ಇತರ ಲೋಕದವರನ್ನು ಪೀಡಿಸಲು ಅವಕಾಶವಿಲ್ಲದವನಾಗಿರುವನು. ಈ ಕಾಲಾಅವಧಿಯಲ್ಲಿ ಸೈತಾನನು ತೀವ್ರವಾಗಿ ಯಾತನೆ ಪಡುವನು. ಅವನು ಭೂಮಿಗೆ

ಬಿದ್ದಾಗಿನಿಂದ ದುಷ್ಟ ಸ್ವಭಾವಗಳು ಸತತ ಕ್ರಿಯಾಶೀಲವಾಗಿದ್ದವು. ನಂತರ ತನ್ನೆಲ್ಲಾ ಶಕ್ತಿಸಾಮರ್ಥ್ಯದಿಂದ ವಂಚಿತನಾಗಿ ತಾನು ಬಿದ್ದಾಗಿನಿಂದ ನಡೆಸಿದ ಕಾರ್ಯಗಳನ್ನು ಮನಗಾಣುವನು ಮತ್ತು ನಡೆಸಿದ ದುಷ್ಟತನಕ್ಕೆ ಯಾತನೆ ಪಡುವನು, ನಡೆಸಿದ ಎಲ್ಲಾ ಪಾಪಗಳಿಗೆ ಶಿಕ್ಷಿಸಲ್ಪಡುವ ತನ್ನ ಭಯಂಕರ ಭವಿಷ್ಯವನ್ನು ಯೋಚಿಸಿ ನಡುಗುವನು.

ಆನಂತರ ದೇವದೂತರು ಹಾಗೂ ವಿಮೋಚನೆಗೊಂಡ ಭಕ್ತರ ವಿಜಯೋತ್ಸವನ್ನು ನಾನು ಕಂಡೆನು. ಅದು ಹತ್ತು ಸಾವಿರ ವಾಧ್ಯಗಳನ್ನು ಝೇಂಕಾರದಂತ್ತಿತ್ತು ಏಕೆಂದರೆ ಇನ್ನು ಮುಂದೆ ಪಿಶಾಚನಿಂದ ಅವರಿಗೆ ಯಾವ ಶೋಧನೆಯಾಗಲಿ ತೊಂದರೆಯಾಗಲೀ ಆಗದು. ಅವನ ಸಮಕ್ಷಮ ಮತ್ತು ಶೋಧನೆಗಳಿಂದ ಇತರ ಲೋಕದ ನಿವಾಸಿಗಳು ದೂರವಿರುವರು'

ಆನಂತರ ನಾನು ಯೇಸು ಮತ್ತು ವಿಮೋಚನೆಗೊಂಡ ಭಕ್ತರೂ ಸಿಂಹಸನಗಳಲ್ಲಿ ಕುಳಿತಿರುವುದನ್ನು ಕಂಡೆನು. ಭಕ್ತರು ರಾಜರಂತೆ ಅಧಿಪತಿಮಾಡುತ್ತಾ ದೇವರಿಗೆ ಯಾಜಕರಾಗಿದ್ದರು. ಸತ್ತ ದುಷ್ಟರಿಗೆ ನ್ಯಾಯವಿಚಾರಣೆಯಾಯಿತು. ಅವರಕ್ರಿಯಾಗಳು ದೇವರ ವಾಕ್ಯದ ಪಟ್ಟಿಗೆ ಅನುಸಾರಾವಾಗಿ ಅವರವರ ನಡೆತೆಯ ಪ್ರಕಾರ ಪ್ರತಿಫಲವು ಕೊಟ್ಟಿಲ್ಪಟ್ಟಿತು. ಯೇಸು ಭಕ್ತರೊಡಗೂಡಿ ಮರಣದ ಪುಸ್ತಕದಲ್ಲಿ ಅವರ ಹೆಸರಿನ ಮುಂದೆ ದಾಖಲೆಗೊಂಡ ಪ್ರಕಾರ ಶಿಕ್ಷಿಯು ವಿಧಿಸಲ್ಪಟ್ಟಿತು. ಸೈತಾನನು ಹಾಗೂ ಆತನ ದೂತರಿಗೂ ಸಹ ಯೇಸು ಹಾಗೂ ಭಕ್ತರು ತೀರ್ಪು ಜಾರಿಗೊಳಿಸಿದರು. ಸೈತಾನನ ಶಿಕ್ಷೆಯು, ಆತನು ವಂಚಿಸಿದವಗಿಂತ ಹೋಲಿಸಲಾಗದಷ್ಟು ಹೆಚ್ಚಾಗಿತ್ತು. ಆತನ ವಂಚನೆಗೊಳಗಾದವರೆಲ್ಲಾ ನಾಶವಾದ ಮೇಲೂ ಸಹ ಸೈತಾನನು ಜೀವಿಸಿ ಸಂಕಟಪಡುತ್ತಲೇ ಇರಬೇಕಾಯಿತು.

ಸತ್ತ ದುಷರ ತೀರ್ಪಾದ ಮೇಲೆ, ಸಾವಿರ ವರ್ಷದ ಅಂತ್ಯದಲ್ಲಿ ಯೇಸುವು ಪರಲೋಕವನ್ನು ಬಿಟ್ಟು ದೂತಗಣಗಳ ದೊಡ್ಡ ಸಮೂಹದೊಂದಿಗೆ

ಭಕ್ತರೊಡಗೂಡಿ ಮಹಾ ಪರ್ವತದ ಮೇಲೆ ಇಳಿದು ಬಂದಾಗ, ಆತನ ಕಾಲುಗಳು ತಾಕಿದ್ದೇ ತಡ ಪರ್ವತವು ಇಬ್ಭಾಗವಾಗಿ ಮಹಾಬಯಾಲಯಿತು. ನಂತರ ಕಣ್ಣುಗಳನ್ನೆತ್ತಿ ನೋಡಲು ಸುಂದರವಾದ ಮಹಾಪಟ್ಟಣವು, ಹನೆರಡು ಹಸ್ತಿತಿವಾರವು, ಹನ್ನೆರಡು ಬಾಗಿಲುಗಳೂ ಪ್ರತಿದಿಕ್ಕಿನಲ್ಲೂ ಮೂರು ಮೂರರಂತೆ ಇದ್ದು ಒರ್ವ ದೂತನು ಪ್ರತಿ ಬಾಗಿಲಿನಲ್ಲೂ ಇದ್ದನು. ನಾವೆಲ್ಲಾ, ಪಟ್ಟಣ!! ಮಹಾಪಟ್ಟಣ!! ಪರಲೋಕದಿಂದ ಇಳಿದು ಬರುತ್ತದೆ!! ಎಂದು ಕೂಗಿದವು. ಅದು ತನ್ನಲ್ಲಾ ರಾಜವೈಭವದಿಂದ ಪ್ರಕಾಶಿಸುವ ಮಹಿಮೆಯಿಂದ ಯೇಸುವಿ ಸಿದ್ಧಪಡಿಸಿದ್ದ ಆ ಮಹಾ ಬಯಾಲಿಗೆ ಬಂದು ಇಳಿಯಿತು.

ಓದಿ: ಜಕರ್ಯ 14: 4-12 ಪ್ರಕಟನೆ 20:2-6, 12; 21:10-27

ಅಧ್ಯಾಯ **40.** ಎರಡನೆಯ ಪುನರುತ್ಥಾನ

ಯೇಸು, ದೂತ ಪರಿವಾರದ ಬೆಂಗಾವಲಿನೊಂದಿಗೆ ಪಟ್ಟಣವನ್ನು ಬಿಟ್ಟು ಹೊರಟನು, ವಿಮೋಚಿಸಲ್ಪಟ್ಟ ಭಕ್ತರು ಆತನನ್ನು ಸರಣಿಯಲ್ಲಿ ಹಿಂಬಾಲಿಸಿದರು. ಯೇಸು ತನ್ನ ರಾಜಗಾಂಭೀರ್ಯದಿಂದ ಸತ್ತ ದುಷ್ಟರನ್ನು ಕರೆದನು; ಅವರೋ ತಾವು ಮರಣಿಸಿದಾಗ ಇದ್ದಂತಹ ರೋಗಿಷ್ಟ, ಬಲಹೀನಾವಸ್ಥೆಯಲ್ಲಿ ಎದ್ದುಬಂದರು. ಎಂಥಹ ನೋಟ! ಎಂಥಹ ದೃಶ್ಯ! ಮೊದಲನೇಯ ಪುನರುತ್ಥಾನದಲ್ಲಿ ಭಾಗಿಯಾದವರು ಅಮರತ್ವದ ಪರಿಪೂರ್ಣ ಶುಭ್ರ ಕಾಂತಿಯಿಂದ ಕೂಡಿದರು; ಆದರೆ ಎರಡನೆಯ ಪುನರುತ್ಥಾನದಲ್ಲಿ ಪ್ರತಿಯೊಬ್ಬರ ಮೇಲೆ ಶಾಪದ ಗುರುತು ಪಡಿಯಚ್ಚಾಗಿತ್ತು. ರಾಜರು, ಪ್ರಭುಗಳು, ವಿದ್ಯಾ- ಅವಿದ್ಯಾವಂತರು ಬಹು ತುಚ್ಚ ಮತ್ತು ಹೀನಸ್ಥಿತಿಯಲ್ಲಿ ಎದ್ದು ಬಂದರು. ಅವರೆಲ್ಲರೂ ಮನುಷ್ಯಕುಮಾರನನ್ನು ಕಂಡರು; ಯೇಸುವನ್ನು ಕಡೆಗಣಿಸಿದವರು, ಹೀಯ್ಯಳಿಸಿದವರು, ಛಡಿಯಿಂದ ಥಳಿಸಿದವರು, ಪವಿತ್ರಹಣೆಯ ಮೇಲೆ ಮುಳ್ಳಿನ ಕಿರೀಟ ಇರಿಸಿದವರು, ಮುಂತಾದವರೆಲ್ಲಾ ಆತನು ರಾಜಗಾಂಭೀರ್ಯದಲ್ಲಿರುವುದನ್ನು ದರ್ಶಿಸಿದರು. ಆತನ ವಿಚಾರಣೆಯ ಸಂಧರ್ಭದಲ್ಲಿ ಉಗುಳಿದವರು ಈಗ ಆತನ ಚೂಪುನೋಟದ ಉಜ್ವಲ ಚಹರೆಯಿಂದ ತಪ್ಪಿಸಿಕೊಳ್ಳುವಂತೆ ಮುಖತಿರುಗಿಸಿದರು, ಯಾರು ಆತನ ಕೈಕಾಲುಗಳಿಗೆ ಮೊಳೆಗಳನ್ನು ಜಡಿದರೋ ಅವರು ಆ ಕ್ರೂಜೆಯ ಗುರುತುಗಳನ್ನು ಕಂಡರು. ಆತನ ಪಕ್ಕೆಗಳಿಗೆ ಈಟಿಯಿಂದ ತಿವಿದರು. ಆ ಕ್ರೂರ ತಿವಿತದ ಗುರುತನ್ನು ಕಂಡರು. ಮತ್ತು ಅವರು, ಈತನೇ ನಾವು ಶಿಲುಭೆಗೆ ಹಾಕಿದವನು, ಯಾತನೆಯನ್ನು ಪಡುತ್ತಿರುವಾಗ ಕುಚೋದ್ಯಮಾಡಲ್ಪಟ್ಟವನು ಎಂದು ಮನಗಂಡರು. ಅನಂತರ ಒಂದು ಅಂತ್ಯವಾಗದ ಗೋಳಟವು ಕೇಳಿಬಂದು ರಾಜಾಧಿರಾಜನೂ ಕರ್ತರ ಕರ್ತನಿಂದ ತಪ್ಪಿಸಿಕೊಂಡು ಓಡುತ್ತಿರುವುದು ಕಂಡಿತು.

ತಾವು ಕಡೆಗಾಣಿಸಿದವನ್ನು ಮಹಾ ಪ್ರಜ್ವಲ ಪ್ರಭಾವದಿಂದ ತಮ್ಮನ್ನು ಮರೆಮಾಡಿಕೊಳ್ಳಲು ಬೆಟ್ಟಗಳು ಬಂಡೆಗಳ ಸಂದುಗಳಿಗೆ ಓಡಿದರು. ಇತರರು.

ಆತನ ಪ್ರಭಾವಾಮಹಿಮೆಯ ತೇಜಸ್ಸಿನಿಂದ ಬರುವಾಗ ಒಂದೇ ಧ್ವನಿಯಿಂದ ಸ್ಪಷ್ಟವಾಗಿ 'ಕರ್ತನ ಹೆಸರಿನ ಮೇಲೆ ಬರುವವನು ಧನ್ಯನು' ಎಂದು ಕೂಗುತ್ತಿದ್ದರು.

ಯೇಸು ಮತ್ತು ಪವಿತ್ರದೂತರು ಮತ್ತು ಪಟ್ಟಣಕ್ಕೆ ಹಿಂತಿರುಗಲು ಭಕ್ತರೊಡಗೂಡಿ ಹೋಗುವಾಗ ನಾಶವಾಗುವ ದುಷ್ಟ ಪ್ರಲಾಪ, ಗೋಳಾಟವು ಪರಿಸರದಲ್ಲಿ ತುಂಬಿಹೋದವು. ಆಗ ನಾನು, ಸೈತಾನನು ಮತ್ತೆ ಕಾರ್ಯಪ್ರವೃತ್ತನಾಗುವುದನ್ನು ಕಂಡೆನು. ಅವನ್ನು ತನ್ನ ಪ್ರಜೆಗಳ ಮದ್ಯೆಚಲಿಸುತ್ತಾ ನಿರ್ಬಲರಾಗಿದ್ದವರನ್ನು ಸಬಲನಾಗಿಸಿದನು. ಅವರಿಗೆ- 'ನಾನು ಮತ್ತು ನನ್ನ ದೂತರು ಶಕ್ತಿಸಾಮರ್ಥತುಂಬಿದವರೆಂದು ಹೇಳಿದನು. ಅದೇ ತಾನೇ ಮರಣದಿಂದ ಎಬ್ಬಿಸಲ್ಪಟ್ಟು ಕೋಟ್ಯಾನುಕೋಟಿ ಜನರನ್ನು ತೋರಿಸಿದನು. ಅವರಲ್ಲಿ ಮಹಾಯುದ್ಧವೀರರೂ , ಯುದ್ಧ ಕಲಾನಿಪುಣರಾದ ಪ್ರಭುಗಳೂ, ರಾಜ್ಯಗಳನ್ನು ದಮನ ಗೊಳಿಸಿದ ಜಯಶಾಲಿಗಳಿದ್ದರು. ಯಾವ ಯುದ್ಧದಲೂ ಪರಾಜಯ ಹೊಂದದ – ಮಹಾಕಾಯಗಳೂ, ಶೌರ್ಯಶಾಲಿಗಳೂ ಇದ್ದರು. ಅವರ ಮದ್ಯೆ ತನ್ನ ಇರುವಿಕೆಯಿಂದ ಥರಥರನೆ ನಡುಗುವಂತೆ ಮಾಡಿದ ಬಹು ಅಹಂಕಾರಿ ಮಹಾಕಾಂಕ್ಷಿಯಾದ ನೆಪೋಲಿಯನಿದ್ದನು. ಬಹು ಎತ್ತರವಾಗಿ ದಷ್ಟಪುಷ್ಟರೂ, ಘನಯೋಗ್ಯರಾಗಿದ್ದು ಅಹಂಕಾರ ಪ್ರತಿಷ್ಠೆ ತುಂಬಿದ್ದೂ, ಕಾಳಗದಲ್ಲಿ ಸೋತುಹೋಗವರೂ ಇದ್ದರು. ಅವರು ಜಯಶಾಲಿಗಳಾಗುವ ತೃಷೆಯಿಂದಲೇ ಪ್ರಾಣಬಿಟ್ಟವರು. ಅದೇ ಆಲೋಚನೆಗಳನ್ನೇ ಹೊಂದಿದವರಾಗಿ ಎದ್ದು ಬಂದರು. ಸೈತಾನನು ತನ್ನ ದೂತರು, ರಾಜರು, ಜಯಶಾಲಿಗಳು, ಧೀರ್ಘದೇಹಿಗಳೊಂದಿಗೆ ಸಮಾಲೋಚಿಸಿದನು. ಅನಂತರ ಅವನು ಪಟ್ಟಣದ ಕಡೆಗೆ ನೋಡುತ್ತಾ – ಈ ಪಟ್ಟಣದಲ್ಲಿರುವ ಸಮೂಹವು ಅಲ್ಪಸಂಖ್ಯೆಯಲ್ಲಿರುವುದಲ್ಲದೆ ತ್ರಾಣವಿಲ್ಲದವರಾಗಿದ್ದಾರೆ. ಆದ್ದರಿಂದ ನಾವು ಹೋಗಿ ಅಲ್ಲಿನ ಪ್ರಜೆಗಳನ್ನು ದೊಬ್ಬಿ ತಾವೇ ಮಹಾ ಶೃಂಗಾರಭರಿತ, ಸಂಪಧ್ಭರಿತ ಪಟ್ಟಣವನ್ನು ವಶಪಡಿಸಿಕೊಳ್ಳಬಹುದು ಎಂದನು'.

ಸೈತಾನನು ಅವರನ್ನು ವಂಚಿಸುವುದರಲ್ಲಿ ಸಫಲನಾದನು. ತಕ್ಷಣವೇ ಅವರೆಲ್ಲಾ ಯುದ್ದಕ್ಕೆ ಸನ್ನದ್ಧರಾಗುತ್ತಾ ಶಸ್ತ್ರಾಸ್ತ್ರಗಳನ್ನು ಜೋಡಿಸಿಕೊಂಡರು; ನಂತರ ಸೈತಾನನ ಮುಂದಾಳತ್ವದಲ್ಲಿ ಇಡೀ ಸಮೂಹ ಮುಂದುವರೆಯಿತು. ರಾಜರೂ, ನುರಿತ ಭಟರು ಸೈತಾನನನ್ನು ಹಿಂಬಾಲಿಸಿದರು. ಮಿಕ್ಕ ಸಮೂಹವು ರಚನಾಕ್ರಮಕ್ಕೆ ಅನುಗುಣವಾಗಿ ಒಬ್ಬರಾದ ಮೇಲೆ ಒಬ್ಬರಂತೆ ದಂಡಾಗಿ ಹೊರಟರು. ಪ್ರತಿ ಪಡೆಗೂ ಒರ್ವ ನಾಯಕನಿದ್ದು ವ್ಯವಸ್ಥಿತ ಕ್ರಮದಿಂದ ಸಮತಟ್ಟಾಗಿಲ್ಲದ ಭೂನೆಲದಲ್ಲಿ ಪಥಸಂಚಲನೆಯಿಂದ ಪವಿತ್ರಪಟ್ಟಣದೆಡೆಗೆ ಸಾಗಿಹೋದರು. ಯೇಸು ಪಟ್ಟಣದ ಬಾಗಿಲನ್ನು ಮುಚ್ಚಿಬಿಟ್ಟನು. ದುಷ್ಟ ಸೈನ್ಯವು ಸುತ್ತುವರೆದು ಯುದ್ಧದ ವ್ಯೂಹರಚನೆಗೆ ಅನುಗುಣವಾಗಿ ನಿಂತವು. ಅವರು ಮಹಾಭಯಂಕರ ಹೋರಾಟವನ್ನು ಎದುರು ನೋಡಿದರು. ಯೇಸು, ದೂತಗಣ ಮತ್ತು ಭಕ್ತರು, ತಮ್ಮ ತಲೆಯ ಮೇಲೆ ಹೊಳೆಯುವ ಮುಕುಟ ತೊಟ್ಟು ಪಟ್ಟಣದ ಗೋಡೆಯ ಮೇಲೆ ಏರಿಹೋದರು. ಯೇಸುವು, ತನ್ನ ಪ್ರಭುತ್ವದ ಗಾಂಭೀರ್ಯದಿಂದ ಏರುಧ್ವನಿಯಲ್ಲಿ ಇಗೋ! ಪಾಪಿಗಳೆ, ನೀತಿವಂತ ಪ್ರತಿಫಲ! ಮತ್ತು ಇಗೋ! ವಿಮೋಚಿಸಲ್ಪಟ್ಟವರೆ, ದುಷ್ಟರ ಪ್ರತಿಫಲ! ಎಂದಾಗ ಆ ದುಷ್ಟ ಸಮೂಹವು ಪಟ್ಟಣದ ಗೋಡೆಯ ಮೇಲಿದ್ದ ಶುದ್ಧಪಡೆಯನ್ನು ಕಂಡಿತು. ಅವರ ಕಿರೀಟದ ಕಾಂತಿಯನ್ನೂ ಯೇಸುವಿನ ಸ್ವರೂಪವನ್ನು ಪ್ರತಿಬಿಂಬಿಸುತ್ತಿದ್ದ ಮಹಾಪ್ರಭಾವವನ್ನೂ ಕಂಡರು, ನಂತರ ರಾಜಾಧಿರಾಜನ, ಕರ್ತರಕರ್ತನ, ಅನುಪಮ ತೇಜಸ್ಸನ್ನೂ ಸಾಮರ್ಥ್ಯವನ್ನೂ ಕಂಡಾಗ ಅವರ ಎದೆಕುಂದಿತು. ತಾವು ಕಳೆದುಕೊಂಡ ಮಹಿಮ ಮತ್ತು ಸಂಪತ್ತು ಅರಿವಿಗೆ ಬಂದು ಪಾಪದ ಸಂಬಳ ಮರಣ ಎಂಬ ಸತ್ಯವನ್ನು ಅರ್ಥಮಾಡಿಕೊಂಡರು. ತಾವು ಅತಿತುಚ್ಛ ಅಸಹ್ಯಕರ ಅವಲಕ್ಷಣದ ಸ್ಥಿತ್ಯಾವಸ್ಥೆಯಲ್ಲಿ ಮಹಾಪಟ್ಟಣದ ಹೊರಗಿರುವಾಗ ತಾವೇ ಕಡೆಗಣಿಸಿದ ಪರಿಶುದ್ಧ ಆನಂದಭರಿತ ಸಮೂಹವು ನಿತ್ಯಜೀವ, ಘನಮಾನ, ಅಮರತ್ವ ಧರಿಸಿರುವುದನ್ನು ದರ್ಶಿಸಿದರು.

ಓದಿ: ಮತ್ತಾಯ 23:29; ಪ್ರಕಟನೆ 6:15-16; 20:7-9, 22:12-15

ಅಧ್ಯಾಯ **41.** ಎರಡನೆಯ ಮರಣ

ಸೈತಾನನು ಸಮೂಹದ ಮಧ್ಯೆ ಬಿರುಸಾಗಿ ಬಂದು ಕಾರ್ಯಸಾಧಿಸಲು ಜನರನ್ನು ಕೆಣಕುವನು. ಆದರೆ ಪರಲೋಕದ ದೇವರಿಂದ ಬೆಂಕಿಯು ಮಳೆಯೋಪಧಿಯಲ್ಲಿ ಇಳಿದು ಬಂದು ಮಹಾವ್ಯಕ್ತಿಗಳು, ಬಲಿಷ್ಟರು, ಶ್ರೇಷ್ಠರೆನಿಸಿದವರು, ಬಡವರು, ಸಂಕಟಪಡುತ್ತಿದ್ದವರೆಲ್ಲರನ್ನು ಸುಟ್ಟುಹಾಕಿತು. ನಾನು ನೋಡಿದ್ದೇನೆಂದರೆ, ಕೆಲವರು ಬಹು ಬೇಗನೆ ನಾಶವಾದರೆ ಮತ್ತೆ ಕೆಲವರು ಬಹುಕಾಲ ನರಳುತ್ತಿದ್ದರು ಅವರವರ ಕ್ರಿಯೆಗಳಿಗನುಸಾರವಾಗಿ ಶಿಕ್ಷಿಸಲ್ಪಟ್ಟವರು. ಕೆಲವರಿಗೆ, ಅವರ ದಹಿಸಲ್ಪಡದ ಕೆಲವು ಅಂಗಾಂಗಗಳಿರುವವರೆವಿಗೂ ಎಲ್ಲಾ ವಿಧವಾದ ಯಾತನೆಯ ಅರಿವು ಅವರಿಗಿರುವುದು, ಆಗ ದೇವದೂತನು, ಅವರನ್ನು ಕಡಿಯುವ ಹುಳವು ಸಾಯುವುದಿಲ್ಲ; ಅವರ ದೇಹದ ಕಣವೊಂದು ಇರುವ ತನಕವೂ ಸುಡುವ ಬೆಂಕಿಯು ಆರುವುದಿಲ್ಲ ಎಂದನು.

ಸೈತಾನನೂ ಆತನ ದೂತರು ಬಹುಕಾಲ ಯಾತನೆಪಟ್ಟರು. ತನ್ನ ಪಾಪದ ಭಾರವನ್ನಲ್ಲದೆ, ವಿಮೋಚನೆಗೊಂಡು ಗುಂಪಿನ ಪಾಪವೂ ಸೈತಾನನ ಮೇಲೆ ಹೊರಿಸಲ್ಪಟ್ಟವು; ತಾನೇ ಹಾಳುಮಾಡಿದ ಆತ್ಮಗಳಿಗಾಗಿಯೂ ಅವನು ಸಂಕಟಪಡಬೇಕು. ಅನಂತರವೇ ಸೈತಾನನೂ, ಎಲ್ಲಾ ದುಷ್ಟಗನಗಳೂ ದಹಿಸಿಹೋದದ್ದನ್ನು ನಾನು ಕಂಡೆನು. ದೇವರ ನ್ಯಾಯವು ತೃಪ್ತವಾಯಿತು; ಮತ್ತು ಎಲ್ಲಾ ವಿಮೋಚಿಸಲ್ಪಟ್ಟ ಭಕ್ತರು, ದೂತಗಣಗಳೂ ಉನ್ನತ ಸ್ವರದಿಂದ ಆಮೇನ್! ಎಂದರು.

ನಂತರ ದೂತನು, ಸೈತಾನನು ಬೇರು; ಆತನ ಮಕ್ಕಳು, ಕೊಂಬೆಗಳು, ಬೇರು ಕೊಂಬೆಗಳು ಈಗ ಸುಟ್ಟುಹೋದವು. ಅವರು ನಿತ್ಯಮರಣಕ್ಕೆ ಒಳಗಾದರು ಅವರಿಗೆ ಇನ್ನೊಂದೂ ಪುನರುತ್ಥಾನವಿಲ್ಲ, ದೇವರು ಪರಿಶುಭ್ರ ವಿಶ್ವವನ್ನು ಹೊಂದಿರುವನು ಎಂದನು. ಅನಂತರ ದುಷ್ಟರನ್ನು ದಹಿಸುವ ಬೆಂಕಿಯು ಹೊಲಸನ್ನೆಲ್ಲಾ ಸುಟ್ಟು ಭೂಮಿಯನ್ನು ಪರಿಶುಭ್ರಗೊಳಿಸಿದ್ದನ್ನು ನಾನು ದೃಷ್ಟಿಸಿದೆನು. ಎಲ್ಲೂ ಶಾಪಗ್ರಸ್ತವಾದ ಒಂದು ಸೋಂಕಾದರೂ ಇರಲಿಲ್ಲ. ಭೂಮಿಯ ಮೇಲಿಂದ ಬಿರುಕು. ಏರುತಗ್ಗುಗಲೆಲ್ಲಾ ಸಮವಾಗಿ ವಿಶಾಲವಾದ

ಬಯಲಿನಂತೆ ಕಂಡರೆ, ಭೂಮ್ಯಾಕಾಶ ಮಂಡಲವು ಪರಿಶುಶದ್ಧವಾಗಿ ಮಹಾ ವಾದವಿವಾದಗಳು ನಿರಂತರವಾಗಿ ಕೊನೆಗೊಂಡಿತು. ನನ್ನ ಕಣ್ಣುಗಳು ಹಾಯ್ದುಕಡೆಯಲ್ಲೆಲ್ಲಾ ಪವಿತ್ರವೋ ಪವಿತ್ರವಾಗಿ ರಮ್ಯವಾಗಿ ಕಂಡಿತು. ಎಲ್ಲಾ ವಿಮೋಚನ ಗಣಗಳು, ಹಿರಿಕಿರಿಯರೂ, ವೃದ್ಧರು, ಯುವಜನರೂ, ತಮ್ಮ ಥಳಥಳನೆ ಹೊಳೆಯುತ್ತಿದ್ದ ಕಿರೀಟಗಳನ್ನು ಅವರ ವಿಮೋಚಕನ ಪಾದದ ಬಳಿಯಲ್ಲಿ ಇಟ್ಟು ಭಕ್ತಿಪೂರ್ವಕವಾಗಿ ಸಾಷ್ಟಾಂಗವೆರಗಿ ನಿರಂತರವಾಗಿ ಇರುವಾತನನ್ನು ಆರಾಧಿಸಿದರು. ಬಹು ರಮ್ಯವಾದ ನೂತನ ಭೂಮಂಡಲವು ಮಹಾಮಹಿಮೆಯಿಂದ ಭಕ್ತರ ನಿತ್ಯ ಪಿತ್ರಾರ್ಜಿತ ಸೊತ್ತಾದವು. ಆಗ ಅವರ ರಾಜ್ಯಪ್ರಭುತ್ವಗಳೂ, ಸಮಸ್ತ ಭೂಮಂಡಲದಲ್ಲಿನ ರಾಜ್ಯಗಳ ಮಹಿಮೆಯು ಉನ್ನತೋನ್ನತನ ಭಕ್ತರಿಗೆ ಕೊಡಲ್ಪಡುವವು. ಅವರು ಶಾಶ್ವತವಾಗಿ ಈ ರಾಜ್ಯವನ್ನು ಪಡೆದುಕೊಳ್ಳುವರು.

ಓದಿ: ಯೆಶಾಯ 66:24; ದಾನಿಯೇಲ7:26-27 ಪ್ರಕಟನೆ 20:9-15; 21:1 22:3

.